தமிழ் நாவல்
இலக்கியம்

தமிழ் நாவல் இலக்கியம்

க. கைலாசபதி (1933-1982)

தமிழின் தலையாய மார்க்சிய இலக்கிய விமர்சகராக மதிக்கப்படும் கைலாசபதி, மலேசியாவின் கோலா லம்பூரில் பிறந்தவர். தாய்: தில்லைநாயகி; தந்தை: இளையதம்பி கனகசபாபதி.

கோலா லம்பூரில் தொடக்கக் கல்வி பயின்ற கைலாசபதி, இரண்டாம் உலகப் போரின் முடிவில் சொந்த ஊரான யாழ்ப்பாணம் திரும்பினார். யாழ்ப்பாணம் இந்துக் கல்லூரியில் இடைநிலை படித்த காலத்தில் மு. கார்த்திகேசன் தொடர்பினால் மார்க்சியத்தின்பால் ஈர்க்கப்பட்டார். பின்னர் கொழும்பு ராயல் கல்லூரியிலும் பேராதனைப் பல்கலைக் கழகத்திலும் படித்தார். பட்டம் பெற்றதும், 1957இல் கொழும்பு *தினகரன்* நாளிதழில் உதவியாசிரியரானார். 1958 முதல் 1961வரை அதன் ஆசிரியராகக் கைலாசபதி இருந்த காலத்தில் *தினகரன்* ஈழத்து இலக்கியச் சூழலில் பெருந்தாக்கத்தை ஏற்படுத்தியது; முற்போக்கு இலக்கிய இயக்கம் காலூன்றுவதற்கும் காரணமானது. 1961இல் பேராதனைப் பல்கலைக்கழகத்தில் ஆசிரியப் பணியைத் தொடங்கிய கைலாசபதி, 1963இல் இங்கிலாந்தின் பர்மிங்ஹாம் பல்கலைக்கழகத்தில் சேர்ந்து, புகழ்பெற்ற மார்க்சிய அறிஞர் ஜார்ஜ் தாம்சன் மேற்பார்வையில் பிஎச்.டி. பட்டம் பெற்றார். இந்த ஆய்வேட்டை ஆக்ஸ்போர்டு பல்கலைக்கழகப் பதிப்பகம் நூலாக வெளியிட்டது. 1966இல் இலங்கைக்குத் திரும்பிய கைலாசபதி, பேராதனையிலும் கொழும்புவிலும் பணியாற்றிய பின் 1974இல் யாழ்ப்பாணப் பல்கலைக்கழகம் நிறுவப்பட்டபொழுது அதன் தலைவராகவும் பேராசிரியராகவும் அமர்ந்து, அதன் வளர்ச்சியில் முக்கியப் பங்காற்றினார்.

ஐயோவா பல்கலைக்கழகப் படைப்பெழுத்துத் திட்டத்தின் ஃபெல்லோவாகவும் கலிபோர்னியா (பெர்க்லி) பல்கலைக்கழகத்தின் வருகைப் பேராசிரியராகவும் விளங்கிய கைலாசபதி, சீன அரசின் அழைப்பின்பேரில் சீனாவிற்கும் பயணம் மேற்கொண்டார்.

1982 டிசம்பரில் கைலாசபதி நோயுற்றுக் காலமானார்.

மனைவி: சர்வமங்களம். மகள்கள்: சுமங்களா; பவித்ரா.

கைலாசபதி நூல்கள்

இரு மகாகவிகள் (1962)

பண்டைத் தமிழர் வாழ்வும் வழிபாடும் (1966)

தமிழ் நாவல் இலக்கியம் (1968)

Tamil Heroic Poetry (1968)

ஒப்பியல் இலக்கியம் (1969)

அடியும் முடியும் (1970)

கவிதை நயம் (இணையாசிரியர்: இ. முருகையன்) (1970)

இலக்கியமும் திறனாய்வும் (1972)

சமூகவியலும் இலக்கியமும் (1979)

மக்கள் சீனம்: காட்சியும் கருத்தும்
(இணையாசிரியர்: சர்வமங்களம் கைலாசபதி) (1979)

திறனாய்வுப் பிரச்சனைகள்: க.நா.சு. குழு பற்றிய ஆய்வு (1980)

நவீன இலக்கியத்தின் அடிப்படைகள் (1980)

இலக்கியச் சிந்தனைகள் (1983)

பாரதி ஆய்வுகள் (1984)

ஈழத்து இலக்கிய முன்னோடிகள் (1986)

On Art and Literature (1986)

On Bharati (1987)

சர்வதேச அரசியல் நிகழ்வுகள் பற்றி, 1979–1982 (1992)

நாவலர் பற்றி கைலாசபதி (2005)

க. கைலாசபதி

தமிழ் நாவல் இலக்கியம்

காலச்சுவடு பதிப்பகம்

அன்பார்ந்த வாசகருக்கு,

வணக்கம். காலச்சுவடு நூலை வாங்கியமைக்கு நன்றி. நூலின் உள்ளடக்கம், உருவாக்கம், அட்டைப்படம் இன்ன பிற அம்சங்கள் பற்றிய உங்கள் கருத்துகளையும் ஆலோசனைகளையும் *காலச்சுவடு* வரவேற்கிறது. தகவல், எழுத்து, வாக்கியப் பிழைகள் தென்பட்டால் கட்டாயம் தெரிவித்து உதவுங்கள். நூல் தயாரிப்பில் கடும் குறைபாடு இருப்பின் மாற்றுப் பிரதி உங்களுக்குக் கிடைக்க காலச்சுவடு ஏற்பாடு செய்யும்.

மின்னஞ்சல்: publisher@kalachuvadu.com

காலச்சுவடு நாகர்கோவில் தலைமையகத்துக்கும் கடிதம் அனுப்பலாம்.

தங்கள்

எஸ்.ஆர். சுந்தரம் (கண்ணன்)

பதிப்பாளர் - நிர்வாக இயக்குனர்

தமிழ் நாவல் இலக்கியம் • ஆய்வு நூல் • ஆசிரியர்: க. கைலாசபதி • © சுமங்களா கைலாசபதி • முதல் பதிப்பு: ஜனவரி 1968 • காலச்சுவடு முதல் பதிப்பு: டிசம்பர் 2017 • வெளியீடு: காலச்சுவடு பப்ளிகேஷன்ஸ் (பி) லிட்., 669, கே.பி. சாலை, நாகர்கோவில் 629001

காலச்சுவடு வெளியீடு: 790

tamiz naaval ilakkiyam • Monograph on the history of the Tamil Novel • K. Kailasapathy • © Sumangala Kailasapathy • Language: Tamil • First Edition: January 1968 • Kalachuvadu First Edition: December 2017 • Size: Demy 1 x 8 • Paper: 18.6 kg maplitho • Pages: 264

Published by Kalachuvadu Publications Pvt. Ltd., 669, K.P. Road, Nagercoil 629001, India • Phone: 91-4652-278525 • mail: publications @kalachuvadu.com • Wrapper printed at Print Specialities, Chennai 600014 ❖ Printed at Mani Offset, Chennai 600077

ISBN: 978-93-86820-10-5

12/2017/S.No.790, kcp 1884, 18.6 (1) ILL

கணக்காயரும் கதாசிரியருமான
தனது தந்தையாரைப் பற்றிச்
சின்னவயதில் எனக்கு
அடிக்கடி கூறி
இலக்கிய வேட்கையை ஏற்படுத்திய
அன்னைக்கு

பொருளடக்கம்

முகவுரை

பதினைந்து வருடங்களுக்கு முன்பு *(1953)* இலங்கைப் பல்கலைக் கழகப் புகுமுகத் தேர்வு எழுதிவிட்டுச் சில மாத காலம் வீட்டிற் 'சும்மா' இருந்தேன். வேண்டிய அளவு கிடைத்த ஓய்வு நேரத்தைக் கழிப்பதற்காக நாவல்கள் படிக்கத் தொடங்கினேன். விரைவில் அது முழுநேர வேலையாகி விட்டது. அலுப்புத் தட்டாமலிருப்பதற்காக ஆங்கில நாவல்களையும் தமிழ் நாவல்களையும் கலந்து வாசித்தேன். பழையதும் புதியதுமாகக் கைக்கு அகப்பட்ட தெல்லாவற்றையும் உள்வாங்கும் பொறி போலே வாசித்துத் தள்ளினேன். இடையிடையே சில ஆங்கிலத் திறனாய்வு நூல்களையும் படித்தேன். அச்சமயங்களில் நான் படித்த நாவல்களைத் தொகுத்தும் வகுத்தும் பகுத்தும் ஒழுங்குபடுத்திச் சில குறிப்புரைகள் கூறத் தோன்றியது. தோன்றவும், அக்காலத்தில் நான் அடிக்கடி 'விஷயதானம்' செய்து வந்த *வீரகேசரி* பத்திரிகையின் ஞாயிறு இதழில் *(1954)* 'தமிழ் நாவலின் தோற்றமும் வளர்ச்சியும்' என்ற தலைப்பில் கட்டுரைத் தொடர் ஒன்று எழுதினேன்.

பல்கலைக்கழகப் படிப்பு முடிந்து, பத்திரிகைத் தொழிலை மேற்கொண்டு *தினகரன்* ஆசிரியராக இருந்த சமயம் எழுத்தாளர்களின் தொடர்பு நிறைய ஏற்பட்டது. தொடர்கதைகள், நாவல் பற்றிய கட்டுரைகள், மொழிபெயர்ப்புகள் முதலியவற்றை

யெல்லாம் வெளியிடும்பொழுது நாவலிலக்கியம் பற்றி நூல் எழுத எண்ணிய சந்தர்ப்பங்களில், அதனிலும் அவசரமான பல வேலைகள் இருந்தன. நிகழ்காலச் சம்பவங்களின் வேகத்தில் பின்னோக்கிப் பார்க்கவே நேரமில்லாதிருந்தது.

பத்திரிகைத் தொழிலை விட்டுப் பல்கலைக்கழகத்தில் விரிவுரையாளராகச் சென்றதும், தவிர்க்க முடியாதபடி, பெரும்பாலும் பழைய இலக்கியங்களையே பயிலவும் பயிற்றவும் வாய்ப்புக் கிட்டியது. ஆனால் நாவலைப் பற்றிய நூலின் எண்ணம் மட்டும் நினைவில் துளிர்த்துக்கொண்டேயிருந்தது. கடந்த சில வருடங்களாகப் பல்கலைக்கழகத்தில் இறுதியாண்டு மாணவருக்கு இலக்கிய வரலாறு கற்பிக்கும்பொழுது இருபதாம் நூற்றாண்டிலக்கியத்தை, சிறப்பாகப் புனைகதைத் துறையைச் சிறிது விரிவாகவே எடுத்துரைத்தேன். அதற்கு உதவியாகத் தயாரித்த குறிப்புகளே நூலின் கருவாக அமைந்தன.

தமிழ்ப் புனைகதைகளைப் பற்றித் தகவல்கள் சேகரித்துக்கொண்டிருந்த சமயம் கட்டுரைகள் கேட்ட இதழ் களுக்கெல்லாம் அப்பொருள் குறித்தே எழுதி வந்தேன். இந்நூலிலுள்ள கட்டுரைகளிற் பெரும் பகுதி ஈழத்துச் சஞ்சிகைகளில் வெளிவந்தவையே. இத்துறையில் எனது கன்னி முயற்சியான கட்டுரையை மையமாகக் கொண்டே மேற்கூறிய காலப் பகுதியில், நாவலைப் பற்றி எனது ஆய்வும் நோக்கும் அமைந்தன. ஏறத்தாழப் பதினைந்து வருடங்களுக்குப் பின்னர் வெளிவரும் இந்நூலிலே, பழைய கட்டுரைத் தொடரிலிடம்பெற்ற கருத்துகளும் முடிவுகளும் அதிக மாற்றமின்றிச் சேர்த்துக்கொள்ள முடிந்ததில் உள்ளூர எனக்கு மகிழ்ச்சிதான். இந்நூலுக்குப் பழைய தலைப்பையே சூட்டலாம் என்றெண்ணியிருந்தேன். ஆனால் அதே தலைப்பில் திரு. கி.வா. ஜகந்நாதன் அவர்கள் *(1966)* ஒரு சிறு நூலை வெளியிட்டுள்ளார். அந்நூலிற் கல்கி பற்றியே அதிகம் கூறப்பட்டிருப்பினும் என்னைப் பொறுத்தளவில் தலைப்புப் போனதுதான். எனவே, நீண்ட நாள் நெஞ்சில் ஊறப் போட்டு வைத்திருந்த பெயரைப் பெருமூச்சுடன் கைவிட்டேன்.

இந்நூற் கட்டுரைகள் வெவ்வேறு சந்தர்ப்பங்களில் சிறப்புக் கட்டுரை, சொற்பொழிவு, முன்னுரை என்று பலவகைப்பட்ட தேவை கருதி எழுதப்பட்டவை. எனினும், அவற்றின் மூலமும் நோக்கமும் ஒன்றுதான்; தமிழ் நாவலின் தோற்றத்தையும் வளர்ச்சியையும் இன்றியமையாத வரலாற்றுச் செய்திகளுடன் இணைத்துப் படிமுறையைக் கோடிட்டுக் காட்டுவதே. இதற்கேற்பக் கால ஆராய்ச்சியும் பண்பு ஆய்வும் ஒருங்கே மேற்கொள்ளப்பட்டுள்ளன. ஆகையால், வரலாறும் திறனாய்வும்

கலந்த பார்வை இக்கட்டுரைகளை நெறிப்படுத்தியுள்ளன என்பேன். எமது நாவல் மேனாட்டு நாவல் வழி வந்ததொன்றாதலால், இடையிடையே அதன் தாக்கத்தையும் செல்வாக்கையும் தொடர்புபடுத்திக் காட்ட முயன்றிருக்கிறேன். இது எழுத்தாளரினும் மாணவருக்குப் பெரிதும் உதவியாயிருக்கும் என்று எண்ணுகிறேன். எமது நாவல் வளர்ந்துவந்த படிகளைத் தெளிவாக்குவதற்குப் பொருத்தமான, சிறந்த உதாரண நாவல்களே இத்தகையதொரு நூலில் இடம்பெற முடியும். இலக்கிய மாணவருக்குப் பட்டியலிலும் பண்பு விளக்கமே பயனளிக்கும் என்று நான் கருதியமையாலேயே இம்முறையைக் கடைப்பிடித்தேன்.

இந்நூலை இந்த வடிவத்தில் எழுதுவதற்குத் தூண்டுகோலாயிருந்தவர் மாணவர்களே. தமிழ் இலக்கிய வரலாற்றை முழுமையாகக் கூறும் பாடப்புத்தக நூல்கள் யாவுமே நவீன இலக்கிய வளர்ச்சியை இலேசாகத் தொட்டுச் செல்வதோடு அமைவன. காவிய மரபில் பாரதியைக் குறிப்பிடுவதுடன் அவை திருப்தியடைகின்றன போலும். இக்குறையை ஓரளவிற்காவது ஈடுசெய்யு முகமாகப் புனைகதையைப் பற்றித் தனி நூலொன்று எழுதும்படி மாணவர்கள் பலர் வற்புறுத்தினர். உண்மையில் யாருக்காவது நான் நன்றி கூறுவதானால், முதலில் அவர்களுக்கே கூறவேண்டும். மாணவரைத் தொட்டு எழுதத் தொடங்கியபின், பிறருக்கும் ஏற்றவண்ணம் சில மாற்றங்களைச் செய்து கொண்டேன்.

தமிழ் நாவல் பற்றி நூல் எழுதுவதற்கு இன்று இலங்கையிலுஞ் சிறந்த வாய்ப்புள்ள இடம் பிறிதில்லை என்பது எனது துணிவு. இளங்கீரன், கணேசலிங்கன், நந்தி, பெனடிக் பாலன், அகஸ்தியர் முதலிய நாவலாசிரியரும், சிவத்தம்பி, கந்தசாமி, சில்லையூர் செல்வராசன், மஹ்ருப், முருகையன் முதலிய விமர்சகரும் உற்ற துணைவராக உள்ளனர் என்பது உற்சாகந்தரும் செய்தியாகும். இவர்களிற் பெரும்பாலானோர் எனக்கு நெருங்கிய நண்பராயுமிருப்பது உற்சாகத்தோடு மகிழ்ச்சியையுமளிக்கிறது. சர்வ சாதாரணமான சம்பாஷணைகள்கூடச் சர்ச்சைக்குரிய பிரச்சினைகளைக் கிளறிவிடுவனவாயிருந்தன. இவற்றால் நான் அடைந்த லாபம் அதிகம்.

ஆசிரியத் தொழில் காரணமாகப் பெரும்பாலும் பழந்தமிழ் இலக்கியங்களையே படனஞ் செய்யும் நிலையிலுள்ள என்னைச் சந்திக்கும்போதெல்லாம் தற்கால இலக்கிய விஷயங்கள் குறித்துக் கட்டுரை கேட்டு, எழுதப் பண்ணும் *தினகரன்* பத்திராதிபர் நண்பர் இ. சிவகுருநாதனுக்கு நன்றி கூறுதல் கடன். இந்நூலின் பல பகுதிகள் அவ்வேட்டில் வெளிவந்தவை. எனது முன்னாள்

மாணவரும் நண்பருமாகிய செ. கதிர்காமநாதன், செ. யோகநாதன் ஆகியோர் அவ்வப்போது நூல்கள் தேடியுதவியும் குறிப்புகள் கூறியும் நூலாக்கத்திற்குத் துணை புரிந்தனர். இவர்கள் நன்றிக் குரியவர்கள். மிகக் குறுகிய காலத்தில் நூலை அச்சேற்றித்தந்த திரு. சீதாராமன் தொழில் வேகத்தினும், இலக்கிய ஆர்வ மிக்கவர். அவருக்கு என் அன்பு. இந்நூற் பதிப்பிற்கு உள்ளன்போடு உதவிகள் பல செய்த நெடுங்கால இலக்கிய நண்பர் திரு. கண. முத்தையாவைக் குறிப்பிடாது விடமுடியாது. அவர் அன்புக்கு நன்றியுரியது.

'தமிழகம்'
29, 42வது ஒழுங்கை
கொழும்பு 6

க.கை.

(முதல் பதிப்பின் முன்னுரை)

~

ஒன்பது வருடங்களுக்குப் பின் இந்நூல் இரண்டாம் பதிப்பாக வெளிவருவது குறித்து மகிழ்ச்சியடைகிறேன். இந்நூல் வெளிவந்த காலப்பகுதியில் இலக்கிய உலகில் நடந்தேறிய வாதப் பிரதிவாதங்கள் பலருக்கு நினைவிருக்கலாம். இரு தரப்பு களிலிருந்து பலத்த கண்டனங்கள் எழுந்தன. நமது பண்டைய இலக்கியங்களே பாராட்டுக்கும் மதிப்புக்கும் உரியன என நம்பும் மரபுவழிக் கல்வியாளர் சிலர் ஒருபுறம் இந்நூலின் நவீனத்துவத்தை நையாண்டி செய்து ஆங்காங்குக் குரல் எழுப்பினர். நவீன இலக்கியத்தின் ஆக்கமும் விமர்சனமும் தமக்கே பிறப்புரிமை எனக் கருதும் நாவலிலக்கியக்காரர் சிலர் மறுபுறம் இந்நூலின் சமூகவியல் அணுகுமுறையைக் கண்டித்ததுமன்றி அவ்வாய்வு முறைக்கு ஆதாரமாயுள்ள மார்க்சியப் பார்வைமீதே போர் தொடுக்கலாயினர்.

முதற் பிரிவினருக்கு இந்நூலின் நவீனத்துவம் கசப்பாயிருந்தது. இரண்டாம் பிரிவினருக்கு இந்நூலிற் காணப்படும் நவீனத்துவம் போதவில்லை. கூர்ந்து நோக்கின் இரு சாராருமே கலையின் தூய்மைக்காக வாதிடுவோராய்க் காணப்படுவர். இவர்கள் இலக்கியத்துக்கும் இயக்கங்களுக்குமுள்ள வரலாற்றுத் தொடர்பைக் காண முடியாதவர்; காண மறுப்பவர். கண்மூடித்தனமான பழமைவாதமும் அதீத நவீனவாதமும் எவ்வாறு ஒன்றிணைகின்றன என்பதற்கு இவ்விருசாராரின் ஏகோபித்த எதிர்ப்பும் தக்க சான்றாயமைந்தது.

விமர்சகர்கள் சிலர் வெறிகொண்டவராய் இந்நூலைத் தாக்கியெழுதியபோதும், அதன் தாக்கத்தைத் தடுத்து நிறுத்த அவர்களால் இயலவில்லை. அவர்களது அகநிலைப்பட்ட விருப்பு வெறுப்புக்களிலும் பார்க்க இலக்கிய உலகின் புறநிலை யதார்த்தம் வேறுபட்டதாயிருந்தமையே இதற்குக் காரணம். கடந்த சில ஆண்டுகளாகப் பல்கலைக் கழகங்களிலும் முற்போக்கு அணியைச் சேர்ந்த இளைய தலைமுறையினர் மத்தியிலும் இந்நூல் குறிப்பிடத்தக்க வரவேற்பைப் பெற்றுள்ளது. தற்சமயம் நூற்பிரதிகள் கிடைப்பதும் அரிதாகிவிட்டது.

இரண்டாம் பதிப்பின்போது சிலபல மாற்றங்களைச் செய்யவே எண்ணியிருந்தேன். எனினும் இப்பொழுது எனக்குள்ள வேலைப் பளுவிற்கிடையில் அவ்வெண்ணத்தைச் செயலாக்கக் கூடிய அவகாசம் கிடைக்கவில்லை. ஏறத்தாழ முதற் பதிப்பை ஒட்டியே இப்பதிப்பும் வெளியிடப்படுகிறது. ஆயினும் சில இடங்களில் இன்றியமையாதனவாய்க் கருதப்பட்ட மிகக் குறைந்த மாற்றங்களும் திருத்தங்களும் செய்யப்பட்டுள்ளன. அவற்றுடன் நூற்பெயர், ஆசிரியர் பெயர், பொருள் ஆகியவற்றின் அகராதிகள் புதிதாகச் சேர்க்கப்பட்டுள்ளன.

இப்பதிப்பிற்கான ஆயத்தங்களைச் செய்தபொழுது ஒத்தாசை புரிந்த செ. யோகராஜா, சித்திரலேகா மௌனகுரு, சி. தில்லைநாதன், செ. யோகநாதன் ஆகியோருக்கும் என் மனைவி சர்வமங்களத்திற்கும் என் நன்றி.

இவ்விரண்டாம் பதிப்பை வெளியிட முன்வந்த நியூ செஞ்சுரி புக் ஹவுஸ் பிரைவேட் லிமிடெட் நிறுவனத்தினர்க்கு நன்றி கூறக் கடமைப்பட்டவன். பதினைந்து ஆண்டுகளுக்கு முன் 'இரு மகாகவிகள்' என்னும் என்னுடைய முதலாவது நூலை வெளியிட்டு என்னை ஒரு நூலாசிரியனாய் ஆக்கி வைத்தவர்கள் அவர்களே. அவர்கள் மூலம் இந்நூலும் வெளிவருதல் மனநிறைவைத் தருகிறது.

திருநெல்வேலி **க. கைலாசபதி**
யாழ்ப்பாணம்
1-1-1977

(இரண்டாம் பதிப்பின் முன்னுரை)

~

இந்நூல் மூன்றாம் பதிப்பாக வெளிவருவது கண்டு மகிழ்ச்சி அடைகிறேன். பத்தாண்டுகளுக்கு முன் வெளிவந்த முதற்பதிப்பிலே, ஏறத்தாழ *1968*ஆம் வருடம் வரையில் நமது

நாவலிலக்கியம் அடைந்துவந்திருக்கும் வளர்ச்சியினை விவரித்திருந்தேன். கடந்த பத்தாண்டுக் காலத்து வளர்ச்சியைத் தனி நூலாக எழுதுவதே பொருத்தமாகும் என்றும் எண்ணுகிறேன். எனவே குறிப்பிட்டுச் சொல்லக்கூடிய மாற்றம் எதையும் நூலிற் செய்யவில்லை. ஆயினும் அண்மைக் காலத்தில் தமிழ் நாவல்களிலேயே காணப்படும் சில பிரதான போக்குகளைச் சுட்டிக்காட்டும் விதத்தில் நூலின் இறுதியில் ஓர் அத்தியாயத்தை அமைத்துள்ளேன். 1976ஆம் வருடம் யாழ்ப்பாணப் பல்கலைக்கழக வளாகத்தில் நடைபெற்ற தமிழ் நாவல் நூற்றாண்டு விழாக் கருத்தரங்கிலே நான் ஆற்றிய உரையை ஆதாரமாகக் கொண்டு அவ்வத்தியாயம் எழுதப்பட்டிருக்கிறது.

முந்திய அத்தியாயங்களிற் கூறப்பட்ட சில கருத்துக்களை இறுதி அத்தியாயம் மேலும் தெளிவாக்குகிறது என்று எண்ணுகிறேன். குறிப்பாக, தனிமனித வாதத்தின் தருக்க ரீதியான விளைவுகளை அண்மைக்கால நாவல்களில் ஐயத்திற்கு இடமின்றி அவதானிக்கக் கூடியதாயுள்ளது. அறுபதுகளின் பிற்பகுதியில் தமிழ் நாவல்களில் புதிய பண்புகள் வந்து புகுந்தன. அவற்றைச் சுருக்கமாக விவரித்திருக்கிறேன்.

இந்நூலை அன்பாதரவுடன் வெளியிட்டுள்ள நியூ செஞ்சுரி புக் ஹவுஸ் பிரைவேட் லிமிடெட் நிறுவனத்தினருக்கு நன்றி உரியது.

14.4.1979 **க. கைலாசபதி**

(மூன்றாம் பதிப்பின் முன்னுரை)

~

1

காவியமும் நாவலும்

"தமிழில் இம்மாதிரி உரைநடை நவீனம் பொதுமக்களுக்கு இதுவரை அளிக்கப்படவில்லை. ஆகையால் இந்நூல் வாசகர்களுக்கு ரசமாகவும், போதனை நிறைந்ததாகவும் இருக்கலாம் எனப் பெருமை கொள்கிறேன். இம்மாதிரிப் புதிய முயற்சியில் ஏதாவது குற்றங்குறைகள் இருப்பின் பொறுத்தருளுமாறு பொதுமக்களை வேண்டிக் கேட்டுக் கொள்கிறேன்."[1]

தமிழ் மொழியிலே முதன்முதலாக 1876இல் தோன்றிய 'உரைநடை நவீன'மாகிய *பிரதாப முதலியார் சரித்திரம்* வெளியிடப்பட்ட பொழுது (1879) அதற்கு எழுதிய ஆங்கில முன்னுரையில் ச. வேதநாயகம் பிள்ளை (1826–1889) மேற்கண்டவாறு குறிப்பிட்டார். இக்கூற்று உற்றுநோக்கற்பாலது. நவீனத்தின் புதுமையைப் பற்றிக் குறிப்பிடுவது ஒருபுறமிருக்க, அது சுவையும் போதனையுங் கொண்டதாக இருத்தல் வேண்டும் என்பதும், சிறப்பாகப் 'பொதுமக்கள்' படிக்கும் இலக்கிய வகை என்பதும் ஆசிரியர் கூற்றிலிருந்து புலனாகின்றன. நாவலிலக்கியம் தோன்றியதன் காரணத்தை ஓரளவு இக்கூற்றுத் தொட்டுக்காட்டுகிறது எனக் கொள்ளலாம்.

பத்தொன்பதாம் நூற்றாண்டின் பிற்பகுதியில் தமிழில் நாவலிலக்கியம் பிறந்தது என்பது இலக்கிய வரலாறு கூறுஞ்செய்தி. அது குறித்துக் கருத்து வேறுபாடில்லை. அதைப் போலவே நாவலிலக்கியமானது மேனாட்டார் வருகையைத் தொடர்ந்தே எமது மொழியில் எழுந்தது என்பதும் பொதுவாக

ஒப்புக் கொள்ளப்படுஞ் செய்தி. நாவல் ஆங்கிலத்திலே பதினெட்டாம் நூற்றாண்டில் உதயமாயிற்று. ஆங்கில நாவல் களைப் படித்தின்புற்றவர்களிற் சிலரே தமிழ் நாவல் என்ற இலக்கியப் பிரிவைத் தோற்றுவித்தனர். ஆனால் தமிழில் நாவல் தோன்றுவதற்கேற்ற சமுதாயச் சூழ்நிலையும் இருந்தமையாலேயே அது சென்ற நூற்றாண்டினிறுதிப் பகுதியில் உதயமாயிற்று. 'பொது மக்களுக்கு' வேண்டிய ஒரு இலக்கிய வகையை வேதநாயகம் பிள்ளை முழு உணர்வோடும் படைக்க முனைந்தார் என்பது அவர் கூற்றிலே காணப்படுஞ் செய்தி. ஏனெனில் தனது நூலிற் காணக்கூடிய பிழைகளை அதன் வாசகராகிய "பொதுமக்கள்" பொறுத்தருள வேண்டுமெனக் கேட்டுள்ளார். இலக்கிய வரலாற்றில் இக்குரல் புதியதொன்றாகும்; உரைநடை நவீனத்தின் தோற்றத்துடனே ஒலிக்கும் இக்குரல் அன்று நிலவிய கவிமரபிற்கு முற்றிலும் மாறுபட்டது. உதாரணமாக 1891இல் வெளியிடப்பெற்ற *மனோன்மணீயம்* என்ற காப்பிய நாடகத்தின் முகவுரையில் பேராசிரியர் சுந்தரம்பிள்ளை, தனது முயற்சியை, "கல்வி கேள்வியால் நிறைந்த இத்தலைமுறைச் சிரேஷ்டர் அங்கீகரித்து அருள் புரியாதொழியார்" என நம்புவதாகக் குறிப்பிட்டார். பிறிதோரிடத்திலே, "கல்வி கேள்விகளிற் சிறந்த கனவான்கள் இக்கூறிய குறைகளைப் பாராட்டாது ... அருள்புரியப் பலமுறை பிரார்த்திக்கிறேன்" என்றெழுதியுள்ளார். வேதநாயகம் பிள்ளை தனது வாசகராகக் கொண்ட "பொதுமக்கள்", சுந்தரம் பிள்ளை தனது வாசகராகக் கருதிய கனவான்களிலும் பெரிதும் வேறுபட்டவர் என்பது கூறாமலே புலனாகும். இவ்வேறுபாடு காவிய உலகத்திலிருந்து நாவல் உலகிற்கு எமது இலக்கிய நோக்கு மாறுவதை எடுத்துக் காட்டுகிறது. அதே சமயத்தில் பழைய காவிய மரபு புதிய நாவல்களையும் பாதிக்கத்தான் செய்தது. எனவே நாவலிலக்கியத்தை ஆராய விரும்பும் ஒருவர் காவியத்திலிருந்து தொடங்குதல் இன்றியமையாதது.

நாவல் ஒரு புதிய இலக்கிய வகை என்று அதனைத் தொடக்கி வைத்தவர்கள் நன்குணர்ந்தனராயினும், காவிய மரபினின்றும் முற்றாக விடுபட்டிருந்தனர் எனக் கூறுவதற் கில்லை. இதற்குப் பல சான்றுகள் காட்டலாம்; ஆயினும் ஒன்றை மட்டும் இங்குக் குறிப்பிடுதல் பொருந்தும். தொடக்கத்தில் நாவலை 'வசன காவியம்' என்றும் அழைத்தனர். வேதநாயகம் பிள்ளை படைத்த பாத்திரங்களி லொன்றான ஞானாம்பாள் ஒரு சந்தர்ப்பத்திற் பின்வருமாறு கூறுகிறாள்: "இங்கிலீஷ், பிரான்சு முதலிய பாஷைகளைப் போலத் தமிழில் வசன காவியங்கள் இல்லாமலிருப்பது பெருங்குறைவென்பதை நாம் ஒப்புக்கொள்கிறோம் ... நம்முடைய சுய பாஷைகளில் வசன

காவியங்கள் இல்லாமலிருக்கிறவரையில் இந்தத் தேசம் சரியான சீர்திருத்தம் அடையாதென்பது நிச்சயம்."[2]

வசனகாவியம் என்ற சொற்றொடர் வசனத்தினாலாய காவியம் எனப் பொருள்பட நிற்றல் நோக்கத்தக்கது. இது புதிய படைப்பான நாவலைக் காவியத்தின் வாரிசாகக் கொண்ட மனப்பான்மையைக் காட்டுகிறது. முற்காலத்திலே சமுதாயத்திற் காவியம் வகித்த ஸ்தானத்தைத் தற்காலத்தில் நாவல் அடைந் துள்ளது என்று ஒருவாறு கூறலாமாயினும், காவியத்தையும் நாவலையும் வேறுபடுத்துவது உரைநடை ஒன்று மட்டுமே என்பது எவ்வாற்றானும் ஏற்புடைத்தன்று. காவியம் வேறு; நாவல் வேறு. இரண்டும் இருவேறு சமுதாய அமைப்புக்களின் பிரதிபலிப்பாக அமைந்தவை. வசனகாவியம் என்ற சொற்றொடர் இக்காலத்தில் அருகியே வழங்கி வருகிறது. ஆயினும், நாவலை வசன காவியமாகக் கொள்ளும் மயக்கம் முற்றாக நீங்கியுள்ளது எனக் கூறுதல் இயலாது. இதனைப் பிற சான்றாலும் சுட்டிக் காட்டலாம். வசனத்திற்கே உரிய இலக்கிய வகையான நாவலைக் காவிய அமைப்பிற் காண்பது போலவே, யாப்பின் வழிப்பட்டு நின்றிலங்க வேண்டிய கவிதையை வசன வடிவிற் காண்கின்றனர் சிலர். அதன் விளைவே 'வசன கவிதை' அல்லது 'புதுக் கவிதை' என்று வழங்கும் குறைப்பிரசவங்கள். வசன காவியமும், வசன கவிதையும், உண்மையில் முரண்பாடான பிரயோகங்கள். சம்பந்தப்பட்ட இலக்கிய வகைகள் குறித்த தயக்க மயக்கங்களைத் தெளிவுபடுத்துவனவே அவை என்றால், தவறிருக்காது. இவ்விரண்டிலும் வசன காவியம் என்பது முக்கிய மானது; உண்மையான ஓர் இலக்கிய மாற்றத்தை எடுத்துக்காட்ட வல்லதா யுள்ளது.

வசன காவியம் என்ற சொற்றொடர் *Prose epic* என்னும் தொடர் மொழியின் தமிழாக்கம் என்பதில் ஐயமில்லை. நாவல் வடிவம் ஆங்கிலத்திலிருந்து பெறப்பட்டது போலவே, அதுபற்றிய கருத்து வடிவங்களும் அம்மொழியிலிருந்து வந்து புகுந்தன. பதினெட்டாம் நூற்றாண்டிலே ஆங்கில நாவலுலகிற் சிறந்து விளங்கியவருள் ஒருவரான ஹென்றி ஃபீல்டிங் (1707–1754) என்பாரை "ஆங்கில வசன காவியத்தின் தந்தை" என்றழைப்பர்.[3] ஃபீல்டிங் தனது படைப்புக்களைப் பற்றிக் குறிப்பிடும்பொழுது *"a comic epic poem in prose,"*[4] என்றே எழுதுவர். வசனத்தில் எழுதப்படும் வேடிக்கையான காவியம் என்று பொருள்பட அவர் கூற்று அமைந்துள்ளது. மீதுயர் கருத்தும் (sublime) விழுமிய நடையுங்கொண்ட பழைய காவியங்களின் வேறுபட்ட தன்மையை, நாவல் பெற்றிருக்கும் உண்மையைக் குறிப்பிடவே 'வேடிக்கையான' காவியம் என்றார் அவர். எனவே நாவலைக்

காவியமாகக் கருதும் அதே சமயத்தில், பொருளிலும் நடையிலும் இரண்டிற்கும் வேறுபாடுகள் இருக்கின்றன என்னும் உணர்வு கூற்றில் உட்கிடையாக உள்ளது. ஆங்கிலத்தில் காணப்பட்ட மேற்கண்ட வழக்கே வேதநாயகம் பிள்ளை போன்றோரால் வசன காவியம் என மொழிபெயர்க்கப்பட்டுள்ளது. புதிய இலக்கிய வகையொன்றிற்கு மதிப்பும் பெருமையும் தேடித் தருவதற்காகவும் ஆரம்பகால நாவலாசிரியர்கள் தமது படைப்பைக் காவியத்தின் சாயலுடையதாகக் காட்டினர் எனலாம். காவியத்தின் வழி வருவது நாவல் எனக் கொண்டால் அதற்கு இலக்கியத் தொடர்ச்சியும் அமைந்து விடுகிறது. எவ்வாறாயினும், பேரளவினதாகிய 'வசன கிரந்தம்' உருவத்திலும் காவியத்தை ஒத்திருந்தது. பழைய ஆங்கில நாவல்கள் பல தொகுதிகளாக அமைந்தமையும் கவனிக்கத் தக்கதே. மேனாட்டில் இலக்கிய ஆசிரியர் மட்டுமன்றி மெய்யியல் அறிஞரும் நாவலை நவீன காவியமெனக் கருதினர். உதாரணமாக ஹெகல் (1770–1831) *நுண்கலைத் தத்துவம்* என்னும் நூலில், நாவல் இலக்கியமானது, கவர்ச்சியற்ற நவீன யதார்த்தச் சூழலில் காவிய நுண்ணுருவின் வெளிப்பாடு என்று குறிப்பிட்டார். இவ்வாறு நாவலுக்கு மூலந்தேடுவோர் பலரிருப்பினும் காவியமும் நாவலும் தனி வேறான இலக்கிய வகைகள் என்பது பொதுவாக ஒப்புக்கொள்ளப்படும் உண்மையாகும். நாவல் காவியத்தினின்றும் வேறுபடுத்தி உணரத்தக்கதாயின், அதன் தனித்தன்மையை வற்புறுத்துதல் அவசியமாகிறது. இவ்விடத்தில் இலக்கிய வரலாற்று குறிப்பொன்றை மனங்கொளல் நன்று. ஓர் இலக்கிய வடிவம் புதிதாகத் தோன்றுகிறதென்றால், அதற்கோர் இன்றியமையாமை இருக்கிறது என்பது பொருள். புதிய இலக்கிய வடிவம் பெருவழக்குப் பெறும் காலத்தில் அதற்கு முன்னிருந்த வடிவங்கள் திடீரென வழக்கிறந்து போகின்றன என்பது பொருளன்று. அவை தொடர்ந்து நிலவி வருவன. எனினும் அவற்றின் முக்கியத்துவம் குறைந்து போகிறது. காவியத்தையும் நாவலையும் கால முறைப்படி நாம் ஆராயும் பொழுது இப்பொதுச் செய்தி நினைவிலிருக்கத் தக்கதாகும்.

நாவலின் தோற்றம் அதன் இன்றியமையாமையின் விளைவு என்று மேலே குறிப்பிட்டோம். இதனைச் சிறிது விளக்கமாகப் பார்க்கலாம். நாவலுக்கும் காவியத்திற்கும் ஒப்புடைமை கூறுபவர்கள் இரண்டிற்கும் பொதுவாகக் கதை கூறும் பண்பைச் சுட்டுவர். தமிழில் உரைநடை பழங்காலத்திலிருந்தே வழங்கி வந்திருப்பினும், அது இலக்கிய உலகிலே கதை கூறுஞ் சாதனமாக அமையவில்லை. மிகப் பழங்காலத்திலே தனிச்செய்யுட்களும், பின்னர் பல்லாயிரக்கணக்கான பாடல்களைக் கொண்ட தொடர்நிலைச் செய்யுட்களுமே கதை பொதிந்தனவாயிருந்தன.

சீவக சிந்தாமணி, கம்பராமாயணம் ஆகியவற்றில் இப் படிமுறை வளர்ச்சி உச்ச நிலை அடைந்ததெனலாம். ஏறத்தாழப் பதின்மூன்றாம் நூற்றாண்டளவில் காவியம் கதை சொல்லும் சிறப்பியல்பை இழக்கத் தொடங்கியது. எஸ். வையாபுரிப் பிள்ளை பின்வருமாறு கூறியுள்ளார்.[5]

> காவிய நிகழ்ச்சிகளின் நிலைக்களம், கேந்திரஸ்தானம், செய்கை–யுலகு அன்று; கருத்து–உலகு ஆகும். 13ஆம் நூற்றாண்டுக்குப் பிற்பாடு, நமது தமிழ்நாட்டு மக்கள் வடமொழி யிலக்கியங்களையும் பிற மொழி யிலக்கியங்களையும் கற்று, அவற்றினின்றும் மொழி பெயர்ப்பு முதலியன செய்து நமது இலக்கிய வளத்தைப் பெருக்க முயன்றார்கள் எனக் கூற முடியாது . . . ஸ்தல புராணங்கள் மிகுதியாய்த் தோன்றத் தொடங்கின. சிறிதும் நயமில்லாத கதைகள் இப்புராணங்களில் மீண்டும் மீண்டும் கூறப்பட்டன. பயனற்ற போலியலங்காரங்கள் இப்புராணங்களில் நிரம்பி அருவருப்பு மேலிடச் செய்தன. உண்மையான கவித்துவம் இருந்த இடம் தெரியாமல் ஓடிவிட்டது . . . ஓரளவு கவித்துவ சக்திவாய்ந்தவர்கள் ஸ்தலத்து மூர்த்திகளைக் குறைத்துப் பல சிறு பிரபந்தங்கள் இயற்றினர். கோவை, உலா, அந்தாதி, இரட்டை மணிமாலை, மும்மணிக் கோவை, நான்மணிமாலை முதலியன உதாரணங்களாம். இவற்றில் ஏகதேசமாகக் கவித்துவ நயமும் காணப்பட்டன. இங்ஙனமாகச் சிறு முயற்சிகளில் கவிஞர்கள் ஈடுபட்டனர். பொது மக்களும் இவற்றையே விரும்பிக் கற்பாராயினர். எனவே, புதிதாகக் காவியம் தோன்றுமாயின் அவற்றைக் கற்கும் மனப்பான்மையே பொது மக்களுக்கு இல்லையாயிற்று. காவியம் தோன்றுதற் குரிய சூழ்நிலை தானும் மறைந்துவிட்டது.

பேராசிரியரது விளக்கமான கூற்றுக்கு மேலும் விளக்கம் அவசியமில்லை. காவியத்தின் ஒடுங்குதசை ஏற்பட்ட விதத்தைச் சுருக்கமாக வருணித்துள்ளார். காவியங்கள் புராணங்களாகத் தொடங்கியதும் "அற்புதக் கதைக்குரிய கலையுணர்ச்சி குன்றி, அற்புதங்கள் மட்டும் மிகுந்து, சமநிலை தவிர்ந்து சமய நூலாகவே" பரிணமிக்கும் நிலைமை தோன்றியது. "காவியம் விளைதற்குரிய நன்னிலமே களை நிரம்பி வளரலாயிற்று."[6] காவிய நெறியின் வீழ்ச்சியானது பதினெட்டாம், பத்தொன்பதாம் நூற்றாண்டு களில் அதலபாதாளத்தை எட்டுகிறது. அதாவது காவியம் அடியோடு மறைந்து சிறு பிரபந்தங்களே கற்றோர் கருத்தைக்

கவர்கின்றன. எடுத்துக்காட்டாகப் பத்தொன்பதாம் நூற்றாண்டின் தலையாய மரபுவழிப் புலவரான மகாவித்துவான் திரசிரபுரம் மீனாட்சிசுந்தரம் பிள்ளையைக் கூறலாம். மீனாட்சிசுந்தரம் பிள்ளை (1815–1876) நாளொன்றுக்கு முந்நூறு செய்யுட்கள் பாடினார் என்பர். எண்ணிறந்த பாட்டுக்கள் பாடிய இவர் பதினாறு தலபுராணங்களும், பத்துப் பிள்ளைத் தமிழ்ப் பிரபந்தங்களும் பதினாறு அந்தாதிகளும் நான்கு மாலைகளும் பாடினார் என்பர். வையாபுரிப் பிள்ளை குறிப்பிட்டிருப்பதுபோல் “இப்பிரபந்தங்கள் உண்டாகும் சூழ்நிலை, காவியம் தோன்றுதற்குச் சிறிதும் இடந்தரமாட்டாது என்பது வெளிப்படை.”[7]

இந்நிலையில் பொதுமக்கள் சார்ந்த நாட்டுப் பாடல்களிலும் கதைப் பாடல்களிலும் இசை தழுவிய நாடகங்களிலுமே கதையம்சம் குடிகொண்டிருந்தது. வரலாற்றுத் தொடர்புடைய கதைப் பாடல்கள் சிலவற்றை நீக்கினால், இக்கதைப் பாடல்களும், இசை நாடகங்களும் பெரும்பாலும் பழைய கதைகளை மீண்டும் கூறுவனவாகவே உள்ளன. புராண இதிகாசக் கதைக் கருக்கள் கிராமியப் பண்பு பெற்று விகற்பங்களுடன் அமைந்து கிடக்கின்றன எனலாம். இவற்றையெல்லாம் நோக்கும்போது புதிய புனைகதை தோன்ற வேண்டிய இன்றியமையாமை தெளிவாகிறதன்றோ?

பதினெட்டாம் நூற்றாண்டில் இங்கிலாந்திலே நாவலிலக்கியம் தோன்றுவதற்கு ஏதுவாக அமைந்தவற்றுள் கதைப் பாடல்களின் உள்ளுரம் குன்றியமையும் ஒன்று என்கிறார் டாக்டர் டில்யார்ட்.[8] அதாவது படிப்போரைப் பிணிக்கவல்ல நெடுங் கதைகள் செய்யுளில் அமையும் நிலை காணப்படவில்லை. உதாரணமாக அக்காலத்தில் சிறப்புற்று விளங்கிய டிரைடன் என்பார் எழுதிய *Fables* என்ற கதைப்பாடற்றொகுதியும், போப் (1688–1744) என்பார் யாத்த *Iliad*, இலியாது காவியமும் மொழிபெயர்ப்புக்களாம். கவிதையின் வறட்சியையே இது துலக்கமாகக் காட்டுகிறது என்பர். இத்தகைய சூழ்நிலையிலேயே ஆங்கில எழுத்தாளர் புதிய இலக்கியப் படைப்பிற்கு அதுகாலவரை பேரிலக்கியங்களுக்கேற்ற சாதனமாகக் கொள்ளாத உரைநடையைக் கைக்கொண்டனர். சாதாரணமாக வழங்கிய சாதனத்தை இலக்கிய வாகனமாகக் கொண்ட அதே சமயத்தில் சாதாரணமான மனித அனுபவத்தோடு இயைந்த நிகழ்வுகளும் இலக்கியப் பொருளாயின. புதுமைக் கவிஞனான அமரகவி பாரதியார் நைந்துபோன நால்வகைப் பாக்களையும் பாவினங்களையும் கைவிட்டுச் *சிந்து, கண்ணி* முதலிய இசைப்பாடல் வகைகளைத் தனது படைப்புக்களுக்கு உகந்த யாப்பாகக் கொண்டதன் காரணமாக, நாட்டுப் பாடல் களிலிருந்து உருவாகிய *சிந்து* இலக்கிய மதிப்பும் அந்தஸ்தும் பெற்றுவிட்டது.[9] அதுபோலவே பதினெட்டாம் நூற்றாண்டு

ஆங்கில எழுத்தாளர் நூதனமான இலக்கிய சிருஷ்டிக்கு ஏற்ற சாதனமாக வசனத்தைப் பயன்படுத்தவும் அதன் இலக்கிய அந்தஸ்து திடீரென உயர்ந்தது. வசனமே காவியமாகு மளவிற்கு வளர்ந்தோங்கியது.

தமிழிலே "ஒரு புதிய உரைநடை வகையினை" வீரமாமுனிவர் (1680–1746) பதினெட்டாம் நூற்றாண்டிலேயே கையாளத் தொடங்கியிருந்தார்.[10] கல்வியறிவில்லாதாரும் கேட்டின்புறத்தக்க படைப்பு அவரது *பரமார்த்த குரு கதை*. ஆயினும் *பிரதாப முதலியார் சரித்திரம்* வேடிக்கையாக மட்டுமன்றி ஆழ்ந்து சிந்தித்தறிய வேண்டிய முறையில் எழுதப்பட்டமையால் உரைநடையிலே தோன்றிய முதலாவது புதுமை நூலாகவும் அமைந்துவிட்டது. எனவே வசன காவியம் என்று அதனை அழைத்தல் பொருந்தும்.

இதுவரை நாம் பார்த்தளவில், நாவல் காவியத்தினின்றும் வேறுபடுவது அது உரைநடையில் எழுதப்படுவதனால் என்று தோன்றக்கூடும். பிற காரணங்களை இனி நோக்கலாம். காவியம் நாவலினின்று வேறுபடுவது பொருளடக்கத்தாலுமாகும். பொருள் வேறுபாடே முக்கியமானது என்றுகூடக் கூறுதல் ஏற்புடையதாகும். இப்பொருள் வேறுபாடு மாறுபட்ட சமுதாய அமைப்பின் பிரதிபலிப்பாகும். காவியம் தோன்றும் சமுதாயச் சூழமைவு வேறு; நாவல் உதயமாகும் சமுதாய அமைப்பு வேறு. இவ்வுண்மையைத் தெரிந்து கொண்டாலன்றி இரு இலக்கிய வடிவங்களின் தனித்தன்மைகளையும் சரிவர விளங்கிக் கொள்ளுதல் இயலாது.

தமிழிலே காவியத்தைப் பற்றிச் சிந்திக்கத் துவங்கும் ஓர் இலக்கிய மாணவனுக்கு உடனடியாகத் தோன்றுவது 'தன்னிகரில்லாத தலைவன்' என்ற தண்டியாசிரியரது கருத்துப் படிவமேயாகும். *தண்டியலங்காரம்* விதித்துள்ளவாறு பாடப்பெற்ற தமிழ்க் காவியங்கள் இரண்டொன்றே காணப்படுகின்றன வெனினும், பொதுவாக, "நாயகனாவான் அழகு, இளமை, புகழ், ஆண்மை, ஆக்கம், ஊக்கம், அருள், பிரதாபம், கொடை, குலம் முதலிய குணங்களுடையவனாய்" இருத்தல் வேண்டும் என்ற பிரமாணப்படி,[11] "இதிகாச புருஷரும் சிறந்த நாயகருமே காவியங்களின் பாட்டுடைத் தலைவராக அமைந்துள்ளனர். திரு. வானமாமலை கூறியுள்ளதுபோல, காவியங்களின் அடிப்படைக் கருத்துக்களும் கதாநாயகரது பண்புகளும் அவற்றின் வர்க்க வேர்களையுஞ் சார்பையும் தெளிவாக்குகின்றன. காவியங்களில் தேவரும் மானிடரும் புகழப் பெறும் பொழுது 'தலைவர்' என்ற உணர்வு மேலோங்கக் காணலாம். காவியங்கள் சிறப்பித்துக் கூறும் இலட்சிய புருஷரின் சாயலில் அமைந்த நிலமானியச் சமுதாயத்

தலைவரே காவியங்கள் தோன்றிய காலத்துப் பெருமக்களாவர். அவர்கள் ஆதரவிலேயே காவியம் வளர்ந்தது. கவிச்சக்கரவர்த்தி கம்பன் அரசவையை வெறுத்துச் சென்றாலும், சடையப்ப வள்ளல் போன்ற நிலப்பிரபுவின் நிழலிலே வாழ்ந்தான் என்பது நினைவுகூரத்தக்கது. நிலத்தை அடிப்படையாகக் கொண்டு உழவுத் தொழில் செய்து வாழ்ந்த சமுதாயமே நிலமானிய காலத்திற் பலம் வாய்ந்ததாக விளங்கியது.[12] ஆனால் எல்லோரும் உழவுத்தொழில் செய்தனர் என்பதற்கில்லை. இடைக்கால உரை யாசிரியரான நச்சினார்க்கினியர் உழவுத் தொழில் சம்பந்தப் பட்டவரை உழுதுண்போர், உழுதுவித்துண்போர் எனப் பாகுப்படுத்தியமை அவதானிக்கத்தக்கது. உடலுழைப்பின்றிப் போதிய ஓய்வு நேரமிக்க மக்களைக் கொண்ட வர்க்கத்தினர் ஆர அமர இருந்து கேட்டின்புறத்தக்க இலக்கிய வடிவமே காவியம் என்றால் அது தவறாகாது. ஆதரித்துக் கேட்போர் அவராகவும் காவியப் பொருளும் சார்ந்ததன் வண்ணமாகியதில் வியப்பு ஒன்றுமில்லை. உழுதுவித்து உண்போர் தொழிலெதுவுஞ் செய்யாதவர். அதாவது செயல்களினின்றும் விடுபட்டவர். இது சமுதாயத்திலே பிரிவினையை யேற்படுத்துகிறது. உழுதுண்போர் செயல்களைப் பற்றியும் அன்றாட உலகைப் பற்றியும் சிந்திப்பவராயிருக்க, உழுதுவித்துண்போர், 'சும்மா' இருந்து கற்பனையிலும் கருத்துலகிலும் சஞ்சரிப்பவரா யிருக்கின்றனர். காவியம் காலப்போக்கில் அதிகமதிகமாகக் கருத்துலகையே விவரிக்கிறது. வையாபுரிப் பிள்ளை இதுபற்றிச் செறிவாகக் கூறியுள்ளார்.

> இவ்வாறாக, காவியம் செயலை விடுத்துக் கருத்திற் புகுகிறது. பாத்திரங்களின் குணங்கள் செயலால் வெளிப்படுதலைக் காட்டாது, குணங்களை வர்ணிப்பதிலே முயற்சி கொள்ளுகிறது. நிகழ்ச்சிகளிற் காட்டிலும் அவற்றிற்கு அடிப்படையாகவுள்ள நோக்கங்களிலும் கருத்துக்களிலும் ஈடுபடுகிறது. ஊனக் கண்ணால் நோக்கக் கூடியவற்றை ஒதுக்கிவிட்டு, மானஸிகக் கண்ணாற் புலப்படக் கூடியவற்றில் ஆழ்ந்து விடுகிறது.[13]

ஐரோப்பிய மொழிகளிலுள்ள காவியங்களை ஆராய்ந் தெழுதிய டபிள்யூ.பி. கேர்.[14] சாட்விக்[15] முதலிய ஒப்பியல் இலக்கிய அறிஞரும் இக்கருத்தையே எடுத்துக் கூறியுள்ளனர். காவியத்தின் தோற்றத்திற்கும் ஓய்வு நேரம் நிறையப் பெற்ற வர்க்கமொன்றின் தோற்றத்திற்கும் நெருங்கிய தொடர்புண்டு என்று வற்புறுத்தியுள்ளார் பேராசிரியர் கெட்டில்.[16] அவர் கூறியுள்ள இன்னொரு கருத்தும் இவ்விடத்தில் மனங்கொள்ள

வேண்டியது. காவிய இலக்கியம் நிலப்பிரபுத்துவ வர்க்கத்தினரைப் பிரதிபலித்து, அவர்களைச் சிறப்பிக்கும் சாதனம் என்பதனால் அவ் வர்க்கத்தினர் மட்டும் அவற்றைக் கேட்டின்புற்றனர் என்று கருதுதல் தவறாகும். மாறாக, ஓய்வு நேரங்குறைந்த தாழ்நிலையிலுள்ளவர்களுக்குக் காவியங் காட்டும் இன்ப உலகமானது ஒருவகையான பதில் வாழ்க்கையாக, உண்மையான வாழ்க்கைக்கு மாற்றுப் பொருளாக அமைந்து விடுகிறது. வறண்ட, துன்பமிகுந்த நிஜ வாழ்க்கையிலிருந்து விட்டு விடுதலையாகித் துயராற்றுதற்குக் காவியம் உதவி செய்கிறது.[17] அந்த வகையில் காவியம் வெவ்வேறு விதத்திற் சமுதாயம் முழுவதற்கும் அமைந்த இலக்கிய வடிவமாகி விடுகிறது. இதுவே காவியம் உளதானமைக்குக் காரணமாகும்.

உயர்குடி மக்கள் தமது வாழ்க்கை நிலையின் ‘இயல்பு’ காரணமாகவும், தாழ்நிலையிலுள்ளோர் தமது மானஸிகத் தேவை காரணமாகவும் காவியத்தைச் சுவைத்தனர். இருசாராருமே காவியத்தில் வாழ்க்கையைக் கண்டனர் அல்லர். அதாவது வாழ்க்கைப் பிரச்சினைகளை எதிர் நோக்கி ஆராயாது, ‘நல்ல’ வாழ்க்கை எவ்வாறு அமையும் என்று விவரித்தது காவியம். காணப்படும் உலக வாழ்க்கையை விடுத்துக் காணப்படாத இலட்சிய உலகத்தைச் சித்திரித்தது. இது காவிய உத்திகளிலும் தவிர்க்க முடியாதபடி பிரதிபலித்தது. “யாது செய்வது என்று துணிதலைவிட்டு, எவ்வாறு, எம்முறைகளைப் பின்பற்றிச் செல்வது என்று உபாயங்களை ஆராய்வதில் பொழுது கழிகின்றது.”[18] உயர்வு நவிற்சி, தற்குறிப்பேற்றம், இல்பொருளுவமை முதலிய அலங்கார வகைகள் காவியத்திற்குச் சிறப்பானவை என்பதும் குறிப்பிடத் தக்கதே. இவை யாவற்றையும் தொகுத்து நோக்கினால் காவியத்தின் பொதுப் பண்பு புலனாகும். வாழ்க்கைக்கு அப்பாற்பட்டதாய், தலைமக்களின் சிறப்புக் கூறுவதாய், அறநெறிகளைக் கருத்துவடிவிற் காட்டுவதாய், செய்யுள் வடிவத்தில் அமைந்தது காவியம் எனலாம். கருத்துக்கள் காவியத்தில் முக்கியமானவை. உதாரணமாக, ‘வாய்மையே வெல்லும்’ என்பது காவியங்கள் மீண்டும் மீண்டும் வற்புறுத்தும் கோட்பாடாகும். ‘தலைவன் தாள் பணிந்து ஒழுக வேண்டும்’ என்பது வேறொரு கோட்பாடு. இத்தகைய கருத்துக்கள் உயர்குடிப் பிறந்தோருக்குச் சாதகமாக அமைந்து, சமுதாயத்தை அவர் நலத்திற்கேற்ப வழி நடத்த உதவின என்பதில் ஐயமில்லை. இதன் காரணமாகவே மேனாட்டு விமர்சகர், ‘காவியம் பிரபுத்துவ இலக்கியம்’ என்பர். நிலப்பிரபுக்கள் நிலத்தை ஆதாரமாகக் கொண்டவராதலின் நிலைபேறுடையவராயுமிருந்தனர். அவர்களே, குறுநிலத் தலைவராகவும் பெருநிலக்கிழாராகவும் உலக முழுதுடையாராகவும் காட்சியளித்தனர். இவ்வுலகியல் உண்மை

காவியப் பொருளைப் பலவிதத்திற் பாதித்தது. உதாரணமாக, தாம் பிறந்து வாழும் இடத்தினின்றும் பெயர்தலையறியாத, "பதியெழலறியாப் பழங்குடி"[19] மக்கள் காவியத்திற் பாராட்டப் பெற்றமைக்கு நிலப்பிரபுத்துவக் கருத்தே காரணமெனலாம். இவ்வாறு எத்தனையோ உதாரணங்கள் காட்டுதல் கூடும். நிலப் பிரபுத்துவச் சமுதாய அமைப்பு மாறுங்காலத்தில் அதனின்றும் உதித்த கருத்துப் படிவங்களும் கோட்பாடுகளும் மதிப்பிழக் கின்றன. காவியத்தின் நிலைகுலைவிற்கு இதுவே காரணம். அது மட்டுமன்று. காவியத்தின் வீழ்ச்சிக்குக் காலாகவிருந்த காரணிகளே நாவலின் தோற்றத்திற்கும் காலாக அமைந்தன.

பத்தொன்பதாம் நூற்றாண்டில், இந்தியா பெருமாற்றத்திற் குட்பட்டது. அந்நூற்றாண்டின் பிற்பகுதியிலே தமது ஆட்சியை உறுதிப்படுத்திக் கொண்ட ஆங்கிலேயர், தமது தேவைக்கும் இலட்சியத்திற்கு மியைய நாட்டை ஆளத் தொடங்கினர். நூற்றாண்டுகளாக நிலவி வந்த பொருளாதார அமைப்பு வெடிக்கத் தொடங்கியது. விவசாயத்தையும் கிராமக் கைத்தொழில்களையும் ஆதாரமாகக் கொண்டியங்கி வந்த 'புராதன' வாழ்க்கை முறை தகர்ந்து, மேனாட்டாரின் கைத்தொழிற் புரட்சியின் வழி நின்ற 'நவீன' நாகரிகமும் பொருளாதார அமைப்பும் இடம் பெறலாயின. இது வேண்டுமென்றே திட்டமிடப்பட்டு, ஆங்கிலேய ஆட்சியாளராற் புகுத்தப்பட்ட மாற்றமாகும். பழையன கழிக்கப் பெற்று புதியன புகுத்தப் பெற்றன. பன்னெடுங் காலமாக மாற்றமெதுவுமின்றித் தேக்கமுற்றிருந்த – புராதனப் பெருமை வாய்ந்த – சமுதாயத்தில் தவிர்க்க முடியாதபடி ஏற்பட்ட இவ் வரலாற்று மாற்றம் துன்பம் நிறைந்ததாயுமிருந்தது. சமகாலத்து நிகழ்ச்சிகளை வரலாற்றுத் தெளிவுடன் கண்டுணர்ந்த மார்க்ஸ் இதுபற்றி நுணுக்கமாகக் குறிப்பிட்டார்.

> . . . பிரித்தானியரால் இந்துஸ்தானத்துக்கு ஏற்பட்டிருக்கும் துன்ப துயரம், அது முன்னால் உற்ற வேதனையிலிருந்து சாராம்சத்தில் மாறுபட்ட தாகவும் அதைவிடப் பன்மடங்கு கொடியதாகவும் உள்ளது என்பதில் ஐயமில்லை . . . இந்துஸ் தானத்தில், உள்நாட்டுப் போர்களும் படையெடுப்புக் களும், புரட்சிகளும் வென்றடக்கும் ஆக்கிரமிப்பு களும், பஞ்சங்களும் அடுத்தடுத்து நிகழ்ந்தன என்பதும், அவை சிக்கல் நிறைந்தவையாக மட்டு மன்றி விரைவாக நிகழ்ந்து பேரழிவுகளை உண்டாக்கின என்பதும் உண்மையே. ஆனால் அவையெல்லாம் சமுதாயத்தின் மேற்பரப்பையே பாதித்தன. இங்கிலாந்தோ, இந்திய சமுதாயத்தின்

முழுக் கட்டமைப்பையும் தகர்த்தெறிந்து விட்டது. அதேபோதில், புத்தமைப்புக்கான அறிகுறி ஏதும் இதுவரையில் தோன்றவில்லை. இவ்வாறு, புதிய உலகத்தைப் பெறாது பழைய உலகத்தை இழந்து நிற்கும் நிலையானது, இந்தியரது இன்றைய துயரத்துக்கு ஓர் அலாதியான சோர்வைக் கூட்டு கிறது; மேலும், **பிரித்தானிய ஆட்சியிலுள்ள இந்துஸ்தானத்தை அதன் பண்டைய மரபுகள் அனைத்திலிருந்தும், அதன் சென்ற கால வரலாறு முழுவதிலுமிருந்தும்** துண்டித்துள்ளது ... ஒரே அச்சில் வார்த்தன போன்றும், மாறாதனவாயும் இருந்த சிறு சமூகங்கள் பெரும் அளவுக்கு அழிந்துவிட்டன; அவை மறைந்து கொண்டிருக்கின்றன. இதற்கு முதன்மையான காரணம் யாது? பிரித்தானிய வரிவசூலதிகாரியும் பிரித்தானிய போர்வீரனும் மிருகத்தனமான முறையில் தலையிட்டது அல்ல; ஆங்கிலேயரது நீராவிச் சக்தியும் வர்த்தக சுதந்திரமும் ஆற்றிய வினையே தலைமையான காரணமாகும். . . இங்கிலாந்து இந்துஸ்தானத்தில் ஒரு சமுதாயப் புரட்சியை உண்டாக்கியபோது, மிக இழிந்த ஆசைகளால் உந்தப் பெற்றதென்பதும், அப்புரட்சியை அறிவற்ற முறையில் நிறைவேற்றியது என்பதும் உண்மையே. ஆனால் பிரச்சினை அதுவன்று. ஆசியாவின் சமூக நிலையில் அடிப்படையான புரட்சி ஏற்படாமல், மனிதகுலம் தன் இலட்சியத்தில் நிறைவு எய்துமா என்பதே கேள்வி. நிறைவெய்தாது என்றால், இங்கிலாந்து இழைத்த குற்றங்கள் எத்தன்மைத் தாயினும், எத்தனையாயினும், அது புரட்சியைச் சாதிப்பதில் தன்னுணர்வற்ற வரலாற்றுக் கருவியாகப் பயன்பட்டிருக்கிறது.[20]

(தடிப்பெழுத்துக்கள் எம்மாலிடப்பட்டவை.)

முதலாளித்துவ பொருளாதார அமைப்பைக் கொண்ட ஆங்கிலேயரது தாக்கமானது "ஒரே சமயத்திலே தமது பண்டைய நாகரிகத்தையும் பரம்பரை வாழ்க்கை முறையையும்" இந்திய மக்கள் இழக்கச் செய்தது. இது மானிட உணர்ச்சிக்கு வேதனை தரும் நிகழ்ச்சியாயினும், மாற்றம் வரவேற்கத்தக்கது என்று வரலாற்றமைதி கண்டார் மார்க்ஸ். ஏனெனில் பண்டைய கிராமியப் பொருளாதாரமானது, புரையோடியிருந்தது. மார்க்ஸ் கூறினார்: "கண்ணியத்துக்கும் முன்னேற்றத்திற்கும் இடமில்லாத இந்தத் தேக்கமான செயலற்ற வாழ்க்கை, நேர்மாறான விளைவுகளுக்கும் காரணமானது என்பதையும் குறியோ நெறியோ இல்லாத அழிவுச்

சக்திகள் கட்டுக்கடங்காது குமுறி எழச் செய்து, நரபலியையே இந்துஸ்தானத்தின் சமயச் சடங்காக ஆக்கியது என்பதையும் மறப்பதற்கில்லை. இச்சிறு சமூகங்கள் சாதி வேற்றுமையாலும் அடிமை முறையாலும் கெட்டிருந்தன என்பதையும், அவை மனிதனைச் சூழ்நிலைக்கு எஜமானனாக்குவதற்குப் பதிலாகச் சுற்றுச்சார்புக்கு அடிமைப்படுத்தின என்பதையும், அவை தானே வளர்வதற்குரிய சமுதாய நிலையை என்றும் மாறாத இயற்கை விதியாக மாற்றின என்பதையும் . . . நாம் மறக்க முடியாது . . . எனவே, ஒரு பண்டைய உலகம் தகர்ந்து சிதறும் காட்சி எமது சொந்த உணர்ச்சிகளுக்கு எவ்வளவு கசப்பாயிருந்த போதிலும், 'அதிக இன்பத்தைக் கொண்டுவருமிந்தச் சித்திரவதை எம்மைத் துன்புறுத்த வேண்டுமா? தைமூரின் ஆட்சியில் கணக்கற்ற ஆத்மாக்கள் கவளீகரிக்கப்படவில்லையா?' என்று கதேயுடன் (Goethe) சேர்ந்து நின்று, வரலாற்று நிலையிலிருந்து விதந்துரைப்பதற்கு எமக்குரிமையுண்டு."[21]

ஆங்கிலேய ஆதிக்கம் ஏற்படுத்திய துன்ப துயரங்களைக் கண்டுளங் கலங்கிய மார்க்ஸ் இந்தியா புதிய மேற்கு நாடுகளைச் சார்ந்த நாகரிகத்தை, நிறுவுவதற்கான அத்திவாரமும் அவ்வழிவின் மத்தியிலே உண்டாகியதைக் கண்டுணர்ந்தார். ஏனெனில் அன்றைய கால நிலையில் ஆங்கிலேய ராட்சி யானது முற்போக்கான பங்கை வகித்தது. பழைய கிராமப் பொருளாதாரத்தை இழுத்து வீழ்த்தி, முதலாளித்துவ வடிவங்களைப் புகுத்தியதன் மூலம் அனைத்திந்தியாவையும் ஒரே பொருளாதார அமைப்பிற் குட்படுத்தியது. இது முன்னேற்றத்திற்கு ஏதுவாகவிருந்தது என்பதில் ஐயமில்லை. ஆயினும், இம்மாற்ற மானது பிரித்தானியாவின் வர்த்தக, வங்கி, கைத்தொழில் நலன்களுக்கேற்ற வண்ணம் நெறிப்படுத்தப்பட்டமையால், இந்திய சமுதாயத்தின் சுதந்திரமான தடை செய்யப்படாத பொருளாதார வளர்ச்சி கட்டுப்படுத்தப்பட்டது. அந்த அளவிற்கு ஆங்கிலேய ஆதிக்கம் இந்திய சமுதாய வளர்ச்சிக்குக் குந்தகம் விளைவித்தது.[22] இரு தன்மைத்தான இம்மாற்றத்தை வரலாற்று நிலையிலிருந்து பார்த்த மார்க்ஸ் நன்குணர்ந்தார். கூட்டுக் கிராமச் சமூகங்களாக இருந்துவந்த இந்தியப் பொருளாதார அமைப்பை முதலாளித்துவ அச்சில் வார்க்கும் கைங்கரியத்தைத் தொடக்கி வைத்த பிரித்தானியர் நிலத்தில் தனியுடைமை முறையைப் புகுத்தினர். அதனைத் தொடர்ந்து புதிய நிலவரி முறையையும் ஏற்படுத்தினர். தனியுடைமையின் அடிப்படையிலே காலக்கிரமத்தில் தனிமனித வாதமும் தோன்றியது. தொடக்கத்தில், ஆங்கிலேயரின் நலவுரிமைகளுக்கேற்ற முறையில் இந்திய சமூகப் பொருளாதாரம் வழிநடத்தப்பட்டாலும் நாளடைவில் தவிர்க்க முடியாதபடி இந்தியச் சமுதாயத்திலே புதிய தொழில்முறைகளும்

சமூக வர்க்கங்களும் கருத்தோட்டங்களும் தோன்றின. இதனை விளக்கு முகமாக மார்க்ஸ் ஓரிடத்திற் கூறுவதைப் பார்ப்போம்:

> தம் தொழிலுக்குத் தேவையான பருத்தி முதலான மூலப் பொருட்களைக் குறைந்த செலவில் அடையும் ஒரே நோக்கத்துடன் ஆங்கிலேய மில் முதலாளிகள் இந்தியாவில் இருப்புப் பாதை அமைக்கவிருக்கிறார்கள் என்பதை நான் அறிவேன். ஆனால் இரும்பும் நிலக்கரியும் உள்ள நாட்டின் போக்குவரத்தில் எந்திரங்களைப் புகுத்தினால், அதன்பின் இரும்பைக் காய்ச்சி உருக்கிப் பயன்படுத்துவதைத் தடுக்க முடியாது. ஒரு பெரிய தேசத்தில் வலைப்பின்னல் போலமைந்த இருப்புப் பாதைகளைப் பராமரிக்க வேண்டுமானால், புகையிரதப் போக்குவரத்தின் உடனடியான அன்றாடத் தேவைகளைப் பூர்த்தி செய்வதற்கு அவசியமான தொழில்களைத் தொடங்காமல் அது சாத்தியமில்லை. அவற்றிலிருந்து புகையிரதங்களுடன் நேரடித் தொடர்பற்ற தொழில்களும் எந்திரமயமாகித் தீரும். இவ்வாறு இந்தியாவில் புகையிரத அமைப்பு நவீனத் தொழிலின் உண்மையான முன்னோடியாகும். இது நிச்சயமாக நிகழுமென்பதை இன்னோர் உண்மை தெளிவாக்குகிறது; முற்றிலும் புதிய வகையான உழைப்புக்குத் தம்மைத் தகுதியாக்கிக் கொள்வதற்கும், தேவையான பொறியியல் அறிவை அடைவதற்கும் இந்தியர்கள் தனித்திறன் பெற்றிருப்பது அது.[23]

மார்க்ஸ் 1853இல் தீர்க்கதரிசனத்துடன் கூறியது நிகழ்ந்தது. தன்னியக்க வேகத்திற் புதிய சமூக வர்க்கங்கள் தோன்றின. இவற்றை இருபெரும் பிரிவுகளாகப் பகுக்கலாம். விவசாயத்தை ஆதாரமாகக் கொண்ட பகுதிகளிலே, பிரித்தானிய ஆட்சியின் விளைவாகச் சில வர்க்கங்கள் உருவெடுத்தன.[24] (1) ஆங்கிலேயரால் உண்டாக்கப்பட்ட புதிய நிலப்பிரபுக்களான ஜமீன்தார்கள்; (2) தலத்திலாப் பண்ணையார்கள்; (3) ஜமீன்தார்களிடமும் தலத்திலாப் பண்ணையார்களிடமிருந்தும் நிலத்தைக் குத்தகைக்குப் பெற்றுக் கொண்டவர்கள்; (4) சிறு நில உரிமையாளர்; (5) விவசாயப் பாட்டாளிகள்; (6) புதிய முறை வியாபாரிகள்; (7) புதியமுறை வட்டிக்கடைக்காரர்.

நகரங்கள் சார்ந்த பகுதிகளிலே பின்வரும் வர்க்கத்தினர் உருவாகினர்: [1] நவீன முதலாளிகள், [2] நவீன தொழிலாள வர்க்கத்தினர், [3] முதலாளித்துவ அமைப்புடன் பின்னிப் பிணைந்துள்ள சிறு வர்த்தகர், கடைக்காரர், [4] பொறியியலாளர்,

வைத்தியர், நியாயவாதிகள், பத்திரிகையாளர், மானேஜர், எழுதுவினைஞர் (குமாஸ்தா) முதலிய தொழிற்றுறை மாந்தரும், கல்வியறிவு பெற்ற நடுத்தர வகுப்பினரும், புத்திசீவிகளும். இத்தகைய மக்கள் இந்திய வரலாற்றரங்கில் முன்னர் காணப் படாதவராவர். இவர்களிலே, நாம் இறுதியாகக் குறிப்பிட்டுள்ள கல்வியறிவு பெற்ற நடுத்தர வர்க்கத்தினரின் தோற்றத்துடனேயே நாவலிலக்கியமும் முகிழ்த்தது. மேனாட்டிலும் மத்தியதர வர்க்கத்தின் எழுச்சியின் உடனிகழ்ச்சியாகவே நாவலிலக்கியம் தோன்றியது என்பர்.

ஆங்கிலேயர் ஆட்சியின் விளைவாகத் தோன்றிய வர்க்கப் பிரிவுகள் யாவற்றிலும் காலத்தால் முந்தியது மத்தியதர வர்க்கமேயாகும். கைத்தொழில், வர்த்தகத்துறைப் பெருமுதலாளிகள் தோன்றுவதற்குப் பல தசாப்தங்கள் முன்னதாகவே கல்வியறிவு பெற்ற மத்தியதர வர்க்கத்தினர் *(intelligentsia)* தோன்றிவிட்டனர்.[25] நவீன கல்வி முறையானது ஓரளவிற்குக் கிறித்தவ மிஷனரிமாரின் முயற்சிகளால் அறிமுகப்படுத்தப்பட்டது. எனினும், ஆங்கில அரசாங்கமே தனது சொந்தத் தேவைகளுக்காக இக்கல்வியைத் திட்டமிட்டுப் பரப்பியது. உதாரணமாக, பத்தொன்பதாம் நூற்றாண்டின் நடுப்பகுதியில் ஆங்கிலேயரது வர்த்தகமானது பெரும் இலாபஞ் சம்பாதித்த வேளையையடுத்தே, டல்ஹௌஸி பிரபு கவர்னர் ஜெனரலாக இருந்தபோது புதிய கல்விமுறை தொடக்கி வைக்கப் பெற்றது. ஆங்கிலேயரின் அரசியல் – ஆட்சியமைப்பிலும் பொருளாதார வர்த்தக நிறுவனங்களிலும் பணிபுரியத்தக்க பல்லாயிரக் கணக்கான இந்தியர் அத்தியா வசியமாயிருந்தனர். அத்துடன் அரசியல் நோக்கம் ஒன்றும் இருந்தது; எல்பின்ஸ்டன் போன்ற சில பிரபல ஆங்கிலேயர் "ஆங்கிலக் கல்வி முறையானது இந்திய மக்கள் ஆங்கிலேயர் ஆட்சியை மகிழ்ச்சியுடன் ஏற்க வழிகோலும்" எனக் கருதினர். அதுமட்டுமன்றிக் கல்வி வளர்ச்சியானது ஆங்கிலேயர்பால் மக்களுக்குப் பற்றையுண்டாக்கும் எனவும் அவர்கள் நம்பினர். மக்காலே பிரபுவும் இவ்வாறே எண்ணினர். இத்தகைய 'இலட்சிய' எண்ணங்களினாலும் அரசியற் பொருளாதாரத் தேவைகளினாலும் உந்தப்பெற்ற ஆங்கிலேயர் புகுத்திய கல்வி முறை, பத்தொன்பதாம் நூற்றாண்டின் பிற்பகுதியில் வேகமாக வளரலாயிற்று. இதன் விளைபொருள்களின் ஒன்றே நாவல் என்று கூறலாம்.

நாவலிலக்கியஞ் செழித்து வளருவதற்குச் சில முற்படு தேவைகள் உள்ளன; நூல்களைப் பல்லாயிரக் கணக்கில் உற்பத்தி செய்யும் எந்திர வசதி; நூல்களைப் படித்து இன்புறத்தக்க கல்வியறிவு; பரந்துபட்ட வாசகர் கூட்டம்; போதிய ஓய்வு நேரம்

ஆகியனவே அவை. பத்தொன்பதாம் நூற்றாண்டின் பிற்பகுதியில் நாவலிலக்கியத்திற்கு இன்றியமையாச் சூழ்நிலை வந்து பொருந்தியது. இந்திய தேசிய மறுமலர்ச்சியின் முன்னணியில் நின்ற கல்விகற்ற மத்தியதர வர்க்கத்தினரே நாவல் முதல்வராகவும் விளங்கினர். தமிழ் நாவலின் ஆரம்ப காலத்தில் எழுதியவர் யாவரும் ஆங்கிலம் கற்றவரே. அச்சிறப்புத் தகுதியால் புத்திசீவீகளாய் வாழ்ந்தவர்கள். உதாரணமாக வேதநாயகம் பிள்ளை (1826–1889) அரசாங்கத்தில் முன்சீபு உத்தியோகம் செய்தவர். சரவணமுத்துப் பிள்ளை உயர் குடும்பத்தில் பிறந்து அரசாங்க சேவையிலிருந்தவர். ராஜமையர் (1872–1898) பத்திரிகையாளராகக் கடமையாற்றியவர் மாதவையா (1872–1925) உப்பு–சுங்க இலாகாவில் பணிபுரிந்தவர். எம்.ஏ., தேர்விற்குப் படித்தவர். சென்னைப் பல்கலைக் கழக ஆட்சிமன்ற உறுப்பினராயிருந்தவர். நடேச சாஸ்திரியார் (1859–1906) ஆங்கிலத்திலும் தமிழிலும் எழுதியவர். சென்னை அரசாங்கப் புதை பொருளாராய்ச்சிப் பிரிவில் வேலை பார்த்தவர். பொன்னுசாமிப் பிள்ளை இரங்கூனில் தாள்நாணய அலுவலகப் பொருளாளராக இருந்தவர். 'கௌரவமான துரைத்தன உத்தியோகத்தில் சேவை செய்து' இளைப்பாறியிருப்பதாகத் தனது நாவலுக்கு எழுதிய முன்னுரையிற் குறிப்பிட்டுள்ளார். சின்னப்பா பிள்ளையும் துரைத்தனத் தொடர்புகள் கொண்டிருந்தவரே. பரிதிமாற் கலைஞரென் றழைக்கப்பட்ட சூரிய நாராயண சாஸ்திரியார் (1870–1903) கல்லூரி விரிவுரையாளராகவும் பத்திரிகையாளராகவும் இருந்தவர். நாவலிலக்கிய முன்னோடிகளாயும் வழிகாட்டிகளாயும் விளங்கிய இவர்கள் யாவரும் மத்தியதர வர்க்கப் பிரதிநிதிகள் என்பதில் யாதும் ஐயுற வேண்டியதில்லை. இவர்கள் தோற்றுவித்த இலக்கிய வகை தனது கர்த்தர்களின் வர்க்க முத்திரையையும் பிற சான்றுகளையும் பெற்றிருப்பதும் எதிர்பார்க்கக் கூடியதே. வங்காள இலக்கிய வளர்ச்சியிலும் இத்தகையதொரு போக்கைக் காண்கிறோம். தேசிய மறுமலர்ச்சியின் முரசொலியாக விளங்கிய நாவலாசிரியர் பங்கிம் சந்திரரர் (1838–1894) உதவி கலெக்டராக இருந்தவர். இன்றும் இந்தியத் திரைப்படங்களுக்கும் தொடர் கதைகளுக்கும் மூலாதாரமாக விளங்கும் எண்ணற்ற நாவல்களை எழுதிக் குவித்த சரத்சந்திரர் (1876–1938) எமது பொன்னுசாமிப் பிள்ளையைப் போல ரங்கூனில் துரைத்தன உத்தியோகம் பார்த்தவர். மத்திய அலுவலகத்தில் கடைமையாற்றினார் அவர். ரமேஷ் சந்திர தத்தர் இந்திய சிவில் சேவையில் (ஐ.ஸி.எஸ்.) அமர்ந்த மிகத் திறமையான நிர்வாகஸ்தராகக் கருதப்பட்டவர். தாகூர் நேரடியாக வேலை எதுவுஞ் செய்ய வேண்டிய அவசியம் இல்லாதவராயிருந்தார். ஆனால் அவரது குடும்பம் பரம்பரைப் பெருமையும் துரைத்தனச் செல்வாக்கும் வாய்க்கப்பெற்ற குடும்பமே.

முதலில், இம்மத்தியதர வர்க்கப் பிரதிநிதிகளின் மனப் பான்மையைச் சிறிது நோக்குவோம். பழைய நிலமானியச் சமுதாயத்திலே தலைவர்களும் செல்வாக்குடையவரும் தமது பிறப்பு, குலம், நில உடைமை முதலியவற்றாற் பெருமை பெற்றவர்கள்; பிரபுக்களாகவே பிறந்தவர்கள். பிறந்த ஊரிலேயே சிறப்புடன் வாழ்ந்தவர்கள். நிலையான வாழ்க்கை முறையைப் போலவே, அவர்களின் கருத்தோட்டங்களும் மதிப்புகளும் நிலை மாறாதிருந்தன. மார்க்ஸ் இரத்தினச் சுருக்கமாகக் குறிப்பிட்டது போல், "தானே வளர்வதற்குரிய சமுதாய நிலை என்றும் மாறாத இயற்கை விதி" என்று கருதப்பட்டது. புதிய சூழ்நிலையில் நிலஉடைமை, குலப்பெருமை முதலியன குறிப்பிடத்தக்களவு கைகொடுத்து உதவினாலும், வருந்திப் பெற்ற நூதனமான ஆங்கிலக் கல்வியும், அதன் பயனாகப் பெற்ற "துரைத்தன உத்தியோகமும்" பிற தொழிற்றுறைகளுமே ஒருவரைக் கனவானாக்கின. அது மட்டுமன்றிச் சில சந்தர்ப்பங்களில் சாதி, நில உடைமை முதலியன ஒருவரின் முன்னேற்றத்திற்கு அவ்வளவு உதவாததையும் மத்தியதர வர்க்கத்தினர் அவதானித்தனர்; தம்மைச் சுற்றியுள்ள சமுதாயச் சடங்குகளும், நடைமுறைகளும் காலத்திற்கொவ்வாதன என்று உணர்ந்தனர். சமுதாயச் சீர்திருத்தம் அத்தியாவசியம் என்றும் கருதலாயினர். இத்தகைய சூழ்நிலையிலேயே புதிய எண்ணங்கள், இலட்சியங்கள், கருத்துக்கள் ஆகியவற்றைப் புலப்படுத்தத்தக்க இலக்கிய வடிவமாக நாவலைக் கொண்டனர். இதிலொரு விசேஷம் என்னவென்றால், புதுமையான கருத்துக்களை எளிய தமிழில் வசனமாக எழுத முனைந்த அறிஞர் பலர் தமிழ்க் கவிதை பாடிய போதில், பல்லுடைக்கும் கடின நடையிலே மரபு வழி வந்த பாடல்களையே பாடினர். இது ஒரு பெரும் உண்மையை எமக்குக் காட்டுகிறது. அதுகாலவரை எடுப்பார் கைப்பிள்ளையாக இருந்த வசனத்தை இவர்கள் தன்னம்பிக்கையுடன் கையாண்டனர்; அதன் எஜமானராயினர்; கவிதையோ பாரம்பரியச் சிறப்புடையதாதலின் அதனைப் பயபக்தியுடன் அணுகினர். கவிதை இவர்களை அடிமைகளாக்கியது. அதிலே புரட்சி செய்வதற்கு முற்றிலும் வேறுபட்ட உணர்வும், திறனும் பெற்ற ஒரு பாரதி தோன்ற வேண்டியிருந்தது.[26] இன்னொன்றுங் கூறலாம். மேற்கூறிய மத்தியதர வர்க்க எழுத்தாளர் கற்ற ஆங்கிலக் கல்வியும் இம்முரண்பாடு தோன்ற ஏதுவாயிற்று. ஆங்கில இலக்கியச் செல்வங்களைப் 'பின்தங்கிய' கீழைத்தேய மக்களுக்குப் புகட்டும் புனித கடமையைச் செய்தல் வேண்டும் என்று ஆட்சியாளர் முதல்தரமான இலக்கிய நயம் வாய்ந்த பழைய ஆங்கிலக் கவிகளையே பாடப் புத்தகங்களாக்கினர். அதே சமயத்தில் ஆங்கிலங் கற்ற ஒருவர் அக்காலத்து ஆங்கிலச் சஞ்சிகைகளையும், பொதுமக்கள் சார்ந்த நவீன உரைநடை நூல்களையும் படித்தறியும்

வாய்ப்பு இருந்தது. இதனால் இவர்களிற் பெரும்பாலானோர் கவிதையை ஓர் அளவுகோல் கொண்டும், உரைநடையைப் பிறிதொரு அளவுகோல் கொண்டும் மதிப்பிட்டனர். இவ்வீரடி நிலை இன்றுவரை காணப்படுகிறதெனலாம். பத்தொன்பதாம் நூற்றாண்டில் ஆங்கிலங் கற்றதன் பயனாகத் தமிழ் இலக்கியத் துறையில் உழைக்க முன்வந்தவர்கள் பழந் தமிழ்க் கவிதைப் பற்று உள்ளவராகவும், தாமும் தேவையேற்படின் அந்தாதி, கலம்பகம் முதலிய பிரபந்தங்கள் பாடும் ஆற்றல் பெற்றவராகவும் இருந்தனர் என்பது உண்மையே. ஆனால் அவர்களது முக்கியமான படைப்புக்கள் கவிதையாகவன்றி உரைநடையி லமைந்தமை கவனிக்கத்தக்கது. நாம் முன்னர் எடுத்துக் காட்டியதுபோல கவிதை உள்ளூரம் குன்றிக் காணப்பட்டதால், அது புதுக்கருத்துக்களின் வாகனமாக அமைதல் இயலாது போயிற்று. பொதுமக்களும் கவிதைத் தொடர்பு அற்றவராகவே வாழ்ந்தனர். இடைக்காலத்தில் எங்கும் மலிந்து காணப்பட்ட செப்படிவித்தைப் புலமையும் மலட்டு வித்துவத்துவமும் பொதுமக்களை மருட்டியதில் கவிதை கேவலம் இலக்கியச் சின்னமாகவே நின்று நிலவியது. இதனைத் தெளிந்து கொண்டால், கணித நூற் பேராசிரியராகவும் விஞ்ஞானத் துறையில் ஈடுபாடுடையவராகவுமிருந்த பூண்டி அரங்கநாத முதலியார் (1844–1893) *கச்சிக் கலம்பகம்* பாடி அரங்கேற்றியதும்,[27] குதிரை வைத்தியமும் கால்நடை மருத்துவமும் கற்றறிந்த மேனாட்டு முறை அறிவியலறிஞரான வெள்ளகால் சுப்பிரமணிய முதலியார் (1857–1946) வித்துவான்களும் வியந்த *நெல்லைச் சிலேடை வெண்பா* பாடிப் பிரசுரித்ததும்[28] தருக்கத்துக்குட்பட்ட நிகழ்ச்சிகள் என்பது உறுதிப்படும்.

கவிதை பற்றி எமது நாவலிலக்கிய முதன் முயற்சியாளர் எத்தகைய கருத்துடையவராயினும், தமது வசன காவியங்களையும், வசன கிரந்தங்களையும் படிப்பவர்களைப் பற்றித் திடமான விளக்கங் கொண்டிருந்தனர்; அவர்கள் ஆங்கிலேயர் ஆட்சியினால் உருவாக்கப்பட்ட தம்மோடொத்த 'புதுமை' நோக்குடையவர் என்றே கருதினர். இவ்வடிப்படையிலேயே, "பழமை மாறிப் புதுமை நம்வாழ்விலே இடம் பெறுவதை இந்நாவலாசிரியர் தத்தமக்கமைந்த விதத்திற் கூறிப் போந்தனர்.[29] பழைய சமுதாயத்தின் நம்பிக்கைகள், நியதிகள், கருத்தோட்டங்கள் ஆகியன ஆங்காங்கு இவர்களது நூல்களிற் காணப்படுகின்றன என்பது உண்மையே. ஆனால் நாவல்களிற் காணும் மாந்தர் முன்னைய இலக்கியங்களிற் காணப்படாதவராவர். பொதுப் படையாகச் சொல்வதானால், எமது ஆரம்பகால நாவல்களிற் சிறப்பாக மிளிரும் உணர்வு ஆங்கிலங் கற்று உத்தியோகத்திலமர்வது பற்றியதாகும். வசன காவியப் பண்புமிக்க *பிரதாப முதலியார் சரித்திரத்திலிருந்து*, *தீனதயாளு* ஈறாக உத்தியோக முன்னேற்றம்

சமூக அந்தஸ்து ஆகியனவற்றை அடைதலே பாத்திரங்களை ஊக்குவித்து இயக்குஞ் சக்தியாகக் காணப்படுகிறது. உதாரண மாகத் தீனதயாளுவை உத்தியோகத்தாற் புருஷ லட்சணம் பெற்றவனாகக் காட்டியுள்ளார். ச.ம. நடேச சாஸ்திரி. "ராஜாங்கத் தார் தீனதயாளுவை மாதம் 1000 ரூபாய் சம்பளத்தில் கொச்சி சமஸ்தானத்துப் பேஷ்காராகப் பண்ணி, அங்கே அனுப்பினார்கள். இனி அவன் பாக்கியத்துக்குச் சொல்லவும் வேண்டுமோ? அவன் கொள்கையெல்லாம், எல்லாருக்கும் சரியாய் வித்தையைப் பயின்று கொடுத்துத் தாங்கள் சொந்தமாய்ச் சம்பாதித்து முன்னுக்கு வரும்படி செய்ய வேண்டியதுதான் ஒவ்வொருவருடைய கடமையு மாகும் என்பதே… அவனுக்கு ராஜாங்கத்தில் எப்போதும் மிகுந்த கீர்த்தியுண்டாகி", அவன் புகழ் எங்கும் பரவியது என்று முடிகிறது நாவல்.[30] அன்றைய மத்தியதர வர்க்கத்து எழுத்தாளர் பலரது தாராளக் கொள்கைக்கும் (Liberalism) முன்னேற்ற வேட்கைக்கும் இதைவிட வேறு சிறந்த சாற்றுமொழி கிடைப்பது அரிதே. காவியத்தைக் கைவிட்டு நாவலை நாடியதன் காரணமும் இதுவே.

காவிய நாயகர்கள் தாமே தலைவர்கள். நாவல்களில் அவ்வாறு இயல்பாகவே தலைவராயுள்ளோரைக் காட்டுதல் இயலாது போயிற்று. ஓரளவிற்கு அதிகாரமுள்ள ஜமீன்தார் முதலியோரும், மாதவையாவின் *விஜய மார்த்தாண்டம்* என்ற நாவலில் வரும் வீரசங்கிலித் தேவர் போன்று, முன்னை மேம்பாடிழந்து கீழ்நிலைப்படிக்கு மடங்கிச் சென்றுள்ளவராகவே காணப்பட்டனர். இந்நிலையில் தலைமைப் பண்பு வாய்க்கப் பெற்றவர் நிரந்தரமான வருமானமும், சுமாரான கல்வியறிவும் முற்போக்கு அவாக் கொண்டவருமான நடுத்தர வர்க்கத்தின ராகவே இருந்தனர். காவியத் தலைவருடன் ஒப்பிடுகையில் இவர்கள் அருமை பெருமை அற்றவர். ஆனால் அன்றைய சமுதாயத்தில் அவரே வாழ்க்கையில் நம்பிக்கையும் பற்றும் உடையவராயிருந்தனர். தமக்கு உகந்த பொழுதுபோக்குச் சாதனங்களை அவர்கள் நாடினர். அதிலொன்றுதான் நாவல்.

சும்மாயிருந்து சுகங்கண்ட நிலப்பிரபுக்கள் இயற்கையிகந்த கற்பனைகளிலும் மகோன்னதமான பொருள்களிலும் ஊறிப் போன காவியங்களைச் சுவைத்தனர் என்று பார்த்தோம். மத்தியதர வர்க்கத்தினரோ கல்வியைக் கருவியாக கொண்டு, கத்திக்குப் பதிலாகப் புத்தி வீச்சினால் வாழ்பவர்கள்; பொருளைப் பொருளல்ல என்று கூற முடியாதவர்கள். வாழத் துடித்த அவர்கள், உலகை மாயையெனக் கொண்டிருத்தல் இயலுமோ? எனவே, ஆட்சி, உத்தியோகம், கொடுக்கல், வாங்கல், பணப்பிணக்கு, நீதிமன்றம், பாகப் பிரிவினை, குடும்பச் சண்டை முதலிய 'சின்னஞ்சிறு' விஷயங்களே நாவல்களில் இடம்பெற்றன. பாரதி ஒரு சமயத்திற் பாடினான்:

தேடிச் சோறுநிதந் தின்று – பல
சின்னஞ் சிறுகதைகள் பேசி – மனம்
வாடித் துன்பமிக உழன்று – பிறர்
வாடப் பல செயல்கள் செய்து – நரை
கூடிக் கிழப்பருவ மெய்தி – கொடுங்
கூற்றுக் கிரையெனப்பின் மாயும் – பல
வேடிக்கை மனிதரைப் போலே – நான்
வீழ்வே னென்றுநினைத் தாயோ ?[31]

யுகக் கவிஞனான பாரதி ஏளனத்துடன் கூறும் 'வேடிக்கை மனிதரின்' விஷயங்கள்தாம் நாவல்களில் இடம்பிடித்தன. காவியத்தி லிடம்பெற்ற இயற்கையதீத மேதகைமை – *Supernatural grandeur of the epic* - பொய்யாய்ப் பழங்கதையாய்ப் போய்விட்டது.[32] அதனிடத்தில் உலகியல் வந்து புகுந்தது. *கமலாக்ஷி* எழுதிய தி.ம. பொன்னுசாமிப் பிள்ளை பின்வருமாறு கூறினார்: "உலகாநுபவத்தை ஒட்டி இக்கதைகளை எழுதத் துணிந்தேன்" இது நாவலின் ஜீவனையே தொட்டுக் காட்டிவிடுகிறது எனலாம்.

நாவலுக்கு வரைவிலக்கணங் கூறப்புகுந்த மேனாட்டு விமர்சனர் யாவரும் ஒரே குரலில் அழுத்திக் கூறுவது இதைத்தான்: நாவல் உலகாநுபவத்திற்கு உட்பட்டது. உதாரணமாக, ஆங்கிலக் கலைக்களஞ்சியமான *Encyclopaedia Britannica*வில் எட்மன் கொசெ எழுதியுள்ள கட்டுரையில் (1911) "நாவல் என்ற சொல் இயல்பான உலகாநுபவங்களை ஒட்டிச் செல்லும் இலக்கிய வகையைக் குறிக்கும்" என்கிறார். புகழ்பெற்ற ஆங்கில இலக்கிய வரலாற்றாசிரியரான செயின்ஸ்பரியும் பின்வருமாறு கூறியுள்ளார்:[33] "நாவலின் பொருளாகவும் உறுப்புக்களாகவும் சாதாரணமான வாழ்க்கை, வழக்கமான நிகழ்ச்சிகள், பாத்திரங்கள், புனைந்துரை யாடல்கள், இன்னோரன்ன சில்லறையான பல்பொருட்கள் ஆகியன கதை வடிவில் இடம்பெறும்." சுருங்கக்கூறின், பதினெட்டாம் நூற்றாண்டின் முற்பகுதியில் ஆங்கில நாவல் உதயமாகியபோது அதன் வெற்றிக்குக் காரணம் அதில் சமகாலத்து மாந்தர் சரிவரச் சித்திரிக்கப்பட்டமையாகும். டாக்டர் கெட்டில் கூறுவது பொருத்தமான விளக்கமாகக் காணப்படுகிறது:

> நிலமானிய அமைப்புச் சமுதாயத்தினது சிதைவின் விளைவாக உருவாகிய புதிய வாழ்க்கைத் தத்துவமே நாவலிலக்கியம் தோன்றுவதற்கு வழி வகுத்தது. பூர்ஷுவா எழுத்தாளர்கள் கனவுலக நோக்கை உதறித் தள்ளித் தன்னம்பிக்கையுடன் காணப்பட்டனர். வர்த்தகத்தின் மூலமாகச் செல்வத்தையும் பண்பாட்டையும் முயன்று பெற்ற வர்க்கத்தின் இனிமை நம்பிக்கையும் துணிவாண்மையும் அவர் களுக்கு அகத்தூண்டுதல் அளித்தது.[34]

சிருஷ்டிகர்த்தாவின் கருத்தொன்றையும் பார்க்கலாம். ஃபீல்டிங் இரத்தினச்சுருக்கமாகச் சொன்னான்: "ஒரு சிறந்த நாவலாசிரியன் நிகழ்ச்சிகளை நம்பக்கூடிய தன்மையின் எல்லைக்குள் அமைத்துக்கொள்வான்."[35] அதாவது சுற்றுச் சார்பில் மனித வாழ்க்கை இயங்கும்போது நிகழக் கூடியனவற்றை நாவலாசிரியன் சித்திரித்தல் வேண்டும் என்பதாகும். அதிமுக்கிய மான இவ்வுண்மையை எமது ஆரம்பகால நாவலாசிரியர்கள் ஏற்றுக் கொண்டனர் என்று துணிந்து கூறலாம். *கமலாக்ஷி* வெளிவந்தபோது அக்காலத்தில் (1903) சென்னைக் கிறித்தவக் கல்லூரித் தமிழ்ப் பேராசிரியராயிருந்த டி.எஸ். அனவரத விநாயகம் பிள்ளை நாவலாசிரியருக் கெழுதிய பாராட்டுக் கடிதத்திலே இது பேசப்படுகிறது.

> ... கதையை வாசித்தறிவோர், அது பல தலைப்பட்டு இறுதி அத்தியாயத்தில் வந்து முடிபெய்தும் மாட்சியையும் **நிகழும் விஷயங்கள் ஓவ்வொன்றும் தமிழ்க் குடும்பங்களில் நிகழத்தக்கவைகளே யென்னும் உண்மையினையு**ம் வியவாமற் போகார்.

(தடிப்பெழுத்துக்கள் எம்மாலிடப்பட்டவை.)

நாவலில் அமையும் நிகழ்ச்சிகள் நிகழத்தக்கவையாக இருத்தல் வேண்டும் என்ற முறைமையே, 'றியலிஸம்' எனப்படும் யதார்த்தவாதம் தோன்றக் காரணமாயிற்று.காவிய மரபிலிருந்து முற்று முழுதாக மாறுபட்ட நாவல் வடிவம் அங்குத் தோன்றியமையால் நாவலுக்குத் தனிச்சிறப்பான யதார்த்தப் பண்பு சிறந்து விளங்கியது. அதற்கு அடிப்படையாக ஐரோப்பாவிலே, நிலமானியச் சமுதாயத்தின் வீழ்ச்சியும் பூர்ஷுவாக்களின் எழுச்சியும் திட்டவட்டமாக நிகழ்ந்தன. இந்தியாவில் அத்தனைத் தெளிவாக இம்மாற்றம் ஏற்படவில்லை. இக்குறைபாடு ஏனைய துறைகளிலே புலப்படுவதுபோல, நாவலின் வளர்ச்சிக் குறைவிலும் தன்னை வெளிபடுத்தியுள்ளது. எனினும் இதனை அளவுக்கு மீறி வற்புறுத்த வேண்டியதில்லை. ஏனெனில் இந்தியாவிலே தோன்றிய பூர்ஷுவாக்களும் சரி, கற்றோரான மத்தியதர வர்க்கத்தினருஞ் சரி தத்துவார்த்தப் பக்கபலம் அற்றவராகவே இருந்து வந்துள்ளனர். இது சிறிது விரிவுபடுத்த வேண்டிய விஷயமாகும்.

ஆங்கில நாவலின் தோற்றத்தை ஆராய்ந்த பேராசிரியர் இயன் வாற் *(Ian Watt)* உன்னித்தற்குரிய கருத்தொன்றைக் கூறியுள்ளார்.[36] பதினேழாம் நூற்றாண்டிலே மெய்யியற்றுறையிலே யதார்த்தவாதத்தைக் கட்டியெழுப்பிய டெக்கார்ட் *(Descartes)*, லொக் *(Locke)* போன்றோர் கடைப்பிடித்த ஆய்வு முறைகளுக்கும்,

நாவலிலக்கிய முதன்முயற்சியாளர் கைக்கொண்ட கதை கூறும் உத்திகளுக்கும் இசைவுப் பொருத்தமிருக்கிற தென்பது அவர் வாதம். மெய்யியல் யதார்த்தவாதம் *(philosophical realism)* பொதுவாக மூன்று பண்புகளைக் கொண்டது: விமர்சன நோக்கு, மரபெதிர்ப்பு, புதுமை நாட்டம் ஆகியன அவை. டெக்கார்ட்டின் சிறப்பியல்பு அவர் கடைப்பிடித்த ஆய்வு முறையிலேயே தங்கியுள்ளது. எதையும் நம்பிக்கையாகக் கொள்ளாது, தனது சொந்த முயற்சியால், தனிப்பட்ட முறையில், மரபு, ஆன்றோர் வாக்கு முதலியவற்றின் துணையை நாடாது மெய்ப்பொருளைக் கண்டறிதல் வேண்டும் என்பதே அவரின் முடிந்த முடிவு. இதுவே ஆரம்பகால நாவலாசிரியர் மதமாயுமிருந்தது. தனி மனிதரைத் தனிப்பட்ட எழுத்தாள னொருவன் வாழ்க்கையென்ற கல்லில் உரைத்துக் காட்டுவது நாவலின் தனிப்பண்பா யிருந்தது. முற்கால இலக்கியங்கள் சமுதாயத்திற்குப் பொதுவான வழக்காறுகளைத் தனி மனிதர் ஏற்று அமைதிகாண வேண்டியதன் முக்கியத்துவத்தைப் பிரதிபலிப்பனவாயிருந்தன. இதிகாச, புராண மரபில் வந்த தார்மீகக் கோட்பாடுகளை எந்த அளவிற்கு ஒரு காவியமோ பிரபந்தமோ முறைபிறழாது கூறுகிறதோ, அந்த அளவிற்கு அதன் மதிப்புயர்ந்தது. இவ்விலக்கியச் சம்பிரதாய முறைமையை முதன்முதலாக மறுதலித்தது நாவல். தனி மனிதனது அநுபவமே அதன் மாத்திரைக்கோல். மனிதருக்கு மனிதர் அநுபவம் வேறுபடுந் தன்மைத்தாதலின் அதனை ஆதாரமாகக் கொண்ட நாவல் ‘கணந்தொறும் புதுமை காட்டும்’ கவின் பெற்றது. முந்திய இலக்கியங்களை ஒருவர் நலனாயும்பொழுது குறிப்பிட்ட ஒரு நூல் அதற்கு முன்னிருந்த நூல்களிற் காணப்படும் சொல்லாட்சிகளையும், உவமை உருவகங்களையும் பொன்னேபோற் போற்றியிருப்பதைக் குறிப்பிடுவார். கம்பனில் திருத்தக்க தேவரையும் தேவரில் வள்ளுவரையும் வள்ளுவரிற் சங்கச் சான்றோரையும் கண்டின்புறுவது இலக்கிய ரசனை. இது மரபு முறைமைச் சமுதாய நெறியாகும். புதுமை எனப் பொருத்தமான பெயர் பூண்ட நவீனமோ *(Novel)*‘புதுமை புதுமை’ என்று உரக்கக் கூவிக் கொண்டு உற்பவித்த ‘அசுரப் பிறவி.’

இக்காரணத்தினாலேயே மேனாட்டிலும் எமது நாட்டிலும் நாவல் தோன்றிய காலத்தில் அதன் ‘மரபு மீறும்’ விபரீதப் போக்கு வன்மையான கண்டனத்துக்காளாகியது. நிலமானிய சமுதாயத்தில் மதம் வாழ்க்கையை நெறிப்படுத்துஞ் சக்தியாக இருந்தது. தலைமக்களின் ஒவ்வொரு செயலுக்கும் தார்மீக பலமும் விளக்கமும் கூறப்பட்டது ஆட்சியையும் ஒழுகலாற்றையும் இலகுபடுத்தும் வகையில், சகல முரண்பாடுகளும் நன்மைக்கும் தீமைக்குமுள்ள போராட்டமாகச் சித்திரிக்கப்பட்டது. முன்னர்க்

குறிப்பிட்டது போல, நிலைபேறுடைய நிலப்பிரபுக்கள் வைத்ததே சட்டமாக இருந்ததற்கொப்ப, அறநெறிகளும் நன்மை தீமை என்ற இருபாற்பட்டனவாயிருந்தன. மாற்றமற்ற, தேக்கமுற்ற சமுதாயத்திற்கு அது போதுமானதாகவிருந்தது. ஆனால் புதிய தொழில் முறைகளும் வாழ்க்கை அமைதிகளும் தோன்றிய கால நிலையில் மாறாத்தன்மையுடைய தத்துவங்களும் வழக்காறுகளும் எத்தனை காலத்திற்குத் தாக்குப் பிடித்தல் முடியும்? நன்மைக்கும் தீமைக்கும் போராட்டம் நிகழ்வதே வாழ்க்கை விளக்கமாக இருக்கும் போதில், காவியக் கதையும் அதன் கூறுகளும் நன்மையின் இறுதி வெற்றியைக் கொண்டாடும் வகையில் அமையும். அவ்வாறு அமைந்த கதையமைப்பு அல்லது *plot*, ஒரே அச்சில் வார்த்ததுபோன்ற காவியங்களுக்கே வழிவகுக்கும். அத்தகைய கதைக் கருவும் கதை முடிவுமே நீதியாகக் கருதப்பட்டது. புதுமை நாடிய புனைகதைகளிற் கதைக்கரு, கதை முடிவு முதலியன "உலகாநுபவத்தை யொட்டி" மரபுவழி வந்த அறமுறைக்கு முரணித் தோன்றின. தோன்றவும், பாரதியாரின் பாஞ்சாலி சபதத்தில் விதுரன், வெய்துற்று, "போச்சுது நல்லறம்! போச்சுது வேதம்!" என்றது போன்ற 'உயர்ந்தோர்' பலர் உளந்துடித்தனர். நாவலிலக்கிய முன்னோடிகள் என்று மதிப்புணர்ச்சியுடன் நலம் பாராட்டிப் பேசும் வேதநாயகம் பிள்ளை, சரவணமுத்துப் பிள்ளை, குருஸ்வாமி சர்மா, ராஜமையர், நடேச சாஸ்திரி, மாதவையா முதலியோரது படைப்புக்கள் தமிழ் மாந்தருக்கு நன்மை புரியாத பொய்ந் நூல்கள் என்ற பொருள்பட, இந்நூற்றாண்டின் முற்பகுதியில் வேதாசலம் பிள்ளை (மறைமலையடிகள்), அனவரத விநாயகம் பிள்ளை முதலிய தமிழறிஞர் எழுதினர். இவ்வாறு கண்டித்தவர்கள் பழமைப்பண்பு மிக்கவர்கள் என்பது வெளிப்படை. ஆனால் அதுவன்று நாம் இவ்விடத்திற் கவனிக்க வேண்டியது. மேனாட்டு நாவலாசிரியர்களுக்கு அனுகூலமாகவிருந்த மெய்யியல் யதார்த்தவாதம் போன்ற அறிவு சார்ந்த துணைக்காரணங்கள் எமது மத்தியதர வர்க்கத்திற்கு இருக்கவில்லை. அது அவ்வர்க்கத்தினரின் தத்துவ வரட்சியையே வெளிப்படுத்துகிறது. விஞ்ஞான வளர்ச்சிக் குறைவும் அதற்கடிப்படைக் காரணமான உற்பத்தி உறவுகளின் பொருந்தாமையுமே புதிய வர்க்கத்திற்கேற்ற பூரணமான தத்துவம் வளர்வதைத் தடுக்கின்றன. இன்றுகூட உண்மையில் எமது சமுதாயத்தில் விஞ்ஞானம் அலங்காரத்துக்காகத்தான் பயன்படுகிறது. இது சம்பந்தமாகத் தனக்கேயுரிய எளிய முறையில் டி.கே.சி. சுவைப்படக் கூறியுள்ளார்.

> சென்ற நூற்றைம்பது ஆண்டுகளாக மேல் நாட்டினர், முன்பு என்றும் இல்லாத அளவில், விஷயங்களைப்

பகுத்துப் பகுத்து, உள்ளாகக் கிடக்கும் அமைப்புக் களைக் காணுவதும் கண்டனுபவிக் கிறதுமாய் இருக்கிறார்கள். இந்தப் பகுத்தறிவியலை ஸயன்ஸ் உணர்ச்சி என்று சொல்ல வேண்டும்.

மேல் நாட்டார் நம்முடைய பள்ளிக்கூடங்களில் இன்னும் ஸயன்ஸை நேர்முறையில் சொல்லிக் கொடுக்கிறார்கள் என்று சொல்ல இடமில்லை. ஆகவே, நம்மவர்களுக்கு 'ஸயன்ஸ் உணர்ச்சி' ஏற்பட்டிருக்கிறது என்று சொல்லமுடியாது. ஏதோ அங்கொருவர் இங்கொருவர் ஸயன்ஸில் நிபுணரா யிருந்தால், அது ஏனையோருக்கு ஸயன்ஸ் உணர்ச்சி இல்லை என்பதை எடுத்துக்காட்டிச் சொன்னதே யாகும்.[37]

ரசிகமணி இவ்வாறு 1937இல் எழுதினார். சென்ற நூற்றாண்டின் பிற்பகுதியில் நிலைமை எவ்வாறிருந்திருக்கும் என்பதைப் புரிந்துகொள்ள அதிகம் கற்பனை தேவையில்லை. பொதுவான இத்தத்துவ வரட்சியே தமிழர் மத்தியில் டிஃபோவின் ரொபின்ரன் குருஸோ போன்ற 'உலகளந்த' பாத்திரம் தோன்றுவதற்கும் தடையாக இருந்தது. எனவே தமிழ் நாவல்கள் தத்துவப் பகைப்புலங் குறைந்த அனுபவத்தால் மட்டும் அறியப்படுகிறவற்றை எடுத்தியம்பின. இது நாவலின் ஒரு முக்கியமான பண்பாயினும், கட்டுப்பாடுடையதே. வரலாற்றுக் காரணகாரியத்துடன் அமைந்த இக்குறைபாட்டை மனத்திற்கொண்டு நாவலை அணுகி அலசுவது நடுவுநிலைமைக்கு அனுசரணையாயிருக்கும். அதுமட்டுமன்று, இலக்கியம் உட்படச் சகல சிந்தனைத் துறைகளிலும் இந்திய பூர்ஷுவாக்கள் ஏன் இன்றுவரை *கீதை*, *குறள்* முதலிய நூல்களை வாழ்க்கைத்துணைச் சாஸனங்களாகக் கொள்கின்றனர் என்பதைத் தெளியவும் வழிபிறக்கும். தத்துவத் துறையில், இந்திய ஆளும் வர்க்கம் குண்டுச் சட்டியிலே குட்டிக்கரணம் போடுஞ் செயலிலே ஈடுபட்டு வந்துள்ளது.[38] இத்தத்துவார்த்தக் குறைபாட்டை நாம் இலகுவிற் புறக்கணித்துவிட முடியாது. ஏனெனில் எமது நாவலின் வளர்ச்சியையும் தன்மையையும் இது பெருமளவு பாதித்துள்ளது. ராஜமையரிலிருந்து, க.நா. சுப்ரமண்யம் வரை புத்துலகப் பிரச்சினைகளுக்கு வேதாந்த விளக்கமும் தீர்வு முடிவும் கூறுகின்றரெனில், அதன் மூலகாரணம் இக்குறைபாடே.

பொதுவான இப்பலவீனத்தைப் பெரிதுபடுத்தாது நோக்கும்பொழுது, சில ஆரம்பகால நாவல்கள் குறிப்பிடத்தக்களவு வெற்றிபெற்றுள்ளன என்று துணியலாம். நாவலின் தலையாய

பண்பான இயற்பண்பும் உலகியலும் வேதநாயகம் பிள்ளைக்குப் பின்வந்த ஆசிரியரிடத்துப் படிப்படியாக அதிகரித்துக் காணப்படுகிறது. இதனைக் கவனத்திற் கொண்டே *கமலாக்ஷி* நாவலுக்குச் சூசிகை எழுதிய தண்டலம் பாலசுந்தர முதலியார், "எளிய வசன நடையில் கதாரூபமாக அஸம்பாவிதமான கற்பனாம்சங்களை ஒழித்துக்கூறும் நூல்கள்" என்று தமது காலத்து நாவல்களைப் பாராட்டியுள்ளார். உலகியலையொட்டி சிறந்த நாவலாகிய *பத்மாவதி சரித்திரம்* இவ்வரைவிலக்கணத்திற்குப் பெரிதும் பொருத்தமுடையதாம். அதன் ஆசிரியர் முழு உணர்வோடும் கூறுகிறார்கள்:

"உலக வாழ்க்கையைக் கண்ணாடிபோற் பிரதிபலித்துப் பெரும்பாலும் அநுபவத்தோடொத்து நிகழும் கதைகளை '**நாவல்**' என்று மேல்நாட்டார் கூறுவர்." தான் கற்றறிந்தவற்றின்படி நிற்க முயன்றமையாலேயே மாதவையா நல்லதொரு நாவலை எழுதினார் என்று கூறலாம். எமது ஆரம்பகால நாவலாசிரியர்கள் ஆங்கில நாவலிலக்கியச் சிந்தனைகளையொட்டி, 'அநுபவத் தோடொத்து நிகழும் கதைகளை எழுத முனைந்து' யதார்த்த வாதத்தை இலக்கிய உலகிற் புகுத்தினரெனினும் அதன் தருக்க அடிப்படையிலமைந்த வளர்ச்சி முற்கூறிய காரணங்களினால் முழுமையடையவில்லை. ஆயினும் நாவல் பல வழிகளிலே காவியத்துட் கட்டுப்பட்டுக் கிடந்த மொழியையும் அதன் வாயிலாகப் புலப்படும் உணர்வையும் சுதந்திரப் பிறவிகளாக்கியது. சுருங்கக்கூறின், நாவலின் அடிப்படைத் தத்துவத்திலும் பார்க்க அதன் ஆக்கக்கூறுகளே காவியத்தினின்றும் அது வேறுபடுவதைத் தெள்ளத் தெளிவாக்குகின்றன. இவற்றிற் சிலவற்றை இங்கு ஆராய்தல் நன்று.

நாவலின் ஆக்கக் கூறுகளில் முக்கியமானதொன்று பாத்திர வார்ப்பு அல்லது பண்பு வருணனை. காவியத்திலும் பாத்திர சிருஷ்டி சிறப்புற்று விளங்குவதே. ஆனால் இரண்டிற்கும் வேறுபாடுண்டு. காவியத்தில் நன்மை, தீமை என்ற அறவியற் பாகுபாட்டின் வரம்புக்குள்ளேயே பாத்திர வார்ப்பு நிகழும். இராமன் 'அறத்தின் நாயகன்'; சீவகன் 'ஆண்தகை'; கண்ணகி 'கற்புக்கடம் பூண்ட பொற்புடைத் தெய்வம்'. இவர்களுக்கு எதிர்மறையான பாத்திரங்களுமுண்டு. ஆனால் அளவுகோல் அறவியல் மேம்பாடுதான். நன்மையும் தீமையும் மிகைப் பண்பாகவே வருணிக்கப்படும். நாவலில் 'உலகாநுபவம்' வற்புறுத்தப்படுவதால், மிகைப் பண்புகளுக்கும் இருமுனை நோக்கிற்கும் இடமில்லாது போகிறது. நன்மை, தீமை மட்டுமின்றி அவையிரண்டுமற்ற நிர்க்குண நிலையும் உலகிற் காணப்படு

கிறதல்லவா? அத்தகைய மாந்தரை நாவலாசிரியன் புறக்கணித்தல் இயலுமோ? இதுபற்றி க.நா. சுப்ரமண்யம் எழுதியுள்ளார்:[39]

> குணம், குணமின்மை, நிர்க்குணம் என்று மூன்றாய் முளைத்த கவடு இருக்கிறதே–அது இன்றைய தலைமுறையின் பெரிய பிரச்னையாக எனக்குத் தோன்றுகிறது. *moral, immoral, amoral* என்கிற ஒன்றில், *amoral* என்கிற நிலையை இதுவரை தத்துவ தரிசிகள் மட்டுமே கையாளத் தெம்புள்ளவர்களாக இருந்து வந்திருக்கின்றனர். இப்போது பொருளாதார யுகத்தில் வாழ்க்கைத் துறைகளில் வெற்றி பெற்றவர்களில் அதாவது நம்மிடையேயுள்ள பெரிய மனிதர்களில் பெரும்பாலோர், *amoral* நிலையை எட்டிவிட்டார்கள்.

சமுதாயத்தில் இத்தகைய மாந்தர் காணப்படின் நாவலிலும் தோன்றுதல் இயல்புதானே. க.நா. சுப்ரமண்யத்தின் மிஸ்டர் நாத் இதற்கு எடுத்துக்காட்டு. காவியங்களிலே *"தவமும் தவமுடை யாருக்கே"* என்ற நியதியினடிப்படையில் பண்புகள் இட்டபடி இருப்பன. நாவலிலோ "மானிடமனோதத்துவ இலட்சணம்" காலதேச வர்த்தமானத்திற்கு இயைய அமைந்து காணப்படுவது: உதாரணமாக மாதவையா படைத்த 'சங்கு' என்ற பாத்திரத்தை எடுத்த எடுப்பிலே தீமையின் சின்னமாகக் கொள்ளல் முடியாது. அவன் செய்யும் ஒவ்வொரு தீய செயலுக்கும் சமாதானங் கூறமுடியும். சில வேளைகளில் அவன்மீது எமக்கு ஒரு வகையான அநுதாபமும் ஏற்படுகிறது. இது நாவலிலக்கியத்திற்கு மாதவையா அளித்த முன்மாதிரி எனலாம். ஆனால் நடேச சாஸ்திரியின் நாவலில் தீனதயாளுவின் தம்பி சங்கு அத்தனை நுண்ணயத்துடனும் கூருணர்வுடனும் வார்க்கப்பட்டுள்ளான் எனக் கூற முடியாது. வேதநாயகம் பிள்ளை தனது காலத்துக் கேற்ற கருத்தோட்டம் உடையவராயிருந்தும், அடிப்படையில் புதுயுகத்துக்குரியவரல்லர். நன்மை, தீமை பற்றிய அவர் எண்ணம் உண்மையில் நிலமானிய சமுதாயத்திற்கு உரியதே. உதாரணமாகப் பெரும்பாலான நாவலாசிரியர்கள் கல்வியறிவே வாழ்க்கைக்கு அளவுகோல் என்று தமது மத்திய தர வர்க்கக் கண்ணோட்டத்தை நாவல்களிற் பதித்துள்ளனர். வேதநாயகம் பிள்ளையோ, "சில இராஜாங்கத்தார் யோக்கியத்தையைக் குறித்து யாதொரு பரீக்ஷையும் செய்யாமல் கல்விப் பரீக்ஷை மட்டும் செய்துகொண்டு அதில் யார் தேர்ந்து வருகிறார்களோ அவர்களுக்கே எந்த உத்தி யோகங்களையும் கொடுக்கிறார்கள். ஒருவன் வேலை பார்க்குந் திறமையில் அதிமேதாவியா யிருந்தாலும், நற்குண சூனியனா யிருப்பானேயானால் அவனுக்கு அற்ப உத்தியோகமுங் கொடுக்கக்

கூடாது.[40] தனிமனிதனைப் பற்றியும் சமுதாயத்தைப் பற்றியும் வேதநாயகம் பிள்ளை கொண்ட கருத்துகள் மத்தியதர வர்க்கத்தின் வளர்ச்சிக்கே குந்தகம் விளைவித்திருக்கு மாதலின், அவை பழமையின் மிச்சசொச்சங்கள் என்றே நாம் அமைதி காண வேண்டும். இத்தகைய பின்னோக்கின் பிரதிபலிப்பே அவர் தனது பாத்திரங்களை ஒரு முடியரசுச் சூழ்நிலையில் உலவவிட்ட முறையாகும். "இந்திய வாசகர்களுக்கு ராஜா ராணிகள் பற்றிப் படிப்பதில் மிகுந்த ஆசையுண்டு. இம்மாதிரி மனப்பாங்குள்ள வாசகர்களின் சுவையைத் திருப்தி செய்வதற்காக ஞானாம்பாளை மனிதர் அடையக்கூடிய மகோன்னத பதவிக்கு உயர்த்தியிருக் கிறேன்." இது உறுதிப்பாடான வாதமெனக் கூறமுடியாது.

தமிழ் நாவல் வேதநாயகம் பிள்ளையுடன் தொடங்குகிறது என்ற வாய்ப்பாட்டை ஒரு கணம் ஒதுக்கிவிட்டு, பிரச்சினையை நேராக நோக்கின், அவருக்குப் பின் வந்தோரது நாவல்களிலேதான் தெளிந்த பாத்திர வார்ப்பும் பண்பு வருணனையும் குறிப்பிட்டுப் பேசுமாறுள்ளன. அதாவது நெஞ்சில் நிற்கக்கூடிய பாத்திரங்கள் ராஜமையர் காலத்திலிருந்துதான் உருவாகின்றன. காவியங்களில் வரும் பாத்திரங்கள், இலட்சிய வடிவங்கள், பேருண்மைகளுக்குப் பிண்டப் பிரமாணங்கள். சிதம்பர ரகுநாதன் காவியத்திலே பாத்திரங்களின் தன்மையைப் பின்வருமாறு அழகுபடக் கூறியுள்ளார்:

தோத்திரங்கள் பலபாடித்
தொட்டறியா உண்மையினை,
சாத்திரங்கள், கண்டறியாச்
சத்தியத்தை, ராமகதைப்
பாத்திரங்கள் மூலம்
படைத்துவிட்ட கம்பனவன்
நேத்திரங்கன் காணாதென்
நெஞ்சிற் குடிபுகுந்தான்.[41]

நாவலில் வரும் பாத்திரங்கள் எமது நேத்திரங்களினால் நேருக்கு நேர் காணக்கூடியன. மேனாட்டில் ஆரம்பகால நாவலாசிரியர்கள் கண்ணாரக் காணக்கூடிய மக்களைப் பாத்திரங்களாக வார்த்தபோது, அவை உண்மையான மனிதரின் சித்திரங்கள் என்று பொதுவாக நம்பப்பட்டது. இதனால், பல நாவலாசிரியர்கள் இன்னார் இன்னாரை யெல்லாம் பாத்திரமாக்கிய குற்றச்சாட்டிற்கும் பயமுறுத்தலுக்கும் ஆளாகினர். இதனால் மனமுளைந்த பிரெஞ்சு நாவலாசிரியை ஜோர்ஜ் ஸான்ட் (1804–1876) ஃப்ளோபேருக்கு எழுதிய கடிதமொன்றில், "நான் அங்கதம் எழுதுபவளல்லள்; அது எத்தகையது என்று எனக்குத் தெரியவும் மாட்டாது. நான் உருவப்படங்கள் தீட்டுபவளுமல்லள்; நான் புதிதாகப் புனைந்துருவாக்குபவள். கற்பனைப் படைப்பின்

இயல்பறியாப் பொதுமக்கள் எவ்விடத்தும் மூலங்களைத் தேடுகின்றனர். அவர்கள் தம்மைத் தாமே ஏமாற்றுவதுடன் கலையை இழிவுபடுத்துகின்றனர்."[42]

இதைப்போலவே பிரபல நாவலாசிரியர் டிக்கன்ஸ் (*Charles Dickens, 1812-1870*) தனது *டேவிட் கொப்பர்ஃபீல்ட்* என்ற நாவலில் வரும் ஹரல்ட் ஸ்கிம்போல், லே ஹன்ற் என்பவரை முன்மாதிரியாகக் கொண்டு வார்க்கப்பட்ட பாத்திரம் அல்ல என்று விளக்கங் கூறினார். ஆயினும் லே ஹன்ற், டிக்கன்ஸின் மறுப்பை ஏற்றுக்கொள்ளவில்லை.

இத்தகைய கூற்றுக்களில் உண்மை பொய் கண்டறிவது கடினம். ஏனெனில் கலைத்திறன் வாய்ந்த நாவலாசிரியர்கள் காவிய கர்த்தாக்களைப் போலன்றித் தாம் நடமாடுஞ் சமுதாயத்தில் நெருங்கிப்பழகும் மக்களிலிருந்தே பாத்திரங்களைப் பெற்றுக் கொள்கின்றனர். ஃபீல்டிங் காலத்திலிருந்து, நாவலாசிரியர்கள் "யாவுங் கற்பனை' என்று தற்போது காப்புத் தேடிக்கொண்டாலும் உண்மை மாந்தரே உருமாற்றம் பெற்று நாவலில் நடமாடுகின்றனர். மாதவையாவிலிருந்து வரதராசனார் வரை இவ்வுண்மைக்கு விதிவிலக்கானவர் இலர் எனலாம். வேதநாயகம் பிள்ளையிலிருந்து மாயாவி ஈறாக எழுதும் "கற்பனைக் கதைகள்" நாவல்களாகா. அவை உண்மையில் பழைய காவியமரபுக் கட்டுக் கதைகள். *கமலாக்ஷி* ஆசிரியர் தனது பாத்திரங்களுக்கு மூலம் கூறுகிறார்:

> இளமையில் தென்னாட்டுத் தமிழ் மக்களிடையில் வளர்ந்து வேளாளர் முதலானோருடைய குடி வாழ்க்கை வகைகளையும் அவர்கள் இயல்பையும் நான் நெருக்கமாகப் பழகியிருக்கிறேன். இரங்கூன் நான் துரைத்தன சேவை செய்திருந்த இடமாகையால் நாட்டுக்கோட்டை நகரத்து ஸாவகாரிகளான வேளாண் செட்டிகளோடு கொடுக்கல் வாங்கல் சம்பந்தமாக நெருங்கிப் பழகி அவர்கள் இயல்பையும் அறிந்திருக்கிறேன்; ஆகவே என்னுடைய கதைகள் பெரும்பாலும் வேளாண் குடிமக்களையும் வேளாண் செட்டிகளையுமே பற்றியிருக்கும்.

நடேச சாஸ்திரி, மாதவையா, பொன்னுசாமிப் பிள்ளை ஆகிய மூவரும் துரைத்தன உத்தியோகங் காரணமாகப் பல ஊர்களுக்குஞ் சென்றமையால் தமிழ்நாட்டின் கிராமப்புற வாழ்க்கையிற் காணப்படும் பாத்திரங்களைத் துரைத்தனக் கண்கொண்டு வார்த்துள்ளனர் எனலாம். சென்னைப் பல்கலைக் கழகத்துடன் நெருங்கிய தொடர்பு கொண்டிருந்த மாதவையா

(எமது காலத்தில் மு. வரதராசனார் போல) கல்லூரி மாணவரை அல்லது பேராசிரியர், கலைஞர், எழுத்தாளர் முதலாயினோரைப் பாத்திரமாகக் கொண்டனர். தமது பாத்திரங்களின் இயற்பண்பில் மாதவையாவிற்கு அளவு கடந்த நம்பிக்கையிருந்திருத்தல் வேண்டும். தாக்கரே போன்ற ஆங்கில நாவலாசிரியரின் கதை சொல்லும் உத்தியைப் பின்பற்றி, பாத்திரங்களின் சுகதுக்கங்களின் ஆசிரியர் வாசகருக்கு விஸ்தரிப்பதாயிருப்பினும், நாவல் முடிவிற் கூறப்படுஞ் சொற்கள் கவனத்திற்குரியன.

> நம் நண்பரில் இருவர் பெற்ற பரீக்ஷைப் பட்டங்களையும் அவர்கள் பெயரையும் ஆதாரமாகக்கொண்டு சென்னை ஸர்வகலாசாலையாரால் பிரசுரிக்கப்படும் 'காலண்டர்' மூலமாய் அவர்களின்னா ரென்று கண்டுபிடித்தாலொழியச் சாப்பிடுகிறதில்லை யென்று சபதம் செய்துகொண்டு நீர் முயலுவீராயின் உம்முடைய வீட்டு அடுப்புக்களை வெட்டிக் கிணற்றில் எறிந்துவிடலாம்.

எந்தக் காவியகர்த்தாவும் கூறவியலாத எச்சரிக்கை அல்லவா இது!

நாவலின் ஆக்கக் கூறுகளில் இன்னொன்று உரையாடலாகும். இது காவியத்திலும் காணப்படுவதொன்று. நாடகத்தின் உயிர்நாடி. காவியத்திலே நாடகத்தன்மை வாய்ந்த வீறமைவான கட்டங்களிலே உன்னதமான உரையாடல்கள் நிகழும். கம்ப ராமாயணத்திலே இராவணன் – கும்பகர்ணன் – இந்திரஜித் முதலியோர் நெருக்கடி நிலைகளில் உரையாடுவது கவிதையின் எல்லையைத் தொடுவதாகும். ஆயினும் அத்தகைய உரையாடல்கள் கவிமரபுப் பாணியிலமைந்தவை. சாதாரண பேச்சிற்கும் அவற்றிற்கும் வெகு தூரம். நாவலில் வேறுவிதமான பிரச்சினை தோன்றுகிறது. மாதவையா தனது கருத்தைக் கூறியுள்ளார்:

> தமிழ்ப் பாஷைக்கு 'நாவல்' முற்றும் 'நாவலாதலால்' (புதிதாதலால்) ஒரு விஷயம் கூறத்தக்கது. கிரந்தத்தின் இடையிடையே கீழ்த்தரப் பாத்திரங்கள் பேச நேரும்பொழுது, இலக்கண வழுச்செறிந்த அவர் வாய்மொழிகளை அவ்வண்ணமே எழுதுவது வழக்கமாயினும், கிரந்த கர்த்தா நேரிற் கூறும் வரலாறுகள் வழுவின்றியிருத்தல் வேண்டும்.

நாவலிலே உரையாடலின் பணியை மாதவையா தெளிவாகச் சிந்தித்துணர்ந்தார் என்று கூறுவதற்கில்லை. தமிழறிஞர் பலரும் சிக்கிக் கொள்ளும் இலக்கணத் தமிழ்பற்றிய

வாதப் பிரதி வாதத்திலே தானும் மாட்டிக் கொண்டார். அது மட்டுமன்றிக் கீழ்த்தரப் பாத்திரங்களின் வாய்மொழிதான் பிரச்சினைக்குரியது என்று குறிப்பிடுவதும் அத்துணைப் பொருத்தமன்று. ஓரளவிற்கு இப்பிரச்சினையை எமது பண்டைய நாடக நூலார் சமாளித்துள்ளனர். வடமொழி நாடகங்களில் தாழ்ந்த நிலையிலுள்ள பாத்திரங்கள் பாகத மொழிகளாய் 'பிரதேச' பாஷைகளில் பேசுவது மரபு. சூத்திரகர் *மிருச்சகடிகம்* (மண்ணியல் சிறு தேர்) என்ற நாடகத்தில் "கீழ்த்தரப் பாத்திரங்கள்" பேசுவதற்குப் பாகத மொழிகளிலொன்றாய *மாகதி*யைப் பெரு வெற்றியுடன் பயன்படுத்தினார். ஆங்காங்கு சீரிய இலக்கண நடையினின்று வழுவியுள்ளார் என்றும் கூறுவர்.[43] தொல் காப்பியரும் செய்யுளியலில்,

> சேரி மொழியாற் செவ்விதிற் கிளந்து
> தேர்தல் வேண்டாது குறித்தது தோன்றின்
> புலனென மொழிப புலனுணர்ந் தோரே[44]

என்று கூறியுள்ளார். இச்சூத்திரத்திற்குப் பேராசிரியர் பின்வருமாறு உரையெழுதியுள்ளார்:

> சேரி மொழி என்பது பாடி மாற்றங்கள். அவற்றானே செவ்விதாகக் கூறி ஆராய்ந்து காணாமைப் பொருட்டொடரானே தொடுத்துச் செய்வது புலன் என்று சொல்லுவர் புலனுணர்ந்தோர் என்றவாறு. அவை விளக்கத்தார் கூத்து முதலாகிய நாடகச் செய்யுளாகிய வெண்டுறைச் செய்யுள் போல்வன வென்பது கண்டு கொள்க.

பிற்காலத் தமிழிலக்கணகாரர் சேரி மொழியை, வடமொழித் தேசி பாஷையோடு தொடர்புபடுத்திக் கூறினர். இரண்டும் நாடக நூல்களில் இடம்பெறும் 'உயர்தனிச் செம்மொழிகள்' அல்லவாகலின் நாம் இங்கு மனங்கொள வேண்டியது யாதெனில், "செய்யுள் வனப்பில் புலன் என்பது ஒன்று எனவும், பாமர மக்கள் வழங்கும் சொற்களால் ஆக்கப்பட்டு அவர்கள் ஆடியும் பாடியும் வரும் நாடகச் செய்யுளே அதற்கு இலக்கியம்" என்பதுமாம்.[45]

வடமொழியிலும் தமிழிலும் செய்யுள் சம்பந்தப்பட்ட அளவிலேயே "சேரி மொழி" குறித்துப் பேசப்பட்டது. நாவலில் அது உரைநடை சம்பந்தப்பட்டது. ஆயினும் பண்டைய நூலாரும் இலக்கணப் பிரச்சினை ஒருபுறமிருக்க, நாடகத்திற் கூற்றுக்குரியாருக்கு ஏற்றவாறு பேச்சு அமைதல் வேண்டும் எனக் கருதினர். அந்த வகையில் அது புதிதான பிரச்சினையன்று. நாவலிலே நிகழ்ச்சி உலகாநுபவத்தை யொட்டியிருப்பதால்

உரையாடலும் அதற்கேற்ப அமைய வேண்டியிருக்கிறது. சாதாரண வாழ்க்கையில் அதிலும் நகரங்களில் வாழும் மத்தியதர வர்க்கத்தினர் கவிநயம் எதுவுமற்ற சில்லறைப் பேச்சுக்களிலே ஈடுபடுகின்றனர். இதுவே நாவலாசிரியனது மூலப் பொருள். இதைப் பயன்படுத்தி உயிர்த் துடிப்புள்ள உரையாடலை அமைத்தல் வேண்டும். அது பாத்திரங்களின் பண்பு வருணனைக்கு ஒத்தாசையாகவும் இருத்தல் வேண்டும். காவியத்திலிருப்பதுபோல, நாவலில் உரையாடல் நிகழ்ச்சியைத் தூக்கி நிறுத்தும் இலக்கிய உத்தியன்று. அதுவே பாத்திர வார்ப்பின் முக்கியமான அம்சமாகவும் அமைந்துள்ளது. உதாரணமாக, டிக்கன்ஸின் பாத்திரங்களைக் கூர்ந்து நோக்கினால், அவற்றின் சிறப்பிற்கு அடிநாதமாக அமைவது சிந்தையைக் கவரும் கூற்றுக்களே என்பது புலனாகும். அக்கூற்றுகளிற் பல ஆங்கில மொழியில் மரபுத் தொடர்களாகவே அமைந்துவிட்டன. ஹென்ரி ஜேம்ஸ் (1843–1916) ஃப்ளோபேர் முதலிய நாவலாசிரியர்கள் உரையாடல் மூலமாகத் தமது பாத்திரங்களின் உள்ளாந்தரங்கங்களை நுணுக்கமாக வெளிப்படுத்தினர். ஹென்ரி ஜேம்ஸ் *'atmosphere of the mind'* என்று குறிப்பிடும் மனச் சூழ்நிலைகளையெல்லாம் நுண்மையான உரையாடல் சித்திரித்தது.

தமிழ் நாவல்களைப் படிக்கும்பொழுது பொதுவாக உரையாடலின் குறைபாடும் வளர்ச்சிக் குறைவும் தெளிவாகத் தெரிகின்றன. இதற்கு அடிப்படைக் காரணம் எமது மொழியின் முழு மொத்தமான வளர்ச்சி நிலை என்று ஒருவேளை சமாதானங் கூறலாமாயினும், உண்மையை ஒப்புக் கொண்டேயாக வேண்டும். சாதாரண – இயற்பண்பு பொருந்திய – உரையாடலின் அருமையை நன்குணர்வதற்கு எமது நாடகங்களைத் திருஷ்டாந்தமாகக் கொள்ளலாம். தமிழில் நாடக இலக்கியம் வளர்ச்சி பெறாததற்குக் காரணமாகவும் அதன் அறிகுறியாகவும் விளங்குவது செயற்கைப் பண்பு மிக்க – 'நாடகப்பாணி' – உரையாடலாகும். இதனை மூன்றாகப் பிரிக்கலாம். (1) வீரகாவிய நடை, (2) வீரகாவிய நடையின் நையாண்டிப்போலி (mock heroic), (3) கொச்சைப் பேச்சு.

இவற்றில் முதலாவது, காலத்திற்கேற்றதன்று; எம்மிடையே ஆழப்பதிந்துள்ள பழமைபோற்றும் பண்பின் சின்னமாகக் கருத வேண்டும். இரண்டாவது எதிர்மறையான நோக்குடையது; பயனுள்ளவாறு எதனையுஞ் சாதித்துவிட முடியாது. இது பெரும் பாலும் நகைச்சுவைக்காகப் பயன்படுத்தப்படுவது. உதாரண மாகக் கிணற்றடியில் வேலை செய்து கொண்டிருக்கும் பணிப் பெண்ணை நோக்கிச் சேறும் சகதியும் நிறைந்த வாய்க் காலருகே நிற்கும் அயல் வீட்டு வேலைக்காரன் (காதலன்!) "கண்ணே

கிளியோபாத்ரா இதோ பார் நம் நைல்நதி வளைந்து ஓடுகிறது; அருகில் வா!" என்று கூறுவது சிரிப்பூட்டுவதாயினும் இயற்கை யான இதயத்தின பேச்சன்று. எமது சமூக நாடகங்களில் இடம் பெறும் உணர்ச்சிப் பகட்டான அல்லது உணர்ச்சிப் போலியான - *sentimental* - வசனங்கள் இதன் விகற்பங்களே. மூன்றாவது, உள்ளடங்கிய ஆற்றலும் செயற்படுந்திறமும் கொண்டதாயினும், "கொச்சை மொழி" என்ற புதுமைக்காக ஒரே வழி பரிசோதனை செய்து பார்க்கப்படுகிறதே யன்றிப் பாத்திரங்களின் பண்பு களைத் திறம்படச் சித்திரிப்பதற்கு இன்றியமையாததாக மதிக்கப் படுவதில்லை. வேடிக்கையும் வினோதமும் கலந்த சேரி மொழியாகவே (*dialect*) இது கருதப்படுகிறது. இதன் மறுகோடியாக உள்ளதே ஆங்கிலச் சொற்களை அள்ளித் தெளித்து எழுதப்படும் உரையாடல். எமது மத்தியதர வர்க்கத்தினர் சிலரின் இருமொழி பேசும் நிலையை இது ஒருவாறு உணர்த்துவதாயினும் பெரும் பாலான எழுத்தாளரிடத்து அமிர்தப் பிரயோகமே காணப்படு கிறது. ஜெயகாந்தனின் *பாரிஸுக்குப் போ* இதற்கு எடுத்துக்காட்டு.

மேற்கூறிய மூன்று படுகுழிகளிலும் விழாது பாத்திரங்களுக் கேற்ற பழுதற்ற உரையாடல் எழுதுவது சிரமம். மேனாட்டு நாவலா சிரியர்கள் பலகாலம் முயன்று இதில் வெற்றி கண்டனர். ஃப்ளோ பேர் ஒரு சந்தர்ப்பத்திற் கூறியது பிரச்சினையைத் துலக்குகிறது:

> குணச்சித்திர வார்ப்பிற்கு உரையாடலைக் கருவியாகக் கொள்ளுவதே பிரச்சினை; அது விளக்கமும் பொருத்தமும் பெற்றிருக்கும் அதே சமயத்தில், அடிக்கடி அடிபடும் பொதுச் செய்திகளைக் குறிக்குமிடத்துத் தனிச் சிறப்பியல்புடையதாகவும் இருத்தல் வேண்டும். இது பிரம்மாண்டமான கடமைப் பொறுப்பாகும். இதனைச் சமாளித்து வெற்றிகண்டவரை நானறியேன்.

1853இல் அவ்வாறு அவரை எழுதத் தூண்டியது அச்சமயமிருந்த அங்கலாய்ப்புத்தான்; மாடம் பவாரி (*Madame Bovary*, 1857) எழுதிக்கொண்டிருந்த சமயம் அது. நண்பர்களுக்குக் கடித மூலமாகத் தனது முயற்சிகளை விளக்கி ஆறுதலடைந்தார் போலும். அவர் ஓரிடத்தில் எழுதுகிறார்:

> என்னுடைய இளம் பெண்ணுக்கும் சமய குருவுக்கு மிடையே நடைபெறும் உரையாடலொன்றைச் சிருஷ்டிக்க வேண்டியுள்ளது; தரமற்ற மதிநுட்பமற்ற உரையாடல்; மிகச் சாதாரணமாக இருப்பதால் சொற்கள் மிகப்பொருத்தமாக அமைந்திருத்தல் அவசியம்."

கீழ்த்தரப் பாத்திரங்களின் இலக்கண வழுச்செறிந்த வாய்மொழிகளல்ல பிரச்சினை. சூழ்நிலைக்கேற்ற செம்மையான சொல்லொட்டே வேண்டப்படுவது. நாவலின் கதைக் கருவையும் கதைப் புணர்ப்பையும் பொறுத்தேயுள்ளது உரையாடல். எனவே உரையாடல் சோடை போயிருக்கிறதென்றால் கதைக் கருவும் குறைபாடுடையதென்று அனுமானிக்கலாம். எமது ஆரம்ப கால நாவல்களின் இயற்பண்பு குறிப்பிடத் தக்களவு காணப்பட்டமையால் உரையாடலும் சிறந்து விளங்கியது. ராஜமையர், மாதவையா, பொன்னுசாமிப் பிள்ளை முதலியோர் சில கட்டுப்பாடுகளுக்குள் தத்ரூபமான உரையாடல்களைப் பெய்துள்ளனர். நடேச சாஸ்திரி காலத்திலிருந்து, கல்கி, அகிலன் வழி வரும் பரபரப்பு நாவல்களில் இயற்பண்பைவிடச் "சம்பவக் கோவையில் வேகம் விறுவிறுப்பு"[46] மிகையுணர்ச்சி ஆகியன முக்கியமாகக் கொள்ளப்பட்டமையால் செயற்பண்பு வாய்ந்த உரைநடையும், உரையாடலுமே மேலோங்கின. "பொன்மொழிக"ளாகத் தெரிந்தெடுத்துத் தனிச் சிறு நூலாக வெளியிடத்தக்க கூற்றுக்களை எழுதுவது சிலரின் நோக்கங்களில் ஒன்றாக இருக்குமோ என்று ஐயுறுவதற்கிடமுண்டு. இந்நிலையில் எமது நாவல்களைப் பின்னோக்கி யாராய்ந்தால் வெகு சிலரே உரையாடலை ஓரளவிற்காவது கலையுணர்வுடன் கையாண்டிருப்பது உறுதிப்படும். ராஜமையர், மாதவையா, சிதம்பர சுப்ரமண்யன், ஷண்முகசுந்தரம், ரகுநாதன், ஜானகிராமன், ஜெயகாந்தன் ஆகியோரை விதந்து கூறலாம். இதிலென்ன கவனிக்கத்தக்கதென்றால், இவர்கள்தான் சிறந்த நாவலாசிரியர் என்றும் மதிப்பிடப்படுவர். இவர்களில் ஷண்முகசுந்தரம், ரகுநாதன், ஜானகிராமன் ஆகியோர் முறையே கொங்குச் சீமை, திருநெல்வேலிச் சீமை, தஞ்சை மாவட்டம் என்பவற்றிற்குரிய வழக்குத்தமிழைக் கையாண்டதும் உரையாடல்கள் முறுக்கேறிச் சுவைபடவிருப்பதற்குக் காரணமாயுள்ளது. ஜெயகாந்தன், சமீப காலத்தில் தனி மாவட்டச் சார்பெதுவுமற்ற அகலுலகத் தொடர்பு கொண்ட *(cosmopolitan)* நகர வாழ்க்கையைத் தனது நாவல்களின் நிலைக்களனாகக் கொண்டெழுவதால் மிகுத்த பிரயாசைப்பட்டு உரையாடல்களை அமைத்து வருகிறார். ஆயினும் ஏலவே கூறியது போலச் சிலவிடங்களில் ஆங்கிலப் பிரயோகங்கள் இன்றியமை யாதனவாகத் தோன்றவில்லை. இன்றைய நாவலாசிரியரில் ஈழத்தவரான இளங்கீரன், கணேசலிங்கன் ஆகியோர் ஜெயகாந்தன் பற்றிக் கொண்டிருக்கும் உயர் மத்தியதர வர்க்கத்திற்கு எதிர்முனை யிலுள்ள நகர, நகர்ப்புறத் தொழிலாள வர்க்கத்தினரின் உரையாடல் களைப் பெருமளவு வெற்றியுடன் கையாண்டுள்ளனர். ஆரவாரப் பகட்டும், படாடோபமுமற்ற மணிச்சுருக்கமான உரையாடல் களைக் கணேசலிங்களின் நாவல்களிற் காணலாம். இது பிரக்ஞை

பூர்வமான அப்பியாசத்தின் பயன் என்றே சொல்லவேண்டும். ஆனால் இன்று எழுதுபவர் யாவருள்ளும் ஆகக்கூடிய அளவு உரையாடலைப் பயன்படுத்துபவர் தி. ஜானகிராமன். அவர் "சம்பாஷணை ரூபமாகவே கதையின் பெரும் பகுதியை எழுதி யிருக்கிறார். ஜானகிராமனின் குறையும் நிறையும் இந்த உரையாடல்கள்தான். உரையாடல்கள் மூலமே பாத்திரங்களின் இயல்பையும், ஈடுபாட்டையும், தவிப்பையும், விழிப்பையும் சுட்டிக்காட்டுகிறார்"[47] இந்த விஷயத்தில் ஜானகிராமனைத் தற்கால ஆங்கில நாவலாசிரியை 'ஐவிகொம்ரன் பேர்னற்' என்பவருக்கு ஒப்பிடத் தோன்றுகிறது. இவ்விடத்தில் இன்னுமிரு நாவலாசிரியர் குறித்துச் சிறிது கூறவேண்டும். க.நா. சுப்ரமண்யமும் மு. வரதராசனும் அறிவாற்றல் நிறைந்த நாவலாசிரியர்கள். ஆயினும் தமது சிந்தனைகளை நாவலில் வடிக்கும் இவர்களுடைய பாத்திரங்கள் குட்டிச் சிந்தனையாளராகவே தோன்றுகின்றன. பேசுவதிலும் பார்க்கச் சிந்திப்பதே அதிகமாதலால் செறிவான உரையாடலுக்கு வாய்ப்பில்லாமற் போய்விடுகிறது.

நாவலின் இன்றியமையா உறுப்புக்களாய் கதைப் புணர்ப்பு, பாத்திர வார்ப்பு, உரையாட்டு முதலியவற்றில் எமது படைப்புகள் காவியத்திலிருந்து வேறுபட்டு வெகுதூரம் வந்துள்ளன. ராஜமையரிலிருந்து ஜெயகாந்தன் வரை படிமுறை வளர்ச்சி காணப்படுகிறது என்பதும் உண்மையே. ஆயினும் வசனத்தைக் கருவியாகக் கொண்ட நாவலின் வளர்ச்சியிலிருந்து யதார்த்த வாதத்தின் முதிர்ச்சியைப் பிரித்தறிய முடியாது என்ற பொது நியதி[48] எம்மைப் பொறுத்தளவில் முற்றிலும் பொருந்தவில்லை என்றே தோன்றுகிறது. கல்கியும் அவர்வழி வரும் பிற வரலாற்று நாவலாசிரியரும் இதற்குச் சான்று பகருகின்றனர். மேனாட்டு விமர்சனரைப் பின்பற்றி வையாபுரிப் பிள்ளை வரலாற்று நாவலை இருவகைப்படுத்தினார். "ஒன்று சாதாரண இயற்கை நிகழ்ச்சியோடு பொருந்தியது; மற்றையது அசாதாரண இயற்கை நிகழ்ச்சிகளைச் சித்திரிப்பது. இவற்றை 'இயற்கைச் சரித்திர நவீனகம்' *(Historical Novel)* என்றும், 'அற்புதச் சரித்திர நவீனகம்' *(Historical Romance)* என்றும் முறையே பெயரிடலாம்."[49] பார்த்திபன் கனவைப்போலவே கல்கியின் மற்றைய சரித்திர நாவல்களும் 'அற்புத' வகையை சேர்ந்தவை. இவை காவியத்தின் நவீன பிறவிகளே. பல்வேறு காரணங்களினால் கல்கிக்கிருந்த அபரிதமான இலக்கியச் செல்வாக்கு, வரலாற்று நாவலாசிரியர் மட்டுமின்றிச் 'சமூக' நாவலாசிரியரும் அவரைப் பின்பற்றச் செய்துவிட்டது. இதனால் ஏற்பட்ட விளைவுகள் பாரதூரமானவை. 'நாவல்' என்பது நெடுங்கதை என்றும் அதுவே தலையாய சிறப்பியல்பு என்றும் மனத்தில் வரைந்துகொண்டு 'கதை'

எழுதியவர் கல்கி. ஆனால் நாவலில் உலகாநுபவத்தையொட்டிய நிகழ்வே முக்கியம். அது உலகாநுபவத்தையொட்டிய உரைநடையிலேயே அமைதல் கூடும்; இரண்டும் வேறு வேறாகப் பிரிக்க முடியாதன. அதாவது காவிய மரபில் கதையும் எழுதிக்கொண்டு நாவலுக்குரிய உரைநடையையும் ஏககாலத்தில் ஒருவர் எழுதுவது நடவாத காரியம். யதார்த்தவாதம் என்பது மொழியையும் உள்ளடக்கியதுதான். உதாரணமாக, *சிவகாமியின் சபதம்* கல்கியின் மகத்தான தொடர் நவீனம். அதிலே சிவகாமியைச் சீதையின் சாயலிற் படைக்க முயன்றிருக்கிறார். இது தவிர்க்க முடியாதபடி சீதைக்கு வெற்றியாகவும் சிவகாமிக்குத் தோல்வியாகவும் அமைகிறது. பாத்திர வார்ப்பிலே காவியநடை தலையிடுவதுபோலவே, நாட்டு, நகர வருணனை முதலியவற்றிலும் காவிய நெறியைக் காணலாம். பழைய காவிய மாதிரி போதாதென்று, மேனாட்டு வீரதீரக் கதைகளையும் சாதுரியமாகப் பயன்படுத்தினார் கல்கி. சிவகாமி சீதையை யொத்திருக்கலாம். ஆனால், திரு. சிதம்பர ரகுநாதன் ஒரு சந்தர்ப்பத்திற் கூறியதுபோல, மகேந்திரவர்ம பல்லவர் பழந்தமிழுடையணிந்த பத்தொன்பதாம் நூற்றாண்டு ஆங்கிலத் துப்பறியுஞ் சிங்கத்தையே நினைவூட்டுகிறார்.

காவிய நடை தவிர, எமது நாவல்களைப் பாதித்துள்ள மற்றொரு அம்சம் ஒழுக்க உபதேசமாகும். இதுகுறித்து முன்னரும் குறிப்பிட்டுள்ளோம். தமிழ் நாவலாசிரியருக்கு ஆதர்ஷமாக இருந்து வந்துள்ள ஆங்கில நாவலும் அன்று தொட்டு அறவியல் நோக்குமுடையதாகவே காணப்படுகிறது. றிச்சார்ட்ஸன் பதினெட்டாம் நூற்றாண்டிற் கூறியது இந்நோக்கைப் புலப் படுத்தும்: "நல்லறிவூட்டல் குளிகை; மகிழ்வூட்டல் தோய்த்தெடுக்க வேண்டிய தேன்."

சமய நம்பிக்கையையும் ஒழுக்க மேம்பாட்டையும் போதிப்பது நாவலின் நோக்கமென்றார் அவர். எமக்கு வேதநாயகம் பிள்ளையின் நினைவு வராமல் போகாது. "நான் கடவுள் பக்தி புகட்டியிருக்கிறேன். குடும்பத்திற்கும் சமூகத்திற்கும் செய்ய வேண்டிய கடமைகளையும் வற்புறுத்தியிருக்கிறேன்." பிரதாப முதலியார் சரித்திரத்தின் முன்னுரையில் இவ்வாறு எழுதியது மட்டுமின்றித் தனது அறநோக்குக்கு டாக்டர் ஜோன்ஸனை மேற்கோளாகவும் காட்டினார். வேதநாயகம் பிள்ளைக்குப் பின்வந்தவர் பலரும் அறநோக்கைப் பல வழிகளில் வெளிக்காட்டினர். சீர்திருத்த வேட்கை சிலரிடம் காணப்பட்டது. மாதவையா இத்துறையில் முன்னோடியாக விளங்கினார். வேதநாயகம் பிள்ளைக்குப் பின் வந்தவர்களிற் பெரும்பாலானோர் பழைய கோட்டுபாடுகளை நூற்றுக்கு

நூறு வீதம் அழுத்திக் கூறினாரல்லர். நாவலின் யதார்த்தப் பண்பும் உலகானுபவம் அதற்குத் தடை செய்திருக்கும். ஆனாலும் 1925இல் *நீலகண்டன் அல்லது ஓர் சாதி வேளாளன்* என்ற நாவலை எழுதிய இடைக்காடர் வரை அறவியற் போதனையைப் பிரதானமான நோக்கமாகக் கொண்டிருக்கிறார்கள். பல உத்திகளைக் கையாண்டு அறக்கருத்துக்களைப் புகுத்தியுள்ளனர். ராஜமையரும் மாதவையாவும் நாவலினூடே பல பழைய நீதிநூற் செய்யுட்களை எடுத்தாண்டனர். நடேச சாஸ்திரி, தனது நாவல்களின் அத்தியாயத் தலைப்புக்களின் ஒரு பகுதியாகப் பொருத்தமான செய்யுட்களை அமைத்தெழுதினார். இடைக்காடர் நீதி புகட்டும் முதுமொழிகளையே அத்தியாயத் தலைப்புக்களாகக் கொண்டனர்.

இவ்விடத்தில் மேனாட்டு நாவல்களுக்கும் எமது ஆரம்ப கால நாவல்களுக்கும் இது சம்பந்தமாகத் தோன்றும் வேறுபாட்டைக் குறிப்பிடுதல் பொருந்தும். ஏறத்தாழ ஹார்டிகாலம் வரை *(Thomas Hardy, 1840-1928)* ஆங்கில நாவலில் மத்தியதர வர்க்கத்தினரின் தூய்மை வாதமும் அறநோக்கும் ஆட்சி செலுத்தின[50] கொன்ராட் *(Joseph Conrad, 1857-1924).* ஹென்ரி ஜேம்ஸ் முதலியோரே அறநோக்கை உட்கருத்தாகவும் கலை நோக்கை முதற்கருத்தாகவும் மாற்றியமைக்க உதவினர். அவ்வாறிருப்பினும், ஆங்கில நாவலாசிரியர் வற்புறுத்திய அறவியல் பழமை நோக்குடையதன்று. பண்டை புராண இதிகாசங்களை ஆபாசமானவை என்று கருதினர். றிச்சார்ட்ஸன் முதலிய நாவலாசிரியர் மதச் சடங்குகளை நிராகரித்துத் தோன்றி புரோத்தஸ்தாந்து பிரிவின் வழி வந்தது மத்திய தர வர்க்கத்தின் தூய்மைவாதம். அந்த அளவிற்கு அது முற்போக்குடையதா யிருந்தது. எமது ஆரம்பகாலத் 'துரைத்தன' நாவல்களிலே கல்வி, சுகாதாரம், கடமை முதலியன வற்புறுத்தப்பட்டன வெனினும், "பாசம், சகோதர வாஞ்சை, கணவன் மனைவி அன்பு, கற்பு, நாணயம், நன்றி, எல்லோருக்கும் நலம் புரிதல்"[51] முதலிய நற்பண்புகள் பழைய வரம்புகளுக்குள்ளேயே எடுத்துரைக்கப் படுகின்றன. புதுமைப்பித்தன் முதலியோரது சிறுகதைகளிலேயே, பல்லாண்டுகளுக்குப் பின்னர் **கற்பு**, கணவன் மனைவி அன்பு முதலாய பொருள்கள் சர்ச்சைக் குரியனவாக்கப்பட்டன. நாவலைப் பொறுத்தளவில், மிக அண்மையில் ஜெயகாந்தனின் படைப்பிலும், இலேசாக ஜானகிராமனின் நாவல்களிலும் சர்ச்சைக்குரியன காணப்படுகின்றன. பதினெட்டாம் நூற்றாண்டிலே ஆங்கில மத்தியதர வர்க்கத்தின் மனோபாவமானது, 'பொருளிலார்க்கு இவ்வுலகமில்லை, அருளிலார்க்கு அவ்வுலகமில்லை' என்பதற்கியைய இருந்தது. அதனாலேயே வீண் கற்பனையை

விடுத்து உண்மையை நேர் நின்று நோக்கினர். பழைய நீதிகளை உருப்போட்டுக் கொண்டிருக்க விரும்பவில்லை. அத்தகைய சூழலிலே கதையில் அறம் பொருள் எழுதும் அதே சமயத்தில் கண்கண்ட உண்மைகளையும் எழுதினர். காணப்பட்ட உலகை எவ்வாறு காட்டல் வேண்டும் என்ற இலக்கிய தார்மீக விசாரம் கூர்மையடைந்தது. இதையுணர்ந்து கொண்டால், மொல் ஃபிளான்டர்ஸ் *(Moll Flanders)* போன்ற குற்றஉணர்வேயின்றிக் குற்றமிழைக்கும் பெண் பாத்திரத்தை எவ்வாறு டிஃபோ படைத்தார் என்பது புலனாகும். எமது நாவலாசிரியர்கள் மொல் ஃபிளான்டர்ஸ் போன்றொரு பாத்திரத்தை இன்னமும் படைக்கவில்லை.

அறவியலை வற்புறுத்திய ஆரம்பகால நாவலாசிரியர்கள் பெரும்பாலான இந்திய சமய சீர்த்திருத்தவாதிகள் போக்கிற்கொப்பப் புத்தம் புதிய தத்துவம் எதையும் வேண்டிற்றிலர். தொன்று தொட்டு வரும் ஆசாரங்களிற் படிந்துள்ள தூசி தும்பு துடைத்துச் சுத்தம் செய்தால் போதும் என்றே எண்ணினர். சிறப்பு வாய்ந்த சீர்திருத்தவாதியும், பிரம்ம சமாஜ நிறுவகரும், இந்திய தேசிய வாதத்தின் தந்தை எனக் கருதப்படுபவருமான ராஜாராம் மோகன் ராய் (1772–1833), எவ்வளவுதான் பகுத்தறிவுவாதியாக இருந்தபோதும் வேதங்களின் தெய்வத்தன்மையை நம்பினார். டாக்டர் தேசாய் இத்தொடர்பிற் கூறுஞ் செய்தியொன்று மனங்கொள்ளத்தக்கது:[52]

> இந்திய தேசிய இயக்க வரலாற்றைப் பார்க்குமொருவர் அதில் முனைப்பான ஒரு பொருள் முதல் வாதியையோ கடவுளுண்மை மறுப்பு வாதியையோ, ஐயறவு வாதியையோ தேடினுங் காணமாட்டார். இதற்கு மாறுபடும் வகையில் ஐரோப்பாவின் தேசிய எழுச்சிக் காலத்தும், பின்னரும் தோன்றிய வைரம்பாய்ந்த பொருள் முதல் வாதிகளைவிட, தெய்வத்தின் உண்மையை மெய்ப்பித்துக் காட்டுதல் இயலாததெனக் கூறிய கான்ற், ஹெபெர்ட் ஸ்பென்சர் முதலிய தத்துவவாதிகளையும் ஹியூம் போன்ற ஐயறவு வாதிகளையும் காணலம்.

அனைத்திந்தியாவிற்கும் பொதுவான ஒரு போக்கிற்குத் தமிழ் கூறு நல்லுலகம் விதிவிலக்காக இருக்கவில்லை. ஆறுமுக நாவலர், இராமலிங்க சுவாமிகள் முதலியோர் சமயத் துறையிலும் சமுதாயத் துறையிலும் சீர்திருத்தம் வேண்டியபோதும், வைதிக சமயப்பற்றை ஆணித்தரமாக வற்புறுத்தினர். ஹிந்து சமூகமும் சமயமும் இடைக்காலத்திலே மாசடைந்தது என்றும் மீண்டும்

பழைய புனித நிலைமைக்குக் கொண்டு செலின் யாவும் சீராகிவிடும் என்றும் அக்காலச் சீர்த்திருத்தவாதிகள் யாவரும் மனப்பூர்வமாக நம்பினர். இது எமது நாவல்களில் தவிர்க்க முடியாதபடி பிரதிபலித்தது. *ஞானாம்பிகை* என்ற நாவலுக்கு எழுதிய முன்னுரையில் ஆசிரியர் பொன்னுசாமிப் பிள்ளை பின்வருமாறு கருதுகிறார்:

> ... காலந்தரமாக வழங்கிவருகின்ற ஸதாசாரங்களின் இடையில் சில துராசாரங்களும் கிளைத்துத் தலைகாட்டி வருவது தற்காலத்தில் பிரத்யக்ஷமான விஷயம். அவைகளுள் எளிதில் சீர்திருத்திக் கொள்ளக்கூடிய சிலவற்றை எடுத்துக்காட்டினால் அவைகளை விலக்கவும் அதனால் நமது தேசம் சிறப்படையவும் ஒருவாறு முகாந்திரம் ஏற்படு மென்பதே இக்கதைகளை எழுதுவதில் நான் முக்கியமாய்க் கொண்டிருக்கும் உட்கருத்து ... நமது தேசத்தில் வைதிக மார்க்கமும் தளிர்த்தோங்குவதற்கு ஒரு முகாந்திரம் ஏற்படும் என்பதும் இக்கதைகளை எழுதுவதில் "யான் ஒருபுடை கொண்டிருக்கும் உட்கருத்து.

பொதுவாகக் காணப்பட்ட மனப்பான்மை இதுவென்றால் மிகையன்று. "படித்துக் கெட்டவன்" என்ற அத்தியாயத்தில் (*பிரதாப முதலியார் சரித்திரம்*) வேதநாயகம் பிள்ளை கூறுகிறார்:

> இங்கிலீஷில் சன்மார்க்கமான புஸ்தகங்கள் எத்தனையோ இருந்தாலும், அவைகளை அனந்தையன் வாங்குகிறதும் இல்லை; படிக்கிறதும் இல்லை. லெக்கி எல் *(Lecky, L.)*, ஸ்டீபன் *(Stephen)* பெயின் *(Bain)*, டார்வின் *(Darwin)*, கம்டி எஸ் *(Comte S)*, மில் *(Mill)*, ஹெர்பர்ட் ஸ்பென்ஸர் *(Herbert Spencer)*, ஹக்ஸ்லி *(Huxley)*, ஹியூம் *(Hume)*, காலின்ஸ் *(Collins)*, டின்டால் *(Tyndall)*, வால்டேர் *(Voltaire)* முதலான வேத விரோதிகளுடைய கிரந்தங்களை அவன் படித்ததினால் தெய்வம் இல்லை; வேதம் இல்லை; பாப புண்ணியங்கள் இல்லை; நரகம் மோட்சம் இல்லை; உலக சுகமே சுகம் என்கிற சித்தாந்தம் உள்ளவனானான்."

தேவராஜப் பிள்ளை என்ற பாத்திர மூலமாக இது கூறப்படுகிறது. ஆயினும் ஐயத்துக்கிடமின்றி மேற்கூறப்படும் எழுத்தாளரும் சிந்தனையாளரும் வேதநாயகம் பிள்ளையால் வெறுக்கப்படுபவர்கள். தமிழிலே முதல் நாவலையெழுதிப்

புதுயுகத்தின் விடிவெள்ளியாக விளங்கும் ஒருவர், ஐரோப்பாவில் மூடநம்பிக்கைகளைச் சாடி, அறிவு கொளுத்திய அரும்பெருங் சிந்தனையாளரைக்கூடக் குத்தகையாக, 'வேத விரோதிகள்' என்று ஒதுக்கித் தள்ளுவது விசித்திரந்தான். வேதநாயகம் பிள்ளை கத்தோலிக்கர் என்று எண்ணும்பொழுது இம்மன வெம்மையும் சகிப்புத் தன்மையின்மையும் ஒருவாறு புரிந்துகொள்ளத் தக்கதே. எவ்வாறாயினும், மில், டார்வின், கம்டி முதலியவர்களை நிராகரிப்பது முன்னேற்றத்தையே நிராகரித்ததற்குச் சமானம். எமது நாவல் முதன் முயற்சியாளரால் வகுக்கப்பட்ட இத்தகைய கோட்பாடுகளும் நோக்கும் இன்றுவரை நாவலாசிரியரை வெவ்வேறு விதத்திற் பாதித்து நாவலின் பூரண வளர்ச்சியைத் தாமதிக்கச் செய்து வருகின்றன.

சான்றாதாரம்

1. *பிரதாப முதலியார் சரித்திரம்,* சக்தி வெளியீடு, சென்னை, 1957, பக். 11.
2. ஷை, பக். 212–13.
3. Thornbury, *E. Henry Fielding's Theory of the Comic Prose Epic,* P. 166.
4. Watt, I., *The Rise of the Novel,* p. 261.
5. வையாபுரிப் பிள்ளை, எஸ்., *காவியகாலம்,* சென்னை, 1957, பக். 302–20.
6. ஷை, பக். 315, 319.
7. ஷை, பக். 322.
8. Tillyrad, E.M.W., *The Epic Strain in the English Novel,* p.19.
9. கைலாசபதி, க., *'சிந்துக்குத் தந்தை',* அறிவுச்சுடர், 1967, பக். 5.
10. செல்வநாயகம், வி., *தமிழ் உரைநடை வரலாறு,* 1957, பக். 83.
11. *தண்டியலங்காரம்,* மூலமும் உரையும் (சுன்னாகம் குமாரசுவாமிப் புலவர் பதிப்பு), 1926, பக்.4–5.
12. நிலமானிய அமைப்புப் பற்றி விரிவாக எனது *பண்டைத் தமிழர் வாழ்வும் வழிபாடும்* என்ற நூலில் எழுதியுள்ளேன், பக். 145–197.
13. ஷை, பக். 303.
14. Ker, W.P., *Epic and Romance, London,* 1908.

15. H.M. and N.K. Chadwick, *The Growth of Literature*, Cambridge, 1936.
16. Kettle, A., *An Introduction to the English Novel*, Arrow Books, vol.I p. 33
17. *Ibid.*
18. வையாபுரிப் பிள்ளை, ஷை, பக். 302.
19. *மலைபடுகடாம்,* 479: *சிலப்பதிகாரம்,* 1:15, 15:5–6.
20. மார்க்ஸ் – எங்கெல்ஸ், *இந்தியாவின் முதல் விடுதலைப் போர்,* சென்னை, 1963, பக். 20–29.
21. ஷை
22. Desai, A.R., *Social Background of Indian Nationalism* (4 edn.), Bombay, 1966, p. 35.
23. மார்க்ஸ் – எங்கெல்ஸ், ஷை, பக். 56.
24. Desai, op. cit., p. 176.
25. Desai, op. cit., p. 196.
26. கைலாசபதி, க., *'பாரதியும் சுந்தரம் பிள்ளையும்,' தினகரன்,* செப்டம்பர், 1967.
27. சம்பந்த முதலியார், ப., *யான் கண்ட புலவர்கள்,* சென்னை, 1962, பக். 19.
28. சிதம்பரநாத முதலியார், டி.கே., *இதய ஒலி* (3ஆம் பதிப்பு), சென்னை, 1958, பக். 63.
29. சுப்ரமண்யம், க.நா., *முதல் ஐந்து தமிழ் நாவல்கள்,* சென்னை, 1957, பக். 75.
30. *தீனதயாளு,* அல்லயன்ஸ் பிரசுரம், (6ஆம் பதிப்பு), சென்னை, 1946, பக் 154–2.
31. *பாரதியார் கவிதைகள்,* சக்தி வெளியீடு, (3ஆம் பதிப்பு), சென்னை, 1957, பக். 136.
32. Allott, M., *Novelists on the Novel*, p. 16.
33. Sperman, D., *The Novel and Society*, London, 1966, p. 18f.
34. Kettle, op. cit., p. 24.
35. Allott, op. cit., p. 61.
36. Watt, op. cit., pp. 12-31; Allott, op. cit., p. 21.
37. *இதய ஒலி,* பக். 65.
38. Cf. Kosambi, D.D., *Myth and Reality*, Bombay, 1962, pp. 20-41.
39. *பெரிய மனிதன்,* (முன்னுரை), சென்னை, 1959.

40. *பிரதாப முதலியார் சரித்திரம்,* பக். 183.

41. *ரகுநாதன் கவிதைகள்,* சென்னை, 1957, பக். 25.

42. Allott, op. cit., p. 280.

43. Shekhar, I, *Sanskrit Drama: Its Origin and Decline,* Leiden, 1960, pp. 115-121.

44. தொல். செய்யுள். 233.

45. அருணாசலம், மு., *முக்கூடற் பள்ளு,* (2ஆம் பதிப்பு), சென்னை, 1949, பக். 17.

46. சுப்ரமண்யம், க.நா., ஷை, பக். 127.

47. *தமிழ் நாவல்கள்,* (நாவல் விழாக் கருத்துரைகள்), சென்னை, 1966, பக். 135.

48. Kettle, op. cit., p. 37.

49. *பார்த்திபன் கனவு,* பாரதி பதிப்பகம், 1957, பக். 7.

50. (முன்னுரை)

51. Allott, op. cit., p. 30, *பிரதாப முதலியார் சரித்திரம்,* பக். 10.

52. Desai, op. cit., p. 296.

2

உரைநடையும் நாவலும்

உலக இலக்கிய வரலாற்றைப் படிக்கும் பொழுது, உரைநடையானது காலத்தாற் பிந்திய தென்பது தெளிவாகின்றது. எம்மொழியிலும் பண்டை இலக்கியங்கள் செய்யுள் வடிவிலேயே அமைந்துள்ளன. அவற்றுள்ளும் மிகப் பழமை யானவை வாய்மொழி இலக்கியமாகவே இருந்தன.[1] பல நூற்றாண்டுக் காலத்தின் பின்னரே மெல்ல மெல்ல உரைநடை தோன்றிற்று. அவ்வாறு காலத்தாற் பிந்தித் தோன்றும் உரைநடையும் ஆற்றல் மிக்க சாதனமாக அமைவது சில நூற்றாண்டுகளுக்கு முன்னர்தான். பழங் காலத்திலே, கடவுளரையும் மனிதரையும் போற்றி, அவர்தம் பிறப்பு, போர், காதல், இறப்பு முதலியவற்றை விவரித்துக் கவிதையே யாத்தனர். தொடர்ச்சியாக இந்நிலை நீடித்ததன் விளைவாகக் *'கவிதையே கலையின் அரசி'* என்னும் மொழியும் வழங்குவதாயிற்று. கவிதை தொன்று தொட்டே சிறப்புற்று விளங்குவதற்குச் சில காரணங்கள் இருந்தன. புராதன சமூகங்களில் நிலவிய கூட்டு வாழ்க்கை இவற்றுள் தலையானது. மக்கள் ஒருமித்துக் கூடியே இயற்கையை எதிர்த்து நின்று போராடினர்; கருவிகள் செம்மையுறாத அக்காலத்தில் கூட்டுச் சேர்ந்த மனித சக்தியின் வலிமையாலேயே வாழ முடிந்தது. கூட்டாக வேலை செய்யும் பொழுது உடலசைவின் ஒத்திசைக்கியைந்த பாடல்கள் தோன்றின. இவற்றைத் தொழிற்பாடல்கள் *(labour songs)* என்று கூறுவர்.[2] ஏற்ற நீர்ப் பாட்டு, வட்டமிட்டுப் பெண்கள் கொட்டிசைத்திடுமோர் கூட்டமுதப் பாட்டு என்றெல்லாம் பாரதியார்

வருணிப்பவை இப் புராதனத் தொழிற் பாடல்கள் வழி வருவனவே.[3] தாம் செய்யும் தொழிலுக்கு உதவியாகவும், இயற்கையை வேண்டியும் ஏவல் கொண்டும் அடக்கியாள்வதற்கு ஏதுவாகவும் அவர்கள் நடத்திய சடங்குகளும் கிரியைகளும் பல. அவற்றில் உச்சாடனஞ் செய்யப்பட்ட மந்திரங்கள் கவிதையின் மூலமாகும். இது காரணமாகக் கவிவாக்கு மந்திரசக்தி மிக்கதாகவும் நம்பப்பட்டது. பழங்காலத்திலே இசைபாடவும் வசைபாடவும் ஏற்றவராகக் கவிஞர்கள் கொள்ளப்பட்டதற்கு அவர் வாக்கிற்கு இருந்த மதிப்பே காரணம். கவிஞரே கணியராகவும் அறிவராகவும் போற்றப்பட்டனர். கூட்டு வாழ்க்கை நடத்திய சமுதாயத்திலே, கவிஞர் காலக்கிரமத்தில் தனிச் சிறப்புடையவராகக் கருதப்படினும், மக்கள் வாழ்க்கையில் முற்கூறிய இரு காரணங்களினால் கவிதை மக்களின் பொதுச் சொத்தாத விளங்கியது. இது மானிடவியலார் கூறுஞ்செய்தி. இத்தகைய சூழ்நிலையிலே, “கவிதை கூட்டுமொழியின் வெளிப்பாடாகவும், பொதுமக்களின் உணர்ச்சி வெளிப்பாட்டின் வடிவமாகவும் அமைந்தது.”[4]

உதாரணமாக, “ஆடுவோமே, பள்ளுப் பாடுவோமே, ஆனந்த சுதந்திரம் அடைந்துவிட்டோம்” என்று பாரதி உளப்பாட்டுத் தன்மைப் பன்மையிற் பாடுகையில் அது பொதுமக்களை முன்னிலைப்படுத்தி அவர்தம் உணர்ச்சி வெளிப்பாட்டின் வடிவமாகவும் அமைவதைக் கவனிக்கலாம். இதற்காகவே மந்திரச் சொல்லின்பம் வேண்டும் என்றான் பாரதி. கவிதையின் இப்பண்பு நினைவிருத்தல் நன்று. ஏனெனில் கவிதைக்கு நேர்மாறாக, உரைநடை யிலக்கியமானது தனிப்பட்டவரின் கூற்றாகவும் உணர்ச்சி வெளிப்பாடாகவும் அமைந்தது. இவ்வேறுபாடு நாவலின் வரலாற்றிற்கு முக்கியமானதாகும்.

மொழி வரலாற்றிலே உரைநடை முதன் முதலாகத் தலை நிமிர்த்திய காலத்திலும் தயக்கத்துடனேயே தன்னைக் காட்டிக் கொள்கிறது. மனிதனது சிந்தனையும் உணர்வும் உருவாக்கிய பலதுறைப்பட்ட ஆக்கங்களும் செய்யுள் வடிவிலே இருந்தமையால், உரைநடை அக்காலத்திலே “சில்லறை” நோக்கங்களுக்காகவே பயன்பட்டது. கொடுக்கல் வாங்கல், அரசப் பிரகடனங்கள், சமூக விஞ்ஞாபனங்கள், கல்வெட்டுக்கள் முதலிய ‘நாளாந்த’ அலுவல்களுக்கு அது சிலாசாசன வடிவிலும், செப்பேடுகளிலும், திருமுக ஓலை வடிவிலும், வாய்மொழியாகவும் பயன்படுத்தப்பட்டது. இது உலகின் பல மொழிகளுக்கும் உடம்பாடான உண்மையாகும். ஐரோப்பிய மத்தியகால இலக்கிய வரலாற்றறிஞர் டபிள்யூ. பி. கேர் இவ்விஷயமாகத் கூறியுள்ளது மனங்கொளத்தக்கது:

> நிகண்டுகள், கலைக்களஞ்சியங்கள், அறிவியற் பாட நூல்கள், சரித்திரப் பனுவல்கள், அற நூல்கள் முதலியன எல்லாம் நூற்றுக் கணக்கில் செய்யுள் வடிவிலமைந்திருப்பதே, உரைநடையைப் பயன் படுத்த மக்கள் எவ்வளவு பின்னின்றனர் என்பதைக் காட்டும்.

காலப்போக்கில் உரைநடை ஓரளவிற்கு உபயோகிக்கப் பெற்றபோதும், செய்யுள் நூல்களுக்குத் துணை நூல்களாகவும் சார்பு நூல்களாகவுமே உரை நூல்கள் பெரும்பாலும் எழுந்தன. அது மட்டுமன்றி, உலகின் பல மொழிகளிலும் உரைநடை யானது செய்யுளுக்குப் பொருளும் விளக்கமும் கூறுவதற்கே பயன்படுத்தப்பட்டது. தமிழிலும் உரை என்ற சொல் பேச்சு, மொழி, புகழ், பொன் முதலியவற்றைக் குறிப்பதோடு சொற் பொருள் என்னும் அர்த்தத்தையும் தருகின்றது. கருத்துரை, பதவுரை, பொழிப்புரை, அகலவுரை அல்லது காண்டிகையுரை, விருத்தியுரை ஆகியனவெல்லாம் மூலபாடமாகிய செய்யுளுக்கு உரைக்கப்படும் உரையாகும். இவை கற்றறிந்தோரால் பரம்பரை பரம்பரையாகப் பேணிப் பாதுகாக்கப் பெற்று வந்தன. அதன் விளைவாக மாற்றம் பெறாவாயின. ஆனால் செய்யுளிலக்கியமோ ஏதோவொரு வகையில் வாழ்க்கையினின்றும் ஜீவசத்துப் பெறுவனவாதலின் காலத்துக்குக் காலம் மாற்றம் பெற்றன. இதுகுறித்துத் திரு. வி. செல்வநாயகம் பின்வருமாறு எழுதியுள்ளார்:

> களவியலுரையிலும் இளம்பூரணர் உரையிலும் காணப்படும் சொற்கள், சொற்றொடர்கள், இலக்கண அமைதிகள் முதலியனவே பிற்காலத்தைய நச்சினார்க் கினியர் உரையிலுங் காணப்படுகின்றன. ஆனால், களவியலுரைக் காலத்தில் எழுந்த செய்யுளிலக்கியங் களுக்கும், நச்சினார்க்கினியர் காலத்தில் எழுந்த செய்யுளிலக்கியங்களுக்கும், மொழி நடையில் எத்துணை வேறுபாடு உண்டு என்பதை நாம் அவ்விலக் கியங்களைப் படித்து அறியலாம். களவியலுரை எழுந்த காலத்திற்கும் நச்சினார்க் கினியருரை எழுந்த காலத்திற்குமிடையே பல நூற்றாண்டுகள் சென்றிருந்த போதும் அவை இரண்டிற்குமிடையேயுள்ள மொழி நடை வேறுபாடு பெரிதன்று. அதனாலேதான் உரையாசிரியர்கள் கையாண்ட மொழிநடை ஒரு செயற்கை நடையெனக் கொள்ளப்படுகின்றது.[5]

இத்தகைய செயற்கை நடை உயிர்த்துடிப்புள்ள இலக்கிய சிருஷ்டிக்கு ஏற்றதன்று என்பது வெளிப்படை. ஆனால் உரை

நடையானது ஆற்றல் இலக்கியத்திற்கு மட்டுமன்றி அறிவு இலக்கியத்திற்கும் அதிகம் பயன்பட்டதாகத் தெரியவில்லை. ஏனெனில் எமது மொழியில் நிறைந்து கிடக்கும் நீதி நூல்கள் தவிர, வானசாத்திரம், வாகடம், சிற்ப சாத்திரம் முதலாய பல துறை நூல்கள் செய்யுளிலே சென்ற நூற்றாண்டு வரை இயற்றப்பட்டு வந்துள்ளன. இப்படிப்பட்ட வழக்கங் காரணமாக இன்றும் ஆங்காங்குச் சிலர் புவியியல், வரலாறு, கணிதவியல் முதலிய துறைகளைச் சார்ந்த பனுவல்களைச் செய்யுளில் வடிப்பதை நாம் காணலாம். இத்தகைய கால முரண்பாடான முயற்சியைப் பழைய பழநடையின் எச்சம் என்றே கொள்ள வேண்டும். சகல நூலாக்கங்களுக்கும் வாய்ப்பான சாதனம் கவிதை அல்லது செய்யுள் என்று கருதிய நிலைமை மறைந்து, வசனம் அத்தகு நிலையை அடைவதுடன், இலக்கிய வரலாற்றிலே புதியதொரு சகாப்தம் உதயமாகிறது. இம்மாற்றம், நாட்டுக்கு நாடு, மொழிக்கு மொழி காலத்தால் வேறுபடுகிறது. ஆயினும் பொதுப்படையாகக் கூறுவதாயின், நிலமானிய சமுதாய நிலை ஒழிந்து முதலாளித்துவ சமுதாய அமைப்பு உருவாகுங் காலகட்டத்திலே உரைநடை, மாற்றத்தின் கருவிகளி லொன்றாகவும் விளைபொருளாகவும் தோன்றுகிறது. சில மேனாட்டாசிரியர், உரைநடையானது ஐரோப்பிய அறிவொளிக் காலத்தின் *(Age of Enlightenment)* குறிப்பொருள் என்று கூறுவர். என்னவாயினும், இலக்கிய உலகத்தில் உரைநடை பிரவேசித்ததுடன் இலக்கியம் சமுதாயப் பொருளாயிற்று. அதற்குப் பின்னர் இலக்கியம் முன்பு இருந்த நிலையில் இருக்கவில்லை.

தமிழ் இலக்கிய வரலாற்றிலே உரைநடை பருவமெய்தியது பத்தொன்பதாம் நூற்றாண்டிலாகும். ஆயினும் அதற்கு முன்னர், இடைப்பட்ட காலத்திலே, அது சிறிது சிறிதாகச் செய்யுளின் பணியைத் தனதாக்கிக் கொண்டு வந்தது. உதாரணமாகச் செய்யுள் வடிவிற் கூறிய அறம், ஒழுக்கம், தெய்வ வழிபாடு, தத்துவம் முதலியவற்றை வசனத்திலேயே கூறும் கட்டம் இருந்தது. மேனாட்டார் வருகையைத் தொடர்ந்து கிறிஸ்தவப் பாதிரிமாரும் பிறரும் சமயப் பிரசாரத்தின் பொருட்டு உரை நூல்கள் எழுதினர். சமய உண்மையா யிருந்தாலென்ன, ஒழுக்க நெறியா யிருந்தாலென்ன அவற்றை மக்கள் நம்ப வேண்டும் என்னும் அடிப்படை நோக்கமே மதப்பிரசாரகர்களுக்கிருந்தது. தமது பிரசுரங்களைப் படிக்கும் மக்களை வசப்படுத்தி அவர்களைத் தமது வாதத்திற்கு இணங்கச் செய்தல் வேண்டும் எனப் பிரசாரகர்கள் கருதியமையால், அவரது வசன நடையில் போதனைப் போக்கும் தருக்க நெறியும் பிரதான பண்பு களாயிருந்தன. மேனாட்டவருள் வீரமாமுனிவர், தத்துவ

போதக சுவாமிகள், சீகன்பால்கு ஐயர் முதலியோர் இயன்றளவு எளிமையாகத் தமிழ் வசன நூல்கள் எழுதினர். பொதுமக்கள் பேச்சை ஆங்காங்குத் தழுவிக் கொண்டனராயினும் இவர்கள் பழைய தமிழ் உரையாசிரியர் நடையை முன்மாதிரியாகக் கொண்டே பெரும்பாலும் எழுதினர். இதனால், நம்பிக்கையும் விசுவாசத்தையும் பெரிதும் வற்புறுத்திக் கூறிய கிறிஸ்தவக் கொள்கைகளை எழுதியபோதும் இவர்களின் நடையில் உணர்ச்சி பெருக்கைக் காண முடியாதுள்ளது. கடின உரைநடை அமைப்பு, உருகும் உள்ளங்களையும் உறைய வைத்தது போலும். ஆயினும் கல்வியறிவில்லாதாரும் கேட்டின்புறும் வண்ணம் வீரமாமுனிவர் எழுதிய *பரமார்த்த குரு கதை* நகைச்சுவை நிறைந்து காணப்படுகிறது. அந்த வகையில், அறிவியல் சார்ந்த நூல்களும் பயபக்தியுடன் கூடிய நூல்களுமே எழுதப்பட்ட காலகட்டத்தில் வயிறு குலுங்க சிரிக்கவைக்கும் வேடிக்கைக் கதையொன்றை எழுதித் தமிழ் வசனத்தின் நோக்கெல்லையை விரிவுபடுத்திய இத்தாலிய முனிவர், நவீன நகைச்சுவை எழுத்தாளரின் முன்னோடி என்று கூறலாம்.

கிறிஸ்தவர்களின் மதப்பிரசாரப் பணியின் எதிர்விளைவாகத் தமிழ் வித்துவான்களும் சமய தத்துவப் பிரசுரங்களை எழுதினர். அவர்களில், பதினெட்டாம் நூற்றாண்டில் வாழ்ந்த சிவஞான முனிவர் சிறப்பாகக் குறிப்பிடத்தக்கவர். 1785இல் காலமான இவர், திருவாவடுதுறை ஆதீனம் ஈந்த தலையாய வைதிகத் தமிழறிஞராக விளங்கியது மட்டுமன்றி அந்நூற்றாண்டின் மிகச் சிறந்த மரபு தழுவிய உரைநடை ஆசிரியராகவும் மிளிர்ந்தார். இலக்கண, சாத்திர நூல்களுக்கு உரையெழுதும் பொழுது சேனாவரையர், பேராசிரியர், நச்சினார்க்கினியர் முதலிய மத்தியகால உரைகாரரைப் பின்பற்றியே எழுதினார். ஆயினும் வாத நூல்களை எழுதுங்கால் சிறிதளவு “தன்னையும்” கலந்து எழுதினார். இதன் விளைவாக வாத நூல்கள் (polemics) எழுதுவதற்கு வழிகாட்டினார். பழைய உரைகாரர் ஒருவரையொருவர் மறுத்துரைக்குங்கால், தருக்க வழி நின்று தடைவிடைகளால் தமது கருத்தை நிறுவுவர். அதே முறையைப் பின்பற்றிய சிவஞான யோகிகள் ஓரளவு உணர்ச்சியோடு கூடிய ஒரு புது மெருகை அதற்கு அளித்தார். பத்தொன்பதாம் நூற்றாண்டிலே நாவலர் அத்தகைய உணர்ச்சிச் செறிவுள்ள வேகமிக்க விறுவிறுப்பான நடையையே மேலும் மெருகேற்றியும் பன்மடங்கு எளிதாக்கியும் கற்றோர்க்கு மட்டுமன்றி மற்றோர்க்கும் பொருள்படும் வண்ணம் எழுதினார். இதனால் வரண்ட தத்துவ விளக்கக் கருவியாக இருந்த வசனம் சிற்சில உணர்ச்சிகளைப் புலப்படுத்தவல்ல சாதனமாக உருப்பெறத் தொடங்கியது.

உதாரணமாகத் தமிழ் தந்த தாதாவான சி.வை. தாமோதரம் பிள்ளை *கலித்தொகையின்* பதிப்புரையிலே (1887) காலத்தின் வாய்ப்பட்ட ஏடுகளுக்காகக் கண்ணீர் விட்டெழுதியதைக் காட்டலாம்.

> ஏடு எடுக்குபோது ஓரஞ் சொரிகிறது. கட்டு அவிழ்க்கும் போது இதழ் முரிகிறது. ஒற்றை புரட்டும்போது துண்டு துண்டாய்ப் பறக்கிறது. இனி எழுத்துக்களோ வென்றால், வாலுந்தலையுமின்றி நாலு புறமும் பாணக் கலப்பை மறுத்து மறுத்து உழுது கிடக்கின்றது . . . எத்தனையோ திவ்ய மதுரகிரந்தங்கள் காலாந்தரத்தில் ஒன்றன் பின் ஒன்றாய் அழிகின்றன. சீமான்களே! இவ்வாறு இறந்தொழியும் நூல்களில் உங்களுக்குச் சற்றாவது கிருபை பிறக்கவில்லையா? ஆச்சரியம்!! ஆச்சரியம்!! அயலான் அழியக் காண்கினும் மனம் தளும்புகின்றதே! தமிழ் மாது நும் தாயல்லவா? இவள் அழிய நமக்கென்னென்று வாளா இருக்கின்றீர்களா? தேசாபிமானம், மதாபிமானம், பாஷாபிமானமென்று இவை இல்லாதார் பெருமையும் பெருமையாமா? இதனைத் தயை கூர்ந்து சிந்திப்பீர்களாக.

கவலை, கழிவிரக்கம், விம்மல், வேதனை, வினயம் முதலிய மனநிலைகளை பிள்ளையவர்களின் உரையிலே காணலாம். நாவலரின் *யாழ்பாணச் சமயநிலை* முதலிய துண்டுப் பிரசுரங்களிலே அவரது உளக்கொதிப்பையும் தர்மாவேசத்தையும் திரண்ட வடிவத்திற் காணலாம். நாவலர் தனது காலத்திலே தலையாய பிரசங்கியாயு மிருந்தவராதலின் அவருடைய உரையில் தவிர்க்க முடியாதபடி பேச்சு நடையின் சாயலை காணக்கூடியதாக உள்ளது. ஓரளவிற்கு இது பேச்சுத் தமிழின் விரிவு என்று கூறலாம். ஆங்கில உரைநடை வரலாற்றில் இப்போக்கினை, extension of speech-based prose, என்று கூறுவர்.[6] சமய, தத்துவ வரம்பிற்குள்ளேயே இத்தகைய வாதப் பிரதிவாதப் பிரசுரங்கள் அமைந்தனவாயினும் முன்பிராத புதுப்பண்பு ஒன்று இவற்றிற் காணப்படுகின்றது: சமூக நோக்கும் அதன் விளைவாக ஏற்பட்ட நடை நெகிழ்ச்சியும் இப்பண்பின்பாற்படும். சிவஞான சுவாமிகள் *சிவசமவாதவுரை மறுப்பு* என்ற நூலில் சகலாகம பண்டிதர் என்ற சமயவாதியுடன் வாதம் புரிந்தனர்; உணர்ச்சிச் சுழிப்பு ஆங்காங்குத் தோன்றுகின்றனவாயினும், அவை இடையிடை காணப்படுவனவே. நாவலர், சி.வை. தாமோதரம் பிள்ளை போன்றோர் கற்றோரைக் கவர்ந்திழுக்க விரும்பிய அதே சமயத்தில் தமிழ் மக்களையும் விளித்துக் கூறினர். இதன் காரணமாக உணர்ச்சிச் செறிவு குறிப்பிடத்தக்களவு நடையின் உள்ளியல்பாகக் காணப்படுகிறது. இது வாக்கிய

அமைதியைப் பெருமளவு பாதித்தது. இருபதாம் நூற்றாண்டுத் தமிழ் உரைநடை, சென்ற நூற்றாண்டுத் தமிழ் உரைநடை வல்லாளராகிய நாவலர் போன்றாரது நடையின் வளர்ச்சியும் தொடர்ச்சியும் என்று துணிந்து கூறலாம்.

களவியலுரைகாரரி லிருந்து அரசஞ் சண்முகனார் (1868–1915) வரை மரபு வழி வரும் உரைநடையினைக் கூர்ந்து நோக்குவோமாயின், எந்த ஒரு முக்கியமான பகுதியிலும், தருக்க நெறியிலமைந்த நீண்ட வாக்கியங்களும் இடையே தடையெழுப்பும் சிறு வாக்கியமும், பின்னர் போதிக்கும் தோரணயிலமைந்த வாக்கியங்களும் காணப்படும். தொடக்கத்திலே ஆசிரியர் ஒருவர் தம்மிடம் பாடங் கேட்கும் மாணவரின் ஆசங்கையைத் தீர்த்து வைத்தற் பொருட்டுத் தடை விடைகளால் நூலுக்குப் பொருள் கூறி இருந்திருத்தல் வேண்டும். காலப்போக்கில் ஆசிரியர் தம்மொடு முரணிய பிற ஆசிரியரையும், பிற மதமுடையாரையும் மறுத்துக் கூறுவதற்கும் ‘தடை விடை’ வடிவம் பயன்பட்டிருத்தல் வேண்டும். முதலாவது முறையின் முழுவளர்ச்சியைச் சிவஞான முனிவர் இயற்றிய பெருநூலாம் *மாபாடியத்திற்* கண்டு தெளியலாம். இரண்டாவது முறையை அரசஞ் சண்முகனாரின் கண்டன நூல்களிற் காணலாம்: உதாரணமாக, “சாத்திரியா ராசங்கைப் பஞ்சிற்குத் தீத்திரள்” என்பது சண்முகனாரின் மறுப்புரை ஒன்றின் தலைப்பு. ஆயின் இவ்விரு முறைகளில் போதிக்கும் பொருளும் கேட்போர் மனப்பக்குவமும் ஏறத்தாழ மாறுபாடற்ற ஒரே நிலையில் இருந்தமையால், எமது பழைய உரைநடையில் புதிய புதிய அம்சங்கள் எதுவும் தோன்றவில்லை. தேக்கமுற்ற சமுதாயத்தின் பிரதிபலிப்பே இதுவெனக் கொண்டமைவது சாலப் பொருந்தும். சுருங்கக் கூறுவதானால், பழைய உரைநடையைப் பொருத்தளவிலே, கூறுபவருக்கும் கேட்போருக்கும் அத்தியந்த உறவு எதுவும் இல்லை. பெரும்பாலும் வாய்பாடாக வந்த கருத்துக் கோவைகளே அவ்வுரையில் அலகுகளாய் அமைந்தன. இந்நிலையிலேதான் அச்சியந்திரத்தின் முழுத் தாக்கமும் உரைநடையின் தன்மையைப் பாதித்துப் புதிய பாதையிற் செலுத்துகிறது.

அச்சு வாகனம் வழக்கத்திற்கு வருமுன்னர் பேரிலக்கியங்கள் யாவுமே வாய்மொழியாக இருந்தன. ஓலைச்சுவடிகள் முதலிய சாதனங்கள் உபயோகத்திலிருந்ததாலும் ‘உரையும் பாட்டும்’ நாவிலேயே பிறந்தன; தவழ்ந்தன; நடந்தன. செந்தமிழும் நாப்பழக்கம் என்றே முதுமொழியும் கூறும். சுருங்கிய வடிவிலும் நினைவில் நிலைக்கத்தக்க முறையிலும் யாப்புப் போன்ற கட்டமைப்பிற்குள்ளும் அமைந்தியங்குவது செய்யுள். பல்லாயிரக் கணக்கான விருத்தப் பாக்களைக் கூடச் சிலர் மனனஞ் செய்து

ஒப்புவிக்கப் பேருதவியாயிருந்தது கவிதையின் அமைப்பே. பத்தொன்பதாம் நூற்றாண்டிற்கூடச் செய்யுளிலக்கியங்களே 'எழுதாது' வாய்மொழியாகவே இயற்றும் முறை இருந்தது. உ.வே. சாமிநாதையர் எழுதிய *மீனாட்சிசுந்தரம் பிள்ளையவர்கள் சரித்திரத்தில்*, அக்காலப் புலவர்கள் எத்துணை வேகமாகச் செய்யுள் பாடினர் என்பதும், எழுதுவோர் கைவருந்திச் சலிக்கும் வண்ணம் செய்யுட்களைப் பொழியும் ஆற்றல் அவர்களுக்கிருந்தது என்பதும் விளக்கமாக வருணிக்கப்பட்டுள்ளன. மகாகவி கம்பன் காலத்தும் இத்தகைய நிலையே யிருந்திருக்கும் என ஊகிக்கலாம். கற்றுச் சொல்லிகளும் ஏடெழுதுவோரும் உடனிருந்து உதவியமையால் விரைவிலே பாடல்கள் ஏட்டிலெழுதப்பட்டிருக்கலாம். ஆயினும் கவிஞன் வாய்மொழியாகவே பாடியிருத்தல் வேண்டும். கிரேக்கப் பெரும் காப்பியங்களாம் *இலியாது*, *ஒதீசி* ஆகியனவும் ஹோமர் வாய்மொழியாகப் பாடிச் சொல்லக் கேட்டெழுதுவோரால் வரிவடிவம் பெற்றவை என்பது இக்கால ஆராய்ச்சியாளர் சிலர் கருத்து.[7] கவிச்சக்கரவர்த்தி கம்பர் சரிதையை நாடகமாக எழுதியுள்ள திரு. கு. அழகிரிசாமியும், கம்பர் பாடப் பாட இளைஞர்கள் அதனை ஏட்டில் எழுதுவதாகவே சித்திரித்துள்ளார்.[8] அச்சியந்திரம் வந்து புகுந்ததும் இம்முறை நிலைபெயர்ந்தது. அச்சியந்திரத்தின் வருகை ஒரு யுக மாற்றத்தின் முன்னறிகுறி என்றே கூற வேண்டும்.

வாய்மொழியிலக்கியம் ஏடுகளில் எழுதப்பட்டோ அன்றிப் பிரதிகள் செய்யப்பட்டோ வழங்கியபோதும், உரையும் பாட்டும் வல்லார் வாய்க் கேட்டுணர வேண்டியனவாகவே இருந்தன. ஏடுகள் கல்விக்குத் துணைக்கருவியாக இருந்தனவேயன்றி, முதற் கருவியாக இருக்கவில்லை. அது மட்டுமன்றி நினை வாற்றலே பழங்காலக் கல்வியின் அடிப்படையாக இருந்தது. சிறு செய்யுட்களையும் சூத்திரங்களையும் மனப்பாடம் பண்ணுவதுடன் துவங்கும் கல்வியானது மனனஞ் செய்த நூல்களுக்கு உரை 'கேட்கும்' நிலையுடன் ஓரளவு முடிவுற்றது. கல்வியென்பது பெரும்பாலும் கேள்வியாகவே இருந்தது. இதனால் ஏடெழுதும் வழக்கம் இருந்தபோதும் ஒரு நூலுக்குப் பல பிரதிகள் கிடைக்கவில்லை. ஏடும் எழுத்தாணியுங் கொண்டு பிரதி செய்வதும் சிரமமான காரியந்தான். இந்த விஷயத்தில் தமிழர்கள் துரதிருஷ்டம் வாய்ந்தவர்கள் என்றே தோன்றுகிறது. மிகப் பழைய காலத்திலேயே சீனர்கள் காகிதம் செய்யும் வித்தையைக் கற்றுக் கொண்டனர். காகிதச் சுருளில் தூரிகையால் எழுதுவது சுலபமே. அவர்களைப் போலவே பண்டைக்கால எகிப்தியர் ஒருவகை நீர்ப்பூண்டிலிருந்து வரைதாள் செய்யக் கற்றிருந்தனர். இக்கலை, எகிப்தியர், ஈபுருக்கள், கிரேக்கர், உரோமர் வழியாகப் பல

நூற்றாண்டுகளுக்கு முன்னரே ஐரோப்பியரின் உடைமையாயிற்று. உரோமப் பேரரசு செழித்தோங்கிய காலத்திலே, பல்கூறுகளான பார்த்தெழுதும் முறையொன்று வழக்கிலிருந்தது. ஏக காலத்தில் பலரிருந்து எழுதுவதும் அதனையே பிரதி செய்வதுமான ஒரு செயன்முறை கடைப்பிடிக்கப்பட்டதால், விரைவிலேயே ஆயிரம் பிரதிகள் வரை எழுதப்பட்டதாகக் கூறப்பட்டுள்ளது.[9] இத்தகையதொரு வளர்ச்சியைத் தமிழர்கள் முற்காலத்தில் அறிந்திருந்தனர் எனக் கூறுவதற்கில்லை. அதே சமயத்தில் இதனை இனப்பிரச்சினையாகவும் நாம் கருத வேண்டியதில்லை. பயில்முறை விஞ்ஞானமும் தொழில்நுட்பமும் பண்டைத் தமிழ்ச் சமுதாயத்தில் ஏன் போதியளவு வளர்ச்சியடையவில்லை என்ற கேள்விக்குக் கிடைக்கும் விடையைப் பொறுத்துள்ளது, இப்பிரச்சினைக்குரிய விளக்கம்.

பெரும்பான்மை வாய்மொழியிலக்கியமும் சிறுபான்மை ஏட்டிலெழுதியனவும் வழங்கிய தமிழுலகிலேயே அச்சியந்திரம் விந்தைப் பொருளாக வந்து சேர்ந்தது என்பதில் ஐயமில்லை. வாய் மொழியாகவுமன்றி, கையெழுத்தாகவுமன்றி யிருந்த இப்புது அச்செழுத்தை அக்காலப் புலவர்கள் ‘எழுதா எழுத்து’ எனச் சிறப்பித்துக் கூறினர்.[10] செவிப்புலனுக்கு ஏற்பப் பாடப்பெற்ற காவியங்களும் பிரபந்தங்களும் அவற்றின் சாயல் கொண்ட பழைய உரைநடையும் அச்சடித்த தாளின் வருகையுடன், கட்புலனுக்கு ஏற்ற சாதனங்களாக மாறின. இது பெரியதொரு மாற்றமாகும். பழைய இலக்கியங்களைக்கூட முன்போலத் தொடர்ச்சியாக எழுதாமல் அடி பிரித்து எழுதும் நிலையேற்பட்டது. அதாவது அச்சியந்திரமானது புதிய சாதனமாகிய உரைநடையை மட்டுமன்றிப் பழைய சாதனத்தையும் பாதித்தது. வீரமாமுனிவர், தாண்டவராய முதலியார், ஆறுமுக நாவலர் முதலிய தமிழறிஞர்கள் எமது நூல்களை அச்சிட முற்பட்டகாலை எழுத்துக்களின் வரிவடிவிலும் வாக்கியங்களை எழுதும்போது அவற்றின் சந்தி, விகாரம், நீட்டம் ஆகியவற்றிலும் எளிமை நோக்கிச் சில மாற்றங்களை உண்டாக்கினர். அதுபோன்றே, ஏட்டுச் சுவடிகளிற் பயிலாக் குறியீடுகள் பலவும் மேல்நாட்டாரிடமிருந்து பெறப்பட்டன. ஐரோப்பிய (அராபிய) எண்களின் வரிவடிவங்கள், தமிழில் வழங்கி வந்த வரிவடிவங்களுக்குப் பதிலாகப் பயன்படத் தொடங்கியதும் அச்சு வாகனத்தின் வருகையைத் தொடர்ந்து ஏற்பட்ட நிகழ்ச்சியாகும். வீரமாமுனிவர் மெய்யெழுத்துக்களுக்கு ஒற்றுக்களை (புள்ளிகளை) ஆக்கிக் கொண்டதும், ஏ காரம் முதலியவற்றிற்குக் “கால்” வைத்ததும், பிறவும் கட்புலனுக்கு ஏற்ற மாற்றங்களே. வாய்மொழியாக நூல்கள் இயன்ற காலத்தில் மாத்திரை அளவைக் கொண்டு குறில் நெடில் ஆகியவற்றை

வேறுபடுத்திக் கொள்ள முடியும். அச்சடித்த தாளிலே எ கரத்துக்கும் ஏ காரத்துக்கும் வரிவடிவ வேறுபாடின்றி இரண்டும் எ என்றிருந்தால் அது பல சிக்கல்களைத் தோற்றுவிக்கும். எனவே, வீரமாமுனிவர் முதலியோர் வரிவடிவத்தில் உண்டாக்கிய மாற்றங்கள், அச்செழுத்தைப் படிப்பவருக்குச் சிரமம் இராத வகையில் எழுத்தை அமைக்க முயன்றதன் முதற்படியாம். இத்துறையில் இன்னும் பல மாற்றங்கள் தேவை என்பது அறிஞர் கருத்து.[11] எழுத்தின் வரிவடிவிலேற்பட்ட மாற்றங்கள் குறிப்பிடத்தக்கவை யெனினும், நாவலர் போன்றோர் தமது உரைநடையில் நிறுத்தக் குறியீடுகளைப் புகுத்தியது அவற்றினும் பெரிய மாற்றம் என்றே கூறத் தோன்றுகிறது. முன்னது தனியே எழுத்துச் சம்பந்தமானது. பின்னதோ சொற்களைக் கேட்பதற்குப் பதிலாகப் பார்க்கும்பொழுதே உணர்ச்சியேற்படக்கூடிய வாய்ப்பை அளித்தது. மேலே நாம் எடுத்துக்காட்டிய சி.வை. தாமோதரம் பிள்ளையின் உரைநடைப் பகுதியிலே, கேள்விக்குறி, ஆச்சரியக்குறி அல்லது வியப்புக்குறி ஆகியன அவரது கூற்றுக்கு உணர்ச்சி மேம்பாட்டை உண்டாக்குகின்றன. சகல குறியீடுகளும் – காற்புள்ளி, முக்காற்புள்ளி, வினாக்குறி, மேற்கோள் அடையாளம் ஆகியன – வாக்கிய அமைப்பில் எத்தகைய மாற்றத்தை ஏற்படுத்தின என்பதை இன்று நாம் கற்பனை செய்தே பார்க்க வேண்டியுள்ளது. அவ்வளவிற்கு அவை தற்கால வசன வளத்தின் பிரிக்க முடியாத பகுதியாகிவிட்டன. பத்திரிகைகள், நூல்கள் முதலியவற்றிலே வெவ்வேறு அளவினவாய 'டைப்' - *type* - எழுத்துக்களும், தடித்த எழுத்துக்களும், *italic* எனப்படும் வலப்பக்கஞ் சாய்ந்த அச்சுருப்படிவ வகையும், பிறவும், பொருள் அழுத்தத்திற்கும் தெளிவுக்கும் உதவுவன. இவற்றையெல்லாம் துலக்கிக் காட்டுகிறது எமது ஆரம்பகால உரைநடை இலக்கிய கர்த்தாக்கள் அச்சுப் பதிவிற் காட்டிய ஆர்வம். நாவலர் இதற்குச் சிறந்த உதாரண புருஷர். அச்சியந்திரம் எளிமை, அழகு, தெளிவு முதலிய பண்புகளை நூலாக்கத்திற்கு உதவியுள்ளது என்ற உண்மையை பூரணமாக அவர் உணர்ந்தார். கேட்போரால் நேர்ந்த பிழை, ஏடெழுதுவோரால் நேர்ந்த பிழை, வரட்டுப் புலமையினால் நேர்ந்த பிழை முதலியன அச்சடிக்கப்படும் எழுதா எழுத்தில் ஏற்படக்கூடாது என்ற உணர்வே சுத்தமான பதிப்புகளை அவர் வெளியிடக் காரணமாயிருந்தது. 'நாவலர் பதிப்பு' என்பது பழமொழி போன்று இன்றும் திருத்தமான மதிப்பைக் குறிப்பதாயுள்ளது.[12] திருந்திய உரைநடையை எழுதிய அவர் அதனைத் திருத்தமாகவும் அழகாகவும் வெளியிடல் வேண்டுமெனக் கருதிச் செயலாற்றியமை, அச்சுக்கலையின் இயல்பையும் உள்ளாற்றலையும் அவர் உள்ளும்

புறமும் அறிந்திருந்தார் என்பதை நிரூபிக்கிறது. சாதாரண அறிவு நூல்களுக்கே நாவலர் இத்துணை முக்கியத்துவம் கொடுத்தாரெனின், வசனத்தை ஆற்றல் இலக்கியக் கருவியாகப் பயன்படுத்துபவர் அச்சுக்கலையின் முக்கியத்துவத்தை எவ்வளவு உணர்தல் வேண்டும் என்பது வற்புறுத்த வேண்டியதில்லை. இவ்விடத்து நாம் ஊன்றிக் கவனிக்க வேண்டியது யாதெனில், வசனம் என்பது, கவிதை, நாடகம், திரைப்படம், வானொலி, தொலைக்காட்சி முதலியனபோல ஒரு சாதனம் *(medium)*. ஒவ்வொரு சாதனத்திற்கும் சிற்சில சிறப்பியல்புகளும் ஆற்றலும் உள்ளன. அவற்றிற்கேற்ப சிறப்பான கலை இலக்கிய வடிவங்களும் காலக்கிரமத்தில் உருவாகின்றன. அச்சியந்திரத்தின் வளர்ச்சியின் விளைவாக அதனை இன்றி அமையாது தோன்றியது பத்திரிகைக் கலை. அப்பத்திரிகைக் கலையின் திருந்திய உயர்நிலை வடிவமே நாவலாகும். ஆகவே, "அச்சியந்திர சாதனத்துடன் இணைபிரியாது உள்ளார்ந்த தொடர்புடைய ஒரு தனி இலக்கிய வகை நாவல்" என்று கூறுவது[13] மிகப் பொருத்தமே. குறிப்பிட்ட ஒரு சாதனத்திற்கும் அதனை ஆதாரமாகக் கொண்டெழும் இலக்கிய வகைகளுக்கும் தனித்தன்மை வாய்ந்த தொடர்புகள் இருப்பதைப் போதியளவு உணராமையாலேயே நம்மவர் மத்தியிற் பல மயக்கங்கள் தோன்றி நிலவுகின்றன. அது வேறு விஷயம்.

எனினும் ஒரு வகையில் இவை யாவும் எழுத்தின் உருவம் பற்றியவை. புதிய உரைநடையானது புதிய பொருளையும் அடிப்படையாகக் கொண்டது. இவ்வுண்மையை நாம் மறந்து விடலாகாது. கவிதையிற் புரட்சி செய்த பாரதி புதுமையென்பது, சொல்லும் பொருளும் இவை கூடிக் கலந்த வடிவமும் சேர்ந்தே உருப்பெறுவது என்று திட்டவட்டமாகக் கூறினான்:

> சுவை புதிது, பொருள் புதிது, வளம் புதிது,
> சொற் புதிது, சோதி மிக்க
> நவ கவிதை எந்நாளும் அழியாத
> மகா கவிதை

என்பது அவன் புதுமைக்குத் தரும் விளக்கம். உரைநடை இலக்கிய சாதனமாகத் தோன்றிய பொழுது கவிதைக்கும் அதற்கும் உள்ள உருவ வேறுபாடு மட்டும் முக்கியமாக இருக்கவில்லை. இரண்டும் இருவேறு உலகைக் குறிப்பனவாயிருந்தன. அதனைத் தெளிந்து கொண்டால் நாவலுக்கும் உரைநடைக்குமுள்ள சிறப்புத் தொடர்பும் தெளிவாகிவிடும்.

உரைநடை வெகுசன சாதனமாகவும் பிரதான இலக்கிய வாகனமாகவும் அமைந்தது, அச்சியந்திரத்தின் வருகைக்குப் பின்னரே. ஆகவே, அச்சியந்திரத்தின் வரலாற்றுப் பின்னணி குறித்துச் சிறிது கூறுதல் வேண்டும்.

அச்சியந்திரம் பதினைந்தாம் நூற்றாண்டில் ஐரோப்பாவில் கண்டுபிடிக்கப்பட்டதாயினும், அது தொடக்கத்தில் சமய சம்பந்தமான நூல்களைப் பிரசுரிப்பதற்கும், லத்தீன், கிரேக்க மொழிகளிலிருந்து ஐரோப்பிய மொழிகளுக்குப் பெயர்த்த நூல்களை வெளியிடுவதற்குமே பெரிதும் பயன்பட்டன. பெரும்பாலான ஐரோப்பிய மொழிகள் பதினாறாம் பதினேழாம் நூற்றாண்டளவிலேயே இலக்கிய சிருஷ்டிக்கும் பிற தேவைகளுக்கும் தகுதி வாய்ந்தனவாகக் கொள்ளப்பட்டன. அதற்கு முன்னர் லத்தீன் மொழியே அங்கீகரிக்கப்பட்ட மொழியாக இருந்தது. ஐரோப்பாவில் தேசிய இனக்கொள்கை உரம் பெற்று, புனித உரோமப் பேரரசு சிதறுண்டதைத் தொடர்ந்தே 'சுதேசி' மொழிகள் வளர்ச்சி விசைபெற்றன. லத்தீன் அங்கீகரிக்கப்பட்ட மொழியாக இருந்த போது அம்மொழியிலேயே – கற்றோருக்காக – நூல்கள் பதிப்பிக்கப் பெற்றன. சுதேசி மொழிகள் வழக்கிற்கு வந்ததும் நூல்களின் தொகை திடீரெனப் பெருகியது. மக்கள் பேசிய தாய் மொழியிலேயே பத்திரங்கள், ஆவணங்கள் முதலியன இருத்தல் வேண்டுமென்ற கோரிக்கை கிளம்பியது. மெல்ல மெல்ல உருவாகிக் கொண்டிருந்த சிறு வர்த்தக வர்க்கத்தினரின் குரல் இது. உதாரணமாக, 1422இல் இலண்டன் நகரில் வாழ்ந்த மது வடிப்போர் தமது பத்திரங்களில் லத்தீனைக் கைவிட்டுத் "தாய் மொழியை, அதாவது ஆங்கில மொழியையே பயன்படுத்துவது" என்று முடிவு செய்தனர். நகரத்தின் முக்கியமான தொழிற் பிரிவினர் இவ்வாறு முடிவு செய்யும்போது ஆங்கில மன்னன் ஐந்தாம் ஹென்றி பேச்சு மொழியையே எழுத்து மொழி ஆக்குதல் வேண்டும் எனக் கூறியதை மேற்கோள் காட்டித் தமது வாதத்தை வலியுறுத்தினர். அதுகாலவரை ஆங்கில மொழியானது லத்தீன் தெரியாப் பெண்களுக்காகச் சிறுபான்மை அச்சிடப்பட்டது. வர்த்தகர்கள் அதனைப் பயன்படுத்த முடிவு செய்ததும் திடீரென அது "மக்கள்" மொழி என்ற அந்தஸ்தைப் பெற்றது.[14]

இவ்வாறு சிறுகச் சிறுக வளர்ந்து வந்த மொழிகளுக்கு அச்சுக்கலை பெருந்துணையாயிருந்தது. இப்படிமுறை வளர்ச்சி பதினெட்டாம் நூற்றாண்டில் உச்சநிலையடைகிறது. இங்கிலாந்திலும் பிற ஐரோப்பிய நாடுகளிலும் நடந்த கைத்தொழிற் புரட்சியின் விளைவாகச் சகலவிதமான யந்திரங்களும் விருத்தியடைந்தன. இக்காலகட்டத்தில் அச்சியந்திரமும் நீராவியால் இயங்கும் வளர்ச்சி பெற்றது. ஆயிரக்கணக்கில் அச்சியந்திரங்கள் உற்பத்தி செய்யப்பட்டதே கைத்தொழிற் புரட்சி காலத்திலாகும். நவ யுகத்தின் ஓர் அம்சம் இது. கைத்தொழிற் புரட்சியை உலக வரலாற்றிலே நிகழ்த்தியது முதலாளித்துவமாகும். கைத்தொழிற் புரட்சியின் காரணமும் காரியமும் அதுதான்.

அவ்வாறு தோன்றிய நவீன சமூகத்தின் இலக்கிய சாதனம் அச்சடித்த தாள். செவி வழியாகவும், மூத்தோர் வார்த்தையாகவும் விளங்கா மொழிகளில் இருந்த உண்மைகளை, கண்ணாற் பார்த்துச் சமுதாய வாழ்க்கை என்ற உரைகல்லில் தாமே அறிந்து கொள்ளும் நிலை புதிய சமூகத்தின் தலைவர்களுக்கு இருந்தது. எனவே அச்சடித்த பத்திரம், ஆவணம், நூல் முதலியன தொடக்கத்திலிருந்தே பெருவர்த்தகர், முதலாளிகள், மத்தியதர வர்க்கத்தினர் ஆகியோரைச் சார்ந்த சாதனங்களாயுள்ளன. மிகச் சமீப காலம்வரை, பழமையின் மிச்ச சொச்சங்களான குருமார், சோதிடர், மாந்திரீகர் முதலியோரே அச்சடித்த நூலிலும், ஏடுகளைப் பயன்படுத்தியதை நமது சமுதாயத்திற் காண முடிந்தது.

அச்சியந்திரமும் அச்சுத் தொழிலும் தொடக்கத்திலிருந்தே முதலாளிகள் வர்த்தகர் முதலியோர் வசமாகவும், சார்பாகவும் இருந்தமையால் அவை சில பண்புகளைச் சிறப்பியல்புகளாகப் பெற்றன. நாவல் இலக்கியத்தைப் பூரணமாகப் புரிந்து கொள்வதற்கு இப்பண்புகளை அறிந்திருத்தல் அவசியம்.

முதலாவது: கைத்தொழிற் புரட்சியின் உடனிகழ்ச்சியாக உருவாகிய சமுதாயம் யந்திர மயமான தோற்றத்தைப் பெற்றதுடன், எல்லாப் பொருட்களையும் பெருமளவில் உற்பத்தி செய்தல் வேண்டும் என்ற அவாவினால் உந்தப்பெற்றதாயு மிருந்தது. கைத்தொழிற் புரட்சியானது உற்பத்திப் பொருளைச் சந்தைக்குரிய விற்பனைப் பொருள் ஆக்கியது; அதன் பிரதிபலிப்பாகக் கலை, இலக்கியம் முதலியனவும் விலைப் பொருட்களாயின. அது மட்டுமன்றி விரைவிலேயே சந்தைத் தேவைகளே உற்பத்தி செய்யப்படும் பொருளின் தன்மை, அளவு, தோற்றம் ஆகியவற்றையும் நிர்ணயிக்கின்றன. தொடர்கதைகள் இவ்வுண்மைக்குச் சிறந்த சான்று. கல்கியிலிருந்து கலைமணிவரை எழுத்தாளர் நன்கறிந்த உண்மை இது. ஆங்கில நாவல் வரலாற்றின் முற்பகுதியிலேயே இக்கசப்பான உண்மை தெளிவாகி விட்டது. உதாரணமாகப் பதினெட்டாம் நூற்றாண்டுத் தொடக்கத்திலே பொதுவாக இங்கிலாந்து முழுவதிலுமுள்ள புத்தக விற்பனையாளரும், குறிப்பாக லண்டன் நகரிலுள்ள விற்பனையாளரும் பணபலமும், இலக்கியச் செல்வாக்கும் நிறைந்தவராய்க் காணப்பட்டனர். அவர்களும் சில அச்சக உரிமையாளருமே அன்று சகல விதமான இதழ்களை – தினப் பத்திரிகைகள், சஞ்சிகைகள், விமர்சன ஏடுகள், வர்த்தக – விளம்பர இதழ்களை – உடையவராயிருந்தனர். இது கருத்து வெளியீட்டுச் சாதனங்களைச் சிலர் ஏகபோக உடைமையாக்கிக் கொண்டிருந்ததைக் காட்டுகிறது.[15] இதன்

விளைவாகத் தவிர்க்க முடியாதபடி (நாவல்) எழுத்தாளரும் ஏகபோக உடைமைக்குள் இயங்கினர். அக்காலத்தில் வாழ்ந்த சில எழுத்தாளர் இந்நிலைமை பற்றிக் குறிப்பிட்டுள்ளனர். ஆங்கில நாவல் முன்னோடிகளில் ஒருவரான டிஃபோ பின்வருமாறு எழுதினார்: "நூலாக்கமானது ஆங்கிலேயப் பெருவாணிகத்தின் ஒரு முக்கியமான அங்கமாகிவிட்டது. புத்தக விற்பனையாளரே புத்தக உற்பத்தியாளருமாவர். இவர்களே, பலவகையான எழுத்தாளரை – நூலாசிரியர், பிரதி செய்வோர், பதிப்பாசிரியர் முதலிய எழுத்துத்துறையாளரை – வேலைக்கமர்த்தி யுள்ளனர்." புது யுகத்தின் பிரதிநிதியும் பெருவணிகத்தின் நிழலிலே இலக்கியஞ் சமைத்தவருமான டிஃபோ இந்நிலையைக் கண்டிக்கவில்லை.[16] ஆனால் நாவலாசிரியரும் கவிஞருமான ஒலிவர் கோல்ட்ஸ்மித் (1728–74) இதனை எழுத்தாளருக்கு ஏற்பட்ட வீழ்ச்சியாகக் கருதினார். எழுத்துலகில் நிகழ்ந்த அழிவுத் தன்மை வாய்ந்த புரட்சியினால் "எழுத்துத் தொழில் யந்திரவாய்ப்பட்ட வணிகமாகிவிட்டது. புத்தகக் கடைக்காரரே பேரறிவாளரின் அதிபர்களாக மாறிவிட்டனர்" என்று அங்கலாய்த்தார். நாவலாசிரியர் ஃபீல்டிங் இத்தகைய கருத்தே கொண்டிருந்தார். யந்திரப் புரட்சியின் விளைவாகப் பொருளுற்பத்தி பெருகியதும், அது புதிய சந்தைகளை உருவாக்கியதும் பெருவணிகத்தின்பாற்பட்டதே. பழைய, அமைதியான கிராமப்புற அமைதியை எண்ணி ஏங்கிய கோல்ட்ஸ்மித் புதிய சமுதாய ஏற்பாட்டை ஏற்கவில்லை. இலக்கியம் வர்த்தகப் பொருளாகும்பொழுது 'மலின' மடைந்தாலும் அது இலக்கியத்திற்கும் பரந்துபட்ட ஒரு வாசகர் வட்டத்தைத் தேடிக்கொடுத்தது. குறிப்பாக நாவல் இலக்கியத்தின் முதல் தேவைகளில் ஒன்று பல்லாயிரக்கணக்கான வாசகர் கூட்டமாகும்.

இரண்டாவது: எழுத்திலே பொறித்து அச்சடித்த எதுவும் உண்மை என்ற நம்பிக்கை அச்சியந்திரத்தின் விளைவுகளிலே குறிப்பிடத்தக்கது. இது விசித்திரமான நிலையையெல்லாம் தோற்றுவித்துள்ளது. முற்காலத்தில் கேள்வி புனிதமானதாகவும் நம்பிக்கைக்கு உரியதாகவும் இருந்தது. அச்சியந்திரம் வந்ததன் பின், பத்திரிகை, நூல், துண்டுப் பிரசுரம், சுவரொட்டி முதலிய அச்சடித்த எதுவும் உண்மையை எடுத்துக் கூறுவதாகக் கருதப்பட்டது. ஆங்கிலத்திலே in black and white அதாவது அச்சில் உள்ளது நம்பகமானது என்பது நவீன சமுதாயத்தின் அடிப்படைக் கோட்பாடுகளில் ஒன்று. பத்திரிகைகளின் அபரிமிதமான செல்வாக்கிற்குக் காரணமும் இதுவே. பழங்காலத்தில் கிராமப்புற வாழ்க்கை நிலவிய சூழ்நிலையில், வாய்மொழியாகவும்,

முரசறைவித்தல் மூலமாகவும் அத்தியாவசியமான சமாசாரங்கள் மக்களிடையே பரவின. பெரு நகரங்கள் உண்டாகிய சூழ்நிலையில் பத்திரிகையே செய்தி தெரிவிக்கும் முக்கியச் சாதனமாக விளங்கியது. வானொலி, தொலைக்காட்சி முதலிய புத்தம் புதிய சாதனங்கள் போட்டியிட்ட போதும் பத்திரிகைகளின் செல்வாக்கு ஏறிக்கொண்டே போகிறது. "பேப்பரிலே போட்டிருந்தது" என்று ஒருவர் கூறும்போது அது நம்புதற்குரியது என்றே குறிப்பிடுகிறார். இது நாம் கண்ணாரக் காணக்கூடியதொன்று. இதனையே மம்ஃபோர்ட் என்பார் "நகரவாழ்க்கையிற் காணப்படும் செயற்கையான பத்திரிகைச் சூழல்" என்றார். அச்சில் உள்ளே ஒன்றே பார்க்கக் கூடியது, உண்மையானது என்ற மனப்பான்மை எம்மிடையே வேரூன்றி விட்டது.[17] இதனடிப்படையிலேயே ஆரம்பகால ஆங்கில நாவல்களைச் சரித்திரங்களாகக் கொண்டனர். உதாரணமாக றிச்சார்ட்ஸன் எழுதிய நாவல்களை சர் சார்ள்ஸ் கிராண்டிஸன் *(Sir Charles Grandison)*, ஜோஸெப் அண்ட்ரூஸ் *(Joseph Andrews)*, கிளாரிஸ்ஸா *(Clarissa)*, ப்மெலா *(Pamela)* முதலியோரின் சரித்திரங்களாகவே பலர் நம்பினர். எமது முதல் நாவல்களும் பிரதாப முதலியார், சுகுணசுந்தரி, கமலாம்பாள், பத்மாவதி, மோகனாங்கி, வீரசிங்கன், கமலாக்ஷி, தீனதயாளு, ஞானாம்பிகை முதலியோரது சரித்திரங்களாகவே எழுதப்பட்டுள்ளன. வாசகர்களுக்கு இப்பாத்திரங்கள் உலகிலே வாழ்ந்தவராகவே தோன்றினர். அதற்கேற்ற வகையிலேயே நாவல்களில் வரும் பாத்திரங்கள் சர்வ சாதாரணமான காலத்தையொட்டிய பெயர்களைத் தாங்கியுள்ளன. உதாரணமாக வேதநாயகம் பிள்ளைக்கு நிஜவாழ்க்கையில் தேவராஜ பிள்ளை என்றொரு நண்பரிருந்தார். அப்பெயர் கொண்ட பாத்திரம் பிரதாப முதலியாரில் வருகின்றது. தாம் பேசும் மொழியிற் பேசி, தம்மைப் போலவே சுக துக்கங்களை அனுபவிக்கும் பாத்திரங்களுடன் நாவல் வாசகர் ஒன்றிப் போவதில் வியப்பு ஒன்றும் இல்லை. உரைநடை இதற்கு ஆதாரமாக இருந்தது. நாவல் இலக்கிய உலகில் இடம்பிடித்ததைத் தொடர்ந்தே, காவியங்கள் புராணங்கள் ஆகியன 'புளுகு' என்ற எண்ணமும் வலுப்பெற்றிருத்தல் வேண்டும்.

இவ்வாறு உண்மைத் தன்மை தோன்ற பெருவாரியாக உற்பத்தி செய்யப்பட்ட நாவல், யந்திர உற்பத்திப் பொருளின் மற்றுமொரு பண்பையும் தவிர்க்க முடியாதபடி தொடக்கத்திற் பெற்றுக் கொண்டது. சந்தைக்காக உற்பத்தி செய்யப்படும் மற்றப் பொருள்களைப் போலவே அச்சுத் தொழிலும் அதன் விளைபொருளும் இயலெளிமை வாய்ந்தன வாக்கப்பட்டன. அதாவது ஒவ்வொரு பொருளையும் தனித்தனியே நுண்ணிய

வேலைப்பாடுடன் செய்வது பழைய கைப்பணி முறை. நவீன யந்திரம் வெவ்வேறு பொருட்களை ஒரே 'அச்சில்' இலட்சக்கணக்காக உற்பத்தி செய்து தள்ளுகிறது. இதுவே இயலெளிமைப் படுத்தல் – *streamlining* – எனப்படும் சிறப்புமிக்க நாவலாசிரியர்கள் இதிலிருந்து தப்பிக் கொள்கின்றனராயினும், *formula* – வாய்ப்பாடு – நாவல் எழுதும் நூற்றுக்கணக்கானோர் இப்பண்பிற்கு எடுத்துக்காட்டாய் உள்ளனர். நாவல் வடிவம் எளிமைப்படுத்தப்படுவதற்கு முன்னர் உரைநடை எளிமை யடைகிறது. காவிய நடையிலிருந்து விடுதலை பெறத் துடித்த வசனம் நாவலில் உயிர்த்துடிப்புள்ள தனித்தன்மையை எய்துகின்றது. ஒரு காலத்தில் உரைநடையைக் காவியத்தினின்றும் வேறுபடுத்தியது இவ்வெளிமை என்றுகூடக் கூறலாம். அதாவது, எளிமை உரைநடையின் சிறப்பம்சமாகக் கருதப்பட்டு வந்துள்ளது. விற்பனைப் பொருட்களைப் பாவனையாளர் (*consumers*) தேவைக்கும் திருப்திக்கும் இையைத் தயாரிப்பதுபோலவே, உரைநடையையும் "பொதுமக்கள்" அல்லது வாசகர் தேவை கருதி எளிமைப்படுத்தினர் எனலாம். இலக்கிய முதிர்ச்சியின் விளைவாகவும் கலை நுணுக்கத்தின் பயனாகவும் சற்றுச் சிக்கலான நடையில் புதுமைப்பித்தன் கதைகள் எழுதியபோது "விருத்தாசலத்தின் கதை எமக்குப் புரியவில்லையே" என்று கிண்டல் செய்த கல்கி குழுவினர் எளிமையின் இழிநிலையை அடைந்தவர்களே. அது பின்னர் ஆராய வேண்டிய விஷயம். எளிமையை நடையின் முதல் தேவையாக மக்கள் கருதத் தொடங்கியமையாலேயே மகாகவி பாரதி அதனைக் கவிதைக்கும் உகந்த அளவுகோலாகக் கொண்டான்.

> எளிய பதங்கள், எளிய நடை, எளிதில் அறிந்து கொள்ளக்கூடிய சந்தம், பொது ஜனங்கள் விரும்பும் மெட்டு, இவற்றினையுடைய காவியம் ஒன்று தற்காலத்தில் செய்து தருவோன் நமது தாய்மொழிக்குப் புதிய உயிர் தருவோனாகின்றான்.[18]

ஓரிரண்டு வருஷத்து நூற்பழக்கமுள்ள தமிழ் வாசகர்களை மனத்திற் கொண்டு எழுதினார் கவிஞர். காவியத்திற் கூறும் வரைவிலக்கணம் வசனத்தின் இலக்கணம் என்பது கூறாமலே விளங்கும். உண்மையில் வசனத்தின் எளிமையைக் காவியத்திற்கும் வேண்டினார் நவயுகக்கவி. வசனமே நவீன இலக்கிய சாதனம் என்பதை, ஈழநாட்டுப் புலவர் சோமசுந்தரரும் நாவலருடன் தொடர்புபடுத்திப் பின்வருமாறு கூறினார்:

> அன்னநடை பிடியினடை அழகுநடை
> அல்லவென அகற்றி யந்நாள்
> பன்னுமுது புலவரிடஞ் செய்யுணடை

பயின்ற தமிழ்ப் பாவையாட்கு
வன்னநடை வழங்குநடை வசனநடை
யெனப்பயிற்றி வைத்த ஆசான்
மன்னுமருள் நாவலன்றன் னழியாநல்
ஒழுக்கநடை வாழி வாழி.

ஏறத்தாழப் பத்தொன்பதாம் நூற்றாண்டுவரை செய்யுளிலக்கியமே தனக்குகந்தது எனக் கருதியிருந்த தமிழ் மகளுக்குத் தனது நல்லொழுக்க நடைபோன்ற, இயல்பான வசனநடையை நல்ல நகர் நாவலர் பயிற்றி வைத்தார் என்று நயம்படக் கூறும் நம் கவிஞர், தற்காலத்துக்கேற்ற இலக்கிய சாதனம், 'வழங்கும் வசன நடை' என்னுமுண்மையை ஆணித்தரமாகக் கூறியுள்ளாரல்லவா?

'வழங்கும் வசன நடை, அல்லது 'பழகு தமிழ்' ஆகியன உரைநடை மூலமாக வசன இலக்கியத்தின் ஆதாரமாய் அமைந்தனவெனினும், நாவல் இலக்கியம் தோன்றுவதற்கு முன்னமே பத்திரிகை, துண்டுப் பிரசுரங்கள் வாயிலாக மக்களுக்கு ஓரளவு அறிமுகமாயின. ஆங்கிலத்திலும், தமிழிலும் நாவல் உதயமாகு முன் பத்திரிகையும் துண்டுப் பிரசுரமும் வசனத்தின் பயிற்சிக் களமாக இருந்தன. பத்தொன்பதாம் நூற்றாண்டிலே தமிழகத்திலும் ஈழநாட்டிலும் வெளிவந்த பத்திரிகைகள் துண்டுப் பிரசுரங்கள் நாம் சாதாரணமாக எண்ணுவதிலும் அதிகமாகும். இவை பெரும்பாலும் சமயம், அறிவியல் சார்ந்தனவாக இருப்பினும் பிற விஷயங்களும் அதிகமதிகமாக இடம்பெற்றன. நாவல் தோன்றக் காரணமாயிருந்த மத்தியதர வர்க்கத்தினரே பத்திரிகைத் துறையிலும் முன்னின்றுழைத்தனர். பத்திரிகைகளின் பெயர்களை நோக்கினால் அவை மக்களையும் தேசத்தையும் நோக்கி இடப்பட்டமை தெளிவாகும். 1831இல் தமிழிலே முதன் முதல் *தமிழ்ப் பத்திரிகை* என்ற திங்கள் இதழ் வெளிவந்தது. பத்தொன்பதாம் நூற்றாண்டில் சுமார் 115 பத்திரிகைகள்[19] தொடங்கப்பெற்றன எனத் தெரிகிறது. இவற்றில் மக்களையும் நாட்டையும் சமூகத்தையும் குறிக்கும் பெயர்களை நோக்கலாம்: *ஜனசிநேகன், தேசோபகாரி, தேசாபிமானி, ஜனவினோதனி, சுதேசமித்திரன், ஜனோபகாரம், தேஜோபிமானி, ஜனமித்திரன், ஜனப்பத்திரிகை, இந்துநேசன், மாதர்மித்திரி, மகாராணி* (பெண்கள் இதழ்), *சுதேசாபிமானி* முதலியன தமது வாசகரைக் குறிப்பாகக் காட்டுகின்றன. இவை பற்றி விவரமாக ஆராய்ந்தால் அன்றைய உரைநடையின் தன்மையையும் பணியையும் சரிவரத் தெரிந்துகொள்ளலாம். நூற்றுக்கணக்கான பத்திரிகைகளில் பல விரைவில் நின்றுபோயின. ஆயினும் சில பத்திரிகைகள் பல்லாயிரக்கணக்கான வாசகரைக் கொண்டியங்கின என்று தெரிகிறது. எடுத்துக்காட்டாக, 1861இல் வெளிவரத் துவங்கிய

தேசோபகாரி, 1863ஆம் வருடத்திலும் அதன்பின்னரும் 16,800 பிரதிகள் அச்சிடப்பட்டனவாம். 1855இல் பெர்சிவல் பாதிரியார் தொடக்கிய வாரப்பத்திரிகை *தினவர்த்தமானி.* பெர்சிவல் பாதிரியார் யாழ்ப்பாணத்திலிருந்து சென்னை இராசதானிக் கல்லூரிக்குக் கீழைத்தேய மொழிப் பேராசிரியராகச் சென்ற காலத்தில் இதனை நிறுவினார் எனக் கருத இடமுண்டு. பாதிரியாருக்குப் பிறகு தாமோதரம் பிள்ளையும் விசுவநாத பிள்ளையும் இதன் ஆசிரியராக இருந்தனர். தமிழிற் செய்திகளை வெளியிட்ட முதல் பத்திரிகை இது என்கிறார் மயிலை சீனி. வேங்கடசாமி. *Native Public Opinion* என்ற பத்திரிகையைத் திவான் பகதூர் ரகுநாத முதலியார், ராவ்பகதூர் பூண்டி அரங்கநாத முதலியார், வேங்கடரமண பந்துலு ஆகியோர் 1870இல் வெளியிடத் தொடங்கினர். இத்தகைய பத்திரிகைகள் *தேசோபகாரி* போலப் பல்லாயிரம் பிரதிகள் விலையாகியிருக்கலாம். இவை மத்தியதர வர்க்கத்தினரால் நிறுவப்பட்டமையும் மனங்கொளத் தக்கது. இதழாசிரியர் சி.வை. தாமோதரம் பிள்ளையின் சகோதரர் சி.வை. சின்னப்பா பிள்ளை ஆரம்பகால நாவலாசிரியருள் ஒருவர் என்பதும் குறிப்பிடத் தக்கதே. இத்தொடர்பில் இன்னொன்றும் கவனித்தற்பாலது. சென்ற நூற்றாண்டிலும் இந்நூற்றாண்டிலும் தமிழ் உரைநடை வளர்ச்சிக்கு உதவிய பல அறிஞர்கள் ஏதோவொரு வகையில் பத்திரிகைகளுடன் தொடர்பு கொண்டிருந்தனர். நாவலர் *உதயபானு* வெளிவருவதற்கு உதவியது மட்டுமன்றிக் கட்டுரைகளும் அதில் எழுதினார்; பரிதிமாற் கலைஞர் சிலகாலம் *ஞானபோதினி* ஆசிரியராகவிருந்தார். மாதவையா *தமிழர்நேசன், விவேக சிந்தாமணி, ஞானாமிர்தம்* ஆகியவற்றிற்கு ஆசிரியராகவும் பின்னிரண்டின் உரிமையாளருமா யிருந்தவர்; திரு.வி. கலியாணசுந்தரனார் *தேசபக்தன், நவசக்தி* ஆகியவற்றின் ஆசிரியர்; பாரதியார் *சுதேசமித்திரன்* உதவியாசிரியர்; *சக்கரவர்த்தினி* மாசிகையின் ஆசிரியர்; *இந்தியா* வாரப் பத்திரிகைப் பொறுப்பாசிரியர்; வ.வே.சு. ஐயர், கல்கி, புதுமைப்பித்தன் முதலிய சமீபகால எழுத்தாளரும் பத்திரிகைத் தொடர்புடையவர் என்பது பலருமறிந்ததே. இவர்கள் எல்லோருடைய வசன நடையும் பல வழிகளில் பத்திரிகைத் தேவைகளினால் வெவ்வேறு அளவிற்குப் பாதிக்கப்பட்டது என்பது ஐயமில்லை. 'பத்திரிகைத் தமிழ்' என்பது சிலரால் இழிவான பொருளில் வழங்கப்படுகிறதாயினும் உரை நூல்களுக்குள் முடங்கிக் கிடந்த மொழியை, பத்திரிகைகள் சக்தியும் கூர்மையும் வாய்ந்த சாதனமாக்கின என்பது மறுக்க முடியாததொன்று. மாதவையா எழுதிய *விஜயமார்த்தாண்டம்,* பத்திரிகைத் தமிழிற்கும் நாவல் நடைக்கும் அத்துணை வேறுபாடில்லை என்ற அடிப்படை உண்மையை அன்றே

நிரூபித்துவிட்டது. இந்நூற்றாண்டிலே கல்கி இதனைத் தமது எழுத்தின் வாயிலாக நிதர்சனமாக்கினார். நவீன அமெரிக்க நாவலாசிரியர் ஹெமிங்வேயின் நடை பத்திரிகை நடையினின்றும் அதிகம் வேறுபட்டதன்று என்பதைப் படித்தோர் அறிவர். கதாசிரியர் ஸொமஸெற்மோம் வகுத்துக்கொண்ட நடையும் ஏறத்தாழ அத்தகையதே. இவ்வாறு அச்சியந்திரத்திலே பிறந்து, துண்டுப் பிரசுரங்களில் கிடந்து, பத்திரிகைகளில் நடந்த உரை நடை நாவல், சிறுகதை, விவரணச் சித்திரம் முதலிய வடிவங்களில் நாளுக்கு நாள் வளர்கின்றது. இதனை நாம் அதிகம் சிந்தித்துப் பார்ப்பதில்லை. எமது உரைநடை ஏறத்தாழ முக்கால் நூற்றாண்டாகத்தான் பலமுகப்பட்ட வளர்ச்சி பெற்றது. சென்ற நூற்றாண்டின் நடுப்பகுதியில் அகராதி தொகுத்தவரான மேனாட்டுப் பாதிரி வின்ஸ்லோ பின்வருமாறு குறிப்பிட்டார்:

> நிறைவிலும் ஆற்றலிலும் தமிழ்மொழி வழக்கிலுள்ள பிற மொழிகள் யாவற்றுள்ளும் ஆங்கிலத்தையும் ஜெர்மானியத்தையும் நிகர்க்கிறது. ஆயினும் அதன் உரைநடை இன்னும் உருவாகும் நிலையிலேயே உள்ளது. அதனைத் திருந்திய முறையில் நெறிப்படுத்த தகுந்த அறிஞர் முயன்றால் போதிய பலன் கிடைக்கும். நினைத்த மாத்திரத்தில் செய்யுட்களை விரைவில் இயற்றவல்ல சுதேசிகள் பலர் பிழையின்றி ஒரு பக்கம் வசனந்தானும் எழுத மாட்டாதவராய் உள்ளனர்.[20]

வின்ஸ்லோ பாதிரியார் 1862இல் இவ்வாறு குறிப்பிட்டார். தமிழிலே வசனநடை உருவாகாத நிலையில் இருப்பதாகக் கூறி இருபதாண்டுகளுக்குள் முதலாவது நாவலை எழுதினார் ஒரு கத்தோலிக்கத் தமிழறிஞர். இவ்வாறு தோன்றிய நாவல் உரைநடை வேகமாக உருவாகுவதற்குப் பாதைபோட்டது. உரைநடையில் அமைந்த கதை வாசகரை நோக்கியே எழுதப்பட்டது. இவ்வாசகனும் நாவலைப்போன்று புதுப்பண்பு பெற்றவனாயிருந்தான். எளிய நடையில் விளக்கம் வேண்டாது படித்தின்புறத்தக்க நூலாக நாவல் அமைந்திருந்தமையால் நாவல் படிக்கும் ஒருவன், காவியம் படிக்கும் அல்லது கேட்கும் ஒருவனிலும், கூத்து அல்லது நாடகம் பார்க்கும் ஒருவனிலும் வேறு பட்டான்: காவியம், புராணம் முதலியவற்றை மிகச் சமீபகாலம் வரை மக்கள் கூட்டமாகக் குழுமியிருந்து கேட்டின்புற்றனர். கவிதையில் ஓசை நயமே உயிர் நாடி. உரத்துப் படிக்கும் பொழுதே இதன் உள்ளியல்பு நன்கு புலப்படும். யாழ்ப்பாணத்தில் நாவலர் காலத்திலும் அதன் பின்னர் பல்லாண்டுகள் வரை கோயில்களில் கந்தபுராண படனம் நடைபெற்று வந்தது. நாவலரின் மருமகர்

வித்துவ சிரோமணி பொன்னம்பல பிள்ளை, கந்தபுராணத்துடன் கம்பராமாயணம் சீவகசிந்தாமணி ஆகியவற்றையும் ஈடிணையற்ற முறையில் காவிய ரசனையுடன் பிரசிங்கித்து வந்தார்.[21] இத்தகையதொரு சூழ்நிலையில் காவியம் படித்தல் என்பது தனியாகவோ, சேர்ந்தோ கவிதையை உரத்து வாசித்தல் என்பதாகும். ஆகவே வாசிப்பவனுக்கும் வாசியாதவனுக்கும் அதிகம் வேறுபாடிருக்கவில்லை. ஆனால் வசன இலக்கியம் தோன்றியதும் அதனைச் சேர்ந்து படிக்கும் நிலைமை மறைந்தது. மெதுவாகவோ, வேகமாகவோ ஒவ்வொருவரும் தனிமையிலிருந்து புத்தகம் படிக்கும் முறை தோன்றிற்று. இது இலக்கியத்திலேற்பட்ட பெரியதொரு மாற்றம். எழுத்துக்களை வாசிக்கத் தெரியாதவன் படிப்பிலிருந்து வெகுதூரம் விலகிப் போனான். சுருங்கக்கூறின், பார்த்துப் படிக்கும் முறை பல்லாயிரக்கணக்கானவரைத் தற்குறிகளாக்கியது. "நாலு எழுத்துப் படித்தாலன்றி நல்ல நிலை கிடையாது" என்ற வாக்கும் பிறந்தது.

இதைப் போலவே முன்னர் நாடகம் அல்லது கூத்து வகித்து வந்த இடத்தை வசன இலக்கியம், அதாவது நாவல் சுவீகரித்தது. நாடக மேடையில் உயிருள்ள மாந்தர், பொருத்தமான நடை, உடை, பாவனை, பேச்சு, மேடையலங்காரம் ஆகியவற்றின் துணையுடன் நடப்பவை யாவும் உண்மை என்ற பிரமையை உண்டாக்குவர். நாவலைப் படிக்கும் ஒருவனுக்கு இதே பிரமை தனிமையில் இருக்கும் போதும் எளிதில் உண்டாகிறது. கூட்டமாயிருந்து நாடகம் பார்க்காமலே நூலில் நாடக அனுபவத்தைப் பெற வாய்ப்புண்டாகிறது.

நாவலில் இந்தப் பிரமையைச் சிருஷ்டிப்பதற்காக ஆசிரியர்கள் எத்தனையோ உத்திகளைக் கையாளுகின்றனர். வாசகனுக்குப் பழக்கமான வசன நடையைப் பயன்படுத்துவது இப்பணியைச் சுலபமாக்குகிறது. பொதுவாகக் கூறினால் ஒரு நாவலைப் படிக்கும் வாசகன் தனக்கு மட்டும் அந்நாவல் எழுதப் பட்டிருப்பதாகக் கருதத் தலைப்படுகிறான். நாவலாசிரியன் தலையிட்டுக் கூறும் சில குறிப்புரைகள், விளக்கங்கள், எச்சரிக்கைகள் ஆகியன தன்னை நோக்கியே கூறப்பட்டுள்ளன என எண்ணுகிறான். ஒவ்வொருவருக்கும் எத்தனையோ ஆசைகள், சில்லறை விருப்பங்கள் இருக்கின்றன; பகற்கனவு காணும் விழைவுகளும் உண்டு. இவற்றை வருணிக்கும் நாவலாசிரியன் எடுத்த எடுப்பிலேயே வாசகனைக் கைக்குள் போட்டுக் கொள்கிறான். நடிகர் நடிகையரின் அணுக்கமோ உளதாம் தன்மையோ இன்றியும், கவிதையை உரத்து ஒருவர் படிக்கும் அவசியமின்றியும், பிறர் எவரும் அறியா வண்ணம் அந்தரங்கத்தில் தானும் நாவலுமாக வாசகன் ஒன்றிவிடுகிறான்.

மற்றெந்த இலக்கிய வகையினும், நாவலிலேதான் வாசகனொருவன் தனது பக்குவத்திற்கேற்ப முழுதும் தோய்ந்து ஈடுபடுகின்றான். இது நாவலாசிரியருக்கு அருமந்த வாய்ப்பாகும். முயற்சி யெதுவுமின்றி இயல்பாக அமைந்த இவ்வாய்ப்பை மட்டும் பயன்படுத்தி, வாசகரைச் "சுரண்டிப் பிழைக்கும்" நாவலாசிரியன் மிகையுணர்ச்சியும் போலி உணர்ச்சியும் மலிந்த கதைகளை எழுதிக் குவிக்கிறான்; தற்காலிகமாக வெற்றியும் அடைகின்றான். ஆயினும், நாவலாசிரியனுக்குக் கிடைத்த இவ்வாய்ப்பு, நாவலின் வடிவத்தையும் தொனியையும் பல வழிகளிற் பாதித்துள்ளமையை நாம் அவதானித்தல் அவசியம். ஒருவருடைய தனிப்பட்ட, அந்தரங்க வாழ்க்கையை மேடையில் காட்டுவது அத்துணை எளிதன்று. காவியம் அதற்கு இடந்தருவதில்லை. பிற்காலத் தனிநிலைக் கவிதைகளிற்கூட நுணுக்க விவரங்களுக்கு இடமிருப்பதில்லை. எனவே நாவல் அல்லது சிறுகதை காட்டும் உலகம் அவற்றைக் கொண்டுள்ளது. ஒரு வகையில் பார்த்தால் நாவல் காட்டும் உலகமே அந்தரங்க உலகமாகும். நெஞ்சில் இரகசியமாக வைத்து எண்ணி இன்புற்றும், நினைந்து துன்புற்றும் தன்னோடு கலந்துவிட்ட பல தனிப்பட்ட செய்திகளை நாவல் விவரிக்கும்போது அது மெய்தீண்டும் புலனுணர்ச்சிக்குச் சமானமாகிறது. தினக்குறிப்பில் எழுதியோ, உயிர்த்தோழிக்கு மட்டும் நம்பிக்கை வைத்துச் சொல்லியோ, உரிய ஒரு நபருக்குக் கடிதத்தில் எழுதியோ பலரறியாமல் இருக்கும் செய்திகள் எல்லாம் பாத்திரங்களின் அநுபவமாக நாவலில் இடம் பெறும்போதும், அவற்றை இனங்கண்டு அவற்றுடன் ஒன்றுபட நாவல் வாய்ப்பளிக்கிறது. யாராவது முகத்திற்கு நேரே சொன்னால் வெட்கம் பிய்த்துக் கொண்டு வரும் செய்தியை நாவலில் மெய்ம்மறந்து ஆழ்ந்து வாசிக்க முடிகிறது. இதுவே நாவலின் வெற்றிக்குப் பிரதான காரணம்.

வழங்கும் வசன நடை கருவியாக இருந்த ஒரே காரணத்தால் நாவலுக்கு வாய்த்த இப்பேறானது, உளவியல் ஆராய்ச்சி அடைந்த முன்னேற்றத்தின் விளைவாகப் பாத்திர வார்ப்பின் இன்றியமையாப் பண்பாயிற்று. மாந்தரின் புறவாழ்க்கை மட்டுமன்றி நெஞ்சறி வாழ்க்கையும் அவசியம் தெரிந்திருக்க வேண்டியது என்ற எண்ணம் இப்பொழுது பொது விதியாகிவிட்டது. மனித உண்மைகளுள் உளத்தத்துவ உண்மையும் *(psychological truth)* ஒன்றாகும். கம்பன், ஹோமர், ஷேக்ஸ்பியர் போன்ற மகாகவிகள் தமது உள்ளுணர்வினால் சிற்சில உளவியல் நுட்பங்களை ஆங்காங்குப் புலப்படுத்தினர் என்பது உண்மையே. ஆனால் அது ஏகதேசமே. வீர–தீர–காதற் காவியங்களில் ஜட உலகமே பெரிதும் வேண்டப்படுவது.

ஷேக்ஸ்பியர் பிற்காலத்தவராதலின் காவிய கர்த்தாக்களினும் வேறுபட்டவர். ஆயினும் அவரும் ஓரளவிற்கே உளவியல் உண்மைகளை வெளிப்படையான நாடகப் பொருளாக்கினார். ஆனால் ஃபிரொய்ட் *(Sigmund Freud, 1856-1939)* உளவியலை நுணுகி ஆராய்ந்து அதனை அறிவியலின் ஒரு பகுதியாக்கியதைத் தொடர்ந்தே இலக்கியத்தில் உளவியல் அதிகமதிகம் சிறப்பிடம் பெறலாயிற்று. நாவலில் வரும் பாத்திரங்கள் சமூகத்திலுள்ள பலவிதமான தளைகளினின்றும் விடுபட்டு நிற்க விரும்பும் தனி மனிதராக அமைந்தமையும் இப்போக்கிற்கு வலுவளித்தது. இதனைப் பிறிதோரிடத்தில் விவரித்துள்ளேன்.[22] வசன இலக்கிய கர்த்தா தனியேயிருந்து நூலையோ சஞ்சிகையையோ படிக்கும் தனிமனித வாசகனைத் தனது இலக்காகக் கொள்கின்றேன். அதாவது இலக்கிய கர்த்தாவுக்கும் வாசகனுக்கும் நேரடியான மானசீக உறவு ஏற்படுகிறது. வேறொரு சந்தர்ப்பத்தைக் குறித்துப் புதுமைப்பித்தன் கூறியவை இந்நிலையைத் துலக்கிக் காட்டுகின்றன.

> வாழையடி வாழையாகப் பிறக்கும் வாசகர்களில் எவனோ ஒருவனுக்கு நான் எழுதிக் கொண்டிருப்ப தாகவே மதிக்கிறேன்.

'எவனோ ஒருவனை' மனத்திலிருத்தி எழுதும் மனோநிலையை இக்கூற்று விளக்கிக் காட்டுகிறது. இதனையே மகத்தான இலட்சியமாகக் கருதுகிறார் லா.ச. ராமாமிர்தம்.

> நான் தேடும் அழிவில்லாத் தன்மையை அடைவது எப்படி? படித்தோ, கேட்டோ, நான் சொன்ன சொல்லில், அவன் கண்ட பொருளுக்காக ஒருவன் வயிறு குளிர்ந்து, மனமார என்னை வாழ்த்துகையில், நான் எனக்குத் தெரியாமலே, அவன் மலர்ச்சியில், அவன் ரத்தத்தின் உள்சத்துடன் கலந்து, அவன் சந்ததி மூலம் விருத்தியாகிறேன்.

புதுமைப்பித்தனுக்குத் தனிப்பட்ட வாசகனாய் இருந்தவன் லா.ச.ரா.விற்கு அபூர்வமானவனாகி விடுகின்றான்.

ஆனால் தனிப்பட்ட வாசகனுக்காக எழுதும் முறை நாவலின் உத்திகளில் ஒன்றேயன்றி அவன் இலட்சியமன்று. அவ்வாறாகவும், நாவலின் வளர்ச்சிப் போக்கிலே தனிமனிதனது மனோதத்துவ இயல்புகளை விதந்து சித்திரிப்பது விரும்பத்தகாத அளவிற்கெல்லாம் சென்றுவிடுகிறது. ஐரோப்பிய நாவலிலக்கிய வரலாற்றிலே இப்போக்கு புரூஸ் *(Marcel Proust, 1871-1922)* கால முதல் காணப்படுகிறது. தீராத நோய்வாய்ப்பட்ட புரூஸ்

படுக்கையிலேயே பல்லாண்டுகளைக் கழித்தவர். செயலுலகிலிருந்து 'விடுபட்ட' நிலையில் மானஸிக உலகில் முற்று முழுதாகச் சஞ்சரித்தார். உணர்வையும் கற்பனையையும் அவரைப் போல அதிநுணுக்கமாகத் துருவியாராய்ந்தவர்கள் இரண்டொருவர் என்றே கூற முடியும். ஜேம்ஸ் ஜோய்ஸ் (1882–1941) ஒரு விதத்தில் புரூஸ் வழிவந்தவரே. நேரடியாக ஒப்புமை கூறாவிட்டாலும் மௌனி, லா.ச. ராமாமிர்தம் ஆகியோர் மேற்கூறிய இலக்கியப் போக்கைத் தமது எழுத்துக்களில் பிரதிபலிக்கிறார்கள் என்று குறிப்பிடலாம். புதுமைப்பித்தன் எழுதிய *கயிற்றரவு* முதலிய சில கதைகள் இப்பிரிவைச் சேர்ந்தனவே. இவ்வாறு எழுத முற்படும்போது அது வசனத்தைப் பெரிதும் பாதிக்கிறது. மனத்தின் அவசங்களையெல்லாம் சொல்லில் வடிக்க எத்தனிக்கும்போது எளிமையான வசனம் தவிர்க்க இயலாதவாறு சிக்கலடைகின்றது. ஆயின் ஒரு குறிப்பிட்ட நிலையில் 'சிக்கல்' அதிகமாகி, வசனம் தன்னைத்தானே அழித்துக்கொள்ளும் அவலம் தோன்றுகிறது. இதனைச் சிறிது விரிவாகப் பின்னர் ஆராய்வோம். அதாவது எளிமையை உள்ளியல்பாகக் கொண்ட வசனநடை சிக்குப்பிக்காகும் போதில் அது உளதானமைக்குக் காரணமே இல்லாது போகிறது.

'யதார்த்த' எழுத்தாளர் என்று சிலர் கொண்டாடும் புதுமைப்பித்தனிற்கூட இப்பிறழ்ச்சியைக் காணுதல் கூடும். அவரே கூறுகிறார்:

> கருத்தின் வேகத்தையே பிரதானமாகக் கொண்டு வார்த்தைகளை வெறும் தொடர்பு சாதனமாக மட்டும் வைத்துத் தாவிச் செல்லும் நடை ஒன்றை அமைத்துக் கொண்டேன். நானாக எனக்கு வகுத்துக் கொண்ட பாதை. தமிழ்ப் பண்புக்கு முற்றிலும் புதிது.[23]

புதுமைப்பித்தனின் ஓர் அம்சம் இது. இதனைக் கொண்டு அவரது இலக்கிய முழுவதையும் அளந்துவிட முடியாதென்பது உண்மை. ஆயினும், இன்று சிலர் "வார்த்தைகளை வைத்துக்கொண்டு விளையாடும்பொழுது" பு.பி.யின் இவ்வம்சம் நினைவிற்கு வராமற் போகாது. லா.ச. ராமாமிர்தம் ஓரிடத்திற் பின்வருமாறு எழுதுகின்றார்:

> சொல்லும் பொருளும் நெஞ்சில் கண்ணாமூச்சி ஆடுகின்றன. வரம்புகள் கடந்த விஷயங்களை எழுத்தில் பிடிக்க முயல்கையில், அவை நழுவுகின்றன; ஊடலாடுகின்றன. பாஷையே பரிபாஷையாக மாறுகின்றனது.[24]

ஆமாம். பரிபாஷைதான்! செய்யுளிலும் சூத்திரத்திலும், மந்திரத்திலும் பரிபாஷையாகப் பாரிசவாதமுற்றுக் கிடந்த மொழியை இயங்கச் செய்யவே 'வழங்கும் வசனநடை' சமயசஞ்சீவியாக வருவிக்கப்பட்டது. ஒரு காலத்திலே கவிதைக்கும் இக்கதி நேரிட்டது. தமிழிலக்கிய வரலாறு கற்ற மாணவருக்கு 'நாயக்கர் காலம்' எனப்படும் பின்னிடைக் காலச் செய்யுட்கள் நினைவு வரலாம். "மூவேந்தரற்று, முடியற்றுச் சங்கமற்றுப் பாவேந்தர் காற்றில் இலவம் பஞ்சாகப் பறந்த காலம்" அது எனச் சிலர் கூறுவர். அது என்னவாயினும், யமகம், திரிபு, சிலேடை, சித்திரகவி முதலான கவி சேஷ்டைகள் மலிந்த காலமது; படித்தோர் பாடல்களிலேதான்; "சொல்லுக்கு உயிரைவிட்டுச் சோதாவாய் வார்த்தைகளை மல்லுக்கு நின்று மடி பிடித்திழுத்து வந்து"[25] செப்படி வித்தைப் புலமை கழைக்கூத்தாடிய காலமது. காரணம் பொருள் வரட்சி; வாழ்க்கைத் தத்துவப் பிறழ்ச்சி.

பரமார்த்தகுரு முதல் *பாரிஸுக்குப் போ* வரை வளர்ந்து வந்துள்ள எமது நாவலிலக்கியத்தின் வளர்ச்சிப் பாதை ஏறத்தாழப் பிறமொழிகளில் அவ்விலக்கியத்தின் படிமுறை வளர்ச்சியை ஒத்தே உள்ளது. நாவல்களின் எண்ணிக்கையும், அவற்றின் பண்பு நலன்களும் குறிப்பிட்டுப் பெருமைப்படும்படி இல்லாவிடினும், மாதிரிக்கொன்று என்னும் வகையில் காணப்படுகின்றன. இக்கட்டுரையின் முற்பகுதியிலே குறிப்பிட்டுள்ளதுபோல, பேச்சு மொழியைத் தழுவிய நடையொன்று நாவலை யடிப்படையாகக் கொண்டு வளர்ந்தது. ஆயின் அது மிகப் பொதுவான ஒரு குறிப்பாகும். மேனாட்டு விமர்சனர் நாவலில் வழங்கும் வசன நடையை ஐந்து வகை முறையாகப் பகுப்பர்.[26] இப்பாகுபாடு தமிழ் நாவல் நடைக்கும் பொருந்தும். அத்துடன் நாவலில் வசனத்தின் பணியைத் தெளிவாக்கவும் உதவும். எனவே இப்பாகுபாட்டி னடிப்படையில் தமிழ் நாவல்களை ஆராய்வோம். முதலிற் பாகுபாடுகளைக் கவனிப்போம். நாவலின் உடற்கூற்றமைப்பைச் சார்ந்தது இப்பாகுபாடு என்பதையும் இங்குக் குறிப்பிடலாம். மனித உடலிலுள்ள பல்வேறு உறுப்புக்களைப் பயன்பாட்டி னடிப்படையில் விளக்குவதை யொத்தது. (1) கதைக்கூற்று அல்லது கதைத் தொடர் உரை *(narrative)*, (2) உரையாடல் *(dialogue)*, (3) வருணனை *(description)*, (4) விளக்கவுரை அல்லது கருத்துரை *(commentary)*, (5) பாத்திரத் தனியுரை அல்லது நனவோட்டம் *(interior monologue)* ஆகிய இவ்வைந்துமே முற்கூறிய பிரிவுகள்.

கதைக் கூற்று: "ஓர் ஊரிலே ஒரு ராசா இருந்தார்" என்று தொடங்கும் பாட்டி கதையின் பண்பட்ட வழித்தோன்றல்தான் நாவல். அந்த வகையில் கதை கூறும் தொனியும் தோரணையும் ஓரளவிற்கு மாற்றமடையாமல் உள்ளன. ஆரம்பகால நாவல்கள்

கதை தொடங்குவதிற் பழைய முறையைப் பெரிதும் அனுசரித்தே வந்துள்ளன. கடந்த இருபது முப்பது ஆண்டுகளுக்குள்ளேயே புதிய 'ஆரம்ப உத்திகள்' கையாளப்பட்டுள்ளன. பழைய பாட்டி கதைத் தோரணையில் நாவலைத் தொடங்கினால் வசனமும் பழைய பாணியிலேயே இருக்கும். புராணங்களிலே பிரபஞ்ச உற்பத்தி கூறி, ஆதியிலிருந்து தொடங்கும் முறையின் எச்சம் இதுவெனலாம். முதன் நாவலாசிரியர் வேதநாயகம் பிள்ளையின் சுகுணசுந்தரி இப்படித் தொடங்குகிறது:

> *கடலை மேகலையாக உடுத்த பூமி தேவியின் திருமுக மண்டலம் போன்ற புவனசேகரமென்னும் நகரத்தை ராஜதானியாக உடைய திராவிட தேச முழுமையும் நராதிபன் என்னும் அரசன் துஷ்ட நிக்ரகம் சிஷ்ட பரிபாலனஞ் செய்து மநுநீதி தவறாமல் அரசாக்ஷி செய்து வந்தான்.*

ராசா ராணிக் கதையாதலால் பழைய பாணியில் கூறப்படுகிறது என்று சமாதானங் கூறலாம். ஆனால் காவிய நடைக்குரிய படாடோபம் ஒரு வகையான செயற்கைத் தன்மையைக் கொடுக்கிறது என்பதைக் கவனிக்க வேண்டும். இது நிச்சயமாகப் பேச்சுத் தமிழின் விரிவு அன்று. *பிரதாப முதலியார் சரித்திரம்* தொடங்குவதும் ஏறத்தாழ இவ்வாறே முன்னதில் நாவலாசிரியரே கதை கூறுபவர். இந்நாவலில் பிரதாப முதலியார் சுயசரிதம் போலக் கதையை விரித்துரைக்கிறார். ஆயினும் நடை ஒன்று தான்.

> இந்தத் தேசம் இங்கிலீஷ் துரைத்தனத்தார் சுவாதீனமாகிச் சில காலத்திற்குப் பின்பு சத்தியபுரி என்னும் ஊரிலே, தொண்டை மண்டல முதலியார் குலத்திலே நான் பிறந்தேன்.

இவ்வாறு நாவலின் 'பால காண்டம்' கூறப்படுகிறது. ராஜமையரின் *கமலாம்பாள் சரித்திரம்* இதே முறையில், ஆனால் பகட்டும் படாடோபமுமின்றி ஆரம்பிக்கிறது.

> மதுரை ஜில்லாவில் 'சிறுகுளம்' என்று ஒரு கிராமம் உண்டு. அந்தக் கிராமத்தின் நடுத்தெருவின் மத்தியில் 'பெரிய வீடு' என்று பெயருள்ள ஒரு வீடு இருந்தது. அந்த வீட்டில் கூடத்திற்கு அடுத்தஓர் அறையில் ஒரு கோரைப் பாய் விரித்து அதன்மேல் ஒரு திண்டு போட்டுச் சாய்ந்து கொண்டு ஒருவர் படுத்திருந்தார் ...

'ஒரு', 'ஓர்' என்ற சொற்கள் எத்தனை தடவை வருகின்றன என்பது நோக்கற்பாலது. பழைய கதை சொல்லும்

அச்சிலிருந்து ஆசிரியர் விடுபடாமையை இது காட்டும். அதே சமயத்தில் உலகானுபவத்தை யொட்டிய இயற் பண்பும் கவனிக்கத்தக்கதா யுள்ளது. மாதவையாவின் *பத்மாவதி சரித்திரம்* தொடங்கும் முறையும் அதிகம் வித்தியாசமற்றது.

> பாண்டிய நாட்டிலே, திருநெல்வேலி ஜில்லாவிலே, சிறுகுளம் என்ற ஊரிலுள்ள சுமார் இருநூறு வீடுகளில், வேளாளராலும், 'கீழ்ச்சாதி'களாலும் குடியிருக்கப் பெற்ற அறுபது வீடுகளைத் தவிர, மிகுதி யாவும் பிராமணர் கிரகங்களே ... இச்சிறுகுளத்திலே சீதாபதி ஐயர் என்றொருவரிருந்தார்.

பொதுவாகத் தமிழ் நாவல்களிலே ஆசிரியர் கதை கூறுபவராக இருத்தலே பெரும்பான்மை வழக்கு. கல்கியின் *கள்வனின் காதலி* போலிஸ் இன்ஸ்பெக்டர் ஒருவர் நினைவிலிருந்து கூறுவதாக அமைந்தது. பாத்திரங்கள் கூறும் உத்தியும் உண்டு. மு.வ.வின் நாவல்களிலே இதனைக் காணலாம். ஆயினும் ஆசிரியர் கதை கூறுவதே பெரும்பாலான – முக்கியமான – நாவல்களிற் காணப்படுவது. இதன் காரணமாக ஓரளவிற்குச் சுத்தமான 'செந்தமிழ்' நடையே கதைக் கூற்றிற் காணப்படுகிறது. மாதவையா அன்றே இதுபற்றிக் கூறிவிட்டார்.

> "கிரந்தகர்த்தா நேரிற்கூறும் வரலாறுகள் வழுவின்றி யிருத்தல் வேண்டும்; கல்வித் தேர்ச்சியில்லாரும் பயன்பெறும்படி எழுதப்படும் கிரந்தமாதலின் எவ்வளவு இலேசான நடையி லெழுதப்படினும் நலமே; ஆயின், எளிதிற் பொருள் தெளிதல் கருதி இலக்கண வழுக்களோடு எழுதப்படின், படிப்பவருள் இலக்கணம் பயின்றார் வெறுப்பையும் அப்பயிற்சி யில்லார் – அவர்களுள் முக்கியமாய் இவ்விதக் கதைகளைப் பெரும்பாலும் வாசிப் போராகிய இலக்கணமறியாப் பெண்பாலர் – வழுக்களையறிய மாட்டாராய், மயக்கத்தையும் அடைவராதலின், நன்னடையி லெழுவதுவதே தகுதியாம்."

உரையாடல்: எமது நாவல் உதயமாகிய காலந்தொட்டு உரையாடல் பேச்சு மொழியைத் தழுவியதாகவே இருந்து வந்துள்ளது. வேறு எதிலுமில்லாவிடினும் நாவல்களிலே இடம்பெறும் உரையாடல்களில் 'யதார்த்தம்' போதியளவு இருக்கிறது. மாதவையா குறிப்பிடும் 'பெரும்பாலும் இவ்விதக் கதைகளை வாசிப்போராகிய பெண்பாலர்' முதலியோர், கடினமான ஆசிரியர் கூற்றுக்களைவிட, உரையாடல்களைச்

சுவைப்பர் என்பதிற் சந்தேகமில்லை. இது நாவலாசிரியர் பரந்த வாசகர் வட்டத்தைப் பெற உதவியது. தொடக்கத்தில் ராஜமையர், மாதவையா போன்றோர் மூலமாகப் பிராமண இல்லங்களில் கேட்கும் உரையாடலும், பின்னர் மெல்ல மெல்ல, முதலியார், பிள்ளை, செட்டிகள் ஆகியோர் வீட்டுப் பேச்சும், தற்காலத்தில் இருமொழி பேசும் பட்டணத்துப் பேச்சும் உரையாடலின் எல்லையை விரிவுபடுத்தி வந்துள்ளன. இவற்றோடு பிரதேசத் தமிழும் உரையாடலில் இடம்பெற்றுள்ளது.

> "அட வாங்கய்யா, உள்ளே போகலாம், சும்மா பீடியைக் குடிச்சிக்கிட்டு! அவர் காத்துக்கிட்டிருப்பாரு" என்று ஒருவர் கடிந்து கொண்டார்.
>
> "பீடிதான் முடியட்டுமே. கொஞ்சம் பொருமேன்!" என்றார் ஒரு பீடி ஆசாமி.
>
> அதற்குள் பீடி குடித்துக்கொண்டிருந்த இன்னொருவர் எங்கே தம்மையும் விரட்டத் தொடங்கி விடுவார்களோ என்று பயந்து பேச்சை மாற்ற முயன்றார்: "அது சரி, தம்பி. மணி இங்கே வந்து எத்தினி நாளாச்சு?"
>
> "எத்தினி நாளா? அஞ்சாறு மாசமிருக்கும்!" என்று பதிலளித்தார் முதல் நபர்.
>
> உடனே, அந்தப் பீடி ஆசாமி பதில் சொன்னார்: "அவர் வந்து இத்தனை நாளைக்குள்ளே, எப்படி நல்லா உழைக்கிறார், பார்த்தீங்களா?"

திருநெல்வேலிச் சீமைத்தமிழை உரையாடலிற் பயன்படுத்தியுள்ளார் ரகுநாதன்.[27] பேச்சுத் தமிழ் பிரதேச அடிப்படையிலும், "சமூக" அடிப்படையிலும் நாவலில் வந்து புகுந்ததைத் தொடர்ந்து 'தாழ்ந்த' நிலையிலுள்ள மக்கள் பாத்திரங்களாக இடம்பெற வழி பிறந்தது. எமது நாவலாசிரியர்கள் பெரும்பாலும் மத்தியதர வர்க்கப் பாத்திரங்களையே படைத்து வந்துள்ளமையால் சமூகத்தின் அடித்தளத்திலுள்ள மக்கள் பேசுந்தமிழ் இன்னும் நாவலை எட்டிப் பார்க்கவில்லை. அதைப்போல, பேச்சுத் தமிழைப் பிரக்ஞை பூர்வமாகக் கையாளாதபடியாலேயே அகிலன், பி.எம். கண்ணன் போன்றோரின் மிகையுணர்ச்சி நாவல்களில் உரையாடல் பாத்திர வார்ப்பின் இன்றியமையாப் பண்பாக அமையவில்லை. கல்கியும் ஒருவகையான சராசரித் தமிழிலேயே உரையாடல்களையும் அமைக்க முயன்றார். அது அவரின் வசன நடையின் பொதுவான பலவீனஞ் சம்பந்தமானது. கல்கியின் பத்திரிகைகளுக்குரிய

வசன நடை -*Journalese* ஓரளவுக்கு ஆற்றல் நிறைந்ததாயிருந்தது என்பதை ஒப்புக் கொள்ளலாம். ஆனால் சிருஷ்டி இலக்கியத்திற்கு அந்நடையின் போதாமை நேர்மையான விமர்சனத்தில் ஏற்றுக்கொள்ளப்படும்.[28] ஆசிரியர் தலையீடின்றி நாடகம் போல, உரையாடல் மூலமாகவே பாத்திரங்களை இயங்க வைக்கும் முறை ஜானகிராமனின் நாவல்களிலே பெருமளவு காணப்படும். இங்குச் சாதாரணக் 'குடும்ப' நாவல் ஒன்றிலிருந்து உதாரணம் பார்க்கலாம்.

> "காரணம் இல்லாமல் ஒரு பேச்சுப் பேசி விடுகிறதோ?"
>
> "உங்களுக்குக் காரணம் சொல்லியாக வேண்டுமோ?"
>
> "ஏன் சொல்லக்கூடாது?"
>
> "நான் உள்ளே போகப் போகிறேன்."
>
> "இரு சொல்கிறேன். இன்று நீ என் பாட்டைக் கேட்டாயா? வீட்டில் பாடின அவ்வளவு கச்சிதமாக இங்கு அமையவில்லை. நீ ஏன் எங்கள் வீட்டுக்கு வரவில்லை?"
>
> "நீங்கள் என்னை அழைத்தீர்கள், நான் வரவில்லை யாக்கும்!"[29]

வருணனை: நாவலில் வருணனைகள் அத்துணை முக்கியமானவையல்ல. சிறந்த ஆங்கில நாவலாசிரியரின் படைப்புக்களில் வருணனைகள் அருகியே காணப்படும். எமது ஆரம்பகால நாவலாசிரியரும் அவருக்குப் பின் வந்தோரிற் பெரும்பாலானோரும் வருணனைப் பகுதிகளைச் செட்டாகவும் சுருக்கமாகவுமே அமைத்துள்ளனர். உண்மையில், வருணனை காவியத்திற்குச் சிறப்பாக உரிய ஓர் இயல்பு. உதாரணமாகப் பெருங்காப்பியத்திற்கு இலக்கணங் கூறிய தண்டியாசிரியர், அதற்குரிய ஐந்து இயல்புகளுள் வருணனையை மூன்றாவதாகக் குறிப்பிட்டுள்ளார். இவ்வருணனை மலை, கடல், நாடு, நகர், பருவம், சூரியோதயம், சந்திரோதயம் முதலியன பற்றியிருத்தல் வேண்டும் என்பது தண்டியின் கட்டளை. தண்டியலங்காரம் தோன்றுவதற்கு, அதாவது வடமொழியிலிருந்து பெயர்க்கப்படுவதற்கு முன்னரும் எமது கவிதைகளிலும் தொடர்நிலைச் செய்யுட்களிலும் வருணனை மரபு ஒன்று படிப்படியாக வளர்ந்து வந்திருக்கிறது.[30] இயற்கைக் காட்சிகளையும் மக்களையும் எவ்வாறு வருணித்தல் வேண்டும் என்று கவிஞர்களுக்கு இலக்கண நூல்கள் விதித்திருத்தல் வேண்டும். அதுமட்டுமல்லாது, உரைநடைக்கும் இயற்கை வருணனைக்கும்

அதிக தொடர்பில்லை என்ற கருத்தும் பல காலமாக நிலவி வந்துள்ளது. களவியலுரையில் இயற்கை வருணனைப் பகுதி வரும்பொழுது அது ஏறத்தாழக் கவிதையாகவே அமையக் காணலாம். காவிய உலகிலிருந்து மாறுபட்டுத் தோன்றிய நாவலில் வருணனைகள் குறைந்த அளவில் இடம்பெற்றமை எதிர்பார்க்கக் கூடியதே. ஆயினும் பல காரணங்களால்,[31] காவிய மரபு தொடர்ந்து நிலவுவதாயிற்று. மேனாட்டு நாடகங்களினாற் கவரப்பெற்ற சுந்தரம்பிள்ளை புதுமுறையில் எழுதிய நாடகத்தில் தண்டியாசிரியர் கூறிய காவிய இலக்கணங்களை அமைத்துக் கொண்டார்; விளைவாக அது நாடகக் காவியம் ஆயிற்று. "இந்நாடகத்தில் தமிழ்க் காவியவுறுப்புக்கள் பற்பல ஆங்காங்கு வருவித்திருப்பதும் அன்பொடு பார்ப்போர் கண்ணுக்குப் புலப்படலாம்."[32] சுந்தரம் பிள்ளை மனமாரத் தனது புதுமையான நாடகத்தில் வருணனைகளைப் புகுத்தினார். ராஜமையர் காவிய இலக்கணத்தைப் பிரக்ஞையுடன் பின்பற்றியவரல்லர். ஆயினும் இளமைத் துடிப்பும் கவிதைச் சுவையும் நிறைந்த அவர் நெஞ்சம் அழகான வருணனைகள் பலவற்றை நாவலில் பெய்துள்ளது. இருபத்தோராம் அத்தியாயம் 'கடற்கரை விளையாட்டு' என்பது. புதுமணத் தம்பதிகளான ஸ்ரீநிவாசனும் லட்சுமியும் "ஒரு நாள் அந்திப் பொழுதில் கடற்கரைக்கு வந்தார்கள்" என்று கதைக்கு ஒரு தொடர்பை உண்டாக்கிக் கொண்டு, கடற்கரைக் காட்சிகளை விஸ்தாரமாக வருணிக்கிறார் ஆசிரியர். நீண்ட அவ்வருணனையிலே, "கவிதையிற் காணப்படும் உருவகங்களும் அகவுருவகக் காட்சிகளும்" இடம்பெற்றுள்ளன. "உணர்ச்சிக் கலப்புள்ள அந்நடை தமிழிற்குப் புதியது என்கிறார் இலக்கிய வரலாற்றாசிரியர் ஒருவர்.[33] "*கமலாம்பாள் சரித்திரம்* அழகான வர்ணனைகளும், கவிதாரஸமும் கலந்து மணம் வீசுகிறது" என்கிறார் ந. பிச்சமூர்த்தி. ஆரம்பகால நாவல்களுள் இது இவ்விஷயத்தில் விதிவிலக்காக இருப்பது குறிப்பிட வேண்டியதொன்று. *கமலாம்பாள் சரித்திரம்* "முற்பாதி நாவல் பிற்பாதி கனவு" என்கிறார் புதுமைப்பித்தன்.[34] இம்மதிப்பீடு பொதுவாக ஏற்றுக் கொள்ளப்படுவதே. அந்த வகையில் கனவின் ஒரு பகுதியாக மோகனமான இயற்கை வருணனையும் தற்குறிப்பேற்றமாகத் தத்துவ விளக்கமும் இடம்பெற்றன என்று கூறலாம். புதுமைப்பித்தன் நூலிற் காணப்படும் வேதாந்த விசாரம்பற்றிக் குறிப்பிடுவது, இயற்கை வருணனைக்கும் பொருந்தும்.

> ஹிந்து சமுதாயத்தில் எந்த அற்புதமும் சர்வ சாதாரணம் என்று கருதப்படுவதினால்தான் நமக்கு அதன் (நாவலின்) சுவை கடைசிவரை குறையாமல்

> இருப்பதுபோல் தோன்றுகிறது. உண்மையில் அந்த ஜீவப் பிரம்ம ஐக்கியம், வேதாந்தத்தில் அற்புதமாக இருக்கலாம். அது கதையின் ரஸனைச் சுவையைக் குறைக்கிறது என்பதில் தடையில்லை.

ராஜமையருக்குப் பின்பு வருணனை கல்கியுடனும், துப்பறியும் கதைகளை எழுதியோருடனும் (மொழிபெயர்த்தோருடனும்) எமது நாவலுலகிற் பிரபலியமடைந்தது எனலாம். இதனைப் பார்க்கும்பொழுது, மேனாட்டு விமர்சனர் கூறும் கருத்தொன்று மிகப்பொருத்தமாகத் தோன்றுகின்றது. கதை நிகழிடத்தின் வருணனை, இயற்கை வருணனை ஆகியன பயங்கர நாவல் (*Gothic novel or horror novel*) வகைக்குத் தனிச்சிறப்பான பண்பு என்று கூறுவர்.[35] நடுச்சாமச் சந்திப்பு, பாழ்மனை, ஜன சஞ்சாரமற்ற காடு, நிலவறை, சுரங்கப்பாதை, பேய்களின் நடமாட்டம், கன்னிப் பெண்ணின் ஆவி, நரபலியிடும் கொள்ளைக் கூட்டத்தினரின் இரகசிய விடுதி, சுடுகாடு, ஆந்தையின் அலறல், நாயின் ஊளை – இத்தியாதி விஷயங்களை நாவலில் அமைக்கும்போது தவிர்க்க முடியாதபடி இவை சம்பந்தமான வருணனைகள் இடம் பெறுகின்றன.

பதினெட்டாம் நூற்றாண்டின் பிற்பாதியிலே இத்தகைய நாவல்கள் பல எழுதப்பட்டன. இவற்றிற்குத் கால்கோள் விழா எடுத்த ஹொரஸ் வால்போல் (1717–1797) *The Castle of Otranto, ஒட்ரான்ரோ மாளிகை* என்ற நாவலை 1764இல் எழுதினார். இவரைத் தொடர்ந்து எழுதியவருள் ரட்கிளிஃப் (*Ann Radcliffe 1764-1823*), லெவி (*Gregory Lewis, 1775-1818*), மற்றூரின் (*Robert Maturin 1782-1824*) ஆகியோர் குறிப்பிடத்தக்கவர்கள். பத்தொன்பதாம் நூற்றாண்டில் வாழ்ந்த புரட்சிக்கவி ஷெல்லியின் மனைவியான மேரி (1797–1851) இக்குழுவிற் சேரவேண்டியவரே. இவரது *Frankenstein* இன்றுவரை பயங்கர நாவலாயும் திரைப்படமாயும் பல அவதாரங்கள் எடுத்துவிட்டது. தமிழில் *பிரேத மனிதன்* என்ற தலைப்பில் மொழிபெயர்த்துள்ளார் புதுமைப்பித்தன். அவரே எழுதியுள்ள *பிரம்ம ராக்ஷஸ்* மேரி ஷெல்லியின் நாவலின் தமிழ் எதிரொலியே. ஆங்கில நாவலாசிரியர் ஆர்.எல். ஸ்டீவன்சன் எழுதிய *Dr. Jekyll and Mr. Hyde* என்னும் நூலை சிதம்பர ரகுநாதன் *நான் இருவர்* என்ற தலைப்பில் மொழிபெயர்த்துள்ளார். வால்போல் உற்பத்தி செய்த நாவல்களின் கதைக்கருக்களைப் பின்வருமாறு ஒரு விமர்சகர் சுருக்கிக் கூறியுள்ளார்:

> தகாத முறையில் அரசுரிமைக் கைப்பற்றீடு, சந்தர்ப்பத் தேவை கருதிய திருமணங்கள், பிரமாண்ட மான உற்பாதங்கள், ஆவியுருத் தோற்றங்கள், குகை

> களிற் கைகலப்பு, தெய்வ சந்நிதியில் காதலரின் இடந்தலைப்பாடு, பாபிகள், கன்னியர் மடத்திற் சேருதல் போன்ற வழக்கமாகவே கையிருப்பான சங்கதிகளே இவர் நாவல்களில் இடம்பெறுவன. இவைத் திரும்பத் திரும்பப் பயன்படுத்தப்பெறுவன.[36]

கல்கியின் நாவல்களிலும் இத்தகைய கருக்கள் அமைந்தியங்குவதை எடுத்து விளக்குதல் அவசியமன்று. ஓருதாரண மட்டும் காட்டிச் செல்லலாம். அவர் எழுதிய கடைசி முழு நாவலான *பொன்னியின் செல்வனிலிருந்து:*

> சுந்தர சோழர் தம்முடைய தலைமாட்டில் வெகுசமீபத்தில் ஓர் உருவம் வந்து நிற்பதை உணர்ந்தார்; திகிலினால் அவருடைய உடம்பு நடுங்கியது. வயிற்றிலிருந்து குடல் மேலே ஏறி நெஞ்சை அடைத்துக்கொண்டது போலிருந்தது! நெஞ்சு மேலே ஏறித் தொண்டையை அடைத்துக் கொண்டது. கண் விழிகள் பிதுங்கி வெளியே வந்து விடும் போலிருந்தது. அவள் தான் வந்து நிற்கிறாள், சந்தேகமில்லை. அவளுடைய ஆவிதான் வந்து நிற்கிறது. தாம் நினைத்தபடியே கடைசியாக இரத்தப் பழி வாங்குவதற்கு வந்திருக்கிறது. தம் நெஞ்சில் கத்தியால் குத்தித் தம்மைக் கொல்லப்போகிறது. அல்லது வெறுங் கையினாலேயே தம் தொண்டையை நெரித்துக் கொல்லப் போகிறதோ, என்னமோ?

இவ்வுரைநடைப் பகுதியைக் குறித்துச் சிறிது கூறலாம். திகில், நெஞ்சடைப்பு, விழி பிதுங்கல், ஆவி, இரத்தப் பழி, கத்திக்குத்து, தொண்டை நெரிப்பு முதலிய 'அச்சந்தரும்' செய்திகள் மாமூல் பிரகாரம் வந்துள்ளன. ஆயினும் வாக்கிய அமைதியும் சொல்லாட்சியும் சப்பென்றிருக்கின்றன. பொருளொற்றுமை இருப்பினும், ஒரு புதுமைப்பித்தனோ, வல்லிக்கண்ணனோ, ரகுநாதனோ இத்தகைய வருணனையைக் கையாளும் பொழுது படிப்போருக்குச் சுந்தர சோழரின் அநுபவத்தில் ஒரு பகுதியேனும் ஏற்படும். அதுதான் நடைச்சிறப்பு. கல்கி என்றுமே நடைச் சிறப்பிற்குப் (*style*) பாராட்டப்பட்டவர் அல்லர். சுருக்கமாகக் கூறுவதாயின் தற்புதுமையும் சிருஷ்டித்திறனுமற்ற ஓர் உரைநடையைக் கருவியாகக் கொண்டு மாமூலான அடிக்கருத்துக்களைக் (*themes*) கதைப் புணர்ப்பிலே பயன்படுத்தி, பொதுவாக ஏற்றுக்கொள்ளப்படும் சராசரித் தமிழில் மரியாதையான இல்லங்களில் குடும்பத்தோடு படிக்கத்தக்க கதைகளை எழுதினார் கல்கி. ஆங்கில விமர்சகர் அலென், வால்போல் பற்றிக் குறிப்பிடுவது அவரைப் பல வழிகளில் ஒத்த[37] கல்கிக்கும்

பொருந்தும். "பாத்திர வார்ப்பில் நாட்டமும் நம்பத் தகுந்த உரையாடலில் ஆர்வமும் எள்ளளவும் தமக்கில்லை யென்பதை அவர் வெளிப்படுத்திக் கொள்கிறார்."[38]

செயற்கைப் பாங்கான உரையாடலும், விந்தை மனிதரும் நிறைந்த கல்கி போன்றோரின் நாவல்களில் முற்கூறிய பயங்கரச் சூழ்நிலைகளை உண்டாக்குவதற்கும் அதற்கு ஈடு செய்யும் முறையில் இனிமையான காட்சிகளைச் சித்திரித்துச் சமநிலை ஏற்படுத்துவதற்கும் வருணனைகள் இன்றியமையாதன. சிறந்த நாவல்கள் வருணனைப் பகுதிகள் இன்றியும் இயங்கவல்லன. பரபரப்பு, நாவல்களின் உயிர்நாடியே அவைதாம். எனவே, கதை நிகழும் காலத்தில் வடுவூரார் முதலியோர் எழுதிய (தழுவியெழுதிய) நாவல்களுக்கும் கல்கியின் நாவல்களுக்கும் சிறுச் சிறு வேறுபாடுகளிருப்பினும், அவற்றின் உள்ளியல்பு ஒரே தன்மைத்தே. க.நா. சுப்ரமண்யம் மூடிமறைக்காமற் கூறுவது மென்று விழுங்க வேண்டியதொன்றுதான்.

> (கல்கி)... வடுவூரார், ஆரணி முதலியோர் பண்ணிய கைங்கரியத்தையே இன்னும் சற்றுத் தொடர்ந்து விடாப்பிடியாகப் பத்திரிகை யுகத்தின் வெற்றியுடன் செய்தார். அவரைப் படிக்க இனிப்பது என்னவோ உண்மை என்றுதான் சொல்ல வேண்டும். ஆனால் . .. நல்ல கலைஞன் தன் இலக்கியத்துக்கு விஷயமாக எடுத்துக் கையாளக்கூடிய விஷயங்களை யெல்லாம் ஒதுக்கிவிட்டு நகர்ந்து விடுகிறார் அவர்.[39]

கல்கி போன்றாரின் நாவல்களிற் காணப்படும் பிற பலவீனங்களுக்கு ஈடுகட்டுவதற்காக 'அழகான வர்ணனைகள்' அத்தியாவசியமாகின்றன எனக் குறிப்பிட்டோம். தேவை பெரிதாகலால் இவ்வர்ணனைகளை ரஸமாக எழுத முற்பட்டனர். அதன் விளைவாகச் சமூக நாவலிலுஞ் சரி, சரித்திர நாவலிலுஞ் சரி கவிதையை நினைவூட்டும் நடையில் வருணனைகளை எழுதினர். நாவலின் பிற பகுதிகளின்றும் இப்பகுதிகள் விட்டிசைப்பனவா யுள்ளன. அதாவது வருணனைகள் தனிப் பகுதிகளாகக் குத்திட்டு நிற்கின்றன. தழுவல் நாவல்களைத் தனித் தமிழில் எழுதிய மறைமலையடிகள் படைப்பிலும் இவ்வியல்பைக் காணலாம். பயங்கர நாவற் பண்புகள் அத்தனையும் பிசகின்றிப் பெற்றுள்ள *குமுதவல்லி அல்லது நாகநாட்டரசி* காற்பங்கிற்கு மேல் இயற்கை வருணனை கூறுவதாகும். நாவலின் தொடக்கமே இதற்கு உத்தரவாதமளித்துவிடுகிறது. "உலகத்தில் மிக அழகிய மலைநாட்டைப் பற்றி விவரித்துச் சொல்லப் போகின்றோம்." இயல்பாகவே செயற்கையான வருணனைக்கு அடிகளின் 'தூய

தமிழ்ச் சொல்வளம்' செயற்கைப் பாங்கை மேலும் அதிகரிக்கச் செய்கிறது,[40] பரபரப்புத் தன்மை இல்லாத போதும், அகிலன், மணிவண்ணன் முதலியோருடைய நாவல்களிலும் வருணனைப் பகுதிகள் விரவிக் காணப்படுகின்றன. ஆங்கில நாவல்கள் தவிர வங்காள நாவல்களும் இத்துறையில் எமது நாவலாசிரியரைப் பாதித்திருக்கின்றன எனக் கூறலாம். ஆயினும் இவ்விடத்திலே ஒன்று கூறுதல் வேண்டும். ஆங்கில நாவலாசிரியரும் மிகச் சமீப காலம் வரை வருணனைக் கவர்ச்சிக்கு ஆட்பட்டிருந்தனர். நாவலின் பொருள் அடிப்படை மாற்றம் அடையும்பொழுதுதான், வருணனை முறையும் மாற்றமடையும். நகர வாழ்க்கையின் கெடுபிடிகளும், கைத்தொழில் வளர்ச்சியின் துன்ப இயல்புகளும், பிற சமுதாய இன்னல்களும் மனிதனை முற்றுகையிடும் பொழுது, கொள்ளிடக் கரையிலும் (கல்கி), அமராவதிக் கரையிலும் (அகிலன்), காவிரிக் கரையிலும் (சங்கரராம்), நீலமலைத் தொடரிலும் (ராஜம் கிருஷ்ணன்) இவை போன்ற “இயற்கை அமைதி” சூழ்ந்த பிற இடங்களிலும் மானஸீகமாகவேனும் சுகம் காண முற்படுகின்றனர் பலர். அது யதார்த்த உண்மை. அவ்வுண்மையையே கலை வடிவமாக்கும் நோக்கு வலுவடையும் வரை பெரும்பாலும் எமது நாவல்கள் ஓடிய தடத்திலேயே ஓடிக்கொண்டிருக்க வேண்டியதுதான். விதிவிலக்குகளாக க.நா. சுப்ரமண்யம், ஆர். ஷண்முக சுந்தரம், ரகுநாதன், கணேசலிங்கன், இளங்கீரன், ஜெயகாந்தன் ஆகியோரைக் குறிப்பிடுவேன்.

விளக்கவுரை அல்லது கருத்துரை: நாவலாசிரியன் கதையினூடே குறுக்கிட்டுக் கருத்துரைப்பது ஆரம்ப நிலையிலுள்ள இலக்கிய விமர்சனராற் கூட வெறுத்தொதுக்கப்படும் நிலை இன்றுள்ளது. முந்திய கதாசிரியர்கள் கதையை நிறுத்திவிட்டுத் தர்மோபதேசஞ் செய்யும் 'அதிகப் பிரசங்கித்தன'த்திற்கு எதிரான விளைவு இது எனலாம். ஆனால் கருத்துரை இன்று எமது நாவல்களில் முற்றாக மறைந்துவிட்டது என்பதிற்கில்லை. நுண்ணிய வடிவம் பெற்றுள்ளது என்பதே உண்மை. வெறும் பொழுதுபோக்கிற்காகவன்றி வாழ்க்கைத் தத்துவம் ஒன்றை ஆதாரமாகக் கொண்ட நாவலாசிரிய னொருவன், சுருங்கிய வடிவிலேனும் தனது கருத்துரைகளைக் கூறியே தீருவான். கதைக் கூற்றுடன் கலந்தும் சில விளக்கவுரைகளைக் கூறுவர். எமது ஆரம்ப கால நாவலாசிரியர்கள், நாவலை நல்லறிவூட்டும் சாதனமாகவும் கொண்டனராதலால், விளக்கவுரைகளைக் கூச்சமெதுவுமின்றி விரித்தனர். வேதநாயகம் பிள்ளை போன்றோர், பல்வேறு பொருள் குறித்துக் கட்டுரை வடிவிற் கூறினர்; மாதவையா அத்துடன் பாத்திரங்களின் குணவியல்புகளை விளக்கவும் விளக்கவுரையைப் பயன்படுத்தினார்:

> இதைப் படிக்கும் எமது நண்பரே! காலத்தச்சன் இயற்றுங் கற்பனைகள் அளப்பரியவே. ஆயினும், இவ்வுலகில் மானிட ஜென்மம் தோன்றிய காலந் தொட்டு இதுகாறும் உள்ளனவாயும் உண்டாக்கப் பட்டனவாயுமுள்ள யாவற்றினும், மிக ஆச்சரிய மானதை, என்றும் யாவர்க்கும் புதுமை புதுமையாக விளைத்துக் கொண்டிருக்கும் ஒரு பொருள் உளதே, அதை நீர் அறிவீரோ? உம்மையும், எம்மையும், யாவரையும் தன்னிஷ்டப்படி ஆட்டுவிக்கும் பெருங்கூத்தனாகிய 'மனம்' என்னும் பொருளினும் அதிக வியப்பை விளைக்கக்கூடிய வஸ்துவையும் நீர் தெரிவீரோ? . . . இதோ பாரும்? நம் தோழன் நாராயணனை. அவன் மனது ஆட்டிவிக்குங் கூத்தைப் பாரும்.[41]

சாட்டையில்லாப் பம்பரம்போல் உலகத்தை ஆட்டிப் படைக்கும் இறைவன் என்றிருக்க வேண்டியதற்குப் பதிலாக 'மனம்' என்ற பொருள் பற்றி, மாதவையா குறிப்பிடுவது நாவலின் வெற்றியைக் காட்டுகிறது. சில சமயம் கதைக்கூற்றுடன் 'கலந்து' ரத்தினச் சுருக்கமாக விளக்கவுரை வழங்குவார் ராஜமையர்:

> மணவறையிலிருந்த ஸ்ரீநிவாசன் . . . ஒவ்வொரு வேளை தன் முகத்தைத் தன்னருகிலிருந்த சுப்பராயனை நோக்கி அழகாய்த் திருப்பிக் கொண்டு சில சில வார்த்தைகளை இங்கிலீஷில் பேசினான். ஹோமம் செய்யும் போது புகையுடன் பழகாத தன் கண்களில் ஜலம் வர அதை அங்கவஸ்திரத்தால் துடைக்காமல் தன் விரலால் சுண்டி எறிந்து கொண்டு, சுப்பராயனை நோக்கி தன் பெண்டாட்டி காதில்பட 'ஆநந்த பாஷ்பம்' என்று சொல்லிக் கொண்டான். ஏதோ புதுமையைக் கண்டவன் போல அடிக்கடி புன்சிரிப்புச் சிரித்தான். நேற்று வரையில் வேஷ்டிகூடச் செவ்வையாய் உடுத்தத் தெரியாத பையன் இன்று பாராட்டிக்கொண்ட பெருமையைப் பாருங்கள்! ஒருவேளை நாமும் நம்முடைய கல்யாணத்தில் இருந்திருப்போம். மேலும் ஸ்ரீநிவாசன் குழந்தை தானே![42]

கதைக் கூற்றின் இறுதிப் பகுதி மனித இயல்பு பற்றியதாக இருத்தல் கவனிக்கத்தக்கது. கதையைச் சாதாரணமாக நடத்தும்போது, நாவலாசிரியன் இயன்றளவு நேராகவும் நிகழ்ச்சித் தொடர்ச்சி கெடாத வகையிலும், வாசகனது மனப்படிவிற்கு ஏற்ற நிலையிலும்

நின்று கூறுகிறான். விளக்கவுரை கூறத் தொடங்கியதும் தன்னை மறந்து ஒரு படி மேலே ஏறி நின்று இகழ்ந்தும், புகழ்ந்தும், பாராட்டியும், கண்டித்தும் போதிக்கின்றான். போதகர்களின் குரல் எப்பொழுதுமே அதிகாரத் தொனியுடையது. எனவே பெரும்பாலும் 'ஏ மானிடா' என்ற தோரணையில் கருத்துரை இருக்கும். அல்லது சில வேளைகளில் மனித செயலின் வியர்த்தத்தை விளக்குவதாக இருக்கும். அதிலே அதிகாரத்தோடு அனுதாபம் கலந்திருக்கும். பாரதி அசாதாரண தன்னம்பிக்கை யுடன் உலகின் மெய்ம்மையை விளக்குகிறார்.[43]

> *ஏழை மானிடரே! இவையெல்லாம் சாசுவத மல்லவா? க்ஷணந்தோறும் தோன்றி மறையும் இயல்பு கொண்டனவா? தனித் தனி மரங்கள் மறையும். ஆனால் உலகத்தில் காடுகளில்லாமல் போகாது. தனிப் பக்ஷிகளும் மிருகங்களும் மறையும். ஆனால் மிருகக் கூட்டமும் பக்ஷி ஜாதியும் எப்போதும் மறையாது.*

கதைக்கூற்றும், கருத்துரையும் தனித் தனி உறுப்புக்களாக இயக்கிய காலத்தில் கதைக்கூற்று, 'பற்றற்ற' வகையிலும், கருத்துரை, ஆசிரியரது மனச்சாய்வுகளுக்கு இசைந்த வகையிலும் வரையப்பட்டது. நாவலின் வளர்ச்சியையும் முதிர்ச்சியையு மொட்டி, இக்காலத்திற் பெரும்பாலான ஆசிரியர்கள் கதைக் கூற்றையே கருத்துரையாகவும் சாதுரியமாகக் கையாளுகின்றனர்.

> *ஒரே சனத்திரள் கோவில் உள்ளேயும் வெளியேயும் நிரம்பி வழிந்து கொண்டிருந்தது. இரத்தினம், நடராசா மயிலன் ஆகியோர் சனங்களை இருத்திக் கொண்டிருந்தனர். பஞ்சமர் என்று கூறப்படும் பள்ளர் பறையருக்காக ஒதுக்குப்புறத்தில், வழமையிலும் பார்க்க உறுதியாகத் தூண்கள் நட்டு வரிசையாகக் கயிறு கட்டப்பட்டிருந்தது.*[44]

கதையோடு கதையாக, சாதிவேற்றுமை, அதன் செயற்பாடு ஆகியனபற்றி ஆசிரியர் கருத்துத் தெரிவித்துள்ளார். இம்முறையே இக்காலத்திற் பெருவழக்காகும். எமது ஆரம்பகால நாவலா சிரியரது விளக்கவுரைகள் பல, அவர்கள் படித்த ஆங்கில நாவலாசிரியரிடத்துப் பெறப்பட்டன. உதாரணமாக, மாதவையா, நடேச சாஸ்திரி முதலியவர்கள், தாக்கரே *(William Makepeace Thackeray 1811-63)* கூறியுள்ள 'பொன்மொழி'களைத் தழுவி யமைத்துள்ளனர். அவற்றை இங்கு விவரித்தல் வேண்டாம். மாதவையா பக்கம் பக்கமாக விளக்கவுரைகள் கூறிச் செல்வதைப் படிக்கும்போது தாக்கரேயின் நினைவு வராமற் போகாது.

பத்தொன்பதாம் நூற்றாண்டின் தலையாய ஆங்கில நாவலாசிரியரெல்லாம் விளக்கவுரை மன்னராகவே விளங்கினர். ஆனால் பொறுமையைச் சோதிக்கும் அளவிற்கு அவை நீண்டு காணப்படினும், நேர்மையானவை என்பதை மறுத்தல் இயலாது. அவற்றில் போலித்தன்மை மருந்துக்கும் கிடையாது. *பாஞ்சாலி சபதத்திலே* சூரியாஸ்தனமத்தைக் கவிதையாகக் கூறிய பாரதி திருப்தியடையாமல், உரைக்குறிப்பில் அப்பொருள் பற்றி அற்புதமான வசனத்தில் எழுதித் தள்ளியதைப் போலவே, ஆராமையால், அறிவியல் முதலாய விஷயங்களை வேண்டிய இடங்களில் விண்டுரைத்தார்கள் எமது நாவல் முன்னோடிகள். அதுமட்டுமன்று; அறிவூட்டலை நாவலின் நோக்கங்களில் ஒன்றாகக் கருதிய அவர்கள் சொல் வேறு செயல் வேறு அற்றவராயிருந்தனர். பரபரப்பு நாவலாசிரியரும் கருத்துரைகள் வழங்கினர். ஆனால் நாவலிற் கூறப்பட்ட விஷயங்களோ ஒழுக்க வரம்பு உடைத்தவை. 'படிப்பது தேவாரம்; இடிப்பது சிவன் கோயில்' போன்றது அவர்கள் செய்த காரியம். இதனை ஓரளவிற்குச் சுட்டிக் காட்டியுள்ளார் திரு. ஜகந்நாதன்.[45] பரபரப்பு நாவல்களில் இடம்பெற்ற கருத்துரைகள், அவற்றில் எள்ளளவேனும் நம்பிக்கையற்றவரால், உலகத்திற்காகவும் உபசாரத்திற்காகவும் எழுதப்பட்ட மனமறி பொய்களாம். கருத்துரைகள் பொருளற்றுப்போக ஏதுவாயிருந்தவற்றுள் இம்மோசடியும் ஒன்றாகும்.

நனவோட்டம்: நாவலுறுப்புகளிற் காலத்தால் மிகப் பிந்தியது இது. ஆங்கிலத்திலேயே இதன் வரலாறு அரை நூற்றாண்டிற்கு உட்பட்டதுதான். சுருக்கமாகக் கூறுவதானால், இரு நோக்கங்கள் இதன் தோற்றத்திற்குக் காரணமாயிருந்தன எனலாம். முதலாவது; வழக்கமான கதைப்புணர்ப்பு இன்றிக் கருத்துத் தொடர்புகளின் அடிப்படையில் நினைவுகளையும் நிகழ்ச்சியையும் தொடுத்துச் செல்லத்தக்க 'நாவல்' வடிவம் அவசியமென்று சிலர் கருதினர். உளவியல் வளர்ச்சியின் பயனாகச் 'சிந்தனைத் தொடர்' என்ற கோட்பாடு பிரபலியமாயிற்று. ஒன்றைத் தொட்டு மற்றொன்றாக நினைவுகள் சங்கிலிப் பின்னலாக ஓடுவதே நனவோட்டம் என்று நாவலிற் கடைப்பிடிக்கப்பட்டது. இரண்டாவது; இத்தகைய சிந்தனைச் சிதறல்களை வார்த்தைகளிலே தேக்குவதற்கு, வழக்கத்திலுள்ள சொற்றொடர் அமைப்பும், இயைபும் திருப்திகரமாகக் காணப்படவில்லை. ஓர் எண்ணம் தோன்றி முழுவடிவம் பெறுமுன் வேறொரு எண்ணம் அரைகுறையாகத் தோன்றுவதைச் சித்திரிக்க வேண்டுமாயின் வாக்கியத்தை அரைகுறையாக முறித்துக்கட்டல் வேண்டும். எண்ணச் சிதறலையும் முறிவுகளையும் போலவே சம்பிரதாயமான

வாக்கியமும் முறியும். இதுவே நனவோட்டத்தின் சாரம்சமாகும். உளவியல், உளப்பாகுபாட்டாய்வியல் ஆகியவற்றின் பெருஞ் செல்வாக்கை இதிற் காணலாம். நனவோட்டத்தை ஓர் இலக்கிய அப்பியாசமாகவே கைக்கொண்டுள்ள லா.ச. ராமாமிர்தம். அதன் இயல்பை ஒருவாறு விவரித்துள்ளார்.[46]

> சில சமயங்களில் மனத்தில் ஓர் எண்ணம் எழுந்ததும், சமயமும் சம்பந்தமுமற்று, அதையொட்டி அதே மனத்தில் வாக்குத் தொடர்கள் எழுகின்றன. எழுந்ததும் அவைகளே எண்ணங்களாகவும் மாறி, தாமே தம்மைத் தனித்தனித் தொடர்புகளுடன் பெருக்கிக் கொண்டு விடுகின்றன.

தமிழில் நனவோட்டத்தை முதன் முதலில் பரீட்சித்துப் பார்த்தவர் புதுமைப்பித்தன். அதுபற்றி *ஆண்மை* என்ற சிறுகதைத் தொகுதி முகவுரையில் அவரே சுவைபடக் கூறியுள்ளார். அவரது *கயிற்றரவு* இன்றும் அவ்வகை எழுத்திற்குச் சிறந்த எடுத்துக்காட்டாக உள்ளது. லா.ச.ரா.வும் தனது (நீண்ட) சிறுகதைகளிலேயே இதனைத் திறமையுடன் செய்து முடித்திருக்கிறார். புதுமைப்பித்தன் பரீட்சித்தபொழுது மேனாட்டிலும் பலர் 'நனவோடை' நாவல், சிறுகதை, கவிதை என்றிவ்வாறு படைத்து வந்தனர். இன்று அங்கு நனவோட்டம் ஆடி அடங்கிய கதை. நிறைவைவிடக் குறைவே அதிகம் என்றுணரப்பட்டுள்ளது. *எழுத்து* வட்டத்தினராலும் லா.ச. ராமாமிர்தத்தாலும் அது விடாப்பிடியாகத் தூக்கி நிறுத்தப்படுகிறதெனினும், தமிழில் அது யாது காரணத்தாலோ வேரூன்ற மறுக்கிறது. பூரணமான நனவோட்ட நாவல் எதுவும் தமிழில் தோன்றியிருப்பதாக நானறிந்ததில்லை. ஆயினும் நனவோட்டத்தின் சாயலை ஆங்காங்குச் சில நாவல்களிற் காணக்கூடியதாக உள்ளது. நனவோட்டத்தைப் பொறுத்தவரை எமது எழுத்தாளரிற் சிலர் தும்பை விட்டு வாலைப் பிடித்துள்ளனர் என்றே தோன்றுகிறது. முறைப்படி அமையாத வாக்கியங்களும், பலவகையான நிறுத்தக் குறியீடுகளும், இடம் விட்டு விட்டு எழுதுதலும் நனவோட்டத்தின் ஆதியும் அந்தமும் என்று அவர்கள் கருதுவது போலத் தெரிகிறது. இது நனவோட்டத்தைத் தவறாகப் புரிந்து கொண்டமையின் விளைவு என்று கூறவும் வேண்டுமோ? மேற்கூறியவை நனவோட்டத்தின் புறத்தோற்றத்தைக் குறிப்பனவே. அதன் உள்ளியல்பு வெறும் குறிகளால் அளவிடற் பாலதன்று.

நனவோட்டத்தின் அடிப்படைகளில் ஒன்று நாவல் தன்னிறைவானது என்ற கருத்து. அதாவது கதைக்கூற்று, கருத்துரை முதலியன அவசியமில்லை என்பதும், பாத்திரங்களின்

மனஉணர்வுகளும் கருத்தோட்டமுமே முழுமையாகச் சித்திரிக்கப்படல் வேண்டுமென்பதுமாகும். நாவலாசிரியனது தலையீடும் குறுக்கீடும் நாவலிலுள்ள பாத்திரங்களின் ஒழுக்கம், சிந்தனை, உணர்வு இவற்றிலிருந்து வாசகரின் கவனத்தைக் குழப்புகின்றன என்று ஹென்ரி ஜேம்ஸ் *(1843–1916)* கருதினார். நாவல் பாத்திர சம்பந்தமுடையதாதலின் பாத்திரங்களின் கருத்தோட்டத்தை மட்டும் பிரதிபலிக்கும் 'தூய்மை' அதிலிருக்க வேண்டும் என்றார் அவர். அதாவது நாவலாசிரியனது 'தான்' எள்ளளவேனும் நாவலிற் கலத்தலாகாது என்று ஃப்ளோபேர், ஜேம்ஸ் போன்ற 'தூய கலை' வாதிகள் வற்புறுத்தினர். படர்க்கைப் பாட்டில், பிறரூடாக, நாவலாசிரியனது நேரடித் தொடர்பின்றி நாவல் நடக்குமாயின், அவனை "நாவலுடன் தொடுக்கும் கொப்பூழ்க் கொடி துண்டிக்கப்படும்" என்று நம்பினர்.[47] இந்நம்பிக்கையின் தருக்கரீதியான விளைவே பாத்திரங்களின் 'உணர்வுகளை மாத்திரம் மையமாகக் கொள்ளும்' நனவோட்ட நாவல். ஜேம்ஸ் எழுதிய 'தூதுவர்கள்' *The Ambassadors (1903)*, இத்துறையில் குறிப்பிடத் தக்க முன்னோடி. மொழிநடையில் ஜேம்ஸ் அதிகம் பரிசீலனை செய்தார் என்பதற்கில்லை. நெஞ்சிற் பதியும் உருவகமோ, சொற்றொடரோ அவர் எழுத்திற் காணப்படாததொன்று.[48] அதனைச் செய்து முடித்தவர் நனவோட்டத்தின் கொடுமுடிகளைத் தொட்டவராகக் கருதப்படும் ஜோய்ஸ். அவரது 'யூலிஸிஸ்', *Ulysses (1922)* ஆங்கில மொழியில், அசுர சாதனைகள் சிலவற்றைச் சாதித்துள்ளது. வெர்ஜீனியா வூல்ஃப் *(1882–1941)*, டோரதி றிச்சர்ட்ஸன் *(1873–1961)* ஆகிய இரு நாவலாசிரியைகளும் இத்துறையில் மேலும் விகற்பங்களைக் காட்டியுள்ளனர். நாவலாசிரியனது பிரசன்னமின்றி நிகழ்ச்சி என்னும் பொருளினது புடைபெயர்ச்சி எதுவுமின்றிப் பாத்திரங்களின், 'எண்பது கோடி நினைத்தெண்ணும்' பிரக்ஞை வெளியில் நாமும் சேர்ந்து மிதக்கும் 'தூய உணர்வு' நிலை இந்நாவல்களிற் காணப்படுகிறது. இவ்வாங்கில எழுத்தாளருக்கு முன்னோடிகள் ஐரோப்பாவில் இருந்தனர் எனத் தெரிகிறது. உதாரணமாகப் பாத்திரங்கள் 'நெஞ்சொடு கிளத்தலை' உத்தியாகக் கொண்டு 1887இல் எடுவர்ட் டுயார்டின் *(Edouard Dujardin)* என்ற பிரெஞ்சு ஆசிரியர் "இனி ஒரு போதும் காட்டிற்கு (போவது) இல்லை", *Les Lauriers Sont Coupes* என்னும் நாவலை எழுதியிருந்தார். ஜோய்ஸ் அந்நூலிற்குக் கடப்பாடுடையவர்.[49] இத்தகைய நாவல்களிலே பாத்திரங்களும் குறைவு. இரண்டொரு பாத்திரங்களைத் தேர்ந்தெடுத்து அவற்றின் 'க்ஷணப்பித்தம்' 'க்ஷணச் சித்தம்' ஆகியவற்றையெல்லாம் பிறந்த மேனியாகக் காட்டுவதுதான் நாவலாசிரியரின் முதற் கருத்து. உதாரணமாக, டோரதி றிச்சர்ட்ஸன் எழுதிய *கூர்க் கூரைகள், (Pointed Roofs,*

1915) என்ற நாவலில் மிரியம் எனப் பெயருடைய இளம் பெண்ணொருத்தியின் சிந்தனைகளும் மனஉணர்வுகளுமே பதிவு செய்யப்பட்டுள்ளன. ஒரு வகையில், நனவோட்ட நாவல் பாத்திரங்களின் உணர்வுகளைச் சுத்தசுயம்புவான முறையிற் பதிவு செய்யும் சாதனம் எனலாம். *கூர்க் கூரைகளில்*, மிரியம் என்பவளின் அன்றாட வாழ்க்கையில் நிகழுஞ் சின்னஞ் சிறு விஷயங்கள், படிக்கும் நூல்களைப் பற்றியும், கேட்கும் இசையைப் பற்றியும் அவளது எண்ணங்கள், காணும் பகற்கனவுகள் ஆகியன அவ்வப்போது தெறிக்கும் முறிந்த – உடைந்த – உதிர்ந்த – சொற்றொடர்கள் மூலம் புலப்படுகின்றன. நாவல் முழுவதும் பாத்திரத்தின் தனியுரையே வியாபகித்துள்ளது. இந்நாவல் வெளிவந்த சமயம் மதிப்புரையெழுதிய மே சின்கிளார் என்பவர், அக்காலத்திற் பிரசித்தி பெற்றிருந்த 'உளவியற் கோட்பாடுகள்' *(Principles of Psychology, 1890)* என்ற நூலிலிருந்து, நனவோட்டம் என்னும் சொற்றொடரை எடுத்து அதுவே நாவலிற் காணப்படும் உத்தியையும் விளக்கவல்லதாக உள்ளது என எழுதினார்; இலக்கிய உலகில் அன்றுதொட்டு அது ஒரு கலைச்சொல்லாக வழங்கி வருகிறது.

இவற்றையெல்லாம் நோக்கும்போது தமிழிலே நனவோட்ட நாவல் பலமான அத்திவாரம் இன்றி எழுதப்பெற்ற, பூர்த்தியாகாத வீடு என்றே கருதத் தோன்றுகிறது. இரு முதல் தேவைகள் இங்கு இல்லாமற் போயின: உளவியல் பற்றிய பரவலான அறிவும் தெளிவும்; மொழியியல் பற்றிய சர்ச்சையும் பரிசீலனைகளும். இவையே ஐரோப்பிய நனவோட்ட எழுத்தாளரின் கருவிகள். அதற்குமேல் இரு உலகப் போர்களுக்கிடையில் காணப்பட்ட குழப்பமான நிலைமை. இக்குழப்பத்தின் காரணமாகச் சிலருக்கேற்பட்ட நம்பிக்கை வரட்சி, விரக்தி, புற உலகப் பற்றின்மை, அக நோக்கு ஆகியனவே தனிமனித வாதத்தின் உச்ச நிலையாக நனவோட்ட நாவலில் சென்று அமைதி கண்டன. எலியட், எஸ்ரா பவுண்ட் போன்ற கவிஞரிடத்தும் இத்தாக்கத்தின் எதிரொலிகளைக் கேட்கலாம். எலியட்டின் *'தரிசு நிலம்' (The Waste Land, 1922)* பெயரிலேயே இப் பண்பைக் காட்டி விடுகிறது. எஸ்ரா பவுண்ட் ஒரு கட்டத்தில், 'பாசிஸ்டு ஜடாமுனி' முசோலினியின் அபிமானியாகிப் பின்னர் சித்த சுவாதீனமிழந்து இறந்தார்; எலியட் வாழ்க்கையின் பிற்பகுதியில் கத்தோலிக்க மதத்தைத் தழுவிக் கொண்டார். இவ்வாறு மதம், சமூகம், அரசியல் முதலிய மனித ஒழுகலாறுகளில் பிடிப்பின்மையும். நம்பிக்கை வரட்சியும் கொண்ட சில எழுத்தாளரே நனவோட்டத்தின் பெருந்தலைகளாக விளங்கினர். தான் பிறந்த பூமியான அயர்லாந்து கலை வாழ்விற்கு ஏற்றதன்று

எனக் கருதிய ஜோய்ஸ், நிரந்தரப் பிரயாணியாக ஐரோப்பிய நாடுகளிற் சுற்றித் திரிந்தார். கத்தோலிக்க மதத்தில் நம்பிக்கை இழந்த அவர், தன்னைத்தானே நாடு கடத்திக் கொண்டார். வெர்ஜினியா வூல்ப் சமூகத் தொடர்புகள் அதிகமின்றிக் குறுகிய "இலக்கிய வட்டம்" ஒன்றிற்குள் கிடந்து அடைகாத்து நாவல் பொரித்தவர். சமூகத்தின் விளை பொருளாகவும் தனி மனிதருக்கும் சமூகத்திற்கும் இடைவிடாது நடைபெறும் இயக்கத் தொடர்பின் சிந்தனை வடிவமாகவும் இருக்க வேண்டிய நாவல்[50] தடம் புரண்டு, சுழிகெட்டுத் தடுமாறியமையையே 'நனவோட்ட யுகம்' ஐயத்திற்கு இடமின்றிக் காட்டுகிறது. இவ்விலக்கிய இயக்கத்திற் சம்பந்தப்பட்டிருந்தவர்கள் அறிவுக் கூர்மை படைத்த ஆற்றல்மிக்க எழுத்தாளர் என்பதில் ஐயமில்லை. அதனால் இயக்கம் பொதுவாகத் தோல்வி கண்டபோதும், தனிப்பட்ட சாதனைகள் பாராட்டத் தக்கனவாய் எஞ்சியுள்ளன. சின்னாபின்னப்பட்டுச் சிதறுண்ட மனித மனத்தின் உணர்வுகளையே மாற்றமின்றிக் காட்ட வேண்டும் என்ற அவர்கள் தத்துவமானது, ஒருமைப்பாட்டையும், ஒழுங்கு முறையையும் விழையும் சமுதாய வேட்கைக்கு முன் எதிர்த்து நிற்க ஆற்றலின்றி அழிந்தது. அமெரிக்க விமர்சகர் ஒருவர் அளந்து கூறியுள்ளதுபோல, வெர்ஜினியா வூல்ப் போன்றோரின் நாவல்களிற் காணப்படும் அறைகளுக்குள் நாம் பிரவேசித்தால் ஆட்கள் எவரையுங் காணமுடியாது.[51] 'ஆவியுலகில்' எத்தனை காலம்தான் வாசகர்கள் ஆறுதலாகத் தங்க முடியும்?

எனினும், நனவோட்டப் பரிசோதனைகளின் விளைவாகச் சில பேறுகள் கிடைத்துள்ளன என்பதில் ஐயமில்லை. பாத்திரங்களின் மனஉலகத்தை நுணுக்கமாகவும் கலையழகுடனும் சித்திரிக்கப் பல வழிகளை இவ்வுத்தி திறந்து காட்டியுள்ளது. இன்றைய ஆங்கில நாவலாசிரியருள் 'ஆழமான'வராகக் கருதப்படும் கோல்டிங் *(William Golding), Lord of the Flies, The Inheritors* ஆகிய நாவல்களில் எதிர்காலச் சிந்தனைகளைச் சித்திரிப்பதற்கு இவ்வுத்தியைத் திறம்படப் பயன்படுத்தியுள்ளார். சாதாரண ஆங்கிலத் துப்பறியும் கதைகளிற்கூட நனவோட்டத்தின் தாக்கத்தைக் காணலாம். நாவலைச் செறிவான ஓர் இலக்கிய வடிவமாக்க இவ்வுத்தி உதவியுள்ளது எனக் கொள்வதற்குத் தடையில்லை. தமிழில் க.நா.சு. *(ஒருநாள்)*, ரகுநாதன் *(பஞ்சும் பசியும்)*, லா.ச.ரா. *(புத்ர)*, "அநுத்தமா" *(கேட்ட வரம்)* முதலியோரின் நாவல்களில் நனவோட்டத்தின் மெல்லிய – மங்கலான சாயலை ஆங்காங்குக் காணலாம். இவற்றில் க.நா.சு.வின் *ஒருநாள்*, ஜோய்ஸின் யூலிஸிஸைப் படித்த உற்சாகத்தினால் எழுதப்பட்டது. ஆயினும் இத்தகைய நாவல்களிற்கூட 'கதைக்குள் கதையாக' அமையும் பின்னோக்கு -*flashback* உத்தியே நனவோட்டத்துடன்

மயங்குகிறது என்பது பொருந்தும். தமிழ் உரைநடையைப் பொறுத்தளவில் புதுமைப்பித்தன், லா.ச.ரா. ஆகியோர் துணிகரமான பரிசீலனைகளைச் செய்துள்ளனர் என்பது மறுக்க முடியாதது. ஆனால் நல்ல காலமாகப் புதுமைப்பித்தன் இதை ஒரு முழுமையான இலட்சியமாகக் கொள்ளவில்லை. அத்துடன் பழந்தமிழிலக்கியப் பரிச்சயமும், கவிதையுள்ளமும் அவருக்கிருந்தன. அவரே கூறியுள்ளதுபோல், "இன்னும் பல முறைகளில் கதைகளைப் பின்னிப் பார்க்க வேண்டும் என்ற" ஆசையுமிருந்தது.[52] மவுண்ட் ரோடு 'மகாமசான'த்திலிருந்தது, மறைந்து போன கபாடபுரத்துக் குமரிக் கோயில்வரை அவர் நோக்கு பரந்து படர்ந்து விரிந்ததால். வாக்கும் வளைந்து, நெளிந்து, ஏறி இறங்கிச் சென்றது. லா.ச.ரா., புதுமைப் பித்தனிலிருந்து முற்றிலும் மாறுபட்டவர். அண்மையில் க.நா.சு. குறிப்பிட்டதுபோல, முப்பது ஆண்டுகளாக ஒரே கதையை எழுதிவருபவர். அது அவரை ஒரு நவீன அழுகுணிச்சித்தர் ஆக்கிவிட்டது. ஆயினும் அவர் தனித்த ஒருவர் அல்லர்.

எமது இன்றைய இலக்கியத்திற் பெரும்பகுதி தனிமனிதப் புலம்பலாகவே இருக்கிறது அது மீண்டும் தனி மனிதனுக்கூடாகச் சமுதாயத்தின் சங்கமமாகினா லன்றித் தனது முழுமையைப் பெறாது. எளிமையும், உண்மையும், இனிமையும் ஒருங்கே குடிகொள்ள முடியாது. தன்னளவில் 'உயர்ந்த' எழுத்தாளராக இல்லாவிடினும் இந்நூற்றாண்டின் பிரபல எழுத்தாளருள் ஒருவரான ஸொமஸெற் மோம் *(1874–1965)*, தனது வாழ்க்கை நினைவுகளைத் தொகுத்துக் கூறும் நூலில், "தமது பொருளை விளங்கிக்கொள்ள வாசகன் விசேஷ முயற்சியெடுத்துக்கொள்ள வேண்டும் என்று கோரும் எழுத்தாளர்களை என்றுமே என்னால் அதிகம் பொறுக்க முடிவதில்லை. சூட்சுமமான சிந்தனைகளை யெல்லாம் தெளிவாக விளங்க வைத்தல் இயலும் என்னும் உண்மை பெரிய தத்துவ ஞானிகளைப் படிக்கும்பொழுது புலனாகிறது ... பேர்க்லியினும் சிறந்த ஆங்கில நடை எழுதியோர் வெகு சிலரே ... இருவகையான பொருள் மயக்கத்தை எழுத்தாளரிடத்துக் காணலாம். ஒன்றிக்குக் காரணம் கவனக் குறைவு; மற்றதற்கு விடாப்பிடி.[53]

எமது நனவோட்ட எழுத்தாளர் சிலரிடத்து மேற்கூறிய காரண காரியத் தொடர்பாகப் பொருள் மயக்கம் காணப்படுவதை மறுக்க முடியாது. எமது உரைநடை அதன் இயல்பு குன்றாது மிளிர வேண்டுமாயின், உண்மைக்கு உறைவிடமாக அதனைத் துருவித் தேடும் கருவியாகவும், தேடிக் கண்டதைத் தாங்கும் வாகனமாகவும் – அமைந்திருத்தல் அவசியம். ஆயிரமாயிரம் தடவைகள் படித்த பாரதி வாக்குத் தாரக மந்திரமாயிருத்தல்

வேண்டும்; உண்மையின் பேர் தெய்வம் என்போம். தனி மனிதர் வாழும் சமூகத்தை அதன் இயல்பறிந்து கூற முற்பட்டால், வாக்கில் தெளிவு தானாகவே ஏற்படும். எதையாவது தவிர்த்தோ, மூடி மறைத்தோ, சப்பைக் கட்டுக் கட்டியோ, மனச்சாட்சியைக் கொன்றோ, சுற்றி வளைத்தோ எழுத முற்படுகையில் உரைநடையும், உயிரிழந்து போகிறது; லா.ச.ரா. சொல்வதுபோல "பொருள் சொல்லை நழுவுகிறது." எனவே அதற்குச் சோபை யூட்டுவதற்காக எண்ணற்ற சோடனை கட்ட வேண்டி நேரிடுகிறது. ஆயினும் அவ்வாறு செய்வது இருட்டறையில் பிணத்தைத் தழுவும் பேதமைதான். கருத்தைத் திட்டவட்டமாகத் தெரிவிப்பதற்காகத் தேடிப் பெற்ற உரைநடை. நேரெதிரான பண்பை இன்று சிலர் கையிற் பெற்றுள்ளது. பண்டிதர்களிடமிருந்து அதனை மீட்டால் மட்டும் போதாது; பரிசோதனை என்ற பெயரில் பம்மாத்துப் பண்ணுகிறவர்களிடமிருந்தும் அதனைக் காப்பாற்ற வேண்டும். 'எழுத்தும் சொல்லும் பொருளை அறிவதற்கன்றோ' என்றுரைத்த சான்றோரைப் போல், நாமும் சிந்திக்கவும் உணரவும் பழகிக் கொள்ளவேண்டும். சொல்லலங்காரத் தீயிலே வீழ்ந்து எம்மைப் பொசுக்கிக் கொள்ளாமல், சமுதாயத்திற்கும் தனி மனிதனுக்குமுள்ள உண்மையான உறவின் இயல்பை அறிந்து அதனொளியில் நாவலிலக்கியம் படைக்கப் பெருமுயற்சி எடுத்தல் அவசியம்.

சான்றாதாரம்

1. தமிழில் வாய் மொழியிலக்கியம் பற்றிக் குறிப்பிடத்தக்க ஆராய்ச்சி எதுவும் நடத்திருப்பதாகத் தெரியவில்லை. மிகத் தொன்மை வாய்ந்த கவிவளப் பெருமை பாராட்டும் நம்மவர், கவிதையின் புராதன வரலாற்றை அறிந்து கொள்வதற்கு இன்றியமையாத இப்பிரச்சினை குறித்து முயற்சியின்றி யிருப்பது விசனத்துக்குரியது மட்டுமின்றி இலக்கிய வரலாற்றாராய்ச்சியின் மந்தநிலையையுங் காட்டுகிறது எனலாம். ஒரு சில அறிஞர், கல்லா மாந்தரிடத்து வழக்கிலுள்ள 'நாடோடி'ப் பாடல்களே வாய்மொழியிலக்கியம் என்ற அடிப்படையில் பேசியும் எழுதியும் வருகின்றனர். பி.டி. சீனிவாச அய்யங்கார், எஸ். வையாபுரிப் பிள்ளை, வண. தனிநாயக அடிகள், அ. சிதம்பரநாதச் செட்டியார் முதலியோர் சான்றோர் செய்யுட்களும் சிலப்பதிகார முதலிய காப்பியங்களும் வாய்மொழியிலக்கியப் பண்புடையன என்று குறிப்பாகக் கூறிச் சென்றனர்; மேல் நாட்டுத் தமிழறிஞர் சிலரும்

இச்செய்தியைக் குறிப்பிட்டுள்ளனர். அண்மையில் திரு. அ.மு. பரமசிவானந்தம் இப்பொருள் குறித்து ஒரு சிறு நூல் எழுதியுள்ளார் *(வாய்மொழி இலக்கியம், 1964)*. சில வருடங்களுக்கு முன்னர் பர்மிங்ஹாம் பல்கலைக் கழகத்திலே கலாநிதிப் பட்டத்திற்காக நான் நிகழ்த்திய ஆய்வின் முடிபாகத் தமிழிற் காணப்படும் மிகப்பழைய செய்யுட்கள் கிரேக்க இதிகாசங்களைப் போல வாய்மொழி இலக்கியங்களே என்று காட்டும் நூலை எழுதியுள்ளேன். *Tamil Heroic Poetry* என்ற தலைப்புள்ள அந்நூல் வெளிவந்துள்ளது.

2. Thomson, G., *Marxism and Poetry,* New York, 1946, p. 18.
3. *குயில் பாட்டு,* 35–40.
4. Caudwell, C., *Illusion and Reality,* London, 1946, p.26.
5. *தமிழ் உரைநடை வரலாறு,* பக். 76–7.
6. Gordon, I. A., *The Movement of English Prose,* London, 1966, pp. 120-132.
7. Lord, A.B., *The Singer of Tales,* Cambridge, Mass, 1960, pp. 140-157 ff.
8. *கவிச்சக்கரவர்த்தி,* சென்னை, 1963, பக். 116–17.
9. Williams, R., *The Long Revolution,* p. 156.
10. வேங்கடசாமி, மயிலை, சீனி., *பத்தொன்பதாம் நூற்றாண்டில் தமிழ் இலக்கியம்,* 1962, பக். 94, 107.
11. Cf. Meenakshisundaran, T.P., *Collected Papers,* Annamalai Nagar, 1961, pp. 152-9.
12. பரமசிவானந்தம், அ.மு., *தமிழ் உரைநடை,* பக். 215.
13. Watt, I., *The Rise of the Novel,* p. 204.
14. *Gordon,* op. cit., p. 58.
15. Morison, S., *The English Newspaper,* Cambridge, 1932, pp. 73-5; Watt, op. cit., p. 55.
16. Watt, Loc. cit.
17. Mumford, L., *Culture of Cities,* p. 356 f.
18. *பாஞ்சாலி சபதம்* (முகவுரை).
19. வேங்கடாசாமி, பக். 134-145.
20. Winslow, M., *Tamil and English Dictionary,* Madras, 1862.
21. கணபதிப்பிள்ளை, சி., *கந்தபுராண கலாசாரம்,* யாழ்ப்பாணம், 1959, பக். 25–32.

22. இந்நூலின் மூன்றாம் அத்தியாயத்தைப் பார்க்கவும்.
23. *ஆண்மை* (முன்னுரை).
24. *எதற்காக எழுதுகிறேன்?*, பக். 70.
25. *ரகுநாதன் கவிதைகள்*, பக். 22.
26. *Gordon, op. cit., p. 162 f.*
27. *பஞ்சும் பசியும்*, பக். 233–4.
28. இவ்வுண்மையைத் தென்னிந்தியாவில் க.நா.சு., ஈழத்தில் எம்.எம்.எம். மஹ்ரூப் ஆகிய இருவருமே நானறிந்த வரையில் சுட்டிக்காட்டியுள்ளனர்.
29. "அநுத்தமா," *கேட்டவரம்* (1951), பக். 206.
30. வையாபுரிப் பிள்ளை, எஸ்., *காவியகாலம்*, பக். 344–51.
31. இந்நூலின் முதலாம் அத்தியாயத்தைப் பார்க்கவும்.
32. *மனோன்மணியம்* (முகவுரை).
33. *தமிழ் உரைநடை வரலாறு*, பக். 126.
34. *கட்டுரைகள்*, பக். 38.
35. Church, R., *The Growth of the English Novel*, Rep. 1961, pp. 76-83 *ff.*
36. *Ibid.*, p. 80.
37. கல்கியைப் பாராட்டி யெழுதியுள்ளவர்களிற் பலர் அவரை வால்டர் ஸ்கொற்றுடன் ஒப்பிட்டுள்ளனர். இது மிகையார்வச் செயல் என்றே எனக்குத் தோன்றுகிறது. ஸ்கொற் சரித்திர நாவல் எழுதினார்தான். ஆயினும் அவர் இயற்கைச் சரித்திர நவீனங்கள் படைத்தவர்; கல்கி படைத்தவை அற்புதச்சரித்திர நவீனங்கள். ஸ்கொற் ஒரு வகையில் சிறப்புமிக்க யதார்த்தவாதி. கல்கிக்கு யதார்த்தம் விரோதமானது. கல்கியை வால்போலுடன் ஒப்பிடுதல் பொருத்தமாயிருக்கும்.
38. Allen. W., *The English Novel*, p. 93.
39. *இலக்கிய விசாரம்*, பக். 29.
40. இந்நூலின் நான்காம் அத்தியாயத்தைப் பார்க்கவும்.
41. *பத்மாவதி சரித்திரம்*, பக். 78–9.

42. *கமலாம்பாள் சரித்திரம்*, பக். 83–4.

43. *சந்திரிகையின் கதை*, பக். 75.

44. கணேசலிங்கன், செ., *நீண்ட பயணம்*, பக். 103.

45. *தமிழ்நாவலின் தோற்றமும் வளர்ச்சியும்*, பக். 29.

46. *ஜனனி*, 1952, பக். 65–6.

47. Allott, M., *Novelists on the Novel.*

48. Church, R. op.cit ., p. 165

49. Stevenson, L., *The English Novel, London*, 1961. p. 461.

50. இந்நூலின் மூன்றாம் அத்தியாயத்தைப் பார்க்கவும்.

51. Burgum, E.B., *The Novel and the World's Dilemma*, New York, 1947, pp. 120-39.

52. *கபாடபுரம்*, 1951. (அ.கி. கோபாலன் முன்னுரை)

53. *The Summing Up*, 4th edn., 1953, p.23.

3

நாவலிலக்கியமும் தனிமனிதக் கொள்கையும்

நாவலிலக்கியத்தை நன்காராய்ந்த மேனாட்டுத் திறனாய்வாளர் யாவரும் தனி மனிதக் கொள்கைக்கும் *(Individualism)* அவ்விலக்கியத்தின் தோற்றத்திற்குமுள்ள தொடர்பினை எடுத்துக் காட்டியுள்ளனர். காவியங்களும் புராணங்களும் தாம் தோன்றிய காலத்து மக்களுக்கு ஒழுக்கம், தெய்வபக்தி ஆகியவற்றைப் போதிப்பனவா யமைந்தவை. அவற்றில் வரும் பாத்திரங்களும் பெரும்புகழ் படைத்த உதாரண புருஷராகத் திகழ்ந்தனர். நாவல் இலக்கியங்களிலோ சமூகத்தின் பல்வேறு படிகளிலுள்ள 'சாதாரண' மக்கள் பாத்திரங்களாக இடம் பெற்றனர். அவர்கள் தனித்தனி மனிதர்கள்; குறைபாடுமுடையவர்கள். பல்வேறு காரணங்களினாலே ஒருமைப்பாட்டை இழந்த சமூகத்தில் குடும்பம், சாதி, வாழிடம், குலத்தொழில் முதலியவற்றிலிருந்து தனிமைப்பட்டும் விலகியும் வாழ நேரும் மக்களே தனி மனிதராவர். வழி வழி வந்த நம்பிக்கைகள், நியதிகள், சமூக உணர்வுகள் ஆகியவற்றிற்கும் தனிமனிதருடைய வாழ்க்கை நிலைக்கும் பொருந்தாமை ஏற்படும் பொழுது முரண்பாடு தோன்றுகின்றது. அந்த முரண்பாட்டினை, அதாவது மனிதருக்குள்ளும், மனிதனுக்கும் சமூகத்திற்கும் இடையேயும் தோன்றும் மோதலை அடிநிலையாகக் கொண்டதே நாவலிலக்கியம். இதன் காரணமாகவே நாவலில் பாத்திர வார்ப்பிற்கு முக்கியத்துவம்

அளிக்கப்படுகிறது. *கமலாம்பாள் சரித்திரம்* எழுதிய பி.ஆர். ராஜமையர் ஓரிடத்திலே . . .

“பொன்னம்மாளது சூழ்வினையினும், சங்கரியது கொலைத் தொழிலிலும், சுப்புவின் கலகத் திறத்தினும், நடராஜனது விவரமறியா இளமையிலும், ராம சேஷய்யரது வாஞ்சா ரூபமான முதுமையிலும், லட்சுமி ஸ்ரீநிவாசனது மனோதர்ம விசேஷத்திலும், கமலாம்பாளது பக்தி வைபவத்திலும், முத்துஸ்வாமி ஐயரது ஆத்மானந்தத்திலும்” தாம் கவனஞ் செலுத்தியதாகச் சொல்கிறார். காவியங்களிலே குண விசித்திரங்கள் கொண்ட பாத்திரங்கள் தோன்றுவனவேனும் அவற்றில் அறம், நீதி, பக்தி, விசுவாசம் முதலிய கோட்பாடுகளே சிறப்பாகப் பேணப்படுகின்றன. யாவருக்கும் பொதுவான ‘தத்துவங்கள்’ காவியங்களிலே பாடப்பெறுகின்றன. அத்தத்துவங்களை ஒட்டியும் வெட்டியும் பாத்திரங்கள் ஒழுகுவன; அத்தத்துவங்களைச் சரியானவையா தவறானவையா எனக் கேட்பாரிலர். உதாரணமாக, காவியத்திலே ‘தருமத்தின் வாழ்வதனைச் சூது கவ்வும், தருமம் மறுபடி வெல்லும்’ என்னும் நியதி விவரிக்கப்படும். ஆனால் தருமத்தின் தோல்வியைக் காட்டும் வகையிலே ஒரு நாவல் அமைதல் கூடும். ஏனெனில் ஒரு தனிமனிதனுடைய வாழ்க்கையில் அதர்மத்தின் வெற்றியைக்கூடக் காணலாம். அவனைப் பாத்திரமாகக் கொள்ளும் நாவல் தருமம் மறுபடி வெல்வதைக் காட்ட முடியாது.

புதுமைப்பித்தன் சொன்னார்: “வசன காவியம், மனிதனின் தெய்வீகத் தன்மையையும், இலட்சிய புருஷனையுமே பற்றி எழுதுகிறது. நாவல் மனிதனை, அவனுடைய சிறுமைக் குணங்களுடன், அவனுடைய வீழ்ச்சிகளுடன், அவனுடைய தவறுகளுடன், அப்படியே மனிதனை மனிதனாக எடுத்துக் காட்டுகிறது. வசன காவியத்தின் மேதை அதனுடைய இலட்சிய சிருஷ்டித் திறமையைப் பொறுத்து இருக்கிறது; நாவலின் மகத்துவம் மனிதனைச் சிருஷ்டிக்கும் திறத்தைப் பொறுத்திருக்கிறது.”[1]

மேனாட்டிலே வளர்ந்துள்ளதைப் போல எமது சமூகத்திலே தனிமனிதக் கொள்கை பெருவளர்ச்சியுறாவிடினும் தவிர்க்க முடியாதபடி அது இங்கும் வளர்ந்துதான் வருகிறது. பழைய நிலமானிய சமூகத்திலிருந்து விடுபட்டுப் புதிய மத்தியதர வர்க்கம் உருவாகும்பொழுது உடனிகழ்ச்சியாகத் தனிமனிதக் கொள்கையும் பிறக்கிறது. வரலாற்று நியதி அது. இக்கொள்கையின் தொடக்க உணர்வைத் தமிழில் எழுந்த முதல் நாவல்களிலேயே காணலாம். *பத்மாவதி சரித்திரம்* என்னும் நாவலிலிருந்து ஓர் உதாரணம், ஆசிரியர் கூற்றாகவே அமைந்துள்ளன மேல்வரும் வாக்கியங்கள்.

> ஆகா! என்ன ஆச்சரியம்! ஜனங்கள் நிறைந்த இவ் விசாலமான உலகில் நாம் ஒவ்வொருவரும் எவ்வளவு தனிமையாயும் சுயநல சித்தர்களாகியு மிருக்கிறோம். உம்முடைய மூளையிலும் எம்முடைய மூளையிலும் தனித்தனியான உலகங்கள் சஞ்சரிக்கின்றன. உலகத்தில் யாவும் ஒன்றுக்கொன்று பேதமாகவே இருந்து கொண்டிருக்கின்றன ... இவ்வாழ்க்கைப் பெருங்கடலில், நீரும் நாமும் தனித்தனியான தீவுகளே! இன்னும் உள்ளவர் ஒவ்வொருவரும் நமக்குச் சற்று சமீபத்திலும் தூரத்திலுமுள்ள வெவ்வேறு தீவுகளுக்கு உவமையாகக் கூறுதலே தகுதி.

தனிமனிதக் கொள்கையினடிப்படையிலே *Every man is an island,* 'ஒவ்வொரு மனிதனும் தனியொரு தீவு' என்னும் ஆங்கில வழக்குமேற்பட்டது. மாதவையா அதனையே எதிரொலிக்கின்றார் எனலாம். எமது ஈழத்துக் கவிஞரொருவரும் "மனிதர் எத்தனை உலகம் அத்தனை" என்று பாடியுள்ளார். *பத்மாவதி சரித்திரத்*திலே சேஷையருடைய குடும்பம் பெரிய குடும்பம். ஆயினும் அக்குடும்பத்திலுள்ள ஒவ்வொருவருக்கும் தனிப்பட்ட சிக்கல்கள் உள்ளன. ஒரே குடும்பம், எனினும் ஒவ்வொருவரும் வெவ்வேறு உலகங்களில் வாழ்கின்றனர். இத் தனிமனிதர்களின் வாழ்க்கையையே நாவல் வருணிக்கிறது.

தனிமனிதர்களாக மக்கள் ஏன் மாறுகிறார்கள்? வழி வழி வந்த வாழ்க்கை முறைகளிலே மாற்றம் ஏற்படும் பொழுது பழைய வரம்புகளுக்குள்ளே தொடர்ந்து வாழ முடியாதவர்களுக்கு நெருக்கடி தோன்றுகிறது. அவர்களுக்கும் அவரது சூழலுக்கிடையே இயைபு இன்மை வளர்கிறது. வங்காள நாவலாசிரியர் சரத் சந்திர சட்டோபாத்தியாயரைப் பற்றி (1876–1938) திரு. புத்த தேவபோஸ் பின்வருமாறு குறிப்பிட்டுள்ளார்:[2]

> தனது காலத்து வாசகர்களினால் சரத் சந்திரர் பெரிதுங் கொண்டாடப்படுவதற்குக் காரணம் இதுதான்: ஹிந்து சமூகம் என்ற சட்ட வரம்பிற்கும் நவீன வாழ்க்கைக்கும் உள்ள பொருந்தாமை காரணமாகத் தோன்றும் நெருக்கடியைத் தக்க சமயத்தில் தக்க முறையிலே தமது எழுத்துக்களிற் பிரதிபலித்தார் அவர்.

வேதநாயகம் பிள்ளைக்குப் பின் வந்த எமது நாவலாசிரியர்களுக்கும் இக்கூற்றுப் பொருந்துவதே. மாதவையாவின் பத்மாவதி சரித்திரத்திலே நாரயணன் கோபாலனுக்குப் பின்வருமாறு கூறுகிறான்:

நமக்குள் எங்கும், எல்லா விஷயத்திலும் இப்படித் தானிருக்கிறது. நம்முடைய முன்னோர் களைப் போலிருந்து விட்டால் ஒரு தொந்தரவுமில்லை. இப்பொழுது இந்த இங்கிலிஷ் வாசிக்கப் போய் அவர்கள் ஏற்படுத்திய அநேக வழக்கங்கள் முற்றிலும் பிசகாக மனத்துக்குத் தோன்ற, அவற்றை விட்டு விட்டுச் சரியானபடி நடப்போமென்றால், நம்மைப்போற் கற்றுத் தேர்ந்திராத பந்துக்களாயுள்ள பெரியவர்கள் தடையாயிருக்கிறார்கள். நம்மைப் பெற்று வளர்த்து இங்கிலீஷூம் படிப்பித்துவிட்ட மாதா பிதா இஷ்டப்படி அவர்களைத் திருப்தி செய்கிறதா? அல்லது நூதனமான படிப்பின் பயனாக நம்முடைய மனத்திற்கு நல்லதாகத் தோன்றியபடி நடக்கிறதா? . . .

நாராயணனுக்குத் தோன்றும் இம்மனப் போராட்டம் கேவலம் வெறும் கருத்துப் போராட்டமன்று. சமுதாய முரண்பாட்டின் பிரதிபலிப்பேயாகும். பழைமைக்கும் புதுமைக்கும், முதுமைக்கும் இளமைக்கும், மேற்கிற்கும் கிழக்கிற்கும், முன்னேற்றத்திற்கும் பிற்போக்கிற்கும் நடக்கும் போராட்டத்தின் ஓர் அம்சமே நாராயணன் வாழ்வில் காணப்படுவது. பாலிய விவாகத்தைப் பற்றியே இம்மனப் போராட்டம் நாராயணனுக்கும் அவன் நண்பன் கோபாலனுக்கும் தோன்றுகிறது. ஆனால் வாழ்க்கையோ ஓடிக்கொண்டிருக்கிறது. ஆங்கிலக் கல்விகற்றுக் கிராமத்திலிருந்து நகரத்திற்கு வாழச் செல்லும் நாராயணன் நாளடைவில் மத்தியதர வர்க்க மனிதனாகிவிடுகிறான். அவனை அவ்வாறு உந்தும் சக்திகள் அவனுக்கும் அப்பாற்பட்டவை. நாவலின் இறுதி அதிகாரத்தில் ஆசிரியர் கூறுகிறார்:

நாராயணன் பி.ஏ. பரீக்ஷையில் முதல் வகுப்பில் ஒப்பேறினதுமன்றித் தன் பள்ளிக்கூடத்துப் பிரதம ஆசிரியரின் உதவியால், வேறொரு பள்ளிக்கூடத்தில் மாதம் எழுபது ரூபாய் சம்பளத்துக்கு உபாத்தியாய ராக அமர்ந்து, அவ்வேலையிலிருந்து கொண்டே எம்.ஏ. பரீக்ஷக்குப் போய், அதிலும் முதல் வகுப்பில் ஒப்பேறி, இப்பொழுது மாதம் நூற்றைம்பது ரூபாய் சம்பளத்துடன் வேலை பார்த்து வருகிறான்.

நாராயணனைத் தனது சாயலிலே மாதவையா படைத் துள்ளார் என்பது ஒருபுறமிருக்க, புதிய இலட்சியப் பாத்திரமாகவும் அவன் வார்க்கப்பட்டுள்ளான் என்பதை நாம் கவனிக்க வேண்டும். கதை தொடங்கும் பொழுது, “பாண்டிய நாட்டிலே,

திருநெல்வேலி ஜில்லாவிலே, சிறுகுளம் என்ற ஊரில்” உபாய காலக்ஷேபம் பண்ணி வாழும் சீதாபதி ஐயரின் குக்கிராமப் பையனாக நாராயணனைக் காண்கிறோம். நாவலின் இறுதியில் மேற்கொண்டது போல எம்.ஏ. தேர்வில் தேறி உயர் சம்பளம் பெறுபவனாகக் காண்கிறோம். இடைப்பட்ட காலத்திலே தனிமனிதனாகவே நாராயணன் வாழ்ந்து முன்னேறுகின்றான்.

சிறுகுளத்திலுள்ள சீதாபதி ஐயருக்கும் அரியூரில் உள்ள “லக்ஷ ஸ்ரீமானாகிய பண்ணை சேஷையருக்கும்” எவ்வளவோ வேறுபாடுண்டு. ஆயினும் இவரது குமாரர்களாகிய கோபாலனும் சங்கரனும் நாராயணனைப் போலவே தாம் பிறந்த சூழலிலிருந்து விடுபட்டே தத்தம் வாழ்க்கைப் பாதையைக் கடைப்பிடிக்கின்றனர். அவர்கள் வளர வளரத் தமது தந்தையார் வீட்டிலேயே ‘அந்நியராக’ உணர்கின்றனர். தாம் இவ்வளவு வயது வந்தவர்களாக இருக்கவும், தந்தையார் புனர்விவாகஞ் செய்வது சங்கரனுக்குக் கோபத்தையும் பொறாமையையும் உண்டுபண்ணி இறுதியில் தனது குடும்பத்துடன் ஒட்டும் உறவுமின்றித் துண்டித்துக் கொள்ளும் கிளர்ச்சியாளனாக - *Rebel* - ஆக்கி விடுகின்றது. தனது “பாகத்துக்கு வந்த சொத்துக்களையெல்லாம் விற்றுப் பணமாக்கிக் கொண்டு” கண்காணாத ஊருக்குப் போய்விடுகின்றான்.

இவற்றையெல்லாம் நோக்கும்பொழுது மாதவையா தனது நாவலிலே பெருங்குடும்பங்களின் சிதைவைச் சித்திரிக்கிறார் என்று கூறத் தோன்றுகிறது. தமிழ் நாவல்களில் இப்பொருள் குறிப்பிடத்தக்களவு இடம் பெற்றுள்ளது. உதாரணமாக நாவலாசிரியை லக்ஷ்மி எழுதியுள்ள *மிதிலாவிலாஸ்* போன்ற நாவல்களிலும் பெருங்குடும்பங்கள் சின்னாபின்னப்பட்டுச் சிதறுவதைக் காணலாம். சமீப காலத்திலே புனை கதைகள் எழுதும் ஆர். சூடாமணியும் இப்பொருளைக் கையாண்டுள்ளார். *பத்மாவதி சரித்திரத்தில்* இதன் தொடக்கத்தைக் காணலாம். ஓரளவிற்கு ராஜமையர் படைத்த பாத்திரங்களிலும் இதனைக் காணலாம். வேதாந்தியான ஆசிரியர் இன்பத்தையும் துன்பத்தையும் சமமெனக் கொள்ளும் மனோபாவத்தையும் பெற்றிருந்தவர்; எல்லாம் ஈசன் செயல் – லீலா விநோதம் – என்று நம்பியவர். எனவே, ஒளிக்கும் இருளுக்கும் நடக்கும் போராட்டத்தை வருணிப்பதுபோல, இலட்சிய வேகத்துடன் முக்கியமான பாத்திரங்களைப் படைத்து அவற்றின் மோதலைக் காட்டியுள்ளார். சிறு குளத்திற் தொடங்கிய கதையானது மதுரை, சிதம்பரம், சென்னைமாபுரி, காசி முதலிய இடங்களுக்கெல்லாம் படர்ந்து முடிவில் சிறுகுளத்திலேயே அமைதியுடன் முடிகிறது. எனவே சிக்கல் தோன்றி, தீர்க்கப்பட்டு விடுகிறது. ஆயினும் சகோதரரான முத்துஸ்வாமி ஐயர் சுப்பிரமணிய ஐயர்

ஆகியோரது குடும்பங்களின் 'முரண்பாடு' சிதறிப் போகும் குடும்பப் போக்கினையே காட்டுகிறது. என்னதான் ஆத்மானந்தம் பெற்றவராக முத்துஸ்வாமி ஐயர் காணப்பட்டாலும், நாவலின் பெரும் பகுதியில் அவர் தனது சூழலிலிருந்து விடுபட்டுக் காணப்படுகின்றார். அவரது ஆத்தும பக்குவமானது தனிப்பட்ட நிவாரணமேயாகும் (*personal salvation*) தமது சூழலிலே இயைந்து வாழ முடியாதவராகக் காணப்படும் மற்றொரு நபர் ஆடுசாபட்டி அம்மையப்ப பிள்ளை. 'தமிழ் வாத்தியார்' என்ற மாதிரிப் பாத்திரத்தைத் (*model character*) தமிழிலக்கிய உலகிற்கு அளித்த ராஜமையர் பாத்திரப் படைப்பின் நுணுக்கங்களை யெல்லாம் கையாண்டு அம்மையப்ப பிள்ளையை வார்த்திருக்கிறார். க.நா. சுப்ரமண்யம் கூறியிருப்பதுபோல, "ஒரு தரம் அறிந்து கொண்டு விட்டால் மறக்கவே முடியாத சிருஷ்டி இது."[3] ஆங்கிலக் கல்வியும், அதன் பயனாகத் தோன்றிய மதிப்புக்களும் பரவத் தொடங்கியிருந்த தமிழகத்தில், பழைய முறையில் வந்த வித்துவான் நிலையிழந்த மனிதராகிவிடுகின்றார்.

சென்ற நூற்றாண்டினிறுதிப் பகுதியிலே பல்கலைக்கழக ஆய்வுக் குழுவினர் "தமிழ், தெலுங்கு, மலையாளம், கன்னட மாகியவற்றை சென்னைப் பல்கலைக் கழகப் பரீட்சைகளினின்றும் நீக்கிவிடல் வேண்டும் என்று அபிப்பிராயம் தெரிவித்தனர். "அறிவுடையார்காள்! தமிழ்ப்புலமை மாட்சியுறச் செய்ம்மின்! தமிழராய்ப் பிறந்த நீவிர் ஒவ்வொரு வருஞ் சிறிதேனும், பாஷாபிமானமுடையராய்த் தமிழ்ப் புலமை ஒழிந்துபடாது அதனைப் போற்றுவீராக" என்று *ஞானபோதினி* சஞ்சிகையில் உணர்ச்சியுடன் எழுதினார் சூரியநாராயண சாஸ்திரியார். ஆனால் அதே சஞ்சிகையிலே பிறிதொரு சந்தர்ப்பத்திலே "தமிழ்ப் பாடசாலைகள்" என்ற கட்டுரையிற் பின்வருமாறு அவர் எழுதியுள்ளார்:

> கிராமந்தோறும் தமிழ்ப் பாடசாலைகள் தொன்று தொட்டு நடந்து வருகின்றன. கிராமச் சிறார்கள் இவற்றிற் கல்வி கற்று வருகின்றனர். இவற்றின் சரித்திரத்தை ஆராயுங்கால் ஐம்பது வருடங்கட்கு முன்னர் இப்பாடசாலைகளில் தமிழ் நன்கு பயிற்றுவிக்கப்பட்ட தென்பதும் தற்காலத்தில் அத்துணைப் பயிற்றுவிக்கப்படவில்லை யென்பதும் எவரும் அறிந்த விஷயமே. இதன் காரணம் யாது? தற்காலத்துத் தமிழ்ப் பாடசாலையில் வாத்திமை தொழில் நடத்துவோர் பெரும்பான்மையும் தமிழறிவு நுட்பங் காணாதவரே. ஆங்கிலேய பாடசாலைகளிற் சில்லாண்டு கற்று ஆங்கிலேயமாயினும் தமிழாயினும்

> சீர்பெறக் கல்லாமல் உதரவலி ஒழித்தற் பொருட்டுத் திரிபவரே சிறுவர்களுக்குப் போதிக்க வருபவராவர். இவர்கட்கு இலக்கண இலக்கிய அறிவு சூனியம் . . . அன்றியும் ஆங்கிலம் அரச பாஷையானதனால் முதன்மை பெற்று, நம் நாட்டு ஆலமரம்போல் தழைத்து விழுதுவிட்டு வலிமையுற்று விளங்கி வரும் இக்காலத்தில் சிறார் தமிழ்ப் பாடசாலைகளில் தங்கும் காலம் சிறிதேயாம். அன்னார் ஐந்துவயதாகு முன்னர் ஆங்கிலம் கற்கத் தொடங்குகின்றனர்.

இத்தகைய மாணவர்களே ஆடுசாபட்டி அம்மையப்ப பிள்ளையைப் பொருட்படுத்தாது அவர் சட்டை முழுவதும் மை தேய்த்துத் தடவி "அல்லா பண்டிகைக்குச் சிங்காரம் செய்து கொண்ட கோமாளிபோல் கண்டோர் நகைக்க" வைக்கின்றனர். இத்தகைய பரிதாபத்திற்குரியவரை வெறும் கேலிப் பாத்திரமாகச் சித்திரிக்காது, கதையோடு பிணைத்துக் கச்சிதமாக உருவாக்கியமை நாவலாசிரியரின் கலைத்திறனுக்குக் கட்டியங் கூறுகிறது. அதே சமயத்தில் எழுத்தறிவித்தவன் இறைவன் ஆகும் என்ற நம்பிக்கை நிலவிய காலம் மாறிக் குரவர் என்னும் உயர்நிலையில் இருக்கவேண்டிய ஆசிரியரைக் 'கற்றறி மூடன்' என்று கருதும் புதிய சூழ்நிலை காணப்பட்டது என்பதையும் நாம் நினைவில் இருத்திக் கொள்ளல் வேண்டும். சுருங்கக் கூறின் சித்திரகவிகள் பாட வல்லவரான அம்மையப்ப பிள்ளை புதிய கல்வியுலகிற் 'பொருத்தமற்ற' மனிதராகக் காணப்படுகின்றார். அவர் தனி மனிதராகி விடுகின்றார். இதனை மேலும் வற்புறுத்த வேண்டியதில்லை. ராஜமையருக்குப் பின்வந்த மாதவையாவும் ஆசிரியத் தொழில் பற்றிப் *பத்மாவதி சரித்திரத்*திற் குறிப்பிடுவது நோக்கத்தக்கது.

கிராமத்தை ஆதாரமாகக் கொண்ட நிலப்பிரபுத்துவக் குடும்பத்தின் நிலைகுலைவை மறைமுகமாகவேனும் காட்டும் மற்றொரு நாவல், நடேச சாஸ்திரியின் *திக்கற்ற இரு குழந்தைகள்*. ஆங்கிலக் கதை ஒன்றைத் தழுவியெழுந்ததாகத் தோன்றும் அந்நாவலில், சமுதாய உணர்வு குறைவாகவே காணப்படுகிறது. பிற்காலத்திலே தமிழிற் குப்பை குப்பையாகக் குவிந்த 'மர்மக்கதை'த் துறைக்கு முன்னோடி என்று கருதத்தக்க வகையில் அமைந்துள்ளது நாவல். ஆயினும் ஆசிரியரின் நோக்கம் சுவையான கதையைக் கூற வேண்டும் என்பதே அதற்காகச் சம்பவங்களைப் பின்னிக் கொண்டு செல்கின்றார். இறுதியிலே, "பச்சையப்ப முதலியார் மாளிகை இரகசியங்கள் யாவும் வெளியாயின." பெரிய இடத்து விஷயம் இப்படித்தான் இருக்கும் என்று எம்மைச் சொல்ல வைக்கிறார் ஆசிரியர். "எல்லோரும் போய்விட்ட பிறகு

பச்சையப்ப முதலியார் மாளிகை ஊராச்சிக் கோட்டையில் ஒரு சூனியம் வைத்த வீடுபோல் காணலாயிற்று" என்று இறுதி அத்தியாயத்தில் எழுதியுள்ளார். நாவலின் முற்பகுதியில் அதே மாளிகையை வருணித்தபோது "அம்மாளிகையோ வெகு ஐசுவரியம் செலவிட்டு சிற்சபைபோல் கண்களைப் பறிக்கும்படி செதுக்குக் கருங்கற்களால் கட்டப்பட்டிருந்தது. விசுவகர்மாவே அதைப் பரிசோதித்துப் பார்க்கினும் அதனுள் ஒரு சிறு குற்றங்குறையும் ஏற்படாது ... பச்சையப்ப முதலியார் தனது முன்னோர்களிடமிருந்து குலதனமாக அம்மாளிகையைப் பெற்றிருந்தார்." கதை வளர்ச்சியுடன் மாளிகையும் பயங்கர சொரூபத்தைப் பெறுகிறது. பிரிந்தவர்கள் கூடினரெனினும், புதிய தலைமுறையைச் சேர்ந்த படித்த பிள்ளைகள் அந்த மாளிகைக்குள் பழையபடி வாழமாட்டார் என்பது உறுதியாகி விடுகிறது. நாவலாசிரியர் பாழாகவிருந்த சில கட்டிடங்களைப் பார்த்துக்கொண்டிருந்த சம்பவத்தை ஒட்டியே, மேற்கூறிய மாளிகையின் கதை பின்னோக்கி விரிகின்றது. பச்சையப்ப முதலியாரின் முடிவோடு மாளிகையும், அம்மாளிகை வாழ்க்கை முறையும் முடிந்தன எனலாம். படித்துப் பட்டம் பெற்ற பிள்ளைகள் புதிய புதிய வாழ்க்கை முறைகளை மேற்கொண்டிருப்பர் என்பது நாவல் கூறாத முடிவு.

உண்மையில் ஆங்கிலேயராட்சியானது தவிர்க்க முடியாதவாறு புதியதொரு வர்க்கத்தைத் படைத்துக்கொண்டிருந்தது. ஆங்கிலங்கற்ற "போலித் துரைமாரை" மெக்காலே பிரபுவின் கல்வித்திட்டம் உருவாக்கத் தொடங்கியிருந்தது. அவ்வியந்திரத்தினால் உறிஞ்சப்பட்டவரே நாராயணன், கோபாலன் முதலியோர்.

பத்மாவதி சரித்திரத்தில் இதனைத் தெளிவாகக் காணலாம். கலாசாலை மாணவரான நாராயணன், கோபாலன், சங்கரன் ஆகியோர் பண்ணை சேஷையர் வீட்டு முற்றத்திலிருந்து நிலவில் பேசிக் கொண்டிருக்கிறார்கள். கோபாலனின் தமக்கை சாவித்திரியும் அவர்களுடன் பேசிக்கொண்டிருக்கிறாள்.

நாராயணன்: ...... புருஷர்கள் மட்டும் படிக்க வேண்டுமென்றும், இல்லாவிட்டால் இழிவென்றும், பெண்டுகள் படியாமல் மூடத்தனமா யிருக்கலாமென்றும், நம்மவர்கள் எண்ணுகிறார்களே, இதென்ன நியாயம்?

சங்கரன்: படிக்கிறதெல்லாம் பணம் சம்பாதிக்கிறதற்காக; இதோ பார். முன்னாலிருந்த ஹிந்து ராஜாக்கள் காலங்களில் பிராமணர்களெல்லாம் வேதாத்தியயணஞ் செய்தும், சாஸ்திரங்களைப் படித்தும் பணம் சம்பாதித்தார்கள். இப்பொழுது இந்த

தண்ணீரில் அந்தப் பருப்பு வேகாதென்று கண்டு இப்படிப் பணம் சம்பாதிக்க ஆரம்பித்துவிட்டார்கள். அந்தக் காலங்களில் 'இங்கிலீஷ்' என்று யாராவது சொன்னால் இரண்டு காதையும் பொத்திக்கொண்டு 'அடா, அடா, நீச பாஷையின் பெயரையும் கேட்கலாகாது' என்பார்கள். இப்பொழுதோ, பெரிய குண்டல தீக்ஷிதர் வம்சங்களில்தான் இங்கிலீஷ் அதிகம். இராஜ பாஷையாம்; வேளைக்குத் தக்க வேஷம்.

கோபாலன்: ஏது, சங்கு பிரசங்கம் தாழ்வில்லை. அன்று தமிழ்ச் சங்கத்துக்கு வந்திருந்தான் போலிருக்கிறது. பணத்தைத் தவிர இன்னொரு காரணமுமிருக்கிறது. பெரிய பணக்காரர் வீட்டுப் பிள்ளைகள் படிப்பதெல்லாம் சர்க்கார் உத்தியோகம் செய்து புகழடையும் பொருட்டுத்தான்; யாரோ ஒரு 'ரிவினியூ இன்ஸ்பெக்டர்' அப்பாவை ஒரு தடவை, அவமரியாதை செய்தாராம். அதன் பொருட்டு நாங்கள் வாசித்து உத்தியோகஞ் செய்ய வேண்டுமென்று எங்களைச் சிந்துபூந்துறைக்கு அனுப்பினார். இல்லாவிட்டால் நானும் சங்குவும் அத்தம்பியரைப் போல் வீட்டு விவசாயம் பார்த்துக் கொண்டுதானிருப்போம். நாணு; உன்னைப் பார்த்திருக்கக்கூட மாட்டோமே!

சாவித்திரி: (பெருமூச்செறிந்து) எவ்வளவு பணமிருந்தாலென்ன? இந்தக் காலத்திலே இங்கிலீஷ் படித்தால்தானே மகிமை.

நாராயணன்: நீங்கள் சொல்வதெல்லாம் நிசந்தான். பணத்தின் பொருட்டும் உத்தியோகத்தின் பொருட்டுந்தான் முக்காலே யரைக்கால்வாசிப் பெயர்கள் படிக்கிறார்கள். அதனால்தான் பெண்கள் படிப்பது அனாவசியமென்று ஏற்பட்டது. ஏனென்றால், பெண்கள் உத்தியோகஞ் செய்வதோ முடியாதது; புருஷன் சம்பாதித்தால் பெண் சாதியும் பணத்தினாலுண்டாகக்கூடிய நகைகள்; பட்டு வஸ்திரங்கள் முதலிய போகங்களை யெல்லாம் அடைகிறான். கண்யதைக்கோ கேட்க வேண்டியதில்லை; திருநெல்வேலி 'சப் மாஜிஸ்டிரேட், சம்சாரமாவது, 'தாசில்தார்' சம்சாரமாவது, திருநாள் காலங்களில் வெளியே புறப்பட்டுவிட்டால் போதும்; அப்புறம் சுவாமி பக்கத்தில் தீவர்த்திகள் கிடையாது, தாசிகள் பக்கத்தில்கூடக் கிடையாது, எல்லாம் இவர்கள் பக்கத்தில் வந்துவிடும். இவர்களாகக் கால் சலித்து வீட்டுக்குப் போகிறவரை, சுவாமி இருட்டில் நிற்க வேண்டியதுதான். நாலு பக்கங்களிலும் 'போலீஸ்' செந்தலைப் புலிகளும், வில்லை 'டலயத்து'க்களும் செய்கிற 'பந்தோபஸ்த்தை' பார்த்தால், இவர்கள் கொடூரமான கொலைகள் செய்த கைதிகளோவென்று சந்தேகிக்கக்கூடும்; இதெல்லாம் பெரிதல்ல; கூட்டம் விலக்குவதில் எத்தனை பேர்களுக்கு அடிகளும் மிதிகளும் கிடைக்கிறது . . .

புதிய துரைகளின் அட்டகாசத்தை மாதவையாவும் அவர் சிருஷ்டியான நாராயணனும் விசனத்துடனும் வெறுப்புடனும் குறிப்பிடுகின்றனர் என்று கொண்டாலும், 'உத்தியோகம் புருஷ லட்சணம்' என்ற கருத்தின் வலிமைக்கு விளக்கத்தைக் கூறிவிடுகிறார் நாவலாசிரியர். பண்ணை சேஷையர் அரியலூர் கணக்குப்படி, பணக்காரர்தான். ஆனால் சாவித்திரி உள்ளிருந்து உணர்வதுபோல, பணத்தை விட இங்கிலீஷ் படிப்பே மகிமையைக் கொடுத்தது. மத்திய வர்க்கத்தின் மனக்கோலம் அத்தனையையும் தத்ரூபமாகச் சித்திரித்துள்ளார் மாதவையா. 'மேழிச் செல்வம் கோழை படாது' என்பதை நிலத்தை அடிப்படையாகக் கொண்ட ஒரு சமுதாயத்தின் அநுபவ உரை. ஈழத் தமிழரிடையே வழங்கும் புதிய அநுபவ மொழியானது. "கோழி மேய்த்தாலும் கோரணமேந்தில் வேலையாய் வேண்டும்" என்கிறது. வெள்ளைக்காரச் சாமிகளுக்குத் தமிழ்ப் பூசாரிகளாக இருந்த மத்தியதர வர்க்கத்தினரின் குரல், பாத்திரங்களின் உரையாடலுக்கு அடிநாதமாக அமைந்துள்ளது. இதனை எழுதிய ஆசிரியரும் பிற நாவலாசிரியரைப்போல அந்த வர்க்கத்தை உள்ளிருந்து நன்குணர்ந்து அறிந்தவராவார். 1916ஆம் ஆண்டு இங்கிலாந்திலே வெளியிடப் பெற்ற ஆங்கில நாவல் *தில்லைக் கோவிந்தன்* எழுதிய மாதவையா கல்வியால் உயர்ந்த புதிய வர்க்கத்தினர் அல்லவா? அன்றைய நிலையில் தமிழும் ஆங்கிலமும் சரிவரக் கற்று 'ஈரடி நிலையில்' அவர் போன்றோர் இருந்ததால் புதிய மத்தியதர வர்க்கத்தின் பிரசாரகர்களாகவில்லை. அது அவரது படைப்பிற்கு ஒரு நிதானத்தையும் அமைதியையும் அழகையும் அளித்தது.

ஆங்கிலக் கல்வி மூலம் தாமடைந்த சிறு முன்னேற்றத்தைக் கண்ட மாதவையாவும் கல்வி வளர்ச்சியினால் நாட்டின் பிரச்சினைகள் யாவும் தீர்ந்துவிடும் என நம்பினர். அது வெறும் பிரமையே. ஒரு சந்தர்ப்பத்திலே நாராயணன் கூறுகிறான்; "எல்லாம் நாளுக்கு நாள் அறிவு பரவிச் சீராய் விடுமென்று நம்புகிறேன். அதுவரையும் தர்ம சங்கடந்தான்." இந்த நம்பிக்கைக்கு ஆதர்சமாகவே மாதவையா தனது நாவலிலே பெண் பாத்திரங்கள் சிலவற்றைக் கல்வியின் மூலம் சிறப்படையச் செய்கின்றார். பிறந்த வீட்டிலும் புகுந்த வீட்டிலும் எத்தகைய இன்பத்தையும் காணாத சாவித்திரி மிகுந்த பிரயாசைப்பட்டுத் தமிழும் ஆங்கிலமுங் கற்றமையினாலேயே கைம்பெண்ணாகிய பின்னரும் 'வீட்டில் ஒரு பொந்தில் வாழாமல்' பயனுள்ள வகையிலே தனது காலத்தைக் கழிக்கின்றாள்.

> சாவித்திரியோ கோபாலன் குழந்தைகளைப் பற்றிய வேலையில்லாத நேரத்தையெல்லாம்

> கல்யாணிக்குப் படிப்புச் சொல்லிக் கொடுப்பதிலும், தான் படிப்பதிலும், தன்னை வாத்தியாராகக் கொண்டு தன் வீட்டில் வந்து கற்கும் ஏழெட்டுக் குட்டிகளுக்குப் படிப்புச் சொல்லிக் கொடுப்பதிலும் கழிக்கிறாள். அவள் முகத்தைப் பார்த்தால், யாதொரு விதமான மனக்குறைவும் அவளுக்கிருக்கிறதாகத் தோற்றவில்லை.

இவ்வாறு மாதவையா படைத்த பாத்திரங்கள் பல, தமது சூழலிலிருந்தும் 'விடுபட்டு'ப் புதிய புதிய பாதைகளிற் செல்கின்றன. கல்வியினாலும் நகர வாழ்க்கைப் பரிச்சயத்தினாலும், மேனாட்டுத் தொடர்பாலும் இம்முன்னேற்றம் ஏற்படுகிறது என்று பாத்திரங்கள் நம்பக்கூடும். அது ஓரளவிற்கே உண்மையாகும். ஏனெனில் இந்தப் புதிய போக்கானது வரலாற்றடிப்படையிலமைந்த பெரியதொரு சமுதாய மாற்றத்தின் பிரதிபலிப்பாகும். இதுபற்றி இலக்கிய விமர்சகர், கா. சிவத்தம்பி கூறியுள்ளது பொருத்தமாகக் காணப்படுகிறது. செ. கணேசலிங்கனின் *சடங்கு* என்னும் நாவலுக்கு எழுதிய முன்னுரையிலேயே பின்வருமாறு அவர் கூறியுள்ளார்:

> பொருளாதார நிலை மாறும்பொழுது, மாறும் நிலைமைக்கேற்ற புதிய வாழ்க்கை நெறிகள் எழத் தொடங்கும். புதிய நெறிகள் தோன்றும் பொழுது, பழையனவற்றுக்கும் புதியனவற்றுக்குமுள்ள இயைபின்மை பளிச்செனத் தெரியும். இதுவே மரபுப் போராட்டம், புதுமைப் பழமைப் பிணக்கு என்ற பல பெயர்களைப் பெறும்... நிலப்பிரபுத்துவத்தின் சிதைவில் ஏற்படுவது தனிமனித நெறிக்கு இடம் கொடுக்கும் தொழில்துறை ஊக்க முறைமை. இதுவே மத்தியதர வகுப்பு வாழ்வுக்கும் முதலாளித்துவத்துக்கும் வழிவகுக்கின்றது. இங்குத் தனிமனிதனும், அவனது நலன்களுமே முக்கியமானவையாக விளங்குகின்றன.

ருஷ்ய எழுத்தாளர் ஆன்டன் செகாவின் (1860–1904) *செறித் தோட்டம் (Cherry Orchard)* என்ற நாடகத்தைப் பற்றி விமர்சகர்கள் ஒரு விஷயம் கூறுவார்கள்: நிலப்பிரபுத்துவ வர்க்கத்தைச் சார்ந்த 'ரனெவ்ஸ்கி' சீமாட்டியிடமிருந்து புதிய 'முதலாளித்துவ' வர்க்கத்தைச் சார்ந்த அல்லது அவ்வர்க்கத்தைப் பிரதிநிதித்துவப் படுத்தும், 'லொபாகின்' செறித் தோட்டத்தை விலைக்கு வாங்குகின்றான். நாடகத்தின் இறுதியிலே மரங்கள் தறிக்கப்படும் சப்தம் கேட்கிறது. அது பழைய சகாப்தத்தின்

வீழ்ச்சியையும் புதியதன் உதயத்தையும் முன்னறிவிக்கிறது என்பர். செறித்தோட்டமே ருஷ்ய நாடாக உருவகிக்கப்படுகின்றது. எதனையும் மிகைப்படுத்திக் கூற விரும்பாத செகாவ் உள்ளுறையாக, இப்பெரு மாற்றத்தை உணர்த்தியுள்ளார் என்றெல்லாம் விமரிசகர் கொண்டாடுவர். அத்தகைய நுண்ணிய குறிப்புப் பொருள் (symbol) எதுவும் காணப்படாவிடினும், *பத்மாவதி சரித்திரத்திலே* பழமையின் முடிவைச் சந்தேகத்திற்கிடமின்றிக் காட்டி விடுகின்றார் மாதவையா.

திருநெல்வேலி ஜில்லாவிலே சிறுகுளம் என்ற ஊரிலே சொற்ப நிலத்தை முக்கிய ஆதாரமாகக் கொண்டு மேற்செலவுக்கு ஏதாவது 'உருட்டிப் புரட்டி' உபாய காலக்ஷேபம் பண்ணி வாழ்கிறார் சீதாபதி ஐயர். 'வீட்டுப் புறக்கடைகளைத் தவிர வேறு கடைகளொன்றும்' இல்லாத அவ்வூரில் சாதியமைப்பின் துணைகொண்டும் சம்பிரதாயங்களின் பலத்தாலும் வாழ்க்கை நடாத்துகின்றார் அவர். ஆனால் ஆங்கிலேயருடைய புதிய நீதி பரிபாலன முறையானது 'கோர்ட்' என்ற வடிவில் தனது நீண்ட கரங்களால் சிறுகுளத்திலும் செல்வாக்குடன் விளங்குகின்றது. சீதாபதி ஐயருக்கு நான்கு வருஷம் கடுஞ்சிறை விதிக்கப்படுடுறது. காலகதியில் சிறையிலேயே மரணமடைகின்றார்.

சிறுகுளத்திலே ஓரளவு நிலமுடைய ஐயாவையர், நல்ல விளைச்சல் கண்ட ஒரு வருஷம் சம்பாதித்த பணத்தைக் கொண்டு என்ன செய்யலாம் என்று யோசித்து இறுதியில் முத்தைய பிள்ளை என்ற 'தகுந்த மனுஷனுடன்' பங்கு சேர்ந்து கடல் துறைமுக நகராகிய இறங்கலில் மரக்கடை ஒன்று ஏற்படுத்துகிறார் வியாபாரத்திற் பழக்கமில்லாதவர் ஐயாவையர். பங்காளியைப் பூரணமாக நம்புகிறார். சில காலத்தின் பின்னர் அவரில்லாத சமயத்தில் கடை தீப்பட்டு எரிந்து விடுகிறது. பங்காளி முத்தைய பிள்ளை மரங்களைக் கடனுக்கும் கைக்காசுக்கும் விற்றுவிட்டுத் தானே கடைக்குத் தீ வைத்து விடுகிறான். கைமுதலும் கடன்பட்ட காசுமாக மூவாயிரம் ரூபாய் இழந்த ஐயர் மானத்திற்குப் பயந்து இரவோடு இரவாய் ஊரை விட்டோடிப் போய் காரைக்காலில் மரைக்காயர் ஒருவரிடத்தில் 'சேவகம்' செய்து பிழைக்கிறார்.

திருநெல்வேலிக்கு ஐந்தாறு 'மைலு'க்கப்பாலுள்ள அரியூரில் லக்ஷ்ஸ்ரீமானாகிய பண்ணை சேஷையர் தனவந்தர். முதல் மனைவி இறந்ததன்பின், விவாகமாக வேண்டிய பிள்ளைகள் உள்ள வயதில் 'சந்தையில் மாடுகள் பிடிப்பது போல், ஏராளமாகப் பெண்கள் பிடிக்கலாமென்று' ஐயா சாமி வாத்தியாருடன் நாடெங்கும் அலைபவர். விருத்தாப்பிய காலத்தில் பெண்ணாசை பிடித்தாட்டும் பண்ணைக்காரரான ஐயர் தனது பிள்ளைகளின்

வெறுப்பிற்கும், ஊராரின் பரிகாசத்திற்கும் ஆளாகின்றார். அவரது இரண்டாம் மனைவியும் அவளின் தாயாரும் தரகரும் சேஷையர் வீட்டில் தம்மிச்சைப்படி சுகவாழ்வு நடத்துகின்றனர். அப்பெண்களின் கற்போ மோசம். இறுதியில் தனிமையில் இறக்கின்றார் பண்ணையார். வீட்டில் அவரது பெயர் விளங்க ஒருவருமில்லை. மூன்று பிள்ளைகளும் பட்டணத்தில் வாழ்கின்றனர்.

சீதாபதி ஐயர், ஐயாவையர், சேஷையர் ஆகிய மூவரும் தாந்தாம் பிறந்து வளர்ந்த கிராமங்களிலும் ஊர்களிலும் ஒருவாறு காலந்தள்ளித் தமது முடிவுகளை யடைகின்றனர். சேஷையரின் பணங்கூடத் தக்கபடி பயன்படுத்தப்படவில்லை என்றே தோன்றுகிறது. அவர்களின் உலகம் குறுகியது; பாழுங்கிணறு போன்றது. சீதாபதி ஐயரைப் போன்ற அப்பாவி வியாபாரிகளுக்கும், சேஷையரைப் போன்ற அர்த்தமற்ற பெண் வேட்கைக்காரருக்கும் மாற்றம் பெற்றுவரும் புதிய தேசத்தில் இனிமேல் எதிர்காலம் இல்லை என்பதை நாவல் தெளிவாக்குகிறது. சீதாபதி ஐயர் மகன் நாராயணனும் ஐயாவையரின் மகள் பத்மாவதியும் சேக்ஷயரின் மக்களான கோபாலனும் சங்குவும் தமது குக்கிராமங்களிலிருந்து 'விட்டு விதலையாகி' நிற்கின்றனர்; பட்டணத்துவாசிக ளாகின்றனர்; பணங்காசு தேட முற்படுகின்றனர். அதாவது தத்தம் விமோசனத்தை நாடுகின்றனர். இத்தனி மனிதப் பிரயத்தனத்தை அடிப்படையாகக் கொண்டே நவீன மனிதனைச் சித்திரிக்கிறது நவீனம்.

மேற்கூறிய பாத்திரங்களுள் விட்டு விடுதலையாகி நிற்பவர்கள் இடம் பெயர்தலை நாம் காண்கிறோம். மாதவையாவின் மற்றொரு நாவலான *விஜயமார்த்தாண்டம்* இப்போக்கினைத் தெளிவாகக் காட்டுகிறது. ஜமீன்தார் இருவரின் பதவிப் போட்டியைப் பகைப்புலமாகக் கொண்ட இந்நாவலில் வியாச்சியத்துடன் கதை தொடங்குகிறது. "மலைவளங்கள் மலிந்த புலிமலை ஜமீன், லக்ஷரூபா வருஷ வருமானமுள்ளது ... ஆனால் நாகரிகமென்பது முயற்கொம்பே; மேனாட்டுக் கல்விப் பயிற்சியும் புதிய நடவடிக்கைகளும் இன்னும் இங்கே பிரவேசித்தில." ஜமீன்தார் பதவிக்காக விஜயமார்த்தாண்டர், வீரசங்கிலித் தேவர் ஆகிய இருவருக்கிடையில் போட்டி மூள்கிறது. சிவகாமி என்ற பெண் இப்போட்டி ஜீவமரணப் போராட்டமாவதற் காளாகிறாள். நாவலின் பெரும் பகுதி அதுவே. விஜயமார்த்தாண்டர் புதுமையின் சின்னமாகவும், சங்கிலித் தேவர் பழமையின் சின்னமாகவும் படைக்கப்பட்டுள்ளனர். 'பணச்செருக்கும் மூடக்காமமும்' வீரசங்கிலித் தேவரின் குணவிசேஷங்களாகக் காணப்படுகின்றன. விஜயமார்த்தாண்டர் "கல்வியிற்றேர்ந்து,

பாலைவனத்தின்கண் தாமரைத் தடாகத்தைப்போல, அம்முரட்டு மலைப்பிரதேசத்தில் வாழ்ந்து வந்தார்." இறுதியில் "கதாநாயகரும் (வீரச்சங்கிலித் தேவர்!) கதாநாயகியும் [சிவகாமி] தமிழ்நாட்டையே நீங்கி, அவர்களை இன்னாரென்று அறியாத வடதேசத்திலே, வெகு சுகமாய்க் காலங்கழித்து வருகிறார்கள்; நம் கதாநாயகருக்கு, வியாபாரத்துறையில் மாதம் முந்நூறு ரூபா கிடைக்கின்றது. அவர்கள் மூத்த மகன் சுந்தர பாண்டியன் வெகு நன்றாய் ஹிந்துஸ்தானி பேசுகிறான்; தமிழ்ப் பாஷைதான் அவனுக்குக் கஷ்டமாகத் தோன்றுகிறது." நாவலாசிரியரின் இறுதி வாக்கியம் கவனிக்கத்தக்கது. "புலிமலை ஜமீனோ, இனி அது எக்கேடுகெட்டாலும் நமக்கென்ன?" *பத்மாவதி சரித்திரத்தில்* இளஞ் சந்ததியினர் தத்தம் கிராமங்களை விட்டு நகரத்திற் குடியேறுவதைப் போலவே விஜயமார்த்தாண்டரும் "லக்ஷ ரூபா வருஷ வருமானம்" உள்ள ஜமீனை விட்டு, நிரந்தரமான வருமானம் கிடைக்கும் "புதிய" தொழில் மார்க்கம் ஒன்றனைத் தேர்ந்தெடுப்பதைக் காண்கின்றோம். இது பழைய நிலமானிய அமைப்பில் சிலருக்குத் திருப்தியின்மை ஏற்படுவதைச் சித்திரிக்கிறது. மாதவையா சிறந்த நாவலாசிரியராக விளங்குவதற்கு இத்தகைய நுண்ணிய சமுதாய உணர்வு துணை செய்கிறது. சமுதாய பிறழ்ச்சியின் உடனிகழ்ச்சியாகவும் விளைவாகவும் தனிமனிதர்கள் உந்தப்பெறுவதை இயற்கையான முறையில் காட்டுகிறார் மாதவையா. ஆனால் அவருக்குப் பின்வந்த நாவலாசிரியரிற் பெரும்பாலானோர் தனிமனிதர் இயங்கும் சமுதாயம் பகைப்புலத்தை மறந்து பாத்திரங்களின் உணர்ச்சிகளையே பிரதானமாகக் கொண்டனர். இதன் விளைவாகக் கைவிடப்பட்ட சூழ்நிலைக்கு ஈடுசெய்யவேண்டி, நாவலில் மிகு உணர்ச்சி புகுந்தது. புகவே, நாவலின் வீழ்ச்சியும் ஏற்படலாயிற்று. பி.எம். கண்ணன், அகிலன் முதலியோரது தொடர்கதைகள் இவ்வுண்மைக்குச் சிறந்த எடுத்துக்காட்டுகள். உதாரணமாக அகிலனின் *பாவை விளக்கு, சித்திரப் பாவை* ஆகிய இரு நாவல்களை (தொடர் கதைகள்) நோக்குவோம். பாவை விளக்கின் கதாநாயகன் தணிகாசலம், ஓர் எழுத்தாளன்; சித்திரப் பாவையின் கதாநாயகன் அண்ணாமலை, ஓர் ஓவியன். இருவரது வாழ்க்கையிலும் "உணர்ச்சிப் போராட்டங்கள்" நடைபெறுகின்றன. "எழுத்தாளர் தணிகாசலம் ஒரு தனிப்பிறவி" என்று நாவலிலே தோன்றும் மிகையுணர்ச்சிக்குச் சமாதானங் கூற முற்படுகிறார் திரு. அ.ச. ஞானசம்பந்தன்.[4] ஆனால் உண்மை யாது?

எழுத்தாளனான தணிகாசலமும், ஓவியனான அண்ணா மலையும் நவீன சமுதாயத்தில் நிலையிழந்தவர்கள். முதலாளித்துவ

பொருளாதாரத்தை அடிநிலையாகக் கொண்ட சமுதாய அமைப்பிற் கலையும் விற்பனைக்குரிய பண்டப் பொருளாக மாறியுள்ளது. முதலாளித்துவ சமுதாயம் வளர வளர மனிதருக்கிடையிலான உறவுகளிலும், மனிதருக்கும் பொருள்களுக்குமிடையேயுள்ள உறவே முக்கியத்துவம் பெறுகிறது. இந்த 'உடைமை உறவு' மனித உறவை நிர்ணயிக்கிறது. உண்மையில் கலை, இலக்கியம் முதலியன வெறும் பொருட்களோ, உடைமைகளோ அல்ல. அவை மனிதரிடையே காணப்படும் உள்ளத்துறவை அடிநிலையாகக் கொண்டவை. கலைப் படைப்புக்கள் படைப்பவனையும் அவற்றைப் பயன்படுத்துபவனையும் இணைத்துப் பிணைக்கும் சமுதாயச் சாதனங்கள். ஆனால் பாரதி பாடியதுபோல, "மனிதர் உணவை மனிதர் பறிக்கும் வழக்கம்" உள்ள சமுதாயத்திலே அத்தகைய 'மனித உறவு' முழுச் சமுதாயத்திற்கும் பொதுவானதாக இருத்தல் முடியாது. எனவே மனித உறவைத் தனது படைப்பிற்கு ஆதாரமாகக் கொள்ளும் நேர்மையுள்ள கலைஞன், உடைமை உறவின் செல்வாக்கிலே தனது கலை மலினப்படுவதைக் கண்டு அதனை வெறுக்கிறான்; அல்லது மனமுடைந்து செய்வதறியாது திகைக்கிறான்; தத்தளிக்கிறான். இப்புறநிலை உண்மையை மையமாகக் கொண்டு கலைஞனின் வாழ்க்கையை ஆராயமாட்டாத ஓர் எழுத்தாளன், பாத்திரங்களின் உணர்ச்சி நிலைகளே துன்பத்திற்குக் காரணம் என்று கற்பித்து அவற்றையே வாழ்க்கையை நிர்ணயிக்கும் சக்தியாகக் கொண்டு "தனிப் பிறவிகளை"ப் படைக்கின்றான்.

அகிலனின் *பாவை விளக்கை* எடுத்துக் கொள்வோம். பணத்திற்கும் எழுத்திற்கும் உள்ள முரண்பாடு தவிர்க்க முடியாதபடி ஆங்காங்குத் தலைகாட்டுகிறது:

"பணமும் எழுத்தும் மாறி மாறி மனத்திரையில் சுழன்றன. 'பணம் வேண்டியதுதான்; எழுத்து அதற்குப் பணிந்துவிடக் கூடாது. மற்றவர்களுக்குப் பிடித்ததை எழுதிக் கொண்டிராமல் தனக்குப் பிடித்ததை எழுதி மற்றவர்களைப் படிக்கத் தூண்டவேண்டும்."

'தான்', 'மற்றவர்' என்ற பிளவு தோன்றியபொழுது கலையின் சமூகப் பண்பு செயற்படவில்லை என்பது தெளிவாகிவிடுகிறது. அதுமட்டுமன்று, மற்றவரிலும் தான் உணர்வு என்ற உணர்வும் தோன்றுவிடுகிறது. இதன் விளைவாகக் கலைக்கும் பணத்திற்குமுள்ள முரண்பாடு மறைந்து, 'தான்' முக்கியம் பெறுகிறது. பெறவும், வாழ்க்கையும் இலக்கியமும் சுவையாகச் சம்பாஷிக்கப்படுகின்றன. கலையின் உயர்வு பேசப்படுகிறது. ஆனால் தணிகாசலத்தின் வாழ்க்கையோ, தன்னைச் சுற்றியுள்ள பெண்களின் மனப்பாங்கை "ஆராய்வதிலே" கழிகின்றது. எஞ்சிய

நேரங்களில் பத்திரிகைகளுக்குத் தொடர்கதைகள் எழுதுவதிற் செலவாகிறது. “போட்டி, பொறாமை, வறுமை, ஏமாற்றம், எதிர்ப்பு இவ்வளவு சங்கடங்களுடன் நான் என் கலையை வளர்த்து வருகிறேன்” என்று கூறுகிறான் எழுத்தாளன் தணிகாசலம். ஆனால் இவ்வெழுத்துப் போராட்டமானது, உயர் இலட்சியங்களுக்கான போராட்டமாக நாவலில் உருவாகவில்லை. கலையைப் பற்றியும், இலக்கியத்தைப் பற்றியும், இலட்சியத்தைப் பற்றியும் பாத்திரங்கள் இடையிடையே பேசிக்கொள்கின்றன; அவ்வளவுதான். ஆனால் தணிகாசலத்தின் வாழ்க்கைக்கும் எழுதும் தொடர்கதைகளுக்கும் மேற்கூறிய உயர் இலட்சியப் பேச்சுகளுக்கும் எந்தவிதமான தொடர்பும் காட்டப்படவில்லை. “புத்தர் பிரான் உலகத்தின் துன்பத்துக்கு மூலகாரணம் கண்டுபிடித்தார். நான் உங்கள் கதையின் ஆணிவேரைத் தேடிக்கொண்டிருக்கிறேன்” என்று ஒரு சந்தர்ப்பத்திற் கூறுகிறாள், தணிகாலசத்தின் கலை உணர்வுக்கு நீர் வார்ப்பவளாகக் கூறப்படும் உமா. ஆனால் உமா அத்துணை ஆழமாகத் தேடவேண்டிய அவசியமேயில்லை. தணிகாலசமே கூறிக்கொள்வது போல, “அன்பால் கிடைக்கும் துன்பம்” அவனை அலைக்கிறது. ஆசிரியரே கூறுவதுபோல, “சொந்த மனத்தவிப்பைத் தணித்துக் கொள்வதற்காகவே எழுதினான்” தணிகாசலம். அது கலைஞனுக்கும் சமூக வாழ்க்கைக்கும் உள்ள உறவிலிருந்து விலகிப் போலி உணர்ச்சியிலே அமிழ்ந்து சுகங்காணும் மனோபாவத்தை வளர்த்துவிடுகிறது. நாவலிலே தேவகி தணிகாசலத்திடம் பின்வருமாறு கூறுகிறாள்:

> நீ ஒரு முட்டாள். கற்பனை செய்வதற்கும் ஓர் அளவு வேண்டும். உலகத்தில் நடப்பவைகளை மறந்துவிட்டு, என்ன தத்துவம் வேண்டிக் கிடக்கிறது?

பாவை விளக்கு இத்தகைய ஓர் அசட்டுக் கதாநாயகனையே உணர்ச்சிப் பிறவியாக இலட்சியப்படுத்திச் செல்கிறது. கலைஞனுக்கும் சமுதாயத்திற்கும் கலைக்கும் இடையே காணப்படும் முரண்பாட்டிலும் ‘நெருக்கடி’ நிலைமையிலும் ஊறித்திளைத்து அவற்றின் விளைவாக மனித உறவு முறைகளிலேற்படும் பேதலிப்பையும் சீர்குலைவையுஞ் சித்திரிக்க வேண்டிய நாவல், “கற்பனைச் சொர்க்கத்தின் உச்சியை”த் தொட்டுப் பார்க்க முனைகிறது. கதையின் வளர்ச்சிக்கு இன்றியமையாதவையாக நிகழ்ச்சிகள் ஒன்றன்பின் ஒன்றாக நடந்தேறினும், அவை தணிகாசலத்தின் வாழ்க்கையையோ, அதன் தன்மையையோ பாதிப்பன வல்ல. “நினைவுகள், நினைவுகள், நினைவுகள், பொறுக்க முடியாத நினைவுகள்! கனவுகள், கனவுகள், கனவுகள், காணக்கூடாத கனவுகள்!” இதுதான் தணிகாசலத்தின் மனவியக்கத்தின் உண்மை நிலை. ‘பாவை

விளக்கின்' கதாநாயகன் ஓர் எழுத்தாளன். ஆகையாற்றான், எழுத்துக்கும் பணத்துக்குமுள்ள முரண்பாட்டையும், கலைக்குச் சமுதாயத்திலுள்ள பணியையும், நுணுக்கமாக நாவல் அலசும் என நாம் எதிர்பார்க்கிறோம். ஆனால் நாவலின் உண்மையிலே தேறுவது எழுத்தாளனின் வாழ்விற் குறுக்கிட்ட நான்கு பெண்களின் வருணனைகளும், அவர்களை உருவகப்படுத்தும் பாவை விளக்குமாகும். எழுத்தாளன், ஒரு தனிப்பிறவி, உணர்ச்சிப்பிழம்பு, கனவுலகச் சிற்பி, பலவீனன் என்ற ஒரு மனப்பதிவை நிலைபேறான உண்மையாகக் கொண்டு, அதற்கேற்ப படைக்கப்பட்டுள்ளது பாத்திரம். சினிமாவைப் பற்றியும், 'மலினமடையும்' இலக்கியத்தைப் பற்றியும் நூலில் எவ்வளவுதான் குறை கூறப்பட்டிருப்பினும், அவற்றின் சாயலிலேயே நாவல் உருவாக்கப்பட்டுள்ளது. நாவல் திரைப்படமாக்கப்பட்டபொழுது தோல்வி கண்டது என்பது இவ்வுண்மையை எந்த விதத்திலும் மதிப்பிழக்கச் செய்யாது.

இவ்வாறிருக்கவும், *பாவை விளக்கு* உயர்ந்த நாவல் என்று நிரூபிக்க முயலும் திரு. இரா. தண்டாயுதம் பின்வருமாறு கூறுகிறார்:[5]

> *எழுத்தின் உண்மையை உணர்ந்து மதிக்கத் தெரிந்த ஓர் எழுத்தாளன் இன்றையத் தமிழ்நாட்டில் இருந்தால் எப்படியிருப்பான்? உறுதியாகக் கூறலாம். தணிகாசலத்தைப் போலத்தான் இருப்பான்; இருக்க முடியும்.*

இக்கூற்று அழுத்தந்திருத்தமாகவும் ஆணித்தரமாகவும் அமைந்துள்ளது. ஆனால் "எழுத்தின் உண்மையை"த் தணிகாசலம் எவ்வாறு நிலைநாட்டுகிறான் என்றோ, அதன் பல்வேறு அம்சங்களையும் எவ்வாறு தனது வாழ்க்கையிலும் சமுதாய வாழ்க்கையிலும் கண்டறிகின்றான் என்பதற்கோ விளக்கமில்லை. நான் ஏலவே குறிப்பிட்டுள்ளதைப் போல எழுத்தாளன் ஒருவனது சாயலில் தணிகாசலம் வார்க்கப்பட்டிருக்கிறான் என்பதிலும், தமிழ்த் திரைக் கதாநாயகன் ஒருவனின் சாயலில் உருவாக்கப்பட்டுள்ளான் என்பதே உண்மை. திரு. தண்டாயுதமே இதனை ஏற்றுக்கொண்டுள்ளார்:

> *உமாவின் ஆசை, தணிகாசலத்தைப் படைத்த திரு. அகிலன் மூலம் நிறைவேறுகிறது. ஆம்;* ***காதலுக்குத் திரு. அகிலன் கட்டிய உரைநடை மாளிகைதான் 'பாவை விளக்கு.***[6]

(தடிப்பெழுத்துக்கள் மட்டும் எம்மாலிடப்பட்டவை.)

அகிலனின் தோல்வியும் குறைபாடும் தெளிவுறுத்தப்படுவதற்கு அவர் நாவல்களை ஒப்பு நோக்கி ஆராய்வது சிறந்த முறையாகும். ந. சிதம்பர சுப்ரமணியனின் *இதய நாதம்* இதற்கு ஏற்றதென எண்ணுகிறேன். இந்நாவலின் கதாநாயகனும் ஒரு கலைஞன்; இசைக் கலைஞன். "ஒரு நாத யோகியைக் கதாநாயகனாக வைத்து எழுத வேண்டும் என்ற ஆசை வெகு நாட்களாக இருந்து வந்தது; அதன் விளைவே இந்தப் புத்தகம்" என்று தனது முன்னுரையிற் குறிப்பிடுகிறார் ஆசிரியர். அந்த வகையில் 'சாதாரண' மனிதன் ஒருவன் கதாநாயகனாகக் கொள்ளப்படவில்லை என்பது நாவலாசிரியர் நமக்கு உணர்த்தும் செய்தி. நாதயோகி என்ற பிரயோகம் உற்று நோக்கத்தக்கது. எழுத்தாளன் தணிகாசலம் "அறிவின் துணையை மட்டும் கொண்டு வாழ்க்கையை ஆய்ந்து எழுதும் ஒரு தனிப்பிறவி" என்று அ.ச. ஞானசம்பந்தன் கூறமுடியுமானால், நாதோபாசனைக்குத் தன் வாழ்க்கையை அர்ப்பணஞ்செய்து விடும் இலட்சியக் கலைஞன் *இதயநாதம்* நாவலின் கதாநாயகன் கிருஷ்ணன் பாகவதர் எனலாம். தணிகாசலத்தையும் ஒரு வகையான யோகியாகவே ஆசிரியர் சில சமயங்களிற் காட்ட விரும்பியிருக்கிறார். உமாவிடம் தணிகாசலம் ஒரு சந்தர்ப்பத்திற் கூறுகிறான்: "சாமியார்களும் கற்பனையாளர்களும் தவம் செய்வது வழக்கம். ஒன்று கடவுளுக்காக; மற்றொன்று கலைக்காக." எனவே இசையாளனாகிய கிட்டுவை, எழுத்தாளனாகிய தணிகாசலத்துடன் நாம் ஒப்பு நோக்குவதிலே தவறெதுவும் இல்லை.

இலௌகீக வாழ்வில் நாம் அன்றாடங் காணும் மக்கள் நாவலிலே பாத்திரங்களாக வரும்பொழுது, நாம் எமது மனப்பக்குவத்திற்கேற்ப உடனே அவர்களை இனங் கண்டு கொள்கிறோம். ஆனால் ஒரு யோகியை அல்லது ஞானியை அவ்வாறு இனங் காண்பது இலகுவன்று. கலை, சமயம், தத்துவம், பக்தி முதலிய துறைகளிற் சம்பந்தப்பட்டவரைப் பற்றி ஏற்கனவே எம் மனத்திற் சில பதிவுகள் உள்ளன. ஆனால் இவை, பெரும்பாலும் துல்லியமற்றனவாயும், மேலெழுந்த வாரியானவையாவும் அரைகுறையாகவுமே உருவரையறையற்றுக் கிடக்கின்றன. எனவே யோகி ஒருவன் முழுப்பாத்திரமாகி வெற்றி பெற வேண்டுமாயின் நாவலிலே சிறிது சிறிதாக மனோபக்குவம் பெற்று முழுமையடைதல் வேண்டும். காரண காரியத் தொடர்புடன் அவன் மனவளர்ச்சி அமைந்து செல்லல் வேண்டும். அதே சமயத்திற் சமுதாய பகைப்புலமும் நம்பும் வகையில் காணப்படல் அவசியம். அப்பொழுதுதான் *ஆன்மீக நாவல்* சிறப்புற அமையும். ஆன்மீக நாவல் எழுதுவதில்

அனுபவமும் ஆராய்ச்சிப் புலமையுமுள்ள ஆங்கில நாவலாசிரியர் கிறிஸ்தோபர் இஷவூட் *(Christopher Isherwood)* ஓரிடத்திற் பின்வருமாறு கூறுகிறார்:

> *சரி, ஞானித்தன்மை யுள்ளடக்கிய பாத்திர வார்ப்பைத் தொடங்குகிறோம். அங்குதான் பிரச்சினை தோன்றுகிறது. நாவலின் 'கட்டுக்கோப்பிற்கும் நாடகப் பண்பிற்குமியைய, அப்பாத்திரம், வாழ்க்கையின் ஒரு படியில் 'உணர்வுபெற்று' ஞானியாக மாறுவதைச் சித்திரிப்பதுதான் மிக மிகக் கடினமான சாதனை. தன் ஆன்மீகப் போக்கை உணர்ந்த பாத்திரத்தின் வாழ்க்கையைப் பாதை திருப்பமடையும் நிலையை உயிர்த்துடிப்புடன் படைப்பது தான் உண்மையிலேயே சிரமமானது.*

இதயநாதத்தில் வரும் கிருஷ்ண பாகவதரே ஞானியாக மாறும் பாத்திரம். சிறுவயதில் தந்தையையிழந்து, அதன்பின் தாயையும்விட்டு வீட்டிலிருந்து ஓடிய கிட்டு என்ற பையன், சபேசய்யர் என்ற சங்கீத வித்துவானிடம் பாடங் கேட்டுக் கிருஷ்ண பாகவதராகின்றான். புகழ் வந்து சேர பிரச்சினைகளும் உடன் வந்து சேருகின்றன. இப்பிரச்சினைகளைத் தாங்கியும் தாங்கமாட்டாமலும் 'அநுபவம்' பெற்று, முடிவில் வாயால் பாடும் நிலையையுமிழந்து தியான மௌனத்தில் ஆழ்ந்துவிடும் சரிதத்தைக் கூறுவதுதான் *இதயநாதம்.*

தனது கதாநாயகன் இசைஞானி என்று நாவலாசிரியர் கூறும் பொழுதே அவனை ஓர் இலட்சிய ஆன்மீகக் கவிஞனாக வரையறை செய்து விடுகிறார். கலையின் பயன் ஆத்மானந்தமே என்பது நாவலாசிரியரின் முடிந்த முடிபு. அவர் கூறுகிறார்:

> *சங்கீதத்தை ஒரு யோகமாகவும், தபஸாகவும் பெரிய வர்கள் கருதி வந்தார்கள். ஆனால் தற்காலத்திலே, பாடகர்கள் கீர்த்தியும் செல்வமும் செல்வாக்கும் அடைவதுடன் தங்கள் சாதனை பூரணத்துவம் பெற்று விட்டதாக நினைத்து விடுகிறார்கள்.* ***சங்கீதம் என்பது ஒரு தொழில்முறையாகிவிட்டது. மனிதனின் ஆத்மஞானத்தை உயர வைப்பதற்குப் பதில் அது கீழிறங்கி வந்து லௌகிக பேரம் பேசுவதாகிவிட்டது.***

(தடிப்பெழுத்துக்கள் மட்டும் எம்மாலிடப்பட்டவை.)

ஆசிரியரின் கட்சி எது என்பது ஐயத்துக்கிடமின்றி எமக்குத் தெரிந்துவிட்டது. லௌகிகத் தொடர்புகள் எதுவுமின்றி ஆத்மானுபவத்துக்கு வாய்ப்பளிக்கும் சாதனமாகவே இசை

இருத்தல் வேண்டும்; அவ்வாறே இருந்தது என்பது ஆசிரியர் நம்பிக்கை. எனவே தனது நம்பிக்கைக்கும் இலட்சியத்திற்கும் உருவங் கொடுக்கும் வகையில் நாதோபாசனை செய்யும் இசைஞானி யொருவனைப் படைத்துள்ளார்.

அகிலனின் தணிகாசலம் கிருஷ்ண பாகவதரை விடச் சமூக உணர்வு அதிகமானவன்போலத் தோன்றுகிறான். தமிழுக்கும் தமிழ்நாட்டுக்கும் தொண்டு செய்வதைப் பற்றியெல்லாம் பேசுகின்றான். சுதந்திரப் போராட்டம் குறிப்பிடப்படுகின்றது. தொழிலாளர் வாழ்க்கையைப் பற்றிய பேச்சு வருகின்றது. இவையெல்லாமிருந்தும் நாவலில் பாத்திரங்களின் இயல்பான இயக்கத்திற்கான புறவுலகச் சூழ்நிலை பொருத்தமாகவும், யதார்த்த பூர்வமாகவும் அமையவில்லை. இதற்குக் காரணம் ஓரளவிற்கு முன்னர் கூறியுள்ளேன். எழுத்தாளனது பிரச்சினைகள் முக்கியத்துவம் பெறாமல், இல்லாதவற்றைக் கற்பனை செய்து "சிறு துன்பம் வந்தால்கூட அதை மலையாக நினைத்துக் கொண்டு அவதிப்படும்" தன்னுணர்ச்சிவாதியான தணிகாசலத்தின் காதற் பிரச்சினைகளே நூலின் பெரும் பகுதியை ஆக்கிரமித்துக் கொள்கின்றன. இதன் ஒரு பகுதியாகவே மனக் காதல் என்ற *Platonic love* பற்றிய குறிப்பும் இடம் பெறுகிறது. யதார்த்தத்திலிருந்து எவ்வளவு தூரம் நாவல் விலகிச் சென்றிருக்கிறது என்பதற்கு உமாவின் மனவாழ்வு சிறந்த சான்று.

இந்தக் கண்ணோட்டத்திற் பார்க்கும்பொழுது, *இதயநாதத்தின்* ஆசிரியரின் சொந்தக் கருத்துக்கள் எவ்வாறாக இருப்பினும், நாவலில் பாத்திரங்கள் யதார்த்த பூர்வமாக அமைந்து விளங்குவதைக் காணலாம். இது ஆழ்ந்து சிந்திக்கற்பாலது.

அநாதையான பையன் கிட்டு சபேசய்யருடன் பழகும் பொழுதும், தன்னை மறந்து அவரிடம் பாடங்கேட்ட பொழுதும், அவரின் மரணத்தின்போது தனது தாயின் நினைவு மேலிட வீடு செல்லும்போதும், குடும்ப வாழ்க்கையிற் பூசல்கள் ஏற்படும்போதும், தன்னிடம் பக்தி சிரத்தையுடன் பாடங்கேட்ட தாசிப் பெண்ணுடன் பழகும்போதும், அபூர்வமான உளத்தத்துவ நுணுக்கத்துடன் சம்பவங்களுடன் எண்ணங்களுடன் சித்திரிக்கப்பட்டுள்ளன. இதுவே அகிலனுக்கும் சிதம்பர சுப்பிரமணியத்திற்குமுள்ள முக்கிய வேறுபாடு, பிராய்டைப் பற்றிய குறிப்புக்கூட *பாவை விளக்கில்* இடம்பெறுகிறது. ஆயினும் உணர்ச்சிப் போலிகளே சிறப்பிடம் பெறுவதால் உண்மையான உளத்தத்துவ ஆய்விற்கு நாவலில் இடமற்றுப் போகிறது. *இதயநாதத்தில்* எண்ணங்கள் நிகழ்ச்சிகளின் அடிப்படையிலேயே தோன்றுகின்றன. அதுதான் யதார்த்தப் பண்பாகும்.

நாவலின் நடுப்பகுதியில் கிருஷ்ண பாகவதர் பணத்திற்கும் கலைக்குமுள்ள கசப்பான தொடர்பை அநுபவ வாயிலாக உணருகிறார். பாத்திரத்தின் குணவியல்பிற்கு ஏற்ப அவர் செயற்படுகிறார்: இனிமேல் நான் எனது சங்கீதத்தை ஆன்மீக ஈடேற்றத்திற்காக உபயோகிப்பேனே தவிரப் பணத்திற்கு விற்க மாட்டேன் எனச் சங்கற்பம் செய்வது, நாவலின் திருப்பு முனையாகவும் கிருஷ்ண பாகவதர் ஞானியாகப் பரிணமிக்கப் போகிறார் என்பதற்கு முன்னறிவிப்பாகவும் அமைந்து விடுகிறது:

> பணம் மனிதனுடைய தன்மையையே அடிமை கொண்டு விடுகிறது. நான் என் கைநீட்டிப் பணம் வாங்கியதால்தானே என்னை அப்படிக் கேட்டான். அதற்கு வேண்டியதுதான் இந்தத் தண்டனை. சங்கீதம் விலைக்கு வாங்கக்கூடிய பொருளில்லை என்பதை ஜனங்கள் அறிய வேண்டும். சங்கீதத்தைப் பக்தியுடன் கேட்க வேண்டும். அப்படிப்பட்ட இடத்தில்தான் இனிப் பாடப் போகிறேன். பணத்திற்குப் பாடும் வழக்கும் இன்றோடு தொலைந்தது.

கிருஷ்ண பாகவதரின் இவ்வார்த்தைகள் 'துறவு' மனப்பான்மையைக் காட்டிலும், பணத்திற்கும் கலைக்குமுள்ள மோதலையும் முரண்பாட்டையும் தெளிவாகவும் கூர்மையாகவும் காட்டிவிடுகின்றன. இதனை அகிலனின் படைப்பில் காணவே முடியாது. ஏனெனில், கிருஷ்ண பாகவதர் நேர்மையான, ஆழமான இலட்சிய மயமான கலைஞன். தணிகாசலமோ எழுத்தாளன் போன்றவன்; போலி. எனவே, பிரச்சினை கூர்மையடைய வாய்ப்பில்லாது போய்விடுகிறது. பாத்திரங்கள் உரத்து என்ன கூறுகிறார்கள் என்பது மட்டும் அவற்றை விளங்கிக் கொள்ளப் போதாது. அவர்களின் செயல்களே முக்கியமாகும்.

பணக்காரர் ஒருவர் வீட்டுத் திருமண வைபவத்தில் பாட ஒப்புக்கொண்டிருந்தார் கிருஷ்ண பாகவதர். வழிபாடு செய்துவரத் தாமதமாகவே செல்வந்தர் தூக்கியெறிந்து பேசிவிடுகிறார். அச் சந்தர்ப்பத்திலேயே இனிக் கலையை விலை பொருளாக்குவதில்லை யென்றும் ஈசுவரார்ப்பணம் செய்வது என்றும் நிச்சயிக்கிறான். இது நாவலாசிரியரின் இலட்சியம் வடிவம் பெறுவதைக் காட்டுகிறது.

> ஆனால் ஆசையைப் படர விடும் இளமனைவியும் ஆசையை அடக்கி ஆள முயலும் திடசித்தம் கொண்ட புருஷனும், வறுமையுண்டுபண்ணிக் கொண்டேயிருக்கும் சோதனைகளில் வெற்றிபெற முயல்வது அரிய சாதனைதான்.

இதனைக் காட்டாமலும் கூறாமலும் விட்டிருந்தால் *இதயநாதம்* கேவலம் இலட்சியக் கனவாக மட்டும் அமைந்து நாவல் வடிவமும் கலையுண்மையும் பெறாது போயிருக்கும். ஆனால் சபேசய்யரின் மனைவி (குருபத்தினி) தர்மாம்பாளின் தங்கை மகள் நீலா, மனைவி வடிவத்தில் லௌகீக வாழ்க்கையையும், பணத்தின் பிடிப்பையும் கிட்டுவிற்கு நினைப்பூட்டிக் கொண்டிருப்பதுடன், எதிர்போக்குள்ள பாத்திரமாகவும் அமைந்து 'பணச் சண்டைக்கு'க் காலாகவும் இருக்கிறாள்.

காலத்தோடு முரணி நிற்கும் இலட்சியம் ஒன்றை விடாப் பிடியாகப் பற்றிக்கொண்டு வாழ முற்படும்பொழுது எதிர்கால ஞானியின் வாழ்க்கை, போராட்ட மயமாகத்தானிருக்கும். பொருளாதார அடிப்படையிலான முரண்பாடானது, மனப்போராட்டமாக வெளிவரும்பொழுது சோகம் பொங்கிப் பிரவகிக்கிறது. இத்தகைய சந்தர்ப்பங்களில் நாவலாசிரியரின் பாத்திரத்தின் துன்பங்களுக்கு இரக்கம் காட்டுவதும், அல்லது பாத்திரங்களையே தன்னிரக்கப்பட வைப்பதும் கலையுணர்வின் வரட்சியையே புலப்படுத்தும். எத்தனையோ ஆசிரியர்கள் இப்பிழையைச் செய்து தமது திறமின்மையை வெளிக்காட்டியிருக்கின்றனர். அகிலன், பி.எம். கண்ணன் போன்ற மிகு உணர்ச்சி நாவலாசிரியரிடத்து இப்பலவீனம் அதிகமாகக் காணப்படுவதொன்று. *இதய நாதத்திலும்* ஒரு சந்தர்ப்பத்திலே பாகவதர் தன்னிரக்கம் *(self-pity)* கொள்வதுபோலத் தெரிகிறது. பணச் சண்டை காரணமாக ஒருநாள் மனமுடைந்து வீட்டை விட்டு வெளியேறிய பாகவதர், பின்னர் மனமாறித் திரும்புகிறார். நண்பர் கந்தசாமி பாகவதரின் ஆறுதல் மொழிகள் உதவுகின்றன.

> அந்த மங்கிய இருட்டில் அவள் (நீலா) முகம் சோகத்தின் வெப்பத்தைக் காட்டி நின்றதைக் கண்டான். தன் இடுப்பிலிருந்த பொட்டலத்தை எடுத்து 'இந்தக் குங்குமத்தை வாங்கிக் கொள்' என்று நீட்டினான். அவள் கையை நீட்டி வாங்கி நெற்றியில் இட்டுக்கொண்டாள். நீலாவை மறுபடியும் பார்த்துக் கொண்டே நின்றான் கிட்டு. இருவரும் பேசவில்லை. 'இதோ பார் நீலா, விதி செய்யும் கொடுமை போதும். நீயும் நானும் ஒருவருக்கொருவர் கொடுமை செய்து கொள்ள வேண்டாம்' என்றான்.
>
> நீலா வாயைத் திறக்கவில்லை.

> "வாழ்க்கையிலே இருக்கும் துன்பம் போதாது என்று நாம் வேறு உண்டுபண்ணிக்கொள்ள வேண்டுமா? என்றான்."

இச்சந்தர்ப்பத்தில் கிட்டு ஒருகணம் தன்னிரக்கப்படுவது போலத் தெரிகிறதுதான்; எனினும் அடுத்து வரும் நிகழ்ச்சிக்கு இது அவசியமாகத் தோன்றுவதால், நாவலின் கட்டமைப்பிற்குள் சுகமாக அடங்கி விடுகிறது.

> "அன்று அவன் எதிர்பார்த்ததுபோலவே இருவருடைய உறவிலும் அன்றிலிருந்து பெருத்த மாறுதல் ஏற்பட்டது.
>
> நாட்கள் செல்லச் செல்ல அவர்கள் உறவிலே ஒரு மெருகு ஏற்படுவதுபோல் ஒருவித பக்குவம் ஏற்பட்டுக் கொண்டிருந்தது."

பாத்திரத்தின் மனவளர்ச்சியைப் படிப்படியாக உண்மைக்குப் புறம் போகாமல் காட்டிச் செல்கிறார் ஆசிரியர் என்பது அவதானிக்கத்தக்கது. இது புறநிலை உண்மைகளுக்குப் போதிய முக்கியத்துவம் கொடுத்ததனாலேற்பட்ட நல்விளைவாகும். தணிகாசலமோ தனது மனநிலையையும் தன்னைச் சுற்றியுள்ளோர் உணர்ச்சிகளையும் உலகமாகக் கொண்டு பிரச்சினைகளை எதிர் நோக்குகிறான். எனவே யதார்த்தம் கெட்டு அகநிலை வாதமும் – போலிக் காரணங்களும் விளக்கங்களாகக் கூறப்படுகின்றன. இவை கலை சார்ந்த உண்மைகளல்ல என்பது கூறாமலே தெளிவாகும். இதனை ஒரு சிறு உதாரணமூலம் விளங்கிக் கொள்ளலாம்.

கலையைச் சந்தைக்காகத் தயார் செய்வதிலே வெறுப்பும் விரக்தியும் கொண்ட ஒரு கலைஞன், தனது படைப்பையே யாவுமாகக் கருதி அதனுள் ஆழ்ந்து விடுகிறான். இதிலுள்ள விசித்திரம் என்னவென்றால் இங்கும் அவனது படைப்பு, தனித்த – துண்டிக்கப்பட்ட ஒரு பொருளாக மாறிவிடுகிறது. சந்தையை மறந்து அல்லது நிராகரித்துத் தனது "உடைமை" அதாவது படைப்பு என்று அவன் எண்ணத் தொடங்கிய அதே கணத்தில் அகநிலைப்பட்டு விடுகிறான். கலை தனது இலக்கணத்தையும் இயல்பையும் (அதாவது சமூகப் பணியையும் செயற்பண்பையும்) இழக்கத் துவங்கி விடுகிறது. சமுதாய நீரிலிருந்தும் வெளியேறிய மீனாக அது தன்னைத்தானே ஆக்கிக் கொள்கிறது. கொள்ளவும், சமுதாயப் பொருளாக அது இயங்குவது இயலாமலும் அவசியமற்றும் போகிறது. போகவும், பிறர் தனது படைப்பைப் புரிந்து கொள்ளவேண்டும்

என்ற உந்தவா எழுத்தாளனுக்கு ஏற்படாமற் போகிறது. இதன் தருக்க ரீதியான முடிவு, தனது படைப்பிற்கும் சமூகத்திற்கும் எதுவிதத் தொடர்புமில்லை என்ற நம்பிக்கையாகும். தனக்கே சொந்தமான தனது படைப்பில், ‘தானே’ யாவுமாய் அமைந்து விடுகின்றான் அத்தகைய எழுத்தாளன். லா.ச. ராமாமிர்தம் கூறுவதைப் பார்ப்போம்:[7]

> “பொருளையே பொருட்படுத்தாமை வேண்டியிருக்கிறது; தேடலேதான் பொருள்.
>
> நான் நித்தியத்துவத்திற்கு ஆசைப்படுகிறேன். உரித்த சொல்லினின்று பொருள் பீறிட்டதும் கோடுகள் எல்லாம் அழிந்தபின், எல்லாம் நான்தான்; நானேதான் . . .
>
> நானே என்னுடைய அழிவற்ற கரு.”

இவ்வார்த்தைகளிலே ஓர் எழுத்தாளன் பொருளையே பொருட்படுத்தாது, தனது ‘ஆத்ம’ தேடலைக் கலையாக்க முனைவதைக் காண்கின்றோம். தமிழிலக்கியத்தைப் பொறுத்தளவில், இத்தகைய முனைக்கோடிப் போக்கு இன்னும் பரவலாகக் காணப்படவில்லை. லா.ச.ரா., மௌனி ஆகிய இரு சிறுகதையாசிரியரிடத்தும், ‘புதுக்கவிதை’க் குழுவினரிடத்துமே முனைப்பாகக் காணப்படுகிறது. வர்த்தக நோக்கும், கலைப்பற்றின்மையும் சமூகத்திற் காணப்படுகிறதாயினும், கலைக்கும் பணத்திற்குமுள்ள முரண்பாடு எல்லை கடந்து போய்விடவில்லை. முரண்பாட்டிற்கான அடிப்படைக் காரணத்தை அறியாமையாலேயே பலருக்கு நம்பிக்கையின்மையும் விரக்தியும் தோன்றுகின்றன. கலைக்கும் பணத்திற்குமுள்ள முரண்பாட்டின் இயல்பைக் கண்டறிந்து, அதை நீக்கும் வகையில் உழைப்பதும், மீண்டும் கலைக்கும் சமுதாயத்திற்கும் பூரணமான இயைபை ஏற்படுத்துவதுமே கலைஞனின் இலட்சியமாக இருத்தல் வேண்டும். விரக்திக்குப் போதிய காரணம் இருப்பினும், அதனை வளர்ப்பது எதிர்மறையான போக்காகும்.

சிலர் தமது விரக்தியை அரைகுறை நம்பிக்கையுடன் சமாளிக்க முனைவர். கலைக்குச் சமூகப் பணியும் அர்த்தமும் இருப்பதை முற்றாக நிராகரிக்காமல், சமுதாயத்திலே உறுப்பினரான ‘சிலர்’ மீது நம்பிக்கை கொண்டு வாழ்வர். இலக்கியத்திலே தரம் அல்லது பண்பு நலம் (*quality*) பேண விழைபவர்கள் இத்தகையோரே. புதுமைப்பித்தன் தனது விரக்திக்குப் பின்வருமாறு சாந்தி கண்டார்:

> வாழையடி வாழையாகப் பிறக்கும் வாசகர்களில் எவனோ ஒருவனுக்கு நான் எழுதிக் கொண்டிருப்ப தாகவே மதிக்கிறேன்.

'இதய நாத'த்திலும் இக்கருத்து இடம்பெறுகிது. நாவலாசிரி யரின் கருத்துக்களை வெளிப்படுத்தும் பாத்திரமான கந்தசாமி பாகவதர் கூறுகிறார்:

> எங்கேயாவது ஒரு மூலையில் அழுக்கு வேஷ்டியைக் கட்டிக்கொண்டு ஒரு பரம ரசிகன் உட்காந்திருப்பான். நீ பாடும் பாட்டைக் கேட்டுவிட்டு, ஆத்மானந்தத் தினால் உன்னை மனப்பூர்வமாக ஆசீர்வதிப்பான். அதுதான் நீ கற்ற வித்தையின் பலன்.

'நாலும் பேரானாலும் நல்ல ரசிகராய் இருந்தாற்போதும்' என்ற விருப்பம் புதுமைப்பித்தன், சிதம்பர சுப்ரமணியம் போன்றோருக்கு ஊக்கும் சக்தியாக இருக்கிறது. புதுமைப் பித்தனின் வரலாற்றாசிரியர் ரகுநாதன் கூறுவதுபோல, "மனித சமுதாயத்திடமிருந்தே அவர் விலகி நிற்க முயன்றார்;" அதனாலேயே நம்பிக்கைக் குறைவேற்பட்டது; காரண காரியத் தொடர்புள்ளது இது எனலாம்.[8] ஆயினும் கலையுணர்வுள்ள வாசகனை அல்லது இரசிகனைச் சமகாலத்திலாவது, எதிர்காலத்திலாவது காணலாம் என்ற சிறு தெம்பு இருக்கிறது. அகிலனது படைப்பான தணிகாசலம் உயர் இலட்சியங்களை உபசாரத்திற்காகப் பேசிக்கொண்டு, 'காதல்கதை' பண்ணுகிறவனே. திரு. இரா. தண்டாயுதம் என்னதான் வாதம் புரிந்தாலும் நாவலுக்கும் தொடர்கதைக்கும் தர வேறுபாடு இருக்கவே இருக்கிறது. 'பாவை விளக்'கின் பிற்பகுதியில் பின்வருமம் சம்பவம் வருணிக்கப்படுகிறது.

'என் வாசகர்களுக்காக இதை எழுதவில்லை. இந்த நாட்டில் எங்கோ ஓர் இடத்தில் ஒளிந்து கொண்டிருக்கும் ஒரே ஒருத்திக்காக மட்டும் எழுதுகிறேன். அவள் உயிருடன் இருந்தால் இதைப் படித்துவிட்டு என்னிடம் திரும்பி வரட்டும்... அந்தக் 'கதை' ஒரே உளறல் மயமாக இருந்தது. சொற்கள் எதற்கும் கட்டுப்படுவதில்லை, உணர்ச்சிப் பேரலைகள் அங்கே உறுமிக் குமுறின.

'உன்னுடைய மனத்தின் மணம் எனக்கும் போதும், உடனே ஓடிவா' என்று முடித்திருந்தான்.

பத்திரிகாசிரியர் அதைத் தட்ட முடியாமல் வாங்கிக் கொண்டு 'உங்களுக்காக இதை வெளியிடப் போகிறேன்; இதில் எனக்கு ஒன்றும் புரியவில்லை' என்று கூறினார்.

"இரண்டு பேருக்கும் புரியும் என்றான் தணிகாசலம்."

சமூகத்திலிருந்து முற்றாகப் பிரிந்தது மட்டுமன்றி நம்பிக்கையூட்டக்கூடிய இரண்டொரு வாசகரிடமிருந்தும் புரிந்து கொள்கிறான் தணிகாசலம். கலை அவனைப் பொறுத்தவரையில் ஒரு வகையான குறியீட்டுச் செய்தி முறையாக மாறிவிடுகிறது. தெளிவற்ற – மயக்கமூட்டும் – இம்மனோபாவம், வாசகரை மயக்கி வெற்றிகரமான தொடர்கதைக்கு ஆதாரமாகி விடுகிறது என்பதை வற்புறுத்தவும் வேண்டுமோ?

கிருஷ்ண பாகவதர் கலையின் 'ஜீவனை'ப் பாதுகாப்பதற்காக ஆமை தன்னுள் அடங்குவதுபோல புற உலகத் தொடர்புகளைக் குறைத்துக் கொள்கிறார். தணிகாசலமோ தனது மனஉலகத்தையே புற உலகமாகக் கருதிப் பகற்கனவில் வாழ்கிறான். இருவருக்கும் இமாலய வேறுபாடுண்டு. முன்னது யதார்த்தத்திற்கு இயைபுடையது; யதார்த்தம் போன்ற போலித் தோற்றமுடையது. *இதய நாதத்தில்* நாம் காணும் கிட்டு சாதாரணமாகக் காணக்கூடிய தெருவீதியிற் கோலி விளையாடும் பையன்தான். அவனது பரிபக்குவ ஆன்ம யாத்திரைதான் நாவலின் பொருள்.

> பூஜைக்காகக் கோவில் மணி குபீரென்று ஒலித்தது. கடவுளின் ஞாபகத்தை ஒவ்வொருவர் இதயத்திலும் அடிப்பதற்காக ஏற்பட்ட ஒலி அது. இப்பொழுது எழுந்த ஒலி கிருஷ்ண பாகவதரின் காதில் மாத்திரம் விழவில்லை. அவருடைய உள்ளத்தின் ஆழத்தில் விழுந்தது:
>
> "சஞ்சலம் நீங்கியது; சாந்தம் பிறந்தது.
>
> தன் இதய நாதத்திலே ஈடுபட ஆரம்பித்துவிட்டார்."

அன்றாட வாழ்க்கைக்குப் புறம்பான மனநிலையும் நோக்கும், போக்கும் இதிற் காணப்படலாம். ஆனால் கதாநாயகன் ஞானி அல்லவா? மரபுணர்ச்சியில் ஊறித் திளைத்த உள்ளத்தில் எழுந்த நாவல் *இதயநாதம்*. நாவலின் வடிவம் கலையுண்மை பொதுள அமைந்துள்ளது. சங்கீதத்திற்கு அர்ப்பணஞ் செய்துகொண்ட ஒரு பாத்திரத்தை இயற்கையாகவும், அநுதாபத்துடனும் படைத்துள்ளமை ஆசிரியரின் பெருவெற்றி என்று நான் நினைக்கிறேன். 'இதய நாத'த்தின் உயர்நிலைப் பொருள் ஆன்மீகம். ஆனால் நாவல் சடவுலகின் மணங்கமழ் யதார்த்தமாக வளர்கிறது. 'பாவை விளக்'கின் வெளிப்படையான பொருள் எழுத்தாளனது வாழ்க்கை; புற உலகத்தில் நிகழ்வது; ஆனால் நாவலோ கற்பனை மயமாகவே வளர்கிறது. இது மேலெழுந்தவாரியாகப்

பார்க்குமிடத்து விசித்திரமாகத் தோன்றும். ஆனால் அரிய உண்மையொன்று உள்ளடங்கியுள்ளது.

இவ்விடத்தில் ஏங்கல்ஸ் குறிப்பிட்ட நுண்கருத்து ஒன்று பொருத்தமாகத் தோன்றுகிறது.

பிரெஞ்சு நாவலாசிரியர்கள் பால்ஸாக் (*Honore de Balzac, 1799-1850*), ஜோலா (*Emile Zola, 1840-1902*) ஆகியோர் பற்றியது அக்குறித்துரை. 'யதார்த்தம்' என்ற இலக்கியக் கோட்பாட்டிற்கு விளக்கங் கூறப் புகுந்த ஏங்கல்ஸ், "நான் புரிந்துகொண்ட வகையில், யதார்த்தம் என்பது நுணுக்க விவரங்களை மட்டுமன்றி வகை மாதிரிக்குப் பொருத்தமான சூழ்நிலைகளிலே வகை மாதிரிக்குப் பொருத்தமான பாத்திரங்களை உண்மைத் தன்மை குன்றாத முறையில் உருவாக்குவதைக் குறிக்கிறது. உதாரணமாக யதார்த்தப் படைப்பில் நாமறிந்த ஜோலாக்கள் யாவரையும் விஞ்சும் திறமையாளர் பால்ஸாக் என்பது என் கருத்து"[9] என்றார்.

எமிலி ஜோலாவுக்குக் காலத்தால் முந்தியவர் பால்ஸாக். நெப்போலியனுடைய வீழ்ச்சிக்குப் பின்னர் (1815) பிரான்ஸில் பூர்பன் அரச வம்சத்தினரின் மறுவருகை யாட்சியைத் தொடர்ந்து உயர்குடி மக்கள் மீண்டும் பழைய வாழ்க்கை முறைகளை நிலைநாட்ட முயன்றனர். மத்தியதர வர்க்கம் அம்முயற்சிக்கு எதிர்ப்புக் காட்டியது. இவ்விருமுனைப் போட்டியே பால்ஸாக்கின் இலக்கியத்திற்குப் பின்னணியாக இருந்தது. பால்ஸாக் அரசியற் சமூகப் பிரச்சினை பற்றித் திட்டவட்டமான கருத்துக் கொண்டிருந்தார். மீண்டும் அரசுரிமை பெற்ற பூர்பன் வமிசத்தினர்மாட்டுப் பற்றுறுதி யுடையவரா யிருந்தார். பிரபுக்கள் வழி நின்ற பண்புமிக்க சமுதாயம் நாசமாய்ப் போகிறதே என்று பிரலாபித்தவர் அவர். அவரது சார்பு முற்று முழுதாகப் பழைய வர்க்கத்தின்மாட்டே யிருந்தது. ஆனால் அவர் தம் படைப்புக்களிலே நாம் காண்பது யாது? ஏங்கல்ஸ் கூறுகிறார்:

> தான் நிறையுயர் மாதிரியாகக் கொண்ட இந்தப் பழைய சமுதாயத்தின் மிச்ச சொச்சங்கள், இழிவும் தான்தோன்றித்தனமும் நிறைந்த புதுப் பணக்காரரின் வலுப்பிரவேசத்தைத் தாங்காது, மெல்ல மெல்ல எதிர்பாற்றலிழந்து சீர்கெட்டுப் போவதை வருணித்தார் பால்ஸாக். இப்பிரதான மாற்றத்தை மையமாகக் கொண்டு பிரெஞ்சு சமுதாயத்தின் பூரண வரலாற்றையே தொகுத்துக் காட்டுகிறார். பொருளாதார நுணுக்க விவரங் களிற்கூட, (உதாரணமாக, புரட்சிக்குப்பின் பங்கீடு செய்யப்பட்ட காணிகள் ஆகியவற்றின் விவரம்)

நிறைவு காணப்படுகிறது. அக்காலத்து வரலாற்றா சிரியர், பொருளியலாளர், புள்ளி விவரக் கணக்காளர் ஆகியோரது நூல்களிற் கற்றவற்றைவிட அதிகம் இவ்விவரங்களிலிருந்து நான் அறிய முடிந்தது தனது சொந்த வர்க்கச் சார்பையும் அரசியல் முற்சாய்வு ஆகியவற்றையுங் கடந்து, உண்மையான எதிர்கால மனிதரைக் கண்டார் அவர். இது யதார்த்தத்தின் தலையாய வெற்றி என்றும் பால்ஸாக்கின் சிறப்பம்சம் என்றும் நான் கருதுகிறேன்.[10]

இக்கருத்தைப் புகழ் பெற்ற விமர்சகர் ஜோர்ஜ் லுகாக்ஸ் *(George Lukacs)* மேலும் விரிவுபடுத்தி எழுதியுள்ளார். வரலாற்று நவீனங்களின் தந்தையெனப்படும் வால்டர் ஸ்கொற்றைப் பற்றிக் குறிப்பிடுகையில், "ஸ்கொற்றின் வெளிப்படையான அரசியற் கருத்துக்களுக்கும் அவரது கலைப்படைப்புகளிற் காணும் உலகத்திற்கும் ஐயத்துக்கிடமின்றி முரண்பாடு காணப்படுகிறது. பால்ஸாக், தால்ஸ்தாய் போன்ற சிறப்புமிக்க யதார்த்தவாதிகளைப் போல அவரும் தனது சொந்த அரசியற் சமூகக் கருத்துக்களை மீறிச் சிறந்த யதார்த்தவாதியானார். ஏங்கல்ஸ் கூறும் 'யதார்த்தத்தின் வெற்றியை' ஸ்கொற்றின் எழுத்திலும் காணலாம்."[11]

அசட்டுத்தனமாக மேற்கூறிய நாவலாசிரியருடன் சிதம்பர சுப்ரமணியத்தை ஒப்பிட வேண்டியதில்லை. ஆனால் அவர் களுக்குப் பொதுவான செய்தி சிதம்பர சுப்ரமணியத்திற்கும் பொருந்தும் என்றே கூறத் தோன்றுகிறது. சிதம்பர சுப்ரமணியன் எத்தகையவர்? அவரை நன்கறிந்த சி.சு. செல்லப்பாவின் கருத்தோட்டப் பதிவு வருமாறு:

> சிதம்பர சுப்ரமணியன் திடமான பழமை நம்பிக்கைவாதி.[12]
>
> சிதம்பர சுப்ரமணியன் வேத, உபநிடத மரபில் வரும் கருத்துமுதல்வாதத் *(idealist)* தத்துவக் கண்ணோட்டமுடையவர். "நம்முடைய ஐம்புலன் களாலும் ஞானேந்திரியங்களாலும் அறிந்து கொண்டிருப்பது உண்மையின் ஒரு பொய்யான தோற்றமே தவிர உண்மையில்லை" என்று கூறும் அசல் வேதாந்தி – மாயாவாதி – அவர். "மனிதனுக்கு உண்மையான 'விழிப்பு' வரும்பொழுது வாழ்க்கை யென்பதே ஒரு பெரிய கனவு என்பது அவனுக்குத் தெரியவரும். அந்த உலக வாழ்விலிருந்து 'விருப்பு'

அடைந்தவர்களே மெய்ஞ்ஞானி என்று சொல்கிறோம்.[13]

இத்தகைய மரபு வழிவரும் இலட்சியவாதத் தத்துவக் கண்ணோட்டமுடையவர் கலையைத் தெய்வீகமானதாகக் கொள்வதில் வியப்பெதுவுமில்லை. ஆசிரியரின் சொந்த விருப்பு இது. ஆயின், இசைக் கலைஞன் ஒருவனை இன்றைய உலகப் பாத்திரமாகப் படைக்க முற்படும்போது, நேர்மையாகச் சித்திரிக்க முனையும்போது, ஆசிரியர் காண்பதென்ன ?

உலகத்தில் பார்க்கப் போனால், மனிதனுடைய தன்மை அவன் கையில் உள்ள பணத்தைப் பொறுத்ததாகத் தான் இருக்கிறது, ஏழையின் சொல்மாத்திரம் அம்பலம் ஏற முடியாமல் இருப்பதில்லை. ஏழையே அம்பலத்துக்கு வர முடிகிறதில்லையே.

இவ்வடிக் கருத்து (*theme*) ஆசிரியரது இரண்டாவது நாவலாகிய *நாகமணி*யிலும் அலசப்படுகிறது. (சிலப்பதிகாரத் தமிழகத்திலே புகார்ப்பட்டினத்தின் செல்வச் செழிப்பு இவ்வாய்விற்கு ஏற்ற சூழமைவாகக் கொள்ளப்படுகிறது. "மணிகளை (பொருளை)ப் போற்றுகிறான் மனிதன். ஆனால் அவைகளைவிட மதிப்புள்ள மாணிக்கங்கள் அவனிடமே யிருக்கின்றன என்பதை அறிந்து கொண்டாரில்லை." முன்னுரையிற் காணும் இக்கூற்று, பணத்திற்கும் புகழிற்கும் உள்ள தொடர்பை, நாவல் விசாரணை செய்யவிருக்கிறது என்பதைச் சுருங்கக் கூறுகிறது.)

"கலைச்செல்வி, நீ மனிதனைப் பணம் என்ற தராசில் தான் எடை போடுவாயா ?"

"சரி சாத்தா. வேறு எதைக் கொண்டுதான் அளந்தறிவது."

"மனிதனுடைய குணம், அறிவு, பண்பாடு இப்படி எவ்வளவோ இருக்கின்றனவே."

"இருக்கின்றன. ஆனால் இவைகளுக்கெல்லாம் மதிப்புப் பேச்சளவில்தா னிருக்கின்றன. காரியங்களுக்குப் பணம்தான் வேண்டியிருக்கிறது."

*இதய நாதத்*தோடு ஒப்பிடும்பொழுது *நாகமணி* தனிச்சிறப்புடைய நாவல் அன்று. ஆங்கில விமர்சனரின் மொழியிற் கூறுவதாயின்[14] அது ஒரு கருத்துறுதி நாவல் (*Dogmatic novel*). அதாவது சில தார்மீகக் கருத்துக்களைப் பிரதிபலிக்கும் வகையில் பாத்திரங்கள் வார்க்கப் பெற்றுள்ளன. அந்தளவிற்கு உண்மையிற் சிதைவு ஏற்படுகிறதுதான். ஆனால் நான் சுட்டுவது

அதுவன்று. இரு நாவல்களிலும் கலைக்கும் பணத்திற்குமுள்ள முரண்பாடே அடிக்கருத்து. சிலப்பதிகாரத் தமிழகத்திற் கதை நடப்பினும் பிரச்சினை தற்காலத்தது என்றே கூறவேண்டும். ஆசிரியர் மனத்தில் ஆழப்பதிந்துள்ள முற்சாய்வுகளையும் மேவி யதார்த்தம் துலங்குவதற்குக் காரணம் இலட்சியத்திற்கும் நடைமுறைக்குமுள்ள பொருந்தாமை யுணர்வேயாகும்.

இவ்விடத்தில் தமிழ் நாவல் வரலாறு சம்பந்தமாக ஒன்று கூறலாம். பி.ஆர். ராஜமையரின் வழிவரும் நாவலாசிரியருள் சிதம்பர சுப்ரமணியமும் ஒருவர் என்று க.நா.சு. கூறுவர்.[15] அது ஏற்கக் கூடியதே. ராஜமையர் முத்துஸ்வாமி ஐயரின் ஆத்மானந்தத்தை இலட்சியமாகக் காட்டியதுபோலவே சிதம்பர சுப்ரமணியமும் கிட்டு, சாத்தன் ஆகியோரின் 'ஆத்மானந்தத்தை' நாவலிற் குத்தி நிறுத்துகிறார். இவ்வழியே எக்காலத்துக்குஞ் சிறந்தது என்ற க.நா.சு.வின் எண்ணத்தை நாம் ஏற்றுக் கொள்ளாவிட்டாலும், கருத்துறுதியான ஆன்மீக நாவலை எழுதிய போதும், கலையுணர்வும், ஆய்வுத்திறனும் கைவரப் பெற்றமையால், தம்மையுமறியாது யதார்த்தப் பாதையில் இவர்கள் சென்றுள்ளனர் என்பது குறிப்பிடத்தக்கது.

ராஜமையரின் ஆடுசாபட்டி அம்மையப்ப பிள்ளை முதல் சிதம்பர சுப்ரமணியனின் கிருஷ்ண பாகவதர் வரை கலைஞர்கள் புதிய சமுதாயத்தில் நிலையிழந்து தவிப்பது தனிமனிதப் பிரச்சினையாகக் காட்டப்பட்டுள்ளது. நடுத்தர வர்க்கத்தைச் சேர்ந்த மக்கள் தனிமனிதராக மாறிச் செல்வதை மாதவையா முதன் முதலாகச் சித்திரிக்கத் துவங்கினார்.

இதனையே தனிமனிதக் கொள்கையின் அடிப்படையில் இங்கு ஆராய்ந்தோம். நாவல் என்ற இலக்கிய வடிவமே மேற்கு நாடுகளில் தனிமனிதக் கொள்கை வளர்ச்சியின் உடனிகழ்ச்சியாகத் தோன்றியது என்றும் கூறினேன். ஆயினும் துவக்கத்திற் பொதுவாகவும், பின்னர் இரண்டொரு திறமைமிக்க ஆசிரியரின் எழுத்திலும், இத்தனிமனிதக் கொள்கையானது, சமுதாய இயக்க உணர்வோடு படைக்கப்பட்டுள்ளது. ஆனால் எமது காலச் சமுதாய நெருக்கடிகள் முதிர முதிரத் தனிமனிதர் சமுதாயத்திலிருந்து முற்றிலும் விடுபட்ட பிறவிகள் என்னுமுணர்வு மேலோங்குகிறது. ஜெயகாந்தன் அண்மையில் எழுதும் குறுநாவல்களிலும் நெடுங்கதைகளிலும் இதனைத் தெளியலாம். தி. ஜானகிராமன் நாவல்களும் இதனை ஓரளவிற்குக் காட்டுகின்றன. இது எமது சமுதாயத்திலே முதலாளித்துவக் கருத்தோட்டத்தின் விளைவாகத் தனிமனிதக் கொள்கை முதிர்ச்சி பெற்றுவிட்டமையைக் காட்டுகிறது என்று நினைக்கிறேன்.

மாதவையாவின் *பத்மாவதி சரித்திரம்* யதார்த்தப் போக்கை எமது நாவலிலக்கிய துறையிற் புகுத்தியதெனக் கொள்ளலாம். அதாவது சமூக நாவல் என்ற வகையின் பிறப்பை அது குறிக்கிறது. யதார்த்தப் பண்பை ஆதாரமாகக் கொண்ட நாவலானது காலப் போக்கில் இருகூறாகிறது. தனிமனிதச் சார்பு நாவல் *(personal)* என்றும், சமூகச் சார்பு நாவல் *(social)* என்றும் இவற்றையழைத்தல் கூடும். ஆங்கில நாவலிலக்கிய வரலாற்றில் இதனை காட்டுகிறார் டாக்டர் ரேமண் வில்லியம்ஸ். சில தனிமனிதரின் உறவுகளைக் கவனமாகவும் நுணுக்கமாகவும் சித்திரிக்கும் நாவல்கள் நவீன ஆங்கிலத்தில் சிறப்புற்று விளக்குகின்றன என்கிறார் அவர். 'நுணுக்க விவரங்கள்' என்று யதார்த்த முறை தனிமனிதர்ச் சார்பு நாவல்களுக்கு ஆழத்தையும் அழுத்தத்தையும் அளித்துள்ளதாயினும், சமூகப் பின்னணி போதியளவு கவனிக்கப்படாமையால் நாவலில் கலையுண்மை சிதைவு பெறுகிறது என்பதை மறுக்க முடியாது. உதாரணமாக ஜெயகாந்தனின் *சமூகம் என்பது நாலு பேர்* என்ற குறுநாவலிலே பாலுறவைப் பற்றிய விசாரத்திலீடுபடும் பாத்திரமும் அதன் 'உறவுகளும்' படைக்கப்பட்டுள்ளன. அகிலனைப் போன்ற திறமை குறைந்த நாவலாசிரியரின் படைப்பிலே பாலுறவும் அதன் உருத்திரிபுகளும் புலனுகர்ச்சிப் பொருளாக மட்டும் அமைந்துவிடுகிறது.

ஜெயகாந்தனின் எழுத்தில் 'செக்ஸ்' எனப்படும் பால்விவகாரம் ஒரு கோட்பாடாக ஆராயப்படுகின்றது. அந்த வகையில் கருத்துவளம் அதற்குண்டு. ஆனால் தனிமனிதர்ச் சார்பு உச்சத்தையடைகிறது. *சமூகம் என்பது நாலு பேர்* ஆய்வறிவாளன் ஒருவனை *(intellectual)* நடுநாயகமாகக் கொண்டது. பொதுவாகவே முதலாளித்துவ சமுதாயங்களில் ஆய்வறிவாளர் (கலைஞரைப் போலவே) ஒட்டும் உறவும் வளர்க்க முடியாதவராயுள்ளனர். ஆய்வறிவாளரின் இக்கட்டு நிலை *(predicament)* இது என்பர். இந்நாவலில் வரும் ஆய்வறிவாளனான முத்துவேலரோ இலட்சாதிபதி. உழைப்பூதியமின்றிச் செய்யும் சில பணிகளைத் தவிர்த்து 'சும்மா' இருந்து சாப்பிடக்கூடிய முயற்சியற்ற ஆய்வறிவாளன் அவன். இது சமூகத்தில் அவனைத் தவிர்க்க முடியாதபடி தனிமைப்படுத்துகிறது. அத்தனிமையில், ஆய்வறிவின் துணைகொண்டு நிறைவான *(ideal)* துணையைத் தேடி நாடுகிறான். இவ்வாய்வும், அதன் முடிவுமே நாவலின் பொருள். பாலுறவைப் பற்றிய கருத்துக்கள் ஒரு சமுதாயத்திற்குப் பொதுவான பிரச்சினையாக இருக்கக் கூடுமாயினும், முத்துவேலரின் பிரச்சினை சமூகப் பிரச்சினையன்று. "வகை

மாதிரிக்குப் பொருத்தமான சூழ்நிலையில் இயங்கும் வகை மாதிரிக்குப் பொருத்தமான பாத்திரம்" முத்துவேலர் என்று கூறுவது கடினம். தாம்பத்திய உறவு, அறிவுத்துணை, சமூக மதிப்பு ஆகியன சமூகப் பிரச்சினைகளாகவன்றிக் கருத்துமயமாகிவிடுகின்றன. கருத்துக்கள் சமுதாய நிகழ்ச்சிகளிலிருந்தும் இயக்கத்திலிருந்தும் தோன்றாமல் பாத்திரங்களின் மனவுலகிலே தோன்றிச் சர்ச்சைக்குரியவையாகின்றன. தேங்கி நிற்கும் பழமைப்பற்று மிகுந்த சமுதாயத்திலே பாலுறவு போன்ற பொருளைத் துணிந்து ஜெயகாந்தன் கையாள்வதனால் அவரின் நாவல்கள் யதார்த்தமானவை என்ற வாதம் நியாயப் போலியாகும். தனிமனிதரிலும் தெரிந்தெடுத்த சிலரைப் பாத்திரமாகக் கொள்வதால், காலப்போக்கில், ஒருவர் அல்லது இருவரே நாவலில் முக்கியத்துவம் பெறுகின்றனர். சில சமயங்களில் நாவலாசிரியன் கவனம் முழுவதும் ஒரு பாத்திரத்தின் மீதே செலுத்தப்படுகின்றது. ஜெயகாந்தனின் *கோகிலா என்ன செய்தாள்?*, *சமூகம் என்பது நாலு பேர்* முதலிய நாவல்களில் இதனைக் காணலாம். குறிப்பிட்ட ஒரு பாத்திரத்திற்காக வக்காலத்து வாங்குவதுபோல நாவல் அமைந்துவிடுகிறது. முத்துவேலருக்காக ஜெயகாந்தன் வாதம்புரிகிறார். இத்தகைய நாவலையே ரேமண் வில்லியம்ஸ் மிகப் பொருத்தமாக, 'The fiction of special pleading' என்கிறார்.[16] ஜெயகாந்தனது *பாரிஸுக்குப் போ* என்ற நாவலில் இந்நாவல் வகையின் உச்சநிலையைக் காணலாம். டாக்டர் ராஜனுடைய பாத்திரம் ஒன்றைப்போல கலைஞன் சாரங்கன் வெகுகாலம் வீட்டைப் பிரிந்து மேனாட்டில் வாழ்ந்தவன்; *too long in the west.* அந்த வகையில் அலாதியானவன். காலூன்றி நிற்க இயலாத கற்றறிந்தவன் அவன். மேனாட்டவர் கூறுவது *an intellectual without roots* என்னும் தவிப்பிற்கு இலக்கணமானவன். முக்கியமான இந்நாவல் தனியாகவும் விரிவாகவும் ஆராயப்பட வேண்டியது. தமிழில் எழுதப்பட்ட முதலாவது அகலுலகத் தொடர்பும் நோக்குமுள்ள *(cosmopolitan outlook)* நாவல் என்ற பெருமைக்குரியது. அதே சமயத்தில் சமூகத்தின் சூழலைச் சித்திரிக்கத் தோன்றிய நாவல் வடிவம் திசைமாறிப் போவதையும் அது தெளிவாக்குகிறது. *பாரிஸுக்குப் போ* என்ற நாவலை ஒப்பாய்விற்காக, 'க.நா.சு.வின் *ஒரு நாள்*' என்ற குறுநாவலுடன் சேர்த்துப் படிப்பது பயனுள்ள அப்பியாசமாக விருக்கும். இத்தகைய நாவல்களிற் பெரும்பாலும், சமுதாய வாழ்க்கையானது மறைமுகமாகவேனும் தோன்றுவதில்லை. நாடக மேடைப் பின்புற ஓவியத்திரை போலவே அமைந்து விடுகிறது. நாவல் என்பது பாத்திரங்களைக் கொண்டது என்ற அடிப்படையிலே துவங்கி 'அப்பாத்திரங்களே' நாவல் என்ற

நிலைக்கு வந்து, பின்னர் அப்பாத்திரங்களின் மனவுலகமே யாவும் என்ற முடிவுக்கு வந்து விடுகிறார்கள். மேற்கூறிய வகை நாவல் எழுதுபவர்கள்.

இந்நிலை ஏன் ஏற்பட்டது என்று ஒருகணஞ் சிந்திப்பது பயனுடையது. சமுதாய முரண்பாடுகள் காரணமாகத் தனி மனிதரையும் சமுதாயத்தையும் ஒன்றற்கொன்று விரோதமான இரு துருவங்களாகக் கொள்ளும் நிலைமை காணப்படுகிறது. யதார்த்த நாவல் இரு கூறாகியதற்கும் இதுவே ஏதுவாம். டாக்டர் வில்லியம்ஸ் கூறுகிறார்:

> எமது காலத்திலே உண்மையான ஆக்க முயற்சி முழுமையான உறவுகளை ஏற்படுத்தும் போராட்டமாகும். இவ்வுறவு தனிமனித நிலையிலும் சமுதாய, நிலையிலும் உள்ளது. இதனை விரிவுபடுத்துவதே சாதிக்க வேண்டிய காரியம். யதார்த்த இலக்கியம் இதற்குகந்த கட்டளைக்கல்; ஏனெனில் அது, கருத்தும் உணர்ச்சியும்; தனிமனிதனும் சமூகமும், மாற்றமும் உறுதிப்பாடும் மாறி மாறி ஒன்றையொன்று ஊடுருவிச் செல்வதை நுணுக்கமாகக் காட்டுகிறது. பிளவுபட்டுக் கிடக்கும் எமது காலத்துக்கு இது அத்தியாவசியம்; உயர்தரமான யதார்த்தப் படைப்பிலே, சமுதாயம் அதற்காதாரமான தனி மனிதர் வாழ்க்கை வடிவத்திலும் தனி மனிதர்கள் உறவுகளின் தொகுதியான சமூக வடிவத்திலும் சித்திரிக்கப்பட்டுள்ளனர். இவ்விணைப்பும் அமைதியும் ஓர் எழுத்தாளனது மனவிருப்பத்தாற் சாதிக்கக் கூடியனவல்ல. அவை கண்டறியப்படல் வேண்டும். அதற்குத் துணை செய்வது யதார்த்த நாவலின் இயல்பும் கட்டமைப்புமாகும். பழைய எளிமையான யதார்த்தம் காலகதியாகிவிட்டது. ஏனெனில், விஷயங்களை இயற்கையாகப் பார்த்தல் அதனடிப்படையாயிருந்தது. அது தற்காலத்தில் இயலாது. இயற்கையான புறவுலகைப் பார்த்துக்கொண்டு காணுங் காட்சியைப் பதியலாம் என்றெண்ணிய நிலையில் அது ஏற்றதாயிருந்தது. இன்றோ நிலைமை வேறு. நாம் காணும் உலகம் எம்மால் ஆக்கப்படுவது என்னுமுணர்வு வளர்ந்துள்ளது. இவ்வுணர்வு சாத்வீகமான காட்சி மட்டுமன்று. அதாவது செயலற்ற உணர்வு அன்று. மாறாகச் செயற்பண்பும் இயக்கமும் சார்ந்த

நிலையாகும். அது மட்டுமன்றி இவ்வுலகில் எவ்வாறு வாழ்வது என்னும் பிரச்சினை பற்றியது.[17]

இப்பிரச்சினைக்கு விடைகாணும் விதத்திலேயே தமிழ் நாவலின் எதிர்காலமும் தங்கியிருக்கிறது.

சான்றாதாரம்

1. *புதுமைப்பித்தன் கட்டுரைகள்*, 1954, பக். 56.
2. Bose, B., *An Acre of Green Grass,* Calcutta, 1948, p. 29.
3. *முதல் ஐந்து தமிழ் நாவல்கள்*, பக். 31.
4. *பாவை விளக்கு* (முகவுரை), 1958.
5. தமிழ் நாவல்கள், (நாவல் விழாக் கருத்துரைகள்), பக். 95.
6. ஷை, பக். 97.
7. *எதற்காக எழுதுகிறேன்?* (கட்டுரைத் தொகுப்பு), எழுத்து பிரசுரம், சென்னை, 1962, பக். 72.
8. *புதுமைப்பித்தன் வரலாறு*, பக். 203.
9. Marx and Engels, *Literature and Art,* Bombay, 1956, p. 36.
10. Ibid., loc. cit.
11. *The Historical Novel,* p. 54.
12. *எழுத்து*, செப்., 1959, பக். 282.
13. ஷை, அக்., 1959, பக். 291.
14. Cf. Hardy, B., *The Appropriate Form,* London, 1964, pp. 51-82.
15. *முதல் ஐந்து தமிழ் நாவல்கள்*, பக். 127–8.
16. Williams, R., *The Long Revolutoin,* London, 1961, pp. 283-85.
17. Ibid., pp. 287-89.

4

ஆங்கில மூலமும் தமிழ்த் தழுவலும்

தமிழ் நாவல்களைப் பற்றி வரலாற்றடிப் படையிலே கட்டுரைகளோ நூலோ எழுதியுள்ளோர் யாவரும் ஒரு விஷயத்தை தவறாது குறிப்பிட்டிருக்கின்றனர். இடைக்காலத்தில் அதாவது இந் நூற்றாண்டின் மூன்றாவது தசாப்தத்திலே தொடங்கி நூற்றுக்கணக்கான ஆங்கில நாவல்கள் மொழிபெயர்ப்பாகவும், தழுவலாகவும் வெளிவந்தன. இவற்றில் கூடுதலானவை 'மர்ம' நாவல் வகையைச் சேர்வன. இத்தொடர்பில், ஆரணி குப்புசாமி முதலியார், வடுவூர் துரைசாமி ஐயங்கார், வை.மு. கோதைநாயகியம்மாள், கே.ஆர். ரங்கராஜு, டி.டி. சாமி ஆகியோரைக் குறிப்பிடுவது சம்பிரதாயம். ஏறத்தாழ இதே காலப் பகுதியில் இலங்கையிலும் சில 'மர்ம' நாவல்கள் எழுதப்பட்டன. *சரஸ்வதி அல்லது காணாமற்போன பெண்மணி, பவள காந்தன் அல்லது கேசரி விஜயம், அருணோதயம் அல்லது சிம்மக்கொடி, அரங்க நாயகி* முதலியவற்றை உதாரணங் காட்டலாம். நாவல் இலக்கிய வரலாற்றில் இவை தோன்றிய காலப் பகுதியை, "இருண்ட காலம்" என்று கூறிக் கொள்வதும் நாகரிகமான செயலாகிவிட்டது. கெட்ட கனா ஒன்றை மறக்க விரும்புகிறவர்போல இக்காலப் பகுதியையும், நாவல்களையும் சுய திருப்தியுடன் நிராகரித்து விடுவர் பலர். ஆனால் திரு. ஜகந்தான் கூறியிருப்பதுபோல், "படிக்கத் தெரிந்த இளைஞர்களில் வடுவூர் துரைசாமி ஐயங்கார் நாவல்களில் ஈடுபடாதவர்கள் மிகவும் அருமை."

மேற்கூறிய நாவலாசிரியர்களை இன்று நாம் கணித்துப் 'பரபரப்பு' நாவல்கள் எழுதியவர்கள் என்று ஒதுக்கி அமைதி காண்கின்றோம். இத்தகைய மர்மக் கதைகளையும், துப்பறியும் கதைகளையும் அவர்கள் எழுதியதில் தவறொன்றுமில்லை. முதிர்ச்சியடைந்த இலக்கிய விமர்சகரும் ஆங்கிலத் துப்பறியும் கதைகளைப் படிப்பதில்லையா? ஆனால் ஆங்கிலத்தில் அவற்றை 'நாவல்' என்றழைப்பதில்லை; *Fiction* என்ற பொதுப் பிரிவிற்குள், அதாவது கற்பனைக் கதைகள் என்று பிரித்து அவற்றிற்குரிய இடத்தை வழங்குகின்றனர். தமிழில் நாவல் என்ற பெயரை அவற்றிற்கு இட்டமையாலேயே பல அனர்த்தங்கள் விளைந்தன. மேற்கூறிய கற்பனைக் கதைகள் தமிழ்நாட்டில் வெள்ளப் பெருக்கெடுத்த காலப்பகுதியிலே நாவல்கள் அருகிக் காணப்பட்டதால் இவையே நாவலுமாயின. ஆதலால் இக்கதைகள் அரசோச்சிய காலப் பகுதியைக் "களப்பிரர் காலம்" என்று கூறிவதிற் பொருத்தமுண்டு.

வடுவூரார் வகையராக்களைத் திட்டிக் கழிப்பதுடன் யாவும் சீராகிவிட்டன எனக் கருத முடியாது. ஏனெனில் அவர்களைப் பலியாடுகளாக்குவது, வேறு சிலர் அகப்படாமல் தப்புவதற்கு வாய்ப்பாகிறது. உண்மையாகவே, 'மர்ம நாவல்' எழுதிப் பெயர் பெற்ற வடுவூரார் கோஷ்டியைத் தவிர, அவர்களுக்குச் சமகாலத்திலும், முன்னும், பின்னும் எழுதிய சிலர், அதே வகையைச் சேர்ந்த கற்பனைக் கதைகள் ஆக்கியுள்ளனர். அவை நாவலிக்கியமாகப் போற்றவும் படுகின்றன. தி.ம. பொன்னுசாமி பிள்ளை நாவல் முன்னோடிகளில் ஒருவர். ஆனால் அவர் பல மர்மக் கதைகளை எழுதியுள்ளார். அந்நாவல்களிலே சித்தாந்தக் கருத்துக்கள் செருகப்பட்டுள்ளமையால் 'நல்ல' நாவல்களாகத் தக்கோரால் அங்கீகரிக்கப்பட்டன. கல்கி, தேசியம் அல்லது பழம் பெருமை என்ற 'புனித' வஸ்துவை நாவலில் செருகியமையால் வீர வழிபாட்டுக்குரியவரானார். க.நா. சுப்ரமண்யம் கூறியிருப்பதுபோல், "அவர் எழுதியதிலே அவருடையது எது, மற்றவருடையது சிறப்பாக டூமாஸ், லியனார்டு மெர்ரக், லிட்டன் இவர்களுடையது எது என்று தீர்மானிப்பது சிரமமான விஷயம்."

அண்மையில் (1976) கல்கியில் "பொன்னியின் புதல்வர்" என்ற தலைப்பில் சுந்தா எழுதிய கட்டுரைத் தொடர்பில் இது சம்பந்தமாக மேலும் சில தகவல்கள் கூறப்படுகின்றன. மேனாட்டு நாவலாசிரியருள் விக்டர் ஹியூகோ, டூமாஸ், ஸ்காட், லிட்டன் பிரபு, சார்ள்ஸ் டிக்கன்ஸ், எட்கார் வலஸ், வில்லியம் ரெய்னால்ட்ஸ், சார்ள்ஸ் கார்விஸ் ஆகியோர் கல்கிக்கு பிடித்தவர்களென்று தெரிய வருகிது. இவ்வாசிரியர்களோடு

வடுவூரார், ஆரணி குப்புஸ்வாமி முதலியோர், ஜே.ஆர். ரங்கராஜ் ஆகியோரையும் அவர் விரும்பி வாசித்தார் என்று கூறப்படுகிறது. கல்கிக்குப் பிடித்தமான நாவலாசிரியர்களின் பட்டியலை நோக்கும்பொழுது ஜனரஞ்சகமான புனைகதைகளை எழுதியவர்களே முக்கியமானவர்களாகக் காணப்படுகின்றனர். கல்கியின் சொந்தப்படைப்புகளில் இத்தகைய ஒரு செல்வாக்குக் காணப்படுதல் எதிர்பார்க்கக் கூடியதே.

முதுபெரும் அறிஞராகத் திகழ்ந்த மறைமலையடிகளும் சில 'நாவல்களை' எழுதினர். பொன்னுசாமி பிள்ளைக்குச் சைவ சித்தாந்தமும், கல்கிக்குப் பழம் பெருமையும் கைகொடுத்துதவியது போல, மறைமலையடிகளுக்குத் தமிழ்ப்பற்றுத் தோன்றுந் துணையாகவே இருந்தது. அவர் எழுதியனவாக வெளிவந்துள்ள இரண்டுமே தழுவல் 'நாவல்கள்,' "இதனைக் கற்பார் தனித்தமிழ் மாண்பும் பைந்தமிழ்ப் புலமையும், பண்டைய வழக்கும், பிறர்க்குதவலும், ஆட்சித் திறனும், சூழ்ச்சி வன்மையும், புதிய கதையமைக்கும் பொற்பும் பிறவும் எய்துவர்." இது பதிப்பகத்தார் கூற்று; ஆயினும் இது விற்பனை விளம்பரம் அன்று. "உண்மை; வெறும் புகழ்ச்சியில்லை" என்று அடித்துக் கூறுவதுபோல, இலங்கையிலும் இந்தியாவிலும் கல்லூரி மாணவர்களுக்குப் பாடப்புத்தகமாகக் கல்விப் பகுதியினர் விதித்துள்ளனர். இந்நிலையில் மறைமலையடிகளின் 'நாவல்களை' ஆராய்வது பல விஷயங்களைத் தெளிவுபடுத்த உதவும். அதே சமயத்தில், 'ஒரு பானை சோற்றுக்கு ஒரு அவிழ்பதம்' என்பதற்கிணங்க, எமது தழுவல் நாவல்களின் தன்மையையும் தகைமையையும் இனங் கண்டு கொள்ளவும் இத்தகைய அப்பியாசம் பயன்படும்.

"எமது அதிட்டவசமாக ஆங்கிலக் கல்வியின் பயனாகப் புனைகதைக் கலையின் மகோன்னதத்தை நாம் மீண்டும் உணரும் வாய்ப்பைப் பெற்றுள்ளோம். இன்று எம்மிடையே காணப்படும் அறிவுச் சாதனங்கள் யாவற்றிலும், புனைகதையே தனிச்சுவை பயப்பதாயும், பலதரப்பட்ட மக்களையும் மிக எளிதிற் கவரவல்லதாயும் அமைந்துள்ளது. அதனால், அது நாளுக்கு நாள் முன்னிலை எய்தி வருகின்றது . . ."[1]

தமது நாவலுக்கு 1911ஆம் ஆண்டு எழுதிய ஆங்கில முன்னுரையிலே மேற்கண்டவாறு குறிப்பிடுகிறார் மறைமலையடிகள். ஆங்கிலக் கல்வியைப் பற்றியும், புனைகதை பற்றியும் அவர் கொண்டிருந்த கருத்துக்கள் சுருக்கமாக இம்மேற்கோளிலிருந்து தெரியவருகின்றன. சமூகத்திலே முக்கியத்துவம் பெற்று வந்த புனைகதை வகையினைத் தாமும் படைக்க விரும்பினார் என்பது கூறாமலே போதரும். இவ்வாசையினால்

உந்தப்பட்டு, இரு புனைகதைகளை எழுதினார்; *குமுதவல்லி அல்லது நாகநாட்டரசி, கோகிலாம்பாள் கடிதங்கள்*[2] ஆகியன இவ்விரண்டும். இவற்றைப் பற்றிப் பொதுவாகவும், முதலாவது புனைகதையைப் பற்றிச் சிறப்பாகவும் ஆராய்வோம்.

*1891*இல் பெ. சுந்தரம் பிள்ளை அவர்கள் *மனோன்மணீயம்* என்ற நாடகத்தை வெளியிட்டார். அவர் தலைமுறையைச் சார்ந்த ஆங்கிலமும், தமிழும் கற்றிருந்த 'கல்வி கேள்விகளிற் சிறந்த கனவான்கள்' அம்முயற்சியைப் பெரிதும் பாராட்டினர். நூல் வெளிவந்து நான்காண்டுகளுக்குப் பின்னர் 1895இல் நாகப்பட்டினத்திலிருந்து பத்தொன்பது வயது நிரம்பாத இளைஞரொருவர் சுந்தரம் பிள்ளைக்கு அகவற்பாவிலே கடிதம் ஒன்று வரைந்து அனுப்பினார். அதன் பயனாக இருவரும் சந்தித்து நண்பராயினர். சுந்தரம் பிள்ளையின் நாடகக் காப்பியம் ஆங்கிலத்திலே லிற்றன் பிரபு, எழுதிய *இரகசிய வழி (The Secret Way)* என்ற செய்யுட் கதையைத் தழுவி யெழுந்தது. "அருமையாகிய பூருவ நூல்களைப் பாதுகாத்துப் பயின்று வருதலாகிய முதற் கடமையோடு, அவ்வழியே முயன்று அந்த அந்தக் காலநிலைக் கேற்றவாறு புது நூல்களை இயற்ற முயலுதல் தமிழ் நாடென்னும் உயர்குடியிற் பிறக்கும் ஒவ்வொரு தலைமுறை யாருக்கும் உரித்தான இரண்டாம் கடமையாய் ஏற்படுகின்றது."[3] இது நாடகாசிரியரின் கூற்று. கடிதம் எழுதிய இளைஞனை இக்கூற்று கவர்ந்திருக்கும் என எதிர்பார்க்கலாம். எவ்வாறாயினும், தானும் தனது கடமையைச் செய்ய முற்பட்டபோது ஆங்காங்கு சில ஆங்கில நூல்களைத் தழுவிப் 'புது நூல்களை' இயற்ற முயன்றனன். அவ்விளைஞனே நாகை வேதாசலம் என்றும் பிற்காலத்தில் மறைமலையடிகள் *(1876–1950)* என்றும் பெயர் பெற்ற தமிழறிஞராவர்.

மறைமலையடிகள் நாகையிலே இருந்த வெஸ்லியன் மிஷன் கல்லூரியிலே படித்துவந்தகாலை, தமது பதினெட்டாவது வயதிலே *(1893)* திருமணஞ் செய்து கொண்டார். ஏறத்தாழ அக்காலப் பகுதியில் அவரது கல்லூரி முறைப் படிப்பு முடிந்தது எனலாம். அக்காலத்து வாழ்ந்த ஆர்வமிக்க இளைஞர் பலரைப் போலவே, வேதாசலமும் ஆங்கிலக் கல்வியைப் பெரும் ஈடுபாட்டுடன் முயன்று பெற்றிருப்பர் என்பதில் ஐயமில்லை. காலப்போக்கிலே வேதாசலம், மகாவித்துவான் திரிசிரபுரம் மீனாட்சி சுந்தரம் பிள்ளையவர்களின் மாணவரில் ஒருவரான வெ. நாராயணசாமிப் பிள்ளையிடம் தமிழ் இலக்கண இலக்கியமும், 'சைவ சித்தாந்த சண்டமாருதம்' எனப் புகழ்பெற்றிருந்த சோமசுந்தர நாயக்கரிடம் *(1846-1901)* சைவ சித்தாந்தமும் பயின்று, தனித்தமிழ் நடையின் பிரதம பிரசாரகராக விளங்கின ரெனினும், இளமையிற் கற்ற ஆங்கில நூலறிவைத் தொடர்ந்து பேணி வந்தார்.

1895இல் பேராசிரியர் சுந்தரம் பிள்ளையைக் காணும் பொருட்டு வேதாசலம் திருவனந்தபுரம் சென்றிருந்தார். பத்தொன்பது வயது நிரம்பாத இளைஞருக்குப் பேராசிரியர் கூறிய அறிவுரைகளில் ஆங்கில அறிவை விருத்தி செய்தல் வேண்டும் என்பதும் ஒன்றாகும்.[4] கல்லூரிப் பயிற்சியும், சுந்தரம் பிள்ளை போன்றோரின் அறிவுரையும், வேதாசலத்தின் மனத்தில் ஆழப் பதிந்தன என்றே தோன்றுகின்றது. மற்றொரு தூண்டுதலும் இருந்தது. அக்காலத்தில் சென்னைக் கிறித்துவக் கல்லூரி, தனிச் சிறப்புடன் விளங்கிய கல்வி நிலையம். அற்றை நாள் தமிழறிஞர் யாவரும் 'மில்லர் கல்லூரி'[5] என்று மதிப்புடன் அழைத்த அக் கல்விக்கூடத்திலே 1898இல் தமிழ் விரிவுரையாளராக நியமனம் பெற்றார் வேதாசலம். அப்பொழுது வி.கோ. சூரியநாராயண சாஸ்திரியார் (பரிதிமாற் கலைஞர்) கல்லூரியிலே தமிழ் பேராசிரியராகக் கடமையாற்றி வந்தார். மேனாட்டுப் பாதிரிமார்கள் நடாத்திவந்த 'ஆங்கில முறை'க் கல்லூரியில் பணிபுரிந்த வேதாசலம் அம்மொழியைத் தொடர்ந்து பயின்றிருப்பார் என எதிர்பார்க்கலாம். தனித்தமிழ் முதல்வரான மறைமலையடிகள், தமது நீண்டகால வாழ்விற் கிரமமாக எழுதி வந்த நாட்குறிப்புக்கள் ஆங்கில மொழியிலேயே அமைந்திருப்பதும் இதற்குச் சான்றாகவுள்ளது.[6] அடிகளாரின் கடிதங்கள் பலவும் ஆங்கிலத்திலேயே எழுதப்பட்டுள்ளன. இளமைக் காலத்தில் முருகப் பெருமான்மீது ஆங்கிலத்திலே பாக்கள் இயன்றினார் என்று கூறப்படுகிறது.

இவ்வாறு சொல்லிலும் செயலிலும் ஆங்கில மொழிக்கு உயரிடங்கொடுத்த வேதாசலம் ஆங்கில இலக்கியங்களைப் பெருவிருப்புடன் படித்து வந்தது மட்டுமின்றி, அவற்றை மொழிபெயர்க்கவும் முற்பட்டார். கிறித்துவக் கல்லூரியிலே தமிழ் கற்பித்தகாலை பழந்தமிழ் நூல்களுக்கு "உரை சொல்லும்" பொறுப்புமிருந்தது. பத்துப்பாட்டில் *முல்லைப்பாட்டு, பட்டினப்பாலை, குறிஞ்சிப்பாட்டு* ஆகியவற்றைப் பாட நூலாகப் போதித்தபொழுது நச்சினார்க்கினியர் பொருள் கொள்ளும்முறை பல சந்தர்ப்பங்களில் மூலத்துடன் மாறுபட்டத்தைக் கண்ட அடிகள், தாமே புத்துரையுங்காண முற்பட்டார். முல்லைப் பாட்டு ஆராய்ச்சியுரை 1903ஆம் ஆண்டிலும், பட்டினப்பாலை ஆராய்ச்சியுரை 1906ஆம் ஆண்டிலும் வெளியிடப்பட்டன. பட்டதாரி மாணவருக்குக் கூறிய உரைகளை ஆதாரமாகக் கொண்டன, இவ்விரு நூல்களும். 1907ஆம் ஆண்டு அடிகள் வடமொழி மூலத்திலிருந்து தமிழ்ப்படுத்திய *சாகுந்தலம்* வெளிவந்தது. இந்நூலுக்கு ஆங்கிலத் திறனாய்வு முறையினைப் பின்பற்றி 'ஆராய்ச்சி' ஒன்றும் காலக்கிரமத்திற் சேர்க்கப்பட்டது.

இத்தகைய முயற்சிகளுக்காக, அக்காலத்திலே சென்னை மாநிலத்தில் பிரசித்தமாயிருந்த ஆங்கிலத் திறனாய்வுப் போக்குகளையும், நூலாசிரியரையும் அடிகள் படித்திருக்கிறார். இத்தொடர்பிலேயே பதினெட்டாம் நூற்றாண்டைச் சேர்ந்த ஆங்கில இலக்கிய கர்த்தா ஜோசப் அடிசன் *(Joseph Addison, 1672-1719)* என்பாருடைய நூல்களை அவர் ஈடுபாட்டுடன் படித்திருப்பார் என்று எண்ணத் தோன்றுகிறது.[7] 1902ஆம் ஆண்டில் வேதாசலம் *ஞான சாகரம்* என்ற பத்திரிகையை நடத்தத் தொடங்கினார். 1904இல் அடிசனின் கட்டுரைகள் இரண்டு சிற்சில மாற்றங்களுடன் மொழிபெயர்த்துப் பத்திரிகையில் வெளியிடப்பட்டன. அடுத்த ஆண்டில் அடிசனின் கட்டுரைகள் நான்கு பெயர்க்கபபட்டன. 1908இல் ஆறு கட்டுரைகளும் நூல் வடிவம் பெற்றன.[8] விளக்க உரைக் குறிப்புகளோடு, அடிசன் வரலாறும் நூலிற் சேர்க்கப்பட்டுள்ளது. நீண்டதொரு முகவுரையும் ஆங்கிலத்தில் எழுதப்பட்டுள்ளது.

இத்தகைய பின்னணியிலேயே அடிகள் எழுதிய புனைகதையாம் **நாகநாட்டரசி குமுதவல்லி** ஆகியவற்றை மதிப்பிடுதல் வேண்டும். தமிழிலே சிறப்பான நாவல்களும் நாவலாசிரியரும் இல்லாக்குறையை நீக்குமுகமாக 'மாண்புமிக்க ஆங்கில நாவலொன்றின் சுருக்கிய தமிழாக்கத்தைத் தூய இயல்பான செந்தமிழ் நடையில் இயற்றத் துணிந்ததாக' தமது முன்னுரையிற் குறிப்பிடுகின்றார். இக்கூற்று உற்றுநோக்க வேண்டியதொன்று. 'கடந்த இரு தசாப்த காலத்திற்குள் பல நாவல்கள் வெளிப்போந்தனவேனும் அவை சொன்னயமும், பொருணயமும் அற்றுத் தரங் குறைந்துங் காணப்படுகின்றன. **எமது மத்தியில் திறமை வாய்ந்த நாவலாசிரியனும் தோன்றவில்லை; கலைப் பண்பு பொதிந்த நாவலெதுவும் காணப்படவில்லை.'**

(தடிப்பெழுத்துக்கள் மட்டும் எம்மாலிடப்பட்டவை.)

1911இல் நாவலின் முதற் பதிப்பிற்கு எழுதிய நீண்ட ஆங்கில முன்னுரையிலேயே மேற்கூறிய வாக்கியங்கள் காணப்படுகின்றன. மூன்று விஷயங்களை ஆசிரியர் வற்புறுத்தியுள்ளார்:

(அ) நாகநாட்டரசி – குமுதவல்லி மூலக்கதை ஆங்கில இலக்கியத்திற் சிறப்பிடம் பெற்றது.

(ஆ) தூய இயல்பான செந்தமிழ் நடையிலே நாவல் இயற்றப்படல் வேண்டும்.

(இ) தமக்குமுன், (தாமறிந்தவரையில்?) திறமைமிக்க நாவலாசிரியர் எவரும் காணப்படவில்லை.

இவை வீறமைவான, ஒளிவுமறைவற்ற வார்த்தைகள் என்பதில் ஐயமில்லை. எனவே எமது ஆய்விற்குரியன.

(அ) நாகநாட்டரசி – குமுதவல்லி ஒரு தழுவல் நூல். மூல நூல் 'மாண்பு மிக்கது' என்று அடிகள் தமது முன்னுரையில் இருமுறை குறிப்பிட்டபோதும், அந்நூல் ஆசிரியர் பெயரைக் குறிப்பிடாதது ஏனோ தெரியவில்லை. வடமொழியிலிருந்து பெயர்த்தெழுதிய *சாகுந்தல* நூலில் கவிகாளிதாசனைப் பற்றியும், கட்டுரைத் தொகுதியிலே அடிசனைப் பற்றியும் விரிவாக எழுதியுள்ள ஆசிரியர் 'மாண்புமிக்க ஆங்கில நாவலின்' ஆசிரியர் யார் எனக் குறிப்பிடாதது பல ஐயங்களைத் தோற்றுவிக்கிறது. வேண்டுமென்றே கூறாது விட்டிருக்கலாம்; நிச்சயமாகக் கூறுதல் கடினம். மூலநூலின் பெயரைத் தானும் குறிப்பிட்டார் அல்லர். இதன் காரணமாக மாறுபட்ட கருத்துக்களம் எழுந்துள்ளன. மூலக்கதை, *'The Soldier's Wife'* என்பர் தெ.பொ. மீனாட்சி சுந்தரனார்;[9] *'Laila'* என்று குறிப்பிடுவர் புலவர் அரசு.[10] ஆயினும் ஒன்று மட்டும் நிச்சயமாக எமக்குத் தெரிகிறது; மூல நூலாசிரியர் பெயர் ரெய்னால்ட்ஸ். ஜோர்ஜ் வில்லியம் மக்கார்தி ரெய்னால்ட்ஸ் *(G.W.M. Reynolds, 1809-1873)* சில வகைகளிற் குறிப்பிடத்தக்க புருஷர். பிரித்தானியாவிலே பத்தொன்பதாம் நூற்றாண்டின் நடுக்கூற்றில் நிகழந்த ஆவண இயக்கத்துடன் *(Chartism)* நெருங்கிய தொடர்பு கொண்ட தீவிர முன்னேற்றவாதியாக விளங்கியவர்;[11] தொழிலாளர் இயக்கத்திற்காகத் தொடங்கிய *Reynold's News* என்ற பத்திரிகை இன்றும் அவர் நாமத்தை விளக்கி நிற்கிறது. பத்திரிகையாளராகப் பொதுமக்கள் மத்தியில் உலாவிய இவர் தொடர்கதைச் சக்கரவர்த்தி என்றே கூறிவிடலாம். பத்தொன்பதாம் நூற்றாண்டு, இங்கிலாந்திலே செழித்தோங்கிய பொதுமக்கள் சார்ந்த புனைகதைத் துறையில் *(popular fiction)* ஈடிணையற்றுத் திகழ்ந்தார். ஏறத்தாழ இவருக்குச் சமகாலத்தவரே புகழ்பூத்த நாவலாசிரியர் சார்ள்ஸ் டிக்கன்ஸ் *(Charles Dickens, 1812-1870)*. அக்காலத்திலே பொதுமக்கள் மதிப்பில் டிக்கன்ஸைக்கூடத் தூக்கியெறியக்கூடிய நிலையிலிருந்தார் ரெய்னால்ட்ஸ். *The Book Seller, புத்தக வியாபாரி* என்ற ஆங்கிலச் சஞ்சிகை இவர் இறந்த காலத்தில் வெளியிட்ட சுருங்க வரலாற்றிலே, இவர் டிக்கன்ஸைவிட அதிகமாக எழுதியவர் என்றும் இவர் நூல்களே அதிகம் விலைபோயின என்றும் குறிப்பிட்டுவிட்டு, 'எமது காலத்துப் பொதுமக்கள் மதிப்பிலே முதலிடம் வகிக்கும் எழுத்தாளர்' என்று தீர்ப்புக் கூறியது.[12]

பத்தொன்பதாம் நூற்றாண்டின் முதற் காற் பகுதியிலிருந்து இங்கிலாந்திலே கல்வியறிவு மிகக்குறைவான பாமர மக்கள் படிக்கக்கூடிய மலிவான வார இதழ்களும் மாத இதழ்களும்

வெளிவரத் தொடங்கின. அவற்றுள் பெரும்பாலானவை ஒவ்வொன்றும் ஒரு பென்னிக்கு (*Penny*) (ஏறத்தாழ ஐந்து சதத்திற்கு) விற்றன. மிக மலிவாக அமைந்த அவ்விதழ்கள் புதியதொரு 'கைத்தொழிலையே' தொடங்கி வைத்தன. நாடெங்கும் போட்டி போட்டுக்கொண்டு புற்றீசல்போல மலிவுச் சஞ்சிகைகள் முளைத்தன. சமயம், காதல் – வீரம் போசசம், கொலை குற்றம், சோதிடம், அரசியற்புரட்சி ஆகிய பொருள்கள் அன்றும் என்றும் மலிவான இலக்கியங்களிற் காணப்படுவன. மேற்கூறிய மலிவு இதழ்களிலே இப்பொருள்கள் சார்ந்த தொடர் கதைகளே வெளிவந்தன. 1851இல் ஹென்ரி மேஹியூ என்பவர் *இலண்டன் தொழிலாளரும் இலண்டன் ஏழைகளும்* என்ற பெயரில் புதியதோர் இதழை வெளியிடத் தொடங்கினார். தனது காலத்து 'மலிவு' இலக்கியம் பற்றிப் பின்வருமாறு குறிப்பிட்டார்.

> கொள்ளை, இரத்தக்களரி, வீரதீரம், வாக்கு சாதுர்யம் ஆகியவற்றைச் சித்திரிக்கும் கதைகளும், கண்ணியமிக்க கள்ளரைப் பற்றிய கதைகளும், நாடோடிகள் பிரபுக்களாக மாறும் கதைகளும், 'தெருவோர' வாசகரை இன்று அத்துணைக் கவருவதில்லை. சிலவாண்டுகளுக்கு முன் அவை யாவராலும் விரும்பிப் படிக்கப்பட்டன. இன்றோ, அரசவைக் கதைகளும், ஆளுநர் பற்றிய கதைகளும், பிரபுக்கள் பற்றிய கதைகளுமே இப்பாமர மக்களாற் பெரிதும் வேண்டப்படுகின்றன.[13]

இத்தகைய சூழ்நிலையிலேயே ரெய்னால்ட்ஸ் 1846இல் *Reynold's Miscellany* என்று ஐந்து சத வார இதழ் ஒன்றையும் 1850இல் *Reynold's News* என்ற செய்திப் பத்திரிகையையும் சொந்தத்திற்றொடங்கினார். 1845ஆம் ஆண்டளவிலிருந்து சஞ்சிகைகளில் தொடர்கதைகள் எழுதலானார். அசுர வேகத்தில் எழுதும் ஆற்றல் பெற்றிருந்த ரெய்னாட்ஸ், மலிவு இலக்கியத்திலே தனக்கெனத் தனித்ததோர் இடத்தைப் பிடித்துக் கொண்டார். 1846ஆம் ஆண்டிலிருந்து அவரது வார இதழிலே தவறாது தொடர்கதைப் பாகங்கள் வந்தன. அத்தொடர்கதைகள் பல மர்மக் கதைப் பெயர்களையுடையன.[14] உதாரணமாக 1849–1856 வரையுள்ள ஏழாண்டுக் காலப் பகுதியில் *Mysteries of the Court of London* (இலண்டன் அரண்மனை மர்மங்கள்) என்ற தொடர்கதை வாரா வாரம் வெளிவந்து பல்லாயிரக்கணக்கான வாசகரின் ஆதரவைப் பெற்றது. அந்தப்புரச் செய்திகள், பிரபுக்கள் சீமாட்டிகளின் அந்தரங்க வாழ்க்கை, கொள்ளைக்காரரின் அட்டகாசம், நல்லெண்ணங் கொண்ட வீர வாலிபரின் தீரச் செயல்கள், உருவ லட்சணம் பொருந்திய பெண்களின்

மையல், சந்தர்ப்ப வசத்தினாற் பிரிந்திருந்தோர், தமது உண்மை நிலைமையினைத் தெளிந்து ஒன்று சேருதல் ஆகியன இத்தொடர்கதைகளின் முக்கிய பண்புகளாம். இடையிடையே ஆசிரியர் போதனைகளையும் புகுத்துவார். தானே முன்னின்று கதையைத் தொடர்புபடுத்திக் காட்டுவார். தொடர்கதையாக வெளிவருவதால் இவற்றில் ஆவலைத் தூண்டும் பண்பு *(suspense)* நிறையவிருக்கும். உதாரணமாக, ரெய்னால்ட்ஸின் மேற்கூறிய நாவலின் ஒரு பகுதியைப் பார்க்கலாம். ஓர் அத்தியாய இறுதி பின்வருமாறு முடிகின்றது:[15]

> அவளுடைய சுவையூட்டும் அதரங்களோடு தனது வெம்மையான துடிக்கும் இதழ்களை அவன் இறுகப் பொருத்தியபோது, அவள் எதற்கும் சக்தியின்றித் தன்னை மறந்து, அவன் கையிலே துவண்டாள்." அடுத்த அத்தியாயம் பின்வருமாறு தொடங்குகின்றது: "பொலீன் கிளாரெண்டனுக்கும் வேல்ஸ் இளவரசருக்கு மிடையிலான காதற் சந்திப்பின் நடுவே வாசகரை நிறுத்தியதற்கும் நாம் பெரிதும் கவல்கின்றோமாயினும், தவிர்க்க முடியாதபடி இவ்விடத்திலேயே கதைத் தொடர் பினைத் துண்டித்துக் கொண்டு, விரைவாக கொவன்ற்கார்டன் நடனமாளிகைக்குச் செல்ல வேண்டியவரா யிருக்கின்றோம்.[16]

பொது மக்கள் சார்ந்த புனைகதையின் பண்புகளைத் தெளிவாக இம்மேற்கோளிலே காணலாம். இத்தகைய காரணங்களினாலேயே ரெய்னால்ட்ஸ் ஆங்கில இலக்கியத்திற் குறிப்பிடப்படாதவரானார்; ஆங்கில இலக்கிய வரலாற்று நூல்களிலே அடிக்குறிப்புகளிலே தானும் அவர் பெயர் காணப் படாதமை இயல்பே. காலத்தோடு காலமாகத் தொடர்கதைகளை எழுதிய பத்திரிகையாளர் ஒருவரின் படைப்பினை, "மாண்புமிக்க நாவல்" என்று மறைமலையடிகள் குறிப்பிடுவது நம்ப முடியாமலிருக்கிறது. அதே சமயத்தில் அவரின் கருத்து வலுவற்றது என்பது உறுதியாகிவிடுகிறது.

(ஆ) அடிகளின் இரண்டாவது கூற்று இனி ஆராய்தற்குரியது. தூய செந்தமிழ் நடையிலேயே சிறந்த நாவல் அமைதல் வேண்டுமென்பது அவர் வாதம். அது கொண்டே தனது காலத்திலும் அதற்கு முன்னரும் எழுதப்பட்ட தமிழ் நாவல்கள் யாவற்றையும் தரமற்றவை எனத் தள்ளிவிடுகின்றார். அடிகளார் கட்டுரைகளும் எழுதும் நடையையும் நாவல் முதலாய ஆற்றல் இலக்கியத்திற்கேற்ற நடையினையும் ஒன்றாகக் கொண்டு

மயங்கினார் என்றே கூறல் வேண்டும். *குமுதவல்லியின்* இரண்டாம் பதிப்பிற்கு எழுதிய முகவுரையிலே பின்வருமாறு காண்கிறோம்.

> இப்பதிப்பையும் முதற் பதிப்பையும் ஒத்துநோக்கிப் படிப்பவர்க்கு வட சொற்களுக்கு நேரான தமிழ்ச் சொற்கள் இவையென்னும் அறிவுஞ் செந்தமிழ் உரைநடையை மேன்மேல் அழகுஞ் சுவையும் முதிர எழுதும் வகையும் நன்கு விளங்கா நிற்கும்.

ஆசிரியரது சிரத்தை முழுவதும் சொற்றூய்மையிலும், நன்னடையிலுமே பதிந்திருக்கின்றது. பொருளைப் பற்றியே பேச்சில்லை. நடையென்ற ஒரு பொருளையே மீண்டும் மீண்டும் குறிப்பிடுகின்றனர். தனது கருத்தில் தூய செந்தமிழ் 'நடை' ஒன்றையே கொண்டனதராதலின் கதைக்கு ஏற்ற நடையொன்றினை வகுக்கத் தவறினர் எனலாம். பிரிக்க முடியாத – பிரிக்கக் கூடாத – பொருளையும் வடிவத்தையும் பலவந்தமாகப் பிரித்துச் சேதப்படுத்தினர் என்று கூறினால் அது மிகையாகாது. எமது விமர்சகர் ஒருவர் கூறுவதுபோல, "மறைமலை அடிகள் தூய தமிழ் என்று ஓர் இல்லாத பொருளை நினைந்து அதற்காக நல்ல வசனத்தைத் தியாகம் செய்துவிட்டவர்."[17]

நடை என்பது கேவலம் 'தூய' சொற்களினால் மட்டும் உண்டாவதன்று. அது சொற்களின் சேர்க்கையினாலும், அச்சேர்க்கையிலும் கலப்பிலும் பிறக்கும் வேகத்தினாலும், உண்டாவதாம். அதனையே ராஜமையர் போன்ற நாவலாசிரியரிடத்து நாம் காண முடிகிறது. மறைமலை அடிகளோ தமது நடையைப் பற்றி ஆங்கிலத்திற் குறிப்பிடுகையில், *'chaste and elegant diction of Tamil'* என்கிறார். இச்சந்தர்ப்பத்தில் நாவல் இலக்கியத்திற்கேற்ற தமிழ் நடை பற்றி மாதவையா கொண்டிருந்த கருத்து மனங்கொள்ளத்தக்கது.

'இடையிடையே கீழ்த்தரப் பாத்திரங்கள் பேச நேரும் பொழுது, இலக்கண வழுச்செறிந்த அவர் வாய்மொழிகளை அவ்வண்ணமே எழுதுவது வழக்கமாயினும், கிரந்தகர்த்தா நேரிற் கூறும் வரலாறுகள் வழுவின்றியிருத்தல் வேண்டும். கல்விச் தேர்ச்சியில்லாரும் பயன் பெறும்படி எழுதப்படும் கிரந்தமாதலின் எவ்வளவு இலேசான நடையி லெழுதப்படினும் நலமே.'[18]

உண்மையில் மறைமலையடிகளின் நாவல்களைப் படிக்கும்போது கட்டுரைகளைப் படிப்பது போன்று உணர்வு ஏற்படுவதற்குக் காரணம், நடையில் வேறுபாடின்மையே. *நாகநாட்டரசியின்* தொடக்கத்திலே வரும் நாட்டு வருணனை

யானது, ஆசிரியரது சிந்தனைக் கட்டுரைகளிலே வரும் 'முருகவேள் கண்ட காட்சி'யிற் காணும் வருணனை போலவே அமைந்துள்ளது. நடையிலே காணப்படும் அபேத நிலையை மனதிற்கொண்டே, சிதம்பர ரகுநாதன் ஓரிடத்திற் பின்வருமாறு கூறியுள்ளார்:

> *தமிழில் எழுதி வந்தவர்கள் காதலாயினும், கையறு நிலையாயினும் ஒரே மாதிரி நடையில், ஒரே மாதிரி வேகத்துடன், பாவத்துடன் தான் எழுதினார்கள்.*[19]

கற்பனைகளை விரித்து உணர்வு அலைகளை எழுப்ப உதவும் வகையிலேயே படைப்பிலக்கியத்தில் நடை பயன்படல் வேண்டும். அப்பொழுதுதான் நெஞ்சில் நிலைக்கவல்ல ஒத்திசையுடன் வசனம் உருவாகும். 'தனித்தமிழ், செந்தமிழ் நடை' ஆகியவற்றைக் கருதி வசன இலக்கியத்தின் உயிர்நாடியையே அறியத் தவறிவிட்டார் அடிகள்.

(இ) தமக்குமுன் சிறந்த நாவல் முயற்சிகள் மேற்கொள்ளப் படவில்லை என்ற கூற்றை ஆராய்வோம். ஒருவகையிற் பார்ப்போமானால் இது மன்னிக்க முடியாத குற்றம் அன்று. எமது நாவல் முதல்வர்கள் இவ்வாறே கூறி வந்துள்ளனர். உதாரணமாகப் *பிரதாப முதலியார் சரித்திரம், கமலாம்பாள் சரித்திரம், பிரமேகலாவதீயம், சுகுணசுந்தரி* முதலிய நாவல் முயற்சிகள் காணப்பட்ட போதும் தமது நாவலே அதுவரை வெளி வந்தவற்றைவிடச் சிறந்தது என்ற பொருள்பட எழுதியுள்ளார் மாதவையா. 'நாவல் என்ற கிரந்தப் பகுதியைத் தமிழிலும் நடைபெறச் செய்யக் கருதி ... *சாவித்திரி சரித்திரம்* என்ற ஒரு நாவல் எழுதலானேன்.' இது 1900இல் ஐயர் கூறியது. 1902இல் *தீனதயாளு* என்ற நாவலை வெளியிட்ட பண்டித எஸ்.எம். நடேச சாஸ்திரியார் (1859–1906) பின்வருமாறு முகவுரையில் எழுதத் தயங்கவில்லை.

"நாவல் என்பது இவ்வாறிருக்கலாம் என்பதை (நமது நாட்டார்கள்) ஒருவாறறிந்து கொள்ளும் பொருட்டு நாம் தமிழில் ஒரு நாவல் எழுதிப் பிரசித்தம் செய்கின்றோம் . . . நமது *தீனதயாளு*தான் தமிழில் முதல் நாவல்." இக்கூற்று உண்மையன்று.[20] ராஜமையர், மாதவையா, நடேச சாஸ்திரி ஆகியோர் ஏறத்தாழச் சமகாலத்தவர்கள். தத்தம் நூல்களைப் பற்றித் தற்பெருமையாகக் கூறிக் கொண்டாலும், முன்னோடிகளுக்கு *(Pioneers)* உரிய பரபரப்பும் உணர்ச்சியூக்கமும் காரணமாக அவ்வாறு நடந்து கொண்டார்கள் என்று கருதலாம். அது மட்டுமன்றி மேற்கூறிய நாவலாசிரியர் யாவரும் சொந்த நாவல்கள் எழுதியவர். சில தழுவல்களும் ஆக்கியுள்ளனர் எனத்

தெரிகிறது. அந்த வகையில் தற்பெருமைக்கும் நியாயமுண்டு. மாதவையா தமது கிரந்தத்தை 'ஒரு தமிழ்நாட்டுக் கதை' என்றே குறிப்பிட்டுள்ளார். வேதநாயகம் பிள்ளை முன்சீப் ஆக இருந்தவர்; ராஜமையர் பத்திரிகைப் பணிபுரிந்து அகால மரணமடைந்தவர்; மாதவையா உப்பு – சுங்க அலுவலகத்திற் பணிபுரிந்து நாட்டின் பல பகுதிகளுக்குஞ் சென்றவர்; நடேச சாஸ்திரி சென்னை அரசாங்க அகழ்வாராய்ச்சிப் பிரிவில் உத்தியோகம் வகித்தவர். வடமொழி, ஆங்கிலம் ஆகிய இரு மொழிகளிலிருந்தும் பல நூல்களை மொழிபெயர்த்தவர்.

மேற்கூறிய திறமை மிக்க நாவல் ஆசிரியரை மறைமலையடிகள் அறிந்திருக்க மாட்டார் என்று கூற முடியாது. சென்னை கிறித்தவக் கல்லூரியுடன் தொடர்பு கொண்டவர்கள் இவர்கள். உதாரணமாக மறைமலையடிகள் காலத்தில் தமிழ்ப் பேராசிரியராக (பரிதிமாற் கலைஞருக்குப் பின்) இருந்த எஸ். அனவரத விநாயகம் பிள்ளை 1903இல் டி.எம். பொன்னுசாமிப்பிள்ளை எழுதிய *கமலாக்ஷி* என்ற நாவலுக்குப் பாராட்டுத் தெரிவித்திருக்கிறார். அடிகள் விரிவுரையாளராகப் பணிபுரிந்த பொழுது சில காலம் சென்னை அரசாங்க மொழிபெயர்ப்பாளர் தண்டலம் பாலசுந்தர முதலியார் இல்லத்தில் தங்கியிருந்தார்.[21] ஏறத்தாழ அக்காலத்திலே *கமலாக்ஷி* நாவலுக்குப் பாலசுந்தர முதலியார் 'சூசிகை' வழங்கியுள்ளார். எனவே, குறுகிய அன்றைய கற்றோர் உலகத்தில் நடமாடிய மறைமலை அடிகள் தமது காலத்து நாவல்களைக் கட்டாயம் அறிந்தேயிருப்பார். எனினும் அவை யாவும் தரமற்றவை என்று ஆணித்தரமாகக் குறிப்பிட்டுள்ளார். நாவல் இலக்கியத்தை அடிகள் நன்கு சுவைக்கவில்லை என்றோ, விளங்கிக் கொள்ளவில்லை என்றோ முடிவுக்கு வரவேண்டியவர்களாகின்றோம்.

நாவலிலே பாத்திர வார்ப்பே மிக முக்கியமான அம்சமாகும்.[22] நாவலிலே நடமாடும் மக்களின் குணவியல்புகளே வாசிப்பவர்களுக்குச் சுவையும், பயனும் அளிப்பவை. பாத்திரங்களின் வாயிலாகவே வாழ்க்கைக்கேற்ற இலட்சியங்கள் நாவலில் பிறக்கின்றன. மறைமலை அடிகளின் நாவல்களில் பாத்திர வார்ப்பே இல்லையெனலாம். தொடர்கதைகளிலே நிகழ்ச்சிகளும் வருணனைகளுமே முதலிடம் வகிப்பன. மறைபொருளும் இருத்தல் அவசியம். நல்லானைத் தீயவனாகவும், குமுத வல்லியை 'வழுவறத் திருத்தி இருக்கும்' எழிலுருவத்தாளாகவும், நீலலோசனனை 'ஆண்டன்மையும் போர்முகத்து அஞ்சாமையும் என்கின்ற உயர்ந்த இயல்புகள் வாய்க்கப் பெற்ற பேரழகுடைய' இளைஞனாகவும், மனோகரரைப் பெரிதும் நன்கு மதிக்கப்படும் தோற்றமுடையாராய் நுண்ணறிவோடு, 'ஈரநெஞ்சத்து இயல்பினராயும்' வருணித்த பின்னர் பாத்திர

வார்ப்பிற்கோ வளர்ச்சிக்கோ இடமில்லாது போய்விடுகின்றது. எனவே நாவலின் உயிர்நிலை நீலலோசனன், குமுதவல்லி ஆகிய இருவரின் (மறைந்திருக்கும்) உண்மையான வரலாறாக அமைந்து விடுகிறது. சுருங்கக் கூறின் இது ஒரு மர்மக் கதை. மர்மத்திற்கு மேலும் மர்மம் ஊட்டும் வகையில் வரலாற்றுச் சாயல் பூசப்பட்டுள்ளது. வாழ்க்கையினின்று விலகிக் காதலரும், வீரரும், கள்வரும், பணிவான வேலையாட்களும் நடமாடும் கற்பனை உலகத்திற்கு வாசகரை எடுத்துச் சென்று விடுகிறது. அதே சமயத்தில் பழைய 'தமிழ்' மன்னர் கதையான நாவலிலே வாளோடு கைத்துப்பாக்கியும் தாராளமாக வருணிக்கப்படுகிறது. இதனைக் கால இட முரண்பாடு *(anachronism)* என்று கூறி அமைதி காண வேண்டும்! தமிழ்மயப்படுத்தும் முயற்சிக்குக் கைத்துப்பாக்கிகள் ஒத்துழைக்க மறுத்துவிட்டன என்றும் கூறலாம். வடுவூரார் வகையைச் சேர்ந்தவராகவே இவ்விடத்தில் அடிகள் காணப்படுகின்றார். 'அடிகளார் சிறந்த ஆங்கிலக் கதையைத் தழுவி' குமுதவல்லியை வரைந்தாரெனினும், 'நூலின் அமைப்பு முழுவதும் தனித்தமிழ் நாட்டமைப்பேயாம்' என்று நாவலின் பதிப்பகத்தார் கூறுகின்றனர். ஆனால் நாவலைப் படிப்பவருக்கோ புதுமைப்பித்தனின் கூற்று ஒன்று நினைவுக்கு வரக்கூடும். 'தற்காலத்து நாவலாசிரியர்கள் என்று சம்பிரதாயமாகக் கூறப்படும் மொழிபெயர்ப்பாசிரியர்களுடைய, தமிழுடையணிந்த வெள்ளைக்காரக் கதாபாத்திரங்கள் அனாவசியம் . . .'[23] என்னதான் உயர்நோக்கங்களோடு மறைமலை அடிகள் தமது 'நாவல்களை' எழுதியிருப்பினும், கலையழகும், புதுமைப்பண்பும், அவற்றில் நிச்சயமாக இல்லை எனலாம். நாவல் என்று எண்ணிக்கொண்டு சாரமற்ற காதல் – வீர அருஞ் செயற்கதை *(Romance)* ஒன்றனைப் படைத்திருப்பது, பிள்ளையார் பிடிக்கக் குரங்காய் முடிந்த கதையாகவேயுள்ளது. உண்மையில் அடிகள் செய்ய முயன்ற ஒட்டுவேலை *(grafting)* உயிருக்கே உலை வைத்துவிட்டது. புலனின்ப மூட்டும், கவர்ச்சியான இயல் மொழியிலே பொழுதுபோக்கிற்காக எழுதப்பட்ட தொடர்கதையைத் தமிழ்ச் சிறப்பும், வரலாற்றுச் சார்புமுள்ள நாவலாக்க முனைந்ததில் முழுத் தோல்வியே யடைந்துள்ளார். எனவேதான், பேராசிரியர் தெ.பொ. மீனாட்சி சுந்தரம் பிள்ளை பின்வருமாறு குறிப்பிடுகின்றார்: *'Even an eminent writer like Maraimalai Adigal has adapted the story of The Soldier's Wife though in his own way.'*[24] குமுதவல்லியில் கதையாவது ஓரளவு காணப்படுகிறது. *கோகிலாம்பாள் கடிதங்கள்* கதைச் சிறப்புமில்லாத பிராமண துவேஷக் கட்டுரைகள் என்றே கூறுதல் பொருந்தும். பிராமணப் பெண்ணான கோகிலாம்பாள் தனது காதலனான முதலி குலத்தைச் சேர்ந்த தெய்வ நாயகத்திற்கு

எழுதிய கடிதங்களின் தொகுப்புப்போல அமைந்தது நாவல். இறுதியில் சில திடுக்கிடும் மர்மச் சம்பவங்களின் பின்னர் யாவும் சுபமாக முடிகின்றன. இக்கதையிலும் ஆவலைத் தூண்டும் அம்சம் காணப்படுகிறது. ஆயினும் நாவலின் வடிவம் *(form)* எள்ளளவேனும் நன்கமையவில்லை. ஆங்கில நாவலிலக்கிய முன்னோடிகளில் ஒருவரான ஸாமுயெல் றிச்சார்ட்ஸன் *(Samuel Richardson, 1689-1761)* தனது *கற்பின் பரிசு அல்லது பமெலா (Pamela, or Virtue Rewarded)* என்ற நாவலிலும், *கிளாரிஸ்ஸா (Clarissa)* என்ற நாவலிலும் கடிதங்கள் மூலம் கதை சொல்லும் உத்தியைக் கையாண்டார்.[25] இரு நாவல்களிலும் பெண்களே கடிதங்களை எழுதிக்கொள்கின்றனர். பெண் வாசகரும் றிச்சார்ட்ஸனுக்கு ஏராளமாக இருந்தனர். நூதனமான ஓர் இலக்கிய உத்தி, உலக்கை தேய்ந்து உளிப்பிடி ஆனதுபோல, கோகிலாம்பாள் கடிதங்களிலே இலக்கியமுமின்றி உத்தியுமின்றி ஆசிரியரின் சிருஷ்டி வரட்சிக்கும் குறுகிய மனோபாவத்திற்கும் எடுத்துக்காட்டாக நிற்கிறது. இன்றுவரை ஆங்காங்கு இவ்விரு 'நாவல்களும்' நிலவி வருகின்றன என்றால், அதற்கு எமது இலக்கிய உலகிற் காணப்படும் திறனாய்வு மந்தமும், இலக்கியத்திற்குப் புறம்பான விஷயங்கள் தர நிர்ணயித்திலே தலையிடுவதுமே காரணங்களாம். இல்லாவிடில் இருந்த சுவடேயின்றி என்றோ இவை மறைந்திருக்க வேண்டும்.

மறைமலையடிகளுக்கு இளமையிலே உற்சாக மூட்டிய தத்துவப் பேராசிரியர் சுந்தரம்பிள்ளை ஒரு வகையில் தழுவலிலக்கியத்தின் தந்தையெனலாம். அவர் எழுதியது நாவலன்று; நாடகம் ஆனால் அவர் தழுவியது நாவல். இதில் வேடிக்கை என்னவென்றால் சுந்தரம்பிள்ளை, மறைமலையடிகள், கல்கி ஆகியோர் தழுவ எடுத்துக்கொண்ட ஆங்கில ஆசிரியர்கள் மட்டரகமானவர்கள். ரஸவாதஞ் செய்துள்ளனரேனும் மூலத்தின் குறைபாடுகள் முற்றாகப் போய்விடுமா? காக்காய்ப்பொன் காக்காய்ப் பொன்தான்.

சுந்தரம் பிள்ளையின் *மனோன்மணீயத்திற்கு* மூலமாயிருந்த ஆங்கிலக் கற்பனைக் கதையை எழுதிய லிற்றன் பிரபு *(Edward Bulwer Lytton, 1803-1873)*, தனது வாழ்நாட் காலத்திலே பிரபலியமானவராயிருந்தார்; பிற்காலத்தவர் அவரை அதிகம் பாராட்டுவது இல்லை. ஆனால் சுந்தரம் பிள்ளை காலத்தில் ஆங்கில இலக்கிய வாசகரிடையே 'பலரும் போற்றும்' இலக்கிய கர்த்தாவாக விளங்கியிருப்பார் என ஊகிக்கலாம். தொழில் முறையிலன்றி ஈடுபாடு காரணமாக, ஓர் ஆசிரியர் இன்னொருவரைத் தழுவியோ மொழிபெயர்த்தோ நூல் சமைக்கின், அவ்விருவர் மனப்போக்கிலும் ஏதாவது உடன்பாடு

இருத்தல் இயல்பு. இனம் இனத்தை நாடுதல் வழக்கமல்லவா? அவ்வாறே லிற்றன் பிரபுவிற்கும் சுந்தரம் பிள்ளைக்குஞ் சிற்சில ஒற்றுமைகள் இருப்பது புலனாகும். தனது அரசியல் வாழ்க்கையின் ஆரம்பத்தில் பாராளுமன்ற உறுப்பினராகவும், அப்புறம் பிரபுக்கள் சபை உறுப்பினராகவும் வீற்றிருந்த லிற்றன், தத்துவம் சமூக ஒழுக்கம் முதலியற்றில் ஆழ்ந்த ஈடுபாடுடையவராயிருந்தார். இதனடிப்படையிலேயே *இங்கிலாந்தும் ஆங்கிலேயரும் (England and the English)* என்ற விமர்சன நூலை எழுதினார். வரலாற்றுத் துறையிலும் விருப்புடையவராயிருந்தார். இத்தாலியில் பிரயாணஞ் செய்த போது கண்டவற்றையுஞ் சேர்த்து *பொம்பேயின் இறுதி நாட்கள் (The Last Days of Pompeii)* என்ற நூலை (1834) எழுதினார். இது அவரது வரலாற்றுணர்விற்குச் சிறந்த சான்று. "கடைசிப் பிரபு" *The Last of the Barons* (1843) என்ற நாவலும் வரலாற்றுண்மைகளினின்றும் வழுவாத படைப்பாகும். வால்டர் ஸ்கொற் (1771–1832) வளர்த்துவிட்ட வரலாற்று நவீனத்தைத் தொடர்ந்து எழுத முயன்றவருள் லிற்றனும் ஒருவர். பத்தொன்பதாம் நூற்றாண்டின் நடுப்பகுதியில் பொருளாழம் உள்ள நாடகங்கள் சிலவற்றையும் எழுதிக் குறிப்பிடத்தக்களவு வெற்றி கண்டார். நாவல்களிலும் நாடகங்களிலும் தத்துவ விசாரமுஞ் செய்தார். பிரபலியம் பெற்ற லிற்றன், சதா எழுதிக் குவித்துக் கொண்டேயிருந்தார்; புனைபெயர்களிலும் எழுதினார். லிற்றனைப் படிக்கும்போது கல்கியின் நினைவு தோன்றுவது தவிர்க்க முடியாதது. வரலாறு, தத்துவம், "சமூக நீதி" இவற்றில் ஆர்வங் கொண்ட லிற்றன் அச்சமும் வியப்பு மூட்டும் அற்புத மோகக் கதைகளையே அடிக்கடி எழுதினார். அவருக்குப் பரந்த வாசகர் கூட்டத்தைத் தேடிக் கொடுத்தவை பரபரப்பு நாவல்களே. உதாரணமாக, 1832இல் வெளிவந்த *யுஜீன் ஏரம் (Eugene Aram)* உண்மையாக நடந்த கொலை வழக்கு ஒன்றைத் தழுவி எழுதப்பட்டது. 1841இல் அவர் வெளியிட்ட *இரவும் காலையும் (Night and Morning)* என்பது பரபரப்பு நாவலின் இலக்கணமெல்லாம் பிசகின்றிப் பெற்றது. நம்பமுடியாத தற்செயலான சம்பவங்களும் காணாமற் போன பாத்திரங்களும் திகிலூட்டும் வருணனைகளும், போதியளவு குற்றச் செயலும் பலாத்காரமும் பிறவும் நிறைந்த அந்நாவலைப் பின்பற்றி எழுதியவர் பலர். இக்கதைக் கருக்கள் காலங்கடந்தவை; பழங்காலத்திலிருந்து வழி வழி வரும் வீர–தீரக் காதற் கதைகள். கால முரண்பற்றி லிற்றன் அதிகம் அக்கறை கொண்டாரல்லர். ஸ்டீவன்ஸன் குறிப்பிட்டுள்ளதுபோல,[26] "தனது அலங்கார நடையினாலும், வரலாற்றாய்வுகளினாலும், அச்சுறுத்தும் சோகத்தினாலும், இப்பழைய கதைச் சுருக்கங்களுக்குப் போலியிலக்கியப் பகட்டை யுண்டாக்கினார்."

லிற்றனின் படைப்புகள் சுந்தரம் பிள்ளையைக் கவர்ந்ததில் வியப்பெதுவுமில்லை. திருவனந்தபுரம் மகாராஜா கல்லூரியில் பேராசிரியர் ஆர். ஹார்வியிடம் மேலை நாட்டுத் தத்துவ விசாரணையை நன்கு பயின்றார். பின்னர் தானே தத்துவப் பேராசிரியராகவும் பன்னிரண்டாண்டுகள் (1885–1897) பணிபுரிந்தார். மேற்கு நாட்டுத் தத்துவ விசாரத்துடன் வேதாந்த விசாரமும் நடத்தி வந்தார். "சரித்திரம் பற்றி எத்தனை ஆர்வம் கொண்டிருந்தாரோ, அத்தனை பேரார்வம் தத்துவ விசாரணையிலும் இவருக்கு இருந்தது" என்கிறார், 1922இல் *மனோன்மணீயத்தை* இரண்டாம் பதிப்பாகச் சிறந்த முறையில் வெளியிட்டவரும் ஆராய்ச்சிப் பேரறிஞருமான எஸ். வையாபுரிப் பிள்ளை.[27]

லிற்றன் பிரபுவின் கதை, நன்கு தமிழ்மயமாக்கப்பட்டுள்ளது; அதிற் சந்தேகமில்லை. எனினும் ஆங்கில விமர்சகர்கள் லிற்றனைப் பற்றிக் கூறுவன, பிள்ளைக்கும் பொருத்தமாகவே இருக்கின்றன. இன்று இருவரையும் பற்றற்ற முறையிற் பார்க்க முடியுமல்லவா?

> புனைகதைகளிலே விரித்துப் பொருள் கூறக்கூடிய தத்துவம் அமைப்பது, அக்கால இலக்கியப் போக்குகளில் ஒன்று; இது லிற்றன் வகுத்தவழி என்பதில் தவறில்லை. அவரது குறைபாடுகள் யாதெனில், புனைகதையில் தேவைக்கதிகமான சம்பவங்களை நிரற்படுத்துவதும், தத்துவம், அணி ஆகியவற்றை அளவுக்கு மீறிப் போற்றுவதுமாகும். நடைச் சிறப்பைப் பெரிதுபடுத்தினார் அவர். ஒருபுறம், மிகையான நூற்பயிற்சி, தத்துவச்சார்பு, இலட்சியவாதம் ஆகியன; மறுபுறம், மிகையான வரலாறு, கொலை குற்றம், இயற்கை இகந்த நிகழ்ச்சிகள் ஆகியன. இவை யாவும் திரும்பத் திரும்ப வந்து அவரின் நூல்களுக்குத் தெவிட்டுந் தன்மையைக் கொடுத்து விடுகின்றன.[28]

இம்மதிப்பீடு பெரும்பாலும் பிள்ளை யவர்களுக்கும் பொருந்தும். இரகசியக் காதல் (தெய்வீகமானது), சுரங்கப் பாதை, அரசியற் சூழ்ச்சி, யுத்தம், வீரதீரம், சாந்தி ஆகிய எண்ணக் கற்களைக் கொண்டு கட்டப்பட்ட அற்புத மோகக் கதையைச் சிவகாமி சரிதை முதலிய தத்துவச் சேர்க்கைகளினால் நாடகக் காவியம் ஆக்கினார் பிள்ளை.[29] இது வீர–தீரக்கதை ஒன்றற்கு 'மிகையான நூற்பயிற்சி, தத்துவச்சார்பு, இலட்சிய வாதம்' ஆகியன கொண்டு பூசப்பட்ட முலாம் என்றே கருத வேண்டும். தனது தத்துவ நோக்கத்தைப் பின்வருமாறு விளக்கினார் ஆசிரியர்:

இக்கதையினையே ரூபகமாலங்காரமாகக் கருதின், தத்துவ சோதனை செய்யும் முமுக்ஷுகளுக்கு அனுகூலமாகப் பலிக்கவும் கூடும். அப்படி உருவக மாலையாகக் கொள்ளுங்கால் – இம்முறையே பாவித்து உய்த்துணர்ந்து கொள்ள வேண்டியது.

ஆங்கிலத்திலே உள்ள சின்ன விஷயத்தைப் பெரிய தத்துவமாக தமிழில் அமைக்கும் போக்கொன்று அக்காலந்தொட்டு வளர்ந்து வந்திருக்கிறது. உதாரணமாக, 'தமிழுக்கு வாய்த்த அரும் புதல்வன்' என்று டி.கே.சி. பாராட்டிய வெ.ப சுப்பிரமணிய முதலியார் 1897இல் கோம்பி விருத்தம் பாடினார். ஆங்கிலத்தில் J. Merrick என்பார் பாடிய 'ஓணான்' -The Chameleon - என்ற சாதாரண பாடல் அது. அதனை எடுத்துக்கொண்டு உலகின் இயல்பு, நிலையாமை முதலிய தத்துவங்களைப் புகுத்திக் *கோம்பி விருத்தம்* என்ற மரபு வழிச் செய்யுள் யாத்தார் முதலியாரவர்கள். அதனைப் பாராட்டி எழுதிய தமிழ்த் தாதா சி.வை. தாமோதரம் பிள்ளை, "பண்டிதரும் வித்தியார்த்திகளும் ஒரு நிகராக இன்பம் அனுபவிக்க" ஏற்ற நூல் என்றார். தம் காலத்து இலக்கிய மதிப்பீடுகளை இவர்கள் பிரதிபலிக்கின்றனர் என்று ஒருவாறு அமைதி காணலாமாயினும், ஆங்கிலத்திலிருந்து பெற்றவற்றைத் தமிழ்ப்படுத்திய விதத்திலிருந்து இவர்கள் மனத்தில் ஆழப் பதிந்திருந்த இலக்கிய நோக்கு ஓரளவிற்குப் புலப்படுகிறது. ஆங்கிலத்தை நன்கு பயின்ற இவர்கள், தமிழில் எழுதத் தொடங்கியதும் தடுமாறிப் பழமைக்கு அடிமைகளாயினர். இது பழமையின் பலம் என்று மட்டும் மேலெழுந்தவாரியாகக் கூறிவிட முடியாது. பழமையிலிருந்து விடுபடமாட்டாத அல்லது விரும்பாத பலவீனத்தையும் காட்டுகிறது என்பதை ஒப்புக்கொள்ள வேண்டும். இதனால் மூல நூல்கள் தரங்குறைந்தவிடத்தும் அவற்றிற் காணப்படும். எளிமை மக்கட்சார்பு, முற்போக்கு உணர்வு ஆகியன தழுவல்களில் எள்ளளவேனும் இடம்பெறாமற் போயின.

மில்டன், ஷேக்ஸ்பியர் முதலிய பெருங் கவிஞர் ஆங்காங்கு மொழிபெயர்க்கப்பட்டுள்ளனர்; எனினும் கூட்டு மொத்தமாகப் பார்க்குமிடத்து இன்றுவரை, ஆங்கில ஐரோப்பிய நாவல்களின் மொழிபெயர்ப்புச் சீரிய முறையிற் செய்யப்படவில்லை என்று தெரிகிறது. வங்காளத்திலிருந்துகூட மிகச் சமீபகாலம்வரை தாகூர், பங்கிம், சரத்சந்திரர் ஆகிய மூவருமே பெயர்க்கப்பட்டுள்ளனர். டாக்டர் புரசு பாலகிருஷ்ணன் ஓரிடத்திற் கூறியது நினைவிற்கு வருகிறது. கால் நூற்றாண்டிற்கு முன்னர் கூறியது இன்றும் பொருத்தமுடையதாகவே தோன்றுகிறது.

> இப்பொழுது நாம் ஆங்கிலத்தால், பழைய நூல்களில் ஸ்வீகரித்திருப்பது குறைச்சல்; புது நூல்களிலிருந்து எடுத்துக்கொண்டது மட்டமானது; கீழ்த்தரப் பத்திரிகைகளில் வெளிவருவது. மேலும் ஐரோப்பிய இலக்கியத்தைப் பயன்படுத்திக் கொள்ளவே இல்லை என்று கூறலாம். நம்மவர்களில் அநேகர் ஆங்கிலத்தில் *Thomas Hardy*க்குப் பின் வந்த நாவலாசிரியர்களைப் படித்தது கிடையாது. வேடிக்கை என்னவெனில், தற்கால ஆங்கில ஆசிரியர்கள் ஐரோப்பிய ஆசிரியர்களிடமிருந்தும் பல விஷயங்களைக் கற்றுக் கொண்டிருக்கின்றனர். **நமக்கு ஆங்கில இலக்கியத்தைத் தாண்டுவதற்குரிய மனோபலம் கிடையாது . . .** மேலும், நம்மவர்களிற் பலர் வங்காள இலக்கியத்தில் நாம் கற்க வேண்டியது சகலமும் இருப்பதாகக் கருதுகின்றனர். ஆனால் நாம் வங்காள இலக்கியத்திலிருந்து கற்றுக்கொள்ள வேண்டியது ஒன்றுமில்லை என்று சற்றும் தயங்காமல் கூறுவேன். நாம் பின்பற்ற வேண்டிய முறைகளைத்தானே அவர்களும் பிற்பற்றுகிறார்கள்? அப்பொழுது இரண்டாந்தரச் சரக்கு ஏன்?[30]
>
> (தடிப்பெழுத்துக்கள் மட்டும் எம்மாலிடப்பட்டவை.)

திரு. பாலகிருஷ்ணன் சுட்டியுள்ள இரண்டொரு கருத்துக்கள் சிந்தனைக்குரியன: ஆங்கில இலக்கியத்தின் தாக்கம் பல நன்மைகள் விளைத்துள்ளது; ஆயினும், அதன் வழி தமிழ் நாவல் முதலியன நின்றமையால், சில தீமைகளும் ஏற்பட்டுள்ளன. வங்காள நாவல் இதற்கு விலக்கன்று. எனவே அது ஆதர்ஷமாகக் கொள்ளப்படுவது விசித்திரமானதே. ஆங்கிலத்திலிருந்து நாம் குறைவாகப் பெற்றவையும் குறைபாடுடைய 'மலிவு' நூல்கள். இக்கருத்தை நாம் மறுத்தல் இயலாது. 1850இல் நிறுவப்பட்ட சென்னைப் பாடப்புத்தக சங்கம், வசன நூல்கள் எழுதுவோரை ஊக்குவிக்கு முகமாகப் பரிசுகள் வழங்கிய காலத்தில், சில சிறந்த மொழிபெயர்ப்பு நூல்கள் வெளிவந்தனவாம்.[31] அப்பட்டியலிலே டிஃபோவின் *இராபிசன் குரூசோ*வும் காணப்படுகிறது. ஆனால் காலப்போக்கில் சிறந்த நாவல்கள் தேடப்படாவாயின. பேராசிரியர் எப்.ஆர். லீவிஸ், *மகத்தான மரபு* - The Great Tradition - என்ற நூலிற் குறிப்பிடும் ஆங்கிலப் பெரு நாவலாசிரியர் எவரும் எமது பிற்கால நாவலாசிரியரைப் பாதித்திருப்பதாகத் தெரியவில்லை. இந்நிலையில் தழுவலும் மொழிபெயர்ப்புமாக எமது புனைகதைகளிற் காணப்படும் ஆங்கிலச் செல்வாக்கைச் சுருக்கமாகப் பார்க்கலாம்.

எஸ்.எம். நடேச சாஸ்திரியார் எழுதிய *திக்கற்ற இரு குழந்தைகள்* ஒருவிதத்தில் மர்மநாவல் வகையைச் சேர்ந்ததே. நல்லதொரு சொந்த நாவலான *தீனதயாளு* எழுதிய இவர், *கோமளம் குமரியானது, தலையணை மந்திரோபதேசம், மாமி கொலுவிருக்கை* முதலியவற்றைப் பெரும்பாலும் தழுவல்களாகவே அமைத்தார். "இங்கிலீஷில் அப்பியாசமில்லாத நமது நாட்டார்கள் நாவல் என்பது இவ்வாறிருக்கலாம் என்பதை ஒருவாறறிந்து கொள்ளும்பொருட்டு நாம் தமிழில்" எழுதுகின்றோம் எனக் கூறும் ஆசிரியர் ஆசைபற்றி ஆங்காங்கு ஆங்கில நாவல்களிற் கைவைத்துள்ளார் என்றே தெரிகிறது. திருஷ்டாந்தமாக ஒரு பகுதியைப் பார்க்கலாம். *திக்கற்ற இரு குழந்தைகளில்* ராதை, அலமு என்கிற பெண் குழந்தைகள் சிற்றன்னையின் சூழ்ச்சியால் தந்தையிடமிருந்து பிரிக்கப்படுவதும், அனாதைகளாய் அல்லற்பட்டு வாழ்க்கை நடத்துவதும், இறுதியில் இரகசியம் வெளிப்பட்டுப் பிரிந்தவர் கூடுவதும் சுவை குன்றாத முறையில் வருணிக்கப்பட்டுள்ளன. பச்சையப்ப முதலியார் மாளிகையில் நடந்த எல்லாச் சங்கதிகளும் மர்மக் கதை ஒன்றின் பிரிக்க முடியாத அம்சங்கள். "முறை முறை நிகழுமீத முன்னையூழ் வினையே கண்டாய்" என்ற பழம் பாடலடியைக் கூறித் தத்துவ விளக்கங் காட்ட முற்படுகிறார் ஆசிரியர். ஆனால் பாத்திரங்கள் ஆங்கிலச் சாயலை முற்றாக இழக்கவில்லை என்பது தெரிகிறது.

பச்சையப்ப முதலியாரின் முதல்தாரக் குழந்தைகளான ராதையும் அலமுவும் சிறுவயதிற் பல கஷ்டங்களையெல்லாம் அனுபவித்துவிட்டு இறுதியிற் சீமாட்டி யொருத்தியின் தயவினால் கோயம்புத்தூர் கலாசாலையில் கல்வி கற்கும் வசதியைப் பெறுகின்றனர். "பெரிய குடும்பங்களில் பிறந்த தனவான்கள், பிரபுக்கள், ஜமீன்தார்கள் இவர்களுடைய குழந்தைகள் படிப்பதற்காக ஏற்பட்ட முதல்தரமான பாடசாலை அது. அங்கு வரும் பெண்களுக்குப் பாடசாலையிலேயே எல்லா வசதிகளும் அளிக்கப்படும்." இதே கலாசாலையிலேயே முதலியாரின் இரண்டாம் மனைவி அமிருதவல்லியின் அருமை மகள் பாலலதை வந்து சேருகிறாள். ராதையும் பாலலதையும் இணைபிரியாத் தோழிகளாகின்றனர். சில வருடங்கள் படித்து முடியுஞ் சமயத்தில் அனாதைகளான பெண்களுக்குப் பணக்கார வீடுகளில் உபாத்தியாரம்மாள் வேலை தேடிக் கொடுக்கிறார் கலாசாலைத் தலைமையாசிரியையும் நிர்வாகிமான சீமாட்டி ஹைமவதி. இளையவளான அலமு, கள்ளிக்கோட்டையில் காமாக்ஷி முதலியார் என்றொரு பிரபு வீட்டிற்கு உபாத்தியாரம்மாளாகச் செல்கின்றாள். ராதையோ தன் சிநேகிதி பாலலதையின் வேண்டுகோளை ஏற்று ஊராச்சிக்

கோட்டையில் பச்சையப்ப முதலியார் மாளிகையில் சொற்ப நாள் தங்கப் போகின்றாள்.

இந்தக் கட்டடத்தைப் படிக்கும்பொழுது தாக்கரேயின், *Vanity Fair* என்ற நாவல் நினைவிற்கு வருகிறது. சிஸ்விக் மோல் என்னுமிடத்தில் (லண்டன் மாநகரில்) திருமதி பிங்கேர்ட்டன், சீமான்களின் புத்திரிகளுக்காக நடத்தும் கலாசாலையில் அமெலியா ஸ்மெட்லி என்ற பணக்காரப் பெண் படிக்கிறாள். அங்கு, றிபெக்கா ஷார்ப் என்ற ஏழைப் பெண்ணின் உயிர்தோழியாகின்றாள். படிப்பு முடிந்ததும் பிரபு ஒருவரின் வீட்டில் உபாத்தியாரம்மாளாகப் போகும் வாய்ப்பு பெக்கிக்குக் (*Rebecca*வின் குறுக்கம்) கிட்டுகிறது. வேலைக்குப் போகுமுன் தன்னுடன் சொற்ப நாள் வந்து தங்குமாறு அமெலியா கேட்கிறாள்; பெக்கி அதற்குடன்பட்டுப் போகிறாள்.

மேலெழுந்த வாரியாகப் பெக்கியை ராதையுடனும், அமெலியாவைப் பாலலதையுடனும் நாம் அசட்டுத்தனமாக ஒப்பிட வேண்டியதில்லை. தாக்கரேயின் நாவல் ஒருவகை; நடேச சாஸ்திரியின் நாவல் பிறிதொரு வகை. ஆனால் சாஸ்திரியார் தனது நாவலை எழுதும்போது தாக்கரேயின் நாவலிலிருந்து சிற்சில காட்சிகளையும், சொற்றொடர்களையும், கருத்துக்களையும் தனதாக்கிக் கொண்டார் என்பது உறுதி. கோயம்புத்தூரிலிருந்து ஊராச்சிக் கோட்டைக்கு இரு பெண்களும் வண்டியிற் போகின்றனர்; சிஸ்விக் மோலிலிருந்து கென்ஸிங்கடனுக்கு வண்டியிற் போகின்றனர் றிபெக்காவும், அமெலியாவும். பச்சையப்பர் மாளிகைக்குச் சென்றதும் குசலம் விசாரித்தபின் பாலலதை மாளிகையைச் சுற்றிச் சுற்றிக் காட்டுகிறாள். 'மர்ம' நாவலின் தேவைக்கேற்ப[32] சாஸ்திரியார் "இந்திரலோகமோ ஸ்வர்க்கமோ என்று சொல்லும்படியாக" வருணித்துள்ளார். தாக்கரே சுருக்கமாகக் கூறுகின்றார்: 'அமெலியா, றிபெக்காவிற்கு வீட்டிலிருந்த ஒவ்வொரு அறையையும் - முழு வீட்டையும் – தனது அறையிலிருந்து யாவற்றையும் – நூல்கள், பியானோ, அலங்காரமான ஆடைகள், கழுத்தணிகள், புரூச்சுக்கள், பின்னல் துணிகள், றேந்தை ஆகியவற்றையெல்லாம் காட்டியிருப்பாள் என்று நீங்கள் திடமாக நம்பலாம்.' அமெலியா தாய்க்குப் பயப்படுவதுபோலவே பாலலதையும் அஞ்சுகிறாள். இரு நூல்களிலும் இடம்பெற்றுள்ள இந்நிகழ்ச்சி ஒப்புமையை நோக்குமிடத்து. *Vanity Fair*-ன் தொடக்கக் காட்சியிலிருந்து எமது சாஸ்திரியார் தாராளமாக எடுத்தாண்டிருக்கிறார் என்பது சந்தேகத்திற்கிடமின்றிப் புலனாகிறது. இந்நிகழ்ச்சி சம்பந்தமான வேறு சில ஒப்புமைகளும் கவனிக்கத் தக்கன.

அமெலியா, தனது சகோதரனைப் பற்றி றிபெக்காவிற்குக் குறிப்பிடும்பொழுது அவன் பணக்காரன் என்றும், கல்யாண மாகாதவன் என்றும் கூறுகிறாள். அந்தக் கணத்தில் றிபெக்காவின் மனத்தில் ஓர் எண்ணம் உதயமாகிறது: 'நான் ஏன் அவனை மணக்கக் கூடாது?' ராதை இறுதியில் தனது உறவினனான பசுபதி முதலியாரை மணமுடிகிறாள். ஆயினும் பாலலதையின் சகோதரன் அம்பிகாபதியை விவாகஞ் செய்யக்கூடிய சூழ்நிலை தோன்றகிறது. றிபெக்கா வாழ்க்கையின் மேடுபள்ளங்களை அனுபவித்து உணருகிறாள். தற்பாதுகாப்பிற்காக அவள் தந்திரங்களைக் கடைப்பிடிக்க வேண்டி நேரிடுகிறது. ராதை நடேச சாஸ்திரியின் "இலட்சியப் பாத்திர"மாகையால், றிபெக்காவைப் போலப் பலவகையான அனுபவங்களைப் பெறும் வகையிற் கதை அமையவில்லை. ஆனால் ஆசிரியர் ஒரு சந்தர்ப்பத்திற் பின்வருமாறு கூறுகிறார்:

> ராதை எப்போதும் இம்மாதிரி தன் லாபத்தைக் குறித்து யுக்தி செய்யப்பட்டவளல்ல. ஆனால் ஒருவித ஆதரவுமில்லாமல் அவளைப்போல் ஏழைகளாக இருக்கப்பட்டவர்கள் அவ்வாறு ஏதாவது யுக்தி செய்து தங்கள் காரியத்தை முடித்துக் கொள்ளாமற் போனால் எவ்வாறு முடியும்?

இது ராதையிலும் றிபெக்காவிற்குப் பொருத்தமான குணசித்திரமாகும். ஒரு சமயம் அம்பிகாபதியின் நண்பனான பினாகபாணி பாலலதையுடன் நெருங்கியிருந்து பேசிக்கொண்டிருந்தான். விருந்திற்கு அழைக்கப்படாத ராதை தனது ஜன்னலண்டை உட்கார்ந்து இதுபற்றிச் சிந்திக்கிறாள்:

> இது ஐசுவரியத்தின் பாக்கியம். நமக்கும் இவ்வித ஐஸ்வரியமிருந்தால் நாமும் இவ்வித தந்திரங் களில்லாமல் அப்பதவியி லிருக்கலாமல்லவா?

தாக்கரேயின் நாவலில் றிபெக்கா ஒரு சந்தர்ப்பத்திற் பின்வருமாறு சிந்திக்கிறாள்:

> ஒரு தனவந்தரின் மனைவியாயிருப்பதில் அத்தனை கஷ்டமில்லை; வருஷமொன்றுக்கு ஐயாயிரம் (பவுண்) எனக்குக் கிடைத்தால் நானும் நல்ல பெண்ணாக வாழமுடியும்... பத்து மைலுக்கப்பால் உள்ள அயல் வீட்டாரிடத்து விருந்துண்ண நானும் வண்டியில் போகலாம் . . . நாகரிக மோஸ்தரில் ஆடைகள் அணியலாம்... யாவருக்குஞ் சம்பளம் கொடுப்பேன்... என்னிடம் பணமட்டும் இருக்குமானால் . . .

ஐசுவரியமில்லாத நிலையில், 'புழுதியில் எறியப்பட்ட', மதிநுட்பம் வாய்ந்த பெண் றிபெக்கா. ஆனால் சமுதாயத்தில் ஒன்றுமட்டும் போதாதே. றிபெக்காவின் பண்புகள் சில ராதையிடம் காணப்படினும் இருவரும் இருவேறு நாவலுலகைச் சேர்ந்தவர்கள். இனி, நடேச சாஸ்திரி எடுத்தாண்டுள்ள சிறிய விஷயமொன்றை நோக்குவோம். முதலாவது அத்தியாயத்திலே அமெலியாவும் றிபெக்காவும் கலாசாலை வாழ்க்கை முடிந்து வீட்டிற்குப் புறப்படுகின்றனர். அத்தியாய முடிவில் தாக்கரே பின்வருமாறு கதைக் கூற்றை அமைத்துள்ளார்:

> இவ்விரு இளம் பெண்களுக்கும் உலக வாழ்க்கை இனிமேற்றான் தொடங்குகிறது. எனவே சிஸ்விக் மோலுக்கு ஒரு கும்பிடு.

நடேச சாஸ்திரியின் நாவலில் 'ஹைமவதி ராதைக்களித்த வேலை' என்னும் அத்தியாயம் பின்வருமாறு முடிகிறது:

> இவ்விரு பெண்களும் தங்களிருப்பிடம் சென்றார்கள். அன்றை ஒரு நாள்தான் கலாசாலை வாழ்வு. 'நாளை முதல் இவ்வுலகம் எப்படியிருக்குமோ அதை அறிவோம்' என்று கருதலானார்கள்.

நடேச சாஸ்திரியார் 'கை வைத்த' இடங்களை இனியும் நீட்டி விரிக்காமல், பொதுக் குறிப்பொன்றை மட்டும் கூற விரும்புகிறேன். தாக்கரே, தனது படைப்பிற்குக் 'கதாநாயகன் இல்லாத ஒரு நாவல்' என்று உப தலைப்பு இட்டார். பெண்கள்தான் நாவலின் முக்கிய பாத்திரங்கள். பூர்ஷுவா சமுதாயத்தில் தனிமனித உறவுகளின் தன்மையை ஆதார சுருதியாகக் கொண்டது இந்நாவல் என்கிறார் டாக்டர் கெட்டில்.[33] 'வீண் பெருமையின் விழாக் காட்சி' என்பது நாவலின் பொருள். போலி மதிப்பீடுகளும், டாம்பீகமும், இரக்கமின்மையும், தன்னலமும் மலிந்த சமுதாயத்திலே, பூர்ஷுவா சமுதாய அமைப்பிலே, சுடர்மிகு அறிவும், துள்ளும் உள்ளமும் படைத்த பெண்ணின் அவலநிலை நாவலிற் சித்திரிக்கப்படுகின்றது. றிபெக்காவும், அமெலியாவும் இந்நெருக்கடி நிலைமையில் இருவிதமாக நடந்து கொள்கின்றனர். றிபெக்காவிற்கோ பிரபுக்களின் வீட்டில் உபாத்தியாரம்மாள் வேலை பார்ப்பது கொஞ்சமும் விருப்பமில்லை. எனவே அவள் எதிர்த்துப் போராடுகிறாள். அடங்கிப்போக அவளுடைய சுபாவமும், புத்திக் கூர்மையும் இடந்தரா. எனவே ஒரு பெண் செய்யக்கூடிய அத்தனை தந்திரோபாயங்களையும் பயன்படுத்திப் பார்க்கிறாள். ஆனால் பேதமுள்ள சமுதாயத்தில் அவளால் உருப்படியாக வாழ முடியவில்லை. "கெட்ட" பெண்ணாகவே எமக்குத் தோன்றுகிறாள். ஆனால் 'வாழ வேண்டும்' எனத்

துடிக்கும் அவளுள்ளம் எம்மைக் கவர்ந்து விடுகிறது. சுருங்கச் சொன்னால் றிபெக்கா கிளர்ச்சி செய்யும் பெண் *rebel.* ராதை "கெட்டவள்" அல்லள். கிளர்ச்சி செய்யும் இயல்பு சில சமயங்களிற் காணப்படுகிறதாயினும், அது பாத்திர வார்ப்பிலோ, வளர்ச்சியிலோ முக்கியமானதாகக் காணப்படவில்லை. தாக்கரே, அன்றைய இங்கிலாந்தின் உயர் வர்க்கத்தினர் வாழ்க்கையை நேர்மையுடன் சித்திரித்தார். ஆகையாலேயே "கெட்ட" பெண்ணான றிபெக்கா அனுதாபத்திற்கு உரியவளாகிறாள். ராதையோ கெட்டவளான அமிருதவல்லியின் சூழ்ச்சிகளிலிருந்து தப்புவதற்கு முயலுகின்றாளேயொழிய சமுதாயத்தில் தான் சிறப்புடன் வாழவேண்டும் என்பதற்காகப் போராடுபவள் அல்லள். இவ்விரண்டு நாவல்களுக்குமுள்ள வேறுபாட்டிற்குச் சமுதாய நிலைகளிலுள்ள வேறுபாடும் காரணமாகும். தாக்கரே காலத்துச் சமுதாயத்திலே, பெண்கள் நிலை பிரச்சினைக்குரியதொன்றாக இருந்தது. றிபெக்கா 'உபாத்தியாரம்மாள்' வேலையை விரும்பாத தற்கும் நியாயமிருந்தது. 'உபாத்தியாரம்மாள்' என்ற சொல் ஆங்கிலத்தில் *governess* என்பதற்குரிய அர்த்தத்தையும் அழுத்தத்தையும் குறிக்கிறது என்பதற்கில்லை. பணக்கார வீடுகளில் வசித்துக் குழந்தைகளுக்குப் பாடம் கற்பித்துப் பார்த்துக் கொள்ளும் வேலையை ஆங்கிலச் சொல் குறிக்கிறது. அன்றைய இங்கிலாந்தில் 'உபாத்தியாரம்மாள்களும்' தையற்காரப் பெண்களும் மிக மோசமான நிலையிலிருந்தனர். அதே சமயத்தில் கண்ணியமாக வாழ விரும்பும் ஒரு பெண்ணிற்கு வேறு மார்க்கமெதுவும் இருக்கவில்லை.[34] யாராவது பணக்கார வாலிபரைப் "பிடித்தால்" வழி பிறக்கக் கூடும். ஆனால் அவ்வாறு "பிடித்தாலும்" அவர்களுடன் குடும்பம் நடத்தத்தக்க பண்பும் பயிற்சியும் போதியளவு இருக்காது. இத்தகைய பகைப்புலத்திலே றிபெக்கா நோக்கப்பட வேண்டியவள். ராதை 'உபாத்தியாரம்மாள்' வேலையை வெறுக்கிறாள். ஆனால் அவ்வெறுப்பில் ஆழமான உணர்வெதுவும் இல்லை. அதற்கு இடந்தரும் வகையிற் கதைப் புணர்ப்பும் அமையவில்லை. தாக்கரே நாவல் எழுதினார்' அதையும் வேறு சில 'மர்ம' நாவல்களையும் தழுவிக் கதை எழுதினார் நடேச சாஸ்திரி. தன்மை ஒரு சூத்திரதாரனாக உவமித்துக் கூறிய தாக்கரே, தனது காலச் சமுதாய அரங்கிலே வீண் பெருமையால் ஆட்டுவிக்கப்படும் பாத்திரங்களிலேயே கண்ணுங் கருத்துமாக இருந்தார். பாத்திரங்களுடைய நடை, உடை, பாவனை, நம்பிக்கை, முயற்சி, ஏற்றம், வீழ்ச்சி ஆகியனவே தாக்கரேயைக் கவர்ந்தன. இதனால் உன்னதமான நாவலொன்றைப் படைத்தார். நடேச சாஸ்திரிக்குச் "சுவராஸ்யமான கதை" முக்கியமானதாகத் தோன்றியது. மாந்தரிலும் அவருக்கு ஏற்பட்ட பலவகை நிகழ்ச்சிகளே நவீனத்தின் உயிர் எனக் கருதினார்.

> ஒரு ஜயின வாலிபன் ... மிக சுவாரஸ்யம் பொருந்திய இந்த நாவலை ஒரு கதை ரூபமாகச் சொல்லி முடித்து, பச்சையப்ப முதலியார் மாளிகை, அருள்நாதன் குத்துண்டு மாண்ட இடம், ராதை பசுபதியைச் சந்தித்த இடம், அமிருதவல்லி மூட்டிய கொட்டகை நின்றவிடம் எல்லாவற்றையும் காட்டினான் . . . அற்புத நாவல் உருவமாய் எழுதினால்தான் இதிலுள்ள ரசம் முற்றிலும் வெளியாகும் என்று நாம் ஆலோசித்து எழுதினோம்.

தன் விளக்கமான ஆசிரியர் கூற்றுக்கு மேலும் விளக்கம் தேவையில்லை. மறைமலையடிகளோடு ஒப்பிடும்பொழுது நடேச சாஸ்திரி சுமாரான எழுத்தாளர் என்று துணியலாம்.

இச்சந்தர்ப்பத்தில், தாக்கரேயின் செல்வாக்குப் பயனுள்ள முறையில் அமைந்த சில உதாரணங்களைப் பார்க்கலாம். 'தமிழ்நாட்டின் தாக்கரே' என்று அழைக்கத் தகுதியுடையவர் மாதவையா. இருவரும் ஒரே நோக்குடையவராயு மிருந்தனர். மற்றெல்லா அம்சங்களிலும், கதைக் கூற்றை அமைத்துச் செல்லும் முறையிலும், அடிக்கடி வாசகனுக்குக் காதோடு காதாகக் கருத்துரைகளையும், இரகசியங்களையும் கூறும் தொனியிலும் இருவருக்கும் நிரம்பிய ஒற்றுமை உண்டு. ஓருதாரண மூலம் இதனை விளக்குவோம். நாவலிறுதியில் தாக்கரே பின்வருமாறு கூறுகிறார்:

> இவ்வுலகிலே சந்தோஷமாயிருப்பவர் யார்? தனது ஆசைகள் நிறைவேறப் பெற்றவர் யார்? பெறினும் திருப்தியடைபவர் யார்? வாருங்கள் குழந்தைகளே, சூத்திரப்பாவைகளையும் ஆடரங்கையும் மூடிடுவோம். எமது நாடகம் முடிந்துவிட்டது.

இதே பொருளில்லாவிடினும், இதே தொனியிற் கூறுகிறார் மாதவையா. ஏழாம் அத்தியாய முடிவில் இவ்வாறு காணப்படுகிறது.

"நண்பர்களே! இவ்வுலக வாழ்வே ஒரு நெடுங் கனவு தான்; அக்கனவு, கூடிய மட்டும் சந்தோஷமாகவே கழிந்து போகும்படிப் பிரார்த்திப்போமாக." எமது தழுவலாசிரியர்களைப் போல, நிகழ்ச்சிகளையோ, பாத்திரங்களையோ அன்றிக் கருத்துக்களையோ, தாக்கரே, டிக்கன்ஸ், டிரோலப் முதலிய ஆசிரியரிடமிருந்து மாதவையா எடுத்தாரல்லர். நோக்கிலும் போக்கிலும் தன்னோடு ஏறத்தாழ ஒத்த கருத்தும் கண்ணோட்டமுங்கொண்ட ஆங்கில ஆசிரியனின் கலை நுணுக்கங்களையும் உத்திகளையும்

கருத்தூன்றிக் கவனித்தார். அவை அவரது கலையழகிற் மேலும் மெருகூட்டின. ஒரு சிறு உதாரணங் காட்டலாம். *Vanity Fair* நாவலில் குடிகாரனும் ஊதாரியுமான றோடன் குரோலி வாங்கிய பொருள்களுக்குக் காசு கொடுக்காததால் உதவி ஷெரிபினால் கைது செய்யப்படுகிறான். அங்கிருந்து மனைவி றிபெக்காவிற்குக் கடிதம் எழுதியனுப்புகிறான். குதிரைப் பந்தய அட்டவணையைத் தவிர வேறு பிரசுரங்கள் எதையும் படித்தறியாத கர்னல் குரோலியின் கடிதம் சொல்லுக்குச் சொல்லு பிழைகள் மலிந்து காணப்படுகிறது. மிகச் சாதாரண சொற்களைக்கூட எழுத்துப் பிழைகளுடன் வரைந்திருந்தான். வாசகருக்குத் தவறான சொற்களைப் புலப்படுத்து முகமாக அவற்றைத் தடித்த எழுத்துக்களில் பொறித்தார் தாக்கரே. இச்சிறு உத்தியை மாதவையா தனது நாவலில் அற்புதமான கலைநுணுக்கத்துடன் கையாண்டுள்ளார். கதாநாயகன் நாராயணனுக்கு முறைப்பெண் பத்மாவதி (பத்மி) தப்பும் தவறுமாகக் கடிதம் எழுதித் தகப்பனாரின் கடிதத்துடன் வைத்து விடுகிறாள். “இந்தக் கடிதம் சிலர் புத்திக் கெட்டாதென்று பின்வருமாறு திருத்தி யெழுதப்பட்டிருக்கிறது” என்று குறிப்பிடுகிறார் மாதவையா. தாக்கரே குரோலியின் கடிதத்தை எத்துணை நுணுக்கமாக எழுதியுள்ளாரோ அத்துணை அழகுணர்ச்சியுடன் ‘பத்மிக் குட்டி’யின் கடிதத்தை அமைத்துள்ளார் நமது நாவலாசிரியர். தாக்கரே, நாவலின் இறுதி அத்தியாயத்தில் விட்ட குறை தொட்ட குறைகளை முடித்து வைப்பதுபோலப் பாத்திரங்களின் அன்றைய நிலைமையைத் தொகுத்துக் கூறுகிறார். மாதவையரும் அதனைக் கடைப்பிடித்துத் தொகுப்புரை எழுதியுள்ளார். இத்தகைய சிற்சில நேரடியான ஒப்புமைகள் அக்காலத் தமிழ் ஆசிரியர் தாக்கரேயை ஊன்றிக் கற்றனர் என்பதைக் காட்டுகின்றன.

மேலே நாம் குறிப்பிட்டதுபோல், பொதுவான இலக்கியப் போக்கிலேயே தாக்கரேக்கும் மாதவையாவிற்கும் நெருங்கிய ஒப்புமை காணப்படுகிறது. முதலாவதாக, இருவரும் ஒரே வகையான நாவலை எழுதினர். ஆங்கில விமர்சனர் அதனைப் பரந்த காட்சியுடைய (*panoramic*) நாவல் என்பர். கதைக் கூற்றும் கட்டுரையும் விரவிக் கலந்து, இடையிடையே நாடகத் தன்மை வாய்ந்த பகுதிகள் கொண்டது அது.[35] “வெறி கொண்டவன் போல் நாராயணன் கதவைத் திறந்து கொண்டு உள்ளே பாய்ந்து, சில மாதங்களாய்த் தன் கையால் தொட்டறியாத தன்னின்னுயிர்க் காதலியை வாரியெடுத்துத் தன் மார்புறத் தழுவிக் கொண்டான்.” நாடகத் தன்மை வாய்ந்த காட்சிக்கு இது சிறந்த எடுத்துக்காட்டு. இவ்வாறு கதைக் கூற்று, கட்டுரை, நாடகத் தன்மை ஆகியன வந்து கலப்பதையே பரந்த காட்சி என்கின்றனர்.

இரண்டாவதாக, இருவரும் ஆண் – பெண் உறவை மிகத் துணிச்சலாகக் கையாண்டனர். தாக்கரேயைப்பற்றி பகொற் *(Bagehot)* ஒரு சமயம் பின்வருமாறு குறிப்பிட்டார்:

> நூல்களிலே விவரிக்கத் தகுந்த விஷயங்களையும் விவரிக்கத் தகாத விஷயங்களையும் வேறுபடுத்தும் எல்லைக் கோட்டிலே, கத்தியின் கூர்ப்பாகத்தில் நடக்கிறார் தாக்கரே என்பது அவரின் நாவல்களைப் படிப்போருக்குப் புலனாகாமற் போகாது.

அவர் படைத்த "கெட்ட" பெண்களான பெக்கிஷார்ப், பிளாஞ் அமொரி, பியட்ரிக்ஸ் ஆகியோரை மனத்திற்கொண்டே பகொற் இவ்வாறு சொல்லியிருத்தல் வேண்டும். தமிழில் மாதவையாவிற்கு முன் ஆண் – பெண் உறவு சம்பந்தமான பிரச்சினைகளை அத்தனை தெளிவாகவும் துணிவாகவும் எழுதியவர் இலர். இது பொதுவாக எமது விமர்சகர்களால் சுட்டிக்காட்டப் படுவதில்லை. உறவுப் பிரச்சினையில்லாத ஆண் பெண்ணே நாவலில் இல்லையெனலாம். மாதவையாவின் இலட்சியப் பெண்ணான சாவித்திரியைத் தாழ்வு மனப்பான்மை காரணமாக அவள் கணவன் புறக்கணித்துச் சுடலி என்ற மறத்தியை வைப்பு வைத்திருக்கிறார்; நாராயணன் மனைவியைச் சில காலம் சந்தேகித்துச் சபலத்திற்கு ஆளாகிறான்! கோபாலன் கலியாணியின் உபத்திரவம் தாங்காது சாலாவை வைத்திருக்கிறான்; நாகமையர் ஒரு ஸ்திரீலோலன்; சப்மாஜிஸ்திரேட் நரசிம்ம முதலியார் இராம பிள்ளை வைப்பாட்டியை, வைப்பாட்டியாக வைத்திருக்கிறார்; பண்ணை சேஷையர் சந்தையில் மாடுகள் பிடிப்பதுபோல் ஏராளமான பெண்களைப் பிடிக்கலாமென்று ஓடித் திரிபவர்; அவர் கொண்டு வந்த குட்டியோ வேறு யாருடனோ 'தொடர்பு.' இவற்றையெல்லாம் பார்க்கும்போது "விவரிக்கத் தகாத விஷயங்களை"த் துணிந்து மாதவையா கையாண்டுள்ளார் என்று தோன்றுகிறது. இது ஆங்கில நூல்களைக் கற்றதனால் பெற்ற பயன் எனலாம். க.நா.சு.வின் மதிப்பீடு ஏற்றுக்கொள்ளக் கூடியது.

> விரசமாக இருக்கிறது என்பது சொல்லக்கூடிய அளவுக்கு ஓடுகிற பகுதிகள் பத்மாவதி சரித்திரத்திலே பல இருக்கின்றன. ஆனால் அதைப் பூரணமாக விரசமாக்கி விடாமல் ஓரளவு லகான் இட்டு இழுத்து ஓட வைக்கிற முயற்சியிலே மாதவையா வெகுவாகப் பாடுபட்டு வெற்றியும் பெற்றிருக்கிறார் என்றுதான் சொல்ல வேண்டும்.

இக்காலத்தில் தழுவல் நாவல்கள் வெகு அருமையாகவே வெளிவருகின்றன. தொடர்கதைகளும், வரலாற்று நவீனங்களும் எழுதுபவர்கள் ஆங்காங்கு பழைய பரபரப்புக் கதைகளை இலேசாகப் பயன்படுத்தக் காணலாம். நாவல் யுகமே இப்பொழுதுதான் ஆரம்பித்துள்ளது. இந்நிலையில் சுத்தமானது கலைத்தன்மை குன்றாத மொழிபெயர்ப்புக்கள் பெரிதும் பயன்தர வல்லன.

சான்றாதாரம்

1. *நாகநாட்டரசி,* (3ஆம் பதிப்பு), 1966, மேற்கோள் ஆங்கிலத்திலிருந்து கட்டுரையாசிரியர் மொழிபெயர்த்தது.
2. *கோகிலாம்பாள் கடிதங்கள்,* (3ஆம் பதிப்பு), 1957.
3. *மனோன்மணீயம்,* (8ஆம் பதிப்பு), 1954, பக். 24.
4. புலவர்அரசு, *மறைமலையடிகள்,* 1951, பக். 21, பேராசிரியர் வேதாசலத்திற்கு ஆங்கிலத்தில் எழுதி வழங்கிய நற்சான்றிதழிலும் இக்கருத்துக் காணப்படுகின்றது.
5. மாதவையரின் *பத்மாவதி சரித்திரம்* என்ற நாவலில் இக்கல்லூரி பற்றிய வருணனை காணப்படுகின்றது. அவருக்கு முந்திய நாவலாசிரியரான பி.ஆர். ராஜமையர் கல்லூரியின் பழைய மாணவர், கல்லூரி ஏட்டில், *(Madras Christian College Magazine)* கட்டுரைகள் எழுதியிருக்கிறார்.
6. *மறைமலையடிகள் வரலாறு,* மறை. திருநாவுக்கரசு, 1959, பக். 153.

6a. ஷெ, பக். 8.

7. இன்று பின்னோக்கிப் பார்க்கும்பொழுது, வேதாசலத்திற்கு அடிசன் மீதிருந்த ஈடுபாடானது தற்செயலாக நிகழ்ந்ததொன்று எனக் கூறமுடியாதுள்ளது. இனம் இனத்தை நாடும் என்பது போல, அடிசனிலே தம்மைக் கண்டார் என்று ஐயுறத் தோன்றுகிறது. பதினெட்டாம் நூற்றாண்டிலே ஆங்கில "வசனநடை கைவந்த வல்லாளராக" விளங்கினார் அடிசன். ஆங்கிலக் கட்டுரை இலக்கிய வரலாற்றில் குறிப்பிட்டத்தக்கவர். மத்தியதர வர்க்கத்திலிருந்து வந்த அவர் அவ்வர்க்கத்தைச் சார்ந்த மக்களுக்காக, அவர் தம் உள்ளக்கிடக்கையை நன்குணர்ந்து எழுதினார். அதே சமயத்தில் சுமூகமாகப் பழகும் சுபாவமும், பண்பான நடையுடை பாவனையும், அமைதியான வாழ்க்கை முறையும் வாய்க்கப்பெற்றவர். கவிதை, நாடகம், விமர்சனம் போன்ற பிற துறைகளில் முயன்று தனது காலத்திலே

ஓரளவு பிரசித்தி பெற்றிருந்தாரெனினும், அவருக்கு என்றும் அழியாப் புகழைக் கொடுப்பன அவரது கட்டுரைகளே. பத்திரிகைகளிலே பலகாலமாகக் கட்டுரைகள் எழுதி வந்த அவர் மொழி நடைக்கு முக்கியத்துவம் கொடுத்தார். அவர் நெஞ்சிற் குடிகொண்டிருந்த மனிதாபிமானமும், அறவேட்கையும் அவரின் நடைக்குச் சிறப்பளித்தன. நடை அல்லது 'பாணி' -*Styn*- அவராற் பெரிதும் போற்றப்பட்டது. புகழ்பூத்த ஆங்கில விமர்சனர் ஸாமுயெல் யோன்சன் *(Samuel Johnson, 1709-84)* அடிசன் பற்றிக் குறிப்பிட்டுள்ளது வருமாறு: "எவராவது தனது ஆங்கில நடையை விருத்தி செய்ய விரும்பினால், அடிசனின் நூற்றொகுதிகளை ஆழமாகப் பயில வேண்டும். அடிசனின் நடை பழகுமொழியி லமைந்தது. ஆனால் பண்பு நயமற்றதன்று; அழகுநலன்மிக்கது. ஆனால் ஆரவாரப் பகட்டில்லாதது." மேற்கூறிய குறிப்புகள் யாவும் பொதுப்படையாக மறைமலையடிகளுக்கும் பொருத்தமாயுள்ளன என்பது எளிதிற் புலனாகும். கல்லூரியிற் படித்த காலத்தையடுத்து, காரைக்காலிலிருந்து வெளிவந்த *திராவிட மந்திரி* என்னும் வார இதழிலே 'முருகவேள்' முதலிய புனைபெயர்களிற் கட்டுரை எழுதுவதுடன் தமது 'எழுத்து வாழ்'வைத் தொடங்கிய வேதாசலம், உருமாற்றம், பெயர்மாற்றம் முதலியன பெற்றாலும் இறுதிவரை, சிறந்த கட்டுரையாளராகவே விளங்கினார். அடிசனைப் பற்றி மேலும் அறிய விரும்புவோர், *The Life of Addison* (Peter Smithers, Oxford, 1954) என்னும் நூலைப் படிக்கலாம்.

8. *சிந்தனைக் கட்டுரைகள் (7ஆம் பதிப்பு), 1963.*

9. *Contemporary Indian Literature: A Symposium,* Sahtiya Akademy, *New Delhi, 1957, p. 248.*

10. மறைமலையடிகள், புலவர் அரசு, பக். 177. அக்காலத்து வழக்கத்திற்கேற்ப *Laila, or The Soldier's Wife* என்றும் இருக்கலாம் எனத் தோற்றுகிறது.

11. *Hovell, M., The Chartist Movement (1950), pp. 288-9;*
    Cole, G.D.H. Chartist Portraits (1965), pp. 264, 352, ff.

12. *Dalziel, M., Popular Fiction 100 Years Ago (1957), p. 36, f.*

13. *Ibid, p. 21.*

14. பிற்காலத்திலே ரெய்னால்ட்ஸ் நாவல்களைக் கண்ணை மூடிக்கொண்டு தமிழ் செய்த வடுவூரார், ஆரணியார் முதலியோரது நாவல்களின் பெயர்கள், *இரத்தினபுரி இரகசியம், மஞ்சள் அறை மர்மம்* போன்ற தலைப்புகளைப் பெற்றிருந்தன என்பது நினைவுகூரத்தக்கது. அதைப்

போலவே அக்கால ஆங்கில நாவல் இரு தலைப்புக்களை உடையனவாயிருந்தன. உதாரணமாக *Thomas Peckett Prest* என்பார் எழுதிய நாவலொன்றின் பெயர் *Vice and its Victim or Phoebe, the Peasant's Daughter* (பாபத்தின் பலி அல்லது உழவனின் மகள் ஃபோபே). இத்தகைய பெயர் முறையை எமது தொடக்கக்கால நாவலாசிரியரிடத்தும் காணலாம். உதாரணமாக, பி.ஆர். ராஜமய்யரின் *ஆபத்துக்கிடமான அபவாதம் அல்லது கமலாம்பாள் சரித்திரம்,* வை.மு. கோதை நாயகி அம்மாளின் 'மலிவு' நாவல்கள் பெரும்பாலும் இரு பெயர்கள் கொண்டனவே. *cf. அனாதைப் பெண் அல்லது கனிந்த காதலர்.*

15. *Dalziel, op., cit., pp. 39 ff.*

16. இவ்வாறு கதாசிரியனே வாசகரை விளித்துக் கூறும் "உத்தி" வேதநாயகம் பிள்ளையிலிருந்து கல்கிவரை நின்று நிலைத்தது மனங்கொள்ளத்தக்கது. *cf.* "கல்கி கதை சொல்லவதெல்லாம் வாசகனுக்கு எது பிடிக்கும், எது பிடிக்காது, சம்பவத்தின் உச்சநிலை எது, எங்குக் கதைப் போக்கை அறுத்து வாசகனின் ஆவலைத் தூண்டவேண்டும் என்கிற அடிப்படையிலேதான் . . . இம்மட்டுமே போதும், அவரை *serious* ஆன நாவலாசிரியராகக் கணிக்க வேண்டாம் என்று சொல்வதற்கு . . ." க.நா. சுப்ரமண்யம், *இலக்கிய விசாரம்,* 1959, பக். 29.

17. *விமரிசனக் கலை,* க.நா. சுப்ரமண்யம், 1959, பக். 34. இக்கூற்று, உயரிய செந்தமிழ் நடையிலே "நாவல்" எழுதிய பரிதிமாற் கலைஞருக்கும் பொருந்துவதாயுளது. *Vide, மதிவாணன்,* 1902.

18. *பத்மாவதி சரித்திரம்,* அ. மாதவையா, (7ஆம் பதிப்பு), 1958, பக். 3.

19. *புதுமைப்பித்தன் வரலாறு,* ரகுநாதன், 1951, பக். 197.

20. *முதல் ஐந்து தமிழ் நாவல்கள்,* க.நா. சுப்ரமண்யம், 1957, பக். 96–7.

21. மறை. திருநாவுக்கரசு, ஷை, பக். 27.

22. Forster E.M., *Aspects of the Novel* (Penguin edn, 1962), pp. 73, ff.

23. புதுமைப்பித்தன் கட்டுரைகள், 1954, பக். 39.

24. ஷை, பக். 248.

25. Allen, W., *The English Novel* (Penguin edn. 1958), pp, 46. ff.

26. Stevenson, L., *English Novel,* p. 235.

27. *தமிழ்ச் சுடர் மணிகள்,* 1949, பக். 196–7.

28. Lovett R.M. and Hughes, H.S., *The History of The Novel in England,* London, 1933, p. 206.

29. *"காவியமும் நாவலும்"* என்ற அத்தியாயத்தில் இது குறித்துப் பார்க்கவும்.

30. *தமிழும் ஆங்கிலமும்,* சென்னை, 1947, பக். 18—9.

31. வேங்கடசாமி, மயிலை சீனி., *பத்தொன்பதாம் நூற்றாண்டில் தமிழ் இலக்கியம்,* பக். 132. சம்பந்த முதலியார், ப., *யான் கண்ட புலவர்கள்,* பக். 90.

32. இது சம்பந்தமாக இந்நூலின் இரண்டாம் அத்தியாயத்தைப் பார்க்கவும்.

33. Kettle, A., *An Introduction to the English Novel,* p. 187.

34. Dalziel, op. cit., p. 89, Kettle, op. cit., p. 180.

35. Lovett and Hughes, op. cit., p. 267.

5

சிறுகதையின் தேய்வும் நாவலின் வளர்ச்சியும்

சிறுகதை இலக்கியம் இன்று மந்த கதியிலே தளர்நடை போடுகிறது என்பது பொதுவாகத் தென்னகத்திலும், ஈழத்திலும் ஏற்கப்பட்டுள்ள கருத்தாகும். இலக்கியப் பிரச்சினைகளிற் சில வேளைகளில் விமர்சகருக்கும் இரசிகருக்கும் கருத்து மாறுபாடு நிலவுவதுண்டு. ஆனால் இவ்விஷயத்தில் பூரண உடன்பாடே காணப்படுகிறது. இலக்கிய வரலாற்றாசிரி யரின் பரிபாஷையிற் கூறுவதானால், இப்பொழுது சிறுகதையின் மங்குதசை எனலாம். மின்னாமல் முழங்காமல் சிறுகதை செல்வாக்கிழந்து விட்டது. இதற்கு மாறாக நாவல் மலர்ச்சியடைந்து வருகிறது. ஒரு வகையில் இதனை நாவலின் மீட்டெழுச்சி அல்லது மறுமலர்ச்சி என்றே கூறுதல் வேண்டும். ஏனெனில் இடைக்காலத்தில் அது தேக்கமுற்றுக் கிடந்தது. இம்மாற்றம் தற்செயலாக நடந்தது என்று கூறியமையலாம். ஆனால் அது திருப்திகரமான விளக்கமாக இராது. எமது இலக்கிய உலகிற் காணப்படும் பொதுவான தயக்க நிலையின் பிரதிபலிப்பாக இதனைக் கொள்ளலாமெனினும், மற்றையத் துறைகளிலும், சிறுகதைத் துறையில் **வளர்ச்சியின்மை** எதுவித ஐயத்திற்குமிடமின்றித் தெளிவாகக் காணப்படுகிறது. நூற் பிரசுரகர்த்தர்களும் இந்நாட்களில் சிறுதையினும் நாவலையே விரும்பி வெளியிடுகின்றனர். அவர்களது பாஷையிலே தற்சமயம் சிறுகதைக்கு "மார்க்கெட்" இல்லை. அதே உருவகத்தைத் தொடர்ந்து பயன்படுத்துவோமாயின்

மற்றைய சந்தைகளைப் போன்று, இலக்கியச் சந்தையிலும் காலத்திற்குக் காலம் சில வடிவங்களின் அருமைப்பாடும், மிகுதிப்பாடும் காணப்படுகின்றன. இது தேவை – நிரப்பல் *(demand and supply)* என்ற விதிக்குட்படும் நிகழ்வாகும். இதையொட்டியே காலத்துக்குக் காலம் இலக்கிய வடிவங்கள் பற்றிய மதிப்பீடுகளும் நடைபெறுகின்றன. இலக்கிய வரலாற்றிலே இதற்குப் பல உதாரணங்களைக் காணலாம்.

எமக்கெனச் சில பிரத்தியேகமான வளர்ச்சிப் போக்குகள் காணப்படினும், எமது புனைகதை இலக்கியம் பெருமளவிற்கு ஆங்கில இலக்கிய வளர்ச்சியையொட்டி நடந்துள்ளது என்பது வரலாற்றின் பாற்பட்ட உண்மை. சமீப காலத்தில் ஆங்கில இலக்கிய உலகிலும் சிறுகதையின் மதிப்பு வீழ்ச்சியடைந்துள்ளது. உதாரணமாக, பிரித்தானிய நூலாசிரியர் சங்க ஏடான *நூலாசிரியன் (Author)* மாசிகையில் பின்வரும் குறிப்பு ஒன்று காணப்பட்டது:

> இன்றைய இங்கிலாந்தில் சிறுகதைகள் மாத்திரம் எழுதிப் பிழைப்பது இயலாத காரியம்; இவ்விரங்கத் தக்க நிலைக்கு இரண்டு காரணங்கள் உண்டு. ஒன்று, இன்றைய சிறுகதைகள் என்பன, 'பெண்கள் சஞ்சிகைச் சிறுகதைகள்' தாம். முப்பதாம் ஆண்டு களிலிருந்து சிறுகதைச் சஞ்சிகைகள் மாண்டு மறைந்து காலமாகிவிட்டன. *ஆர்கசி (Argosy)* என்னும் மாதாந்தச் சிறுகதை இதழ் மாத்திரம் கஷ்டத்தோடு நடந்து கொண்டிருக்கிறது.[1]

இச்செய்தியின் பொருளைப் பொருளாதார அடிப்படையிலமைந்த கூற்றாகக் கூறுவதாயின், சிறுகதை இலக்கிய உருவம் வாசகரின் ஆதரவை, அதாவது தேவையை இழந்துவிட்டது என்பதாகும். பல வழிகளில் இக்கூற்று எமது சூழ்நிலைக்கும் பொருந்துவதே. இத்தகைய பின்னணியிலே இன்று காணப்படும் சிறுகதையின் தேக்கத்தையும் தேய்வையும் நாவலின் துடிப்பையும் வளர்ச்சியையும் சுருக்கமாக ஆராய்வோம்.

சமீப காலம் வரை – ஏன், இன்றுங்கூட – "தற்காலத் தமிழலக்கியத்திலே சிறுகதையே நன்கு வளர்ச்சியடைந்த பிரிவு; உலக இலக்கியத்திற்குச் சமமான வளர்ச்சி கண்ட துறை" என்று கூறிக்கொள்வது வாய்பாடாகிவிட்டது. சிறுகதை எழுத்தாளரும் இரசிகருமட்டுமன்றி இலக்கிய வரலாற்றாசிரியரும் இக்கருத்திற்கு வலுவளித்துள்ளனர்.[2] பாரதிக்குப் பிறகு நாம் அதிகம் பெருமைப்படுவது கவிஞரைக் குறித்து அன்று; கதாசிரியரைக் குறித்தே. ஆனால் கடந்த முப்பது ஆண்டுகளுக்குள் சிறுகதை பெருமைப்படத்தக்க வளர்ச்சியை யடைந்துள்ளதெனினும்,

தற்சமயம் அது பழைய கதையாகிவிட்டது. அந்த வகையில் இலக்கிய வரலாற்றாசிரியர்கள் சிறுகதையின் 'பொற்கால'த்தைக் குறிப்பிடுவது பொருத்தமாயினும், இன்று நிலைமை வேறு என்பது நினைவிலிருக்கத் தக்க செய்தியாகும்.[3] புதுமைப்பித்தனோடு சிறுகதை போனது என்றோ, *மணிக்கொடி* யுகத்துடன் சிறுகதை க்ஷீணிக்கத் தொடங்கியது என்றோ நாம் கூற வேண்டியதில்லை. அது இலக்கியத்தின் இயக்க விதிகளுக்கு முரண்பட்டது. இன்று சில முன்னை நாள் *மணிக்கொடி* எழுத்தாளர் தமது சென்ற காலத்தின் சிறப்பை எண்ணி ஏங்குவது பரிதாபகரமான காட்சியாகும். *மணிக்கொடி* என்றுமே பட்டொளி வீசிப் பறந்ததில்லை. இன்று அதன் பழம்பெருமை பேசுவோர் அவலை நினைத்து வெறும்வாயை மெல்லுபவர்கள்தான். அதுமட்டுமன்றிப் புதுமைப்பித்தனுக்குப் பிறகு சிறுகதை வளரவில்லை என்று கூற முற்படுவது, நிகழ்கால இயக்கத்தைக் காணச் சக்தியற்ற குருட்டுப் பார்வையின் விளைவேயாகும். *மணிக்கொடி* யுகத்திற்குப் பின் சிறுகதையில் கலியுகத்தின் ஆட்சி தொடங்கியது என்று கூறுவோருக்கும், "கம்பனோடு தமிழுக்கு வேலி போட முனையும் பண்டிதருக்குமிடையே வேறு பாடில்லை."[4]

ஆனால் கடந்த பத்துப் பன்னிரண்டு வருடங்களாகச் சிறுகதை கீழ் நோக்கிய பாதையிற் சென்றுள்ளது என்பதை இரண்டொரு விதிவிலக்குகளைக் காட்டி மறுத்தல் இயலாது. "ஆண்டுதோறும் ஆயிரக்கணக்கில் சிறுகதைகள் வெளிவந்ததும் நூற்றுக்கு ஐந்துகூட இலக்கிய மதிப்புப் பெறவில்லை" என்று கவலையுடன் கூறுகிறார் அகிலன்.[4a] இந்நிலைமை ஏன் தோன்றியது? தொய்ந்து கிடந்த நாவல் துள்ளு நடைபோடுவது எதனால்? அதுவே எமது கேள்வியாகும்.

சிறுகதையில் நாட்டக் குறைவும் நாவலில் நாட்ட மிகுதியும் ஏற்பட்டுள்ளமை கேவலம் தற்செயலாக நடைபெறும் நிகழ்ச்சியொன்றன்று. காரண காரியத் தொடர்புடன்தான் நிகழ்கின்றது. அதனைக் கண்டறிவது, இலக்கியத்திற்குஞ் சமுதாயத்திற்குமுள்ள பிணைப்பைத் தெரிந்து கொள்வதாகும். வரலாற்று அடிப்படையில் நோக்கினால், எம்மொழியிலும் நாவலுக்குப் பின்னரே சிறுகதை தோன்றியமை புலனாகும். ரஷ்யாவில் சிறுகதையும் நாவலும் ஏறத்தாழச் சமகாலத்தே உதயமாகின. ஆயினும் சிறுகதை சிறப்புற்றது சிறிது காலந் தாழ்ந்தேயாம். தமிழில் சந்தேககத்திற்கு இடமின்றிச் சிறுகதை பிந்தியே தோன்றியது. வேதநாயகம் பிள்ளையின் நாவல் 1876இல் வெளிவந்தது. ஏறத்தாழ முப்பத்தைந்து ஆண்டுகட்குப் பின்னரே, வ.வே.சு. ஐயர் (1881–1925) சிறுகதைகளுடன் அது இலக்கியப் பிரவேசஞ் செய்ததெனலாம். பாரதியார் புதுவையிலிருந்த

காலத்தில் (1908–1918) வங்கமொழியிலிருந்து சில கதைகளை மொழி பெயர்த்தார்.[5] எனவே முதலாவது தமிழ் நாவலுக்கும் சிறுகதைகளுக்குமிடையே மூன்று தசாப்தங்கள் உள்ளன. ஆனால் சிறுகதை சிறப்பாக மிளிரப் பின்னும் இருபது முப்பது வருடங்கள் கழிய வேண்டியிருந்தன. சிறுகதைக்கும் நாவலுக்கும் பல வேறுபாடுகள் உண்டு. ஒற்றுமையும் உண்டு. இரண்டுமே உரைநடையைச் சாதனமாகக் கொண்டு உருவானவை; இரண்டும் காவிய மரபினின்றும் மாறுபட்டவை; இரண்டும் மேனாட்டார் தொடர்பால் வந்து சேர்ந்தவை; இரண்டும் தனிமனிதக் கொள்கையினடிப்படையில் வளர்பவை; இரண்டுமே பத்திரிகைகள், மாத இதழ்கள் போன்றவற்றுடன் தொடர்புடையன. இவை ஒற்றுமைகள். ஆயினும் குண வேறுபாடுகள் உண்டு. காவிய மரபினின்றும் வசன இலக்கியமாய் நாவல் எவ்வாறு வேறுபட்டது என்பதையும் உரைநடை யிலக்கியத்தின் சிறப்பியல்புகள் யாவை என்பதையும் பிறிரிதோரிடத்தில் விவரமாக விளக்கியுள்ளேன்.[6] ஆகையால், சிறுகதை நாவலினின்றும் வேறுபடுமாற்றையே இங்குக் கவனிப்போம்.

ஆங்கிலேயர் வருகையைத் தொடர்ந்து எமது சமூக, பொருளாதார அமைப்பிலும் நிறுவனங்களிலும் முன்னெப் பொழுதும் காணாத அளவு மாற்றமேற்படத் தொடங்கியது. இம்மாற்றம் வரலாற்று முக்கியத்துவம் பெற்ற மாற்றமாகும். அதன் தருக்க ரீதியான விளைவு இன்னும் நிகழ்ந்து கொண்டிருக்கிறது. நிலமானிய அமைப்பு முறை தகர்ந்து முதலாளித்துவ சமுதாயம் ஆங்கிலேயரின் வருகையைத் தொடர்ந்து, அதன் நேரடியான – தவிர்க்க முடியாத – விளைவாக ஏற்படத் தொடங்கியது. இக்காலகட்டத்தில் வாழ்ந்த எழுத்தாளர் தம்மைச் சுற்றி நிகழ்ந்தவற்றை அறிவு பூர்வமாக அறிந்திருந்தனர் என்பதற்கில்லை.

> கால மென்பது கறங்குபோற் சுழன்று
> மேலது கீழாக் கீழது மேலா
> மாற்றிடுந் தோற்றம்.[7]

பேராசிரியர் சுந்தரம் பிள்ளையின் இக்கூற்று, மாற்றம் நடை பெறுகிறது என்னும் உணர்வைச் சித்திரிக்கிறது என்று கூறலாம். அம்மாற்றத்தின் காரண காரிய விளக்கமும் தெளிவும் அவருக்கு மட்டுமன்றி அன்றைய நிலையில் இந்தியர் எவருக்கும் இருந் திருக்கும் என எதிர்பார்க்க முடியாது. பெரும்பாலானோருக்கு மாற்றமென்பது அனுபவத்தால் அறிந்துகொண்ட விஷயமாகவே இருந்தது. தாம் மாற்றத்தின் கருவிகள் என்றோ, விளைபொருள்கள் என்றோ அவர்களுக்குத் தம்முணர்வு இருந்திருக்காது. தாம் ஆக்கிய நூல்களிலே தத்தம் நேர்மைக்கும் திறமைக்கும் ஏற்பத் தம்மையும் தமது கால வாழ்க்கையையும் பிரதிபலித்தனர். அதற்கு

மேல் மாற்றத்தின் அடிப்படையான பௌதிகக் காரணங்களை அறியவில்லை. அந்நிலையில் மாற்றங்கள் சட்டெனப் புலப்பட்ட சில துறைகளிலும், தமது அறிவு செயற்பட்ட சில துறைகளிலும் அவர்கள் அக்கறை கொண்டனர். கல்வி, ஒழுக்கம், முன்னேற்றம் ஆகிய பொதுக் கோட்பாடுகளை அவர்கள் வற்புறுத்தினர். இவை ஓரளவுக்கு முந்திய சமுதாய அமைப்பிலும் விரும்பத்தக்கனவாகக் கொள்ளப்பட்டன. எனவே, புதிய மத்தியதர எழுத்தாளரும் சிந்தனையாளரும் சமுதாய மாற்றத்தைவிடச் சமுதாய மாற்றக் காலத்தில் ஏற்படும் தார்மீக மதிப்பீடுகளிலேயே உணர்வு பூர்வமாக ஈடுபாடு கொண்டிருந்தனர். வேதநாயகம் பிள்ளையிலிருந்து மாதவையா வரை பெண் கல்வி, நல்லொழுக்கம், தெய்வ பக்தி முதலியவற்றைத் தமது நாவல்களில் விரிவுரைகளாக வற்புறுத்தி யமைக்கு இவ்வீடுபாடே காரணமாகும். அனுபவ ரீதியாகக் கண்டறிந்த வாழ்க்கையையொட்டிக் கதைகள் எழுதும்போது, அறிவு ரீதியாகவோ, உணர்வு ரீதியாகவோ பழமையிலிருந்து பெற்ற மதிப்பீடுகளைக் கதைக்குள் விளக்கவுரைகளாகவும் கருத்துரைகளாகவும் புகுத்தினர். நடைமுறைக்கும் இலட்சியத் துக்கும் இருந்த முரண்பாடு அவர்களின் இலக்கியப் படைப்பு களுக்கு அலாதியான மெய்ம்மையைத் தந்துதவியது. அதைப் போலவே காவிய மரபினின்று மாறுபட்டும் சில சமயம் அதினின்று முற்றாக விடுபட முடியாமலும் ஈரடி நிலையிலிருந்து எழுதினர். காரண காரியத் தொடர்புகளை யறியாமலிருந்தது ஒரு பெருங்குறையும் பலவீனமுமாயினும், முற்சாய்வு எதுவுமின்றி, அனுபவத்தின் அடிப்படையில் தெரிந்ததைக் கொண்டு தெரியாததைப் புரிந்துகொள்ள முயன்றது அவர்களின் எழுத்திற்குத் தனித்தன்மையைக் கொடுத்தது. ஆயினும் அகண்ட பெரும் பொருளைச் சித்திரிப்பதற்குச் சில அடிப்படை நியதிகளின் தெளிவு இன்றியமையாதது. அது இல்லாவிடின் பொருளின் பரப்பு கைக்கு அடங்காது போகும். எமது ஆரம்பகால நாவல்கள் தொடர்ந்து வளராமைக்குக் காரணம் அதுவே. தனிமனிதரின் கூட்டுத் தொகுதியே சமுதாயமாகும். சமுதாயத்திலே தனிமனிதருக்குரிய உறவுகளும், உரிமைகளும், கடமைகளும் வரையறுக்கப்பட்டுச் சமயம் என்ற பெரும் தத்துவார்த்த அமைப்பிற்குள், சாதி, குலம், பிறப்பு, தொழில் முதலிய சிற்றெல்லைகளுக்குள் அவை நெறிப்படுத்தப்பட்ட சூழ்நிலையிலே காவியம் செழித்து வளருகின்றது. ஆனால், "தனிமனிதனுக்கும் சமுதாயத்திற்குமுள்ள பாரம்பரிய உறவு பிறழும் நிலையிலேயே புனைகதை தோன்றும்."[8] இதனையே எமது ஆரம்பகால நாவலாசிரியர்கள் செய்துமுடித்தனர். இவர்களிற் பெரும்பாலானோர் மத்தியதர வர்க்கத்தினர். தமது வர்க்கத்தின் சரித்திர முக்கியத்துவம் வாய்ந்த பிறப்பை

வருணித்தனர். ஆயினும், தாமே அதிற் சம்பந்தப்பட்டவராய் இருந்தமையாலும் சரித்திரத்தைப் புறநிலையினின்று நோக்கும் பெற்றி வாய்க்கப் பெறாமையாலும், "சமுதாய நிலைமை, அந்நிலைமையை யுணர்த்தும் மனித நடவடிக்கை, சமுதாய மாற்றம் ஆகியன பற்றிய பூரண அறிவுடன்"[9] தமது நூல்களை எழுதினாரல்லர். மேலும், இந்தியாவில் ஏற்பட்ட இம்மாற்றமானது அந்நிய ஏகாதிபத்தியத்தின் விளைவாக ஏற்பட்டமையால், பிரச்சினைகள் வழக்கத்திற்கும் அதிகமாகவே சிக்கலடைந்தும் தெளிவற்றும் இருந்தன. பல்வேறு காரணங்களால் பத்தொன்பதாம் நூற்றாண்டிலே தோன்றிய மத்தியதர வர்க்கத்துச் சிந்தனையாளரும் எழுத்தாளரும் புதிய யதார்த்த நிலைமையைப் பழைய சிந்தனைப் படிவங்களுக்குள் அமைத்து அமைதி காண முனைந்தனர். அதன் விளைவு தார்மீக நோக்கும், கருத்து முதல்வாதமும் வலுப்பெற்றதுதான்.

ஓரளவிற்கு இத்தகைய போக்கு ஐரோப்பாவிலும் காணப் பட்டது. டாக்டர் கெட்டில் கூறுகிறார்:

> றபெலாய் (Rabelais) போன்ற முற்பட்ட புரட்சிகர பூர்ஷுவா எழுத்தாளர், தாம் பூர்ஷுவாக்கள் என்று உணரவில்லை; அரசியலிலே புரட்சிவாதிகளாகவும் இருக்கவில்லை. றபெலாய் மத்தியக்காலக் கல்வியிலும் மரபிலும் ஊறித் திளைத்தவர். அவருடைய நூல்கள் காட்டுவதைப் போன்று, வேறெவரது நூலும் மத்திய காலப் பிரான்சு நாட்டை எமக்குச் சித்திரிப்பன அல்ல.[10]

றபெலாய் (*Francois Rabelais, c. 1483-1553*) பிரெஞ்சு மொழியின் முதலாவது நவீன எழுத்தாளர். அவருக்குக் கூறுவது ஆங்கில எழுத்தாளருக்கும் பொருந்தும். ஆரம்ப கால ஆங்கில நாவலாசிரியர் பலர் அறிவியலில் அசைக்க முடியாத நம்பிக்கையும் அக்கறையும் உள்ளவராயிருந்தனர். இதன் காரணமாக இவர்களது நாவலை '*moral fable*', அறவியற் கதை என்று வருணிப்பர். ஜொனாதன் ஸுவிப்ற் (1667–1745) தொடக்கம் ஜோசெப் கொன்ராட் (1857–1924) வரை பல ஆங்கில நாவலாசிரியர் அறவியற் கதைகள் எழுதியவரே. ஆனால் டாக்டர் லீவிஸ் கூறியிருப்பது போல[11] ஸுவிப்ற் போன்றாரது தத்துவம் வரண்டதாயிருப்பினும், பார்வை உயிர்த் துடிப்புடையதா யிருந்தது. காலப் போக்கில் வாழ்க்கை தத்துவத்தை வென்றது. எமது தமிழ் நாவல்களில், தத்துவமே மேலோங்கியது. ஆனால் இத்தத்துவம் பின்னோக்கியதாகலின் இலக்கிய வளர்ச்சிக்கு உகந்த, வலுவூட்டும் சக்தியாக அமையவில்லை.

இன்னொன்று. எமது ஆரம்பகால நாவலாசிரியர்கள், தாம் படைத்த இலக்கிய வடிவத்தைத் தூய கலையாக என்றுமே கருதியவரல்லர். களிப்பூட்டலும் அறிவு புகட்டலும் இலக்கியத்தின் பணி என அவர்கள் அழுத்தந்திருத்தமாக நம்பினர்; அவ்வாறே எழுதினர். அந்த வகையில் அவர்கள் சமூகக் கலையாகிய காவியம், புராணம் ஆகியவற்றின் சாயலிலேயே வசன காவியங்களைப் படைத்தனர் எனலாம். பத்தொன்பதாம் நூற்றாண்டின் பிற்பகுதியிலே, தமிழிற் புது நூல்கள் – நாவல், கட்டுரை, நாடகம், தனிப்பாடல் ஆகியன படைத்தோர், ஆங்கில இலக்கியங்களினாற் கவரப்பட்டவ ரென்றாலும், பழைய தமிழக் கல்வியையும் அறிந்தவர்கள். சமயம் நேரும்போது *அந்தாதி, கலம்பகம்* முதலிய பிரபந்தங்கள் பாடவல்லவராயிருந்தனர். ராஜமையர், மாதவையா, பொன்னுசாமிப் பிள்ளை, தி.த. சரவண முத்துப் பிள்ளை முதலியோ ரெழுதிய நாவல்களைப் படிக்கும்போது, அவற்றிற் காணப்படும் பழம்பாடல்கள் – கம்பராமாயணம், நளவெண்பா – முதலியவற்றிலிருந்து காட்டப்படும் மேற்கோள்கள் கவனிக்கத்தக்கன. பல்கலைக் கழகப் பட்டமும், துரைத்தன உத்தியோகமும் பெற்றிருந்த சி.வை. தாமோதரம் பிள்ளை, கனகசபைப் பிள்ளை, திவான் பகதூர் பவாநந்தம் பிள்ளை முதலிய, "புதுமுறைக் கல்வி" மனிதர் தாம் பழந்தமிழ் நூல்களைப் பதிப்பிப்பதிலும் பயன்படுத்துவதிலும் முன்னின்றனர்; வழிகாட்டினர். அதைப் போலவே வழங்கும் தமிழ் வசனநடை எழுதிய நாவலர், பாடல் எழுதியபோது 'சீர்பூத்த . . .' என்று தொடங்கும் செய்யுட்களையே பாடினர். இதுவே அவர்களது ஈரடியான நிலைமையாகும். இவ்வுண்மை நிலையைத் தனது நாவலிலே பிரதிபலித்துள்ளது மட்டுமன்றி, அதனை ஓர் இலட்சியமாகவும் காட்டுகிறார் மாதவையா.

பத்மாவதி சரித்திரத்தில், "நாராயணனும் கோபாலனும் வெகு சிரத்தையுடன் மேல் பரீக்ஷைக்குப் படித்துக்கொண்டு, தங்களுக்குத் தமிழிலிருந்த ஆசையைத் திருப்தி செய்யுமாறு, சிந்துபூந்துறைக்கு அடுத்த மயனூர் என்ற கிராமத்தில் ஒரு கோவிற் பூசாரியாகிய தமிழ் வித்துவானிடம், தினமும் மாலையிற் சென்று குறள், தேவாரம், கம்பராமாயணம் முதலிய புத்தகங்களை முறையாக வாசித்து வந்தார்கள். அப் பூசாரியின் பழக்கம் இவர்களுக்கு மிக்க நன்மைக்குக் காரணமாயிருந்தது" என்று கூறுகிறார் மாதவையா. மேற் கூறிய நூல்கள் மாத்திரமன்றிச் *சீவகசிந்தாமணி* முதலிய பிற காவியங்களையும் அவன் அவர்களுக்குப் பரிச்சயம் செய்துவைத்தான். நாராயணன், தமிழ், ஆங்கிலம் ஆகிய இரண்டும் ஒருசேரக் கற்றுத் தேர்ந்தவனாகக் காணப்படுகின்றான். இத்தகைய இருமொழிப் பாண்டித்தியம் பிற்காலத்திற் காணமுடியாத தொன்றாகும், 1835ஆம் வருடத்தில்

பெந்திங்பிரபு கவர்னர் ஜெனரலா யிருந்தபோதில், மெக்காலே பிரபுவின் முயற்சியின் பயனாக ஆங்கிலம் இந்தியாவில் போதனா மொழியாக்கப்பட்டது. இதற்கு வழிவகுக்கு முகமாக மெக்காலே பிரபு அவ்வருடம் பெப்ரவரி மாதம் 2ஆம் தேதி அரசாங்கத்திற்கு ஒரு குறிப்பு எழுதினார். அது வரலாற்றுப் பிரசித்தமாகிவிட்டது. ஆங்கிலம் தெரிந்த புதிய மத்தியதர வர்க்கமொன்று உருவாகுவதற்கு இவ்வேற்பாடு முக்கிய காவலாக இருந்தது. எமது ஆரம்பகால நாவலாசிரியர்கள், அவர்களோடு ஒருசேர வைத்தெண்ணத்தக்க பிற எழுத்தாளர் ஆகியோர் புதிய கல்வி முறையில் வந்தவரே. ஆயினும், மெல்ல மெல்ல மறைந்து கொண்டிருந்த பழைய முறைக் கல்வியையும் இவர்கள் அறிந்திருந்தனர். அத்தகைய சூழ்நிலையிலேயே, "வழக்கிலிருந்துவரும் கதை மரபின் வழி நின்று புதிய மனித உறவுப் பிரச்சினைகளைக் கூறுவதற்கு 'நெடுங்கதை' வகையினைக் கையாண்டனர்."[12]

காலப்போக்கில் புதிய சமுதாய நிறுவனங்களும் மதிப்புக்களும் வளர வளரப் பழைய முறைத் தமிழ்க் கல்வி அருகிவந்தது. அரச கரும மொழியாகவும் போதனா மொழியாக ஆங்கிலம் அமைந்ததும் தவிர்க்க முடியாதபடி அது தனிச் செல்வாக்குடன் விளங்கலாயிற்று. டை (*tie*) கட்டி வாழ்வோர் தொகை அதிகரிக்க அதிகரிக்கத் தமிழ்மொழிக் கல்வி அருகியது. ஆங்கிலேயரது சாயலில் வார்த்த துரைத்தன நாட்டமுடைய தலைமுறையொன்று உருவாகியது. கார்ல்மார்க்ஸ் ஓரிடத்திற் பின்வருமாறு எழுதினார்: 'முதலாளித்துவம் தனது சாயலில் உலகை மாற்றியமைத்துக் கொள்கிறது.' முதலாளித்துவத்தைக் கீழைத் தேயங்களிற் புகுத்திய மேனாட்டாரின் சாயலிலே நடை யுடை பாவனைகள் அமைந்ததில் வியப்பு ஒன்றுமில்லை. இன்றுவரை எம்மவருக்கு நவீனமயம் என்பது மேனாட்டு மயம் என்றே தோன்றுகிறது. பெ. சுந்தரம் பிள்ளை, சி.வை. தாமோதரம் பிள்ளை, பவானந்தம் பிள்ளை, பூண்டி அரங்கநாத முதலியார் முதலியோரைப் போன்று ஆங்கிலக் கல்வி முறையிற் பயின்று பி.ஏ. பட்டம் பெற்றவர் சூரியநாராயண சாஸ்திரியார். அதே சமயத்தில் மரபுவழித் தமிழில் பாட்டும் உரையும் எழுதக்கூடியவரா யிருந்தார். ஆனால் தனது காலத்திலேயே தமிழின் நிலை தாழ்வடைவதைக் கண்ணுற்றார்:

> இக்காலத்தில் ஆங்கில பாஷை கற்ற தமிழ் மக்களிற் பலர் தமது தாய்மொழியாக தமிழைப் படிக்க வேண்டுவது அவசியமன்றென்றும், **தமக்கு வேண்டிய விஷயங்கள் ஆங்கிலத்திலேயே அகப்படுகின்றனவென்றும்** பலதிறப்படக் கூறுவர். அவர் ஆங்கில மொழிச் சிறப்பு மட்டிற் கூறியமைவதே

> நன்றாகுமன்றித் தமிழ் கற்க வேண்டியதவசியமன்று என்பது அறியாமையொடு கூடிய துணிந்துரையாம். இது சுதேசாபிமானமும் சுபாஷாபிமானமுமற்றவர் கூற்றாம்.[13]

(தடிப்பெழுத்துக்கள் மட்டும் எம்மாலிட்டபட்டவை.)

பரிதிமாற் கலைஞர் கவலைப்பட்டு வருணிக்கும் நிலையிலேயே "மெல்லத் தமிழினிச் சாகும்; அந்த மேன்மைக் கலைகள் தமிழினில் இல்லை" என்று சிலர் கூறுவாராயினர். *பாரதியின் சுயசரிதை* இம்மனோபாவமுள்ள 'பேடிக்கல்வி' பெற்றவரைச் சாடுகின்றது. சுந்தரம் பிள்ளை, சூரியநாராயண சாஸ்திரி, பாரதி முதலியோர் எழுத்துக்களினால் 'சுபாஷாபிமானம்' ஓரளவு உரம்பெற்றது என்பது உண்மையே. ஆயினும் அவர்களின் உணர்ச்சிமிக்க வார்த்தைகள் பூர்ஷுவாக்களின் வளர்ச்சியையும் செல்வாக்கையும் தடுத்து நிறுத்தும் ஆற்றல் அற்றனவாயிருந்தன. ஏனெனில் அவர்களது வார்த்தைகள் அகநிலைப்பட்ட விருப்பம்; பூர்ஷுவாக்களின் வளர்ச்சியோ புறநிலைப்பட்ட பௌதீக உண்மை. இந்நூற்றாண்டின் முற்பகுதியிலிருந்து பூர்ஷுவா வர்க்கம் தன்னுணர்வுடன் செயல்படத் தொடங்கியது. இதன் அரசியற் சின்னமாக அமைந்ததே 1885இல் பம்பாயில் ஆரம்பிக்கப்பெற்ற இந்திய தேசிய காங்கிரஸ். இது குறித்துத் திரு. தேசாய் பின் வருமாறு கூறுகிறர்.

> இந்திய தேசிய காங்கிரஸ் தொடங்கப்பெற்ற காலத்தில், அதன் சமூக அடிப்படையாக அமைந்த வர்கள் கற்றறிந்தோரும், கல்வியறிவு பெற்றிருந்தோரில் உயர்தரத்தினரும், வர்த்தகத்துறை பூர்ஷுவாக்களும் ஆவர். கைத்தொழில் பூர்ஷ்வாக்கள் 1885இல் குறிப்பிடத்தக்க அளவிற்கு வளர்ந்திருக்கவில்லை.[14]

தமிழ் நாட்டிலே, மத்தியதர வர்க்கத்தினர் 'பருவ மெய்திய' காலகட்டத்தில், 'நெடுங்கதை'யாம் நாவல் அல்லது வசன காவியம் வலுவிழக்கக் காண்கின்றோம். அதன் தானத்தைச் சிறுகதை சுவீகரித்துக் கொள்கிறது. சிறுகதையின் உதயத்திற்கும் அதன் மலர்ச்சிக்கும் முக்கிய காரணமாக இரண்டைக் கூறலாம்.

(1) மத்தியதர வர்க்கத்தின் 'முதிர்ச்சி அல்லது நிலைபேறுடைமை.'

(2) சிறுகதையாசிரியர்களின் சமூகப் பின்னணி.

இவ்விரண்டையுஞ் சிறிது விரிவாகப் பார்க்கலாம்.

எமது ஆரம்பகால நாவல்களிலே மத்தியதர வர்க்கத்தின் பிறப்பைக் காணலாம் என்று கூறினேன். பழைய தொழில்

முறைகளைக் கைவிட்டுப் புதிய உத்தியோகங்களைத் தேடி வாழ்ந்த மக்களை அவர்களது இயல்பு குன்றாத வகையிற் சித்திரித்தன அக்கால நாவல்கள். *தீனதயாளு*வில் கதாநாயகன் ஒரு சந்தர்ப்பத்திற் சிந்திப்பது புதிய வேலை வசதிகளை நாடியோரின் மனப்பாங்கைத் தத்ரூபமாகக் காட்டுகிறது.

> . . . ஏதாவது ஒரு நகரத்தில் ஜீவனம் செய்வதில் பலவித நன்மைகள் உண்டு. நகரங்களில் பலவிதத் தொழில்கள் உண்டு. இரவிலும் பகலிலும் சிரமப்பட்டு ஏதோ கௌரவமாய் ஒருவன் தன் வாழ்நாட்களைக் கழிக்கலாம். காலையிலும் மாலையிலும் இரண்டு தனவான்கள் வீடுகளில் அவர்களுடைய பையன்களுக்குப் பாடம் சொல்லிக் கொடுக்கலாம். உத்தியோக வேளை போகச் சிரமமில்லாத மற்ற வேளைகளில் இரவில் இரண்டொரு வித்தியா விஷயங்களைப் பற்றி எழுதலாம். நகரங்களில் ராஜபாஷைகளில் பல பத்திரிகைகள் உண்டு. அவைகளுக்கு ஓர் உத்தியோகஸ்தன் ராஜீய விஷயத்தைப் பற்றி எழுதாமல் ஏதோ தேச நடை உடை பாவனை புராணம் இதிகாசம் காவியம் நாடகம் இவைகளைப் பற்றி மட்டும் எழுதுவதாக ஏற்பாடு செய்துகொண்டால், அவன் மாதம் பத்து ரூபாய்க்குக் குறையாமல் லாபமடையலாம் . . . இரண்டொரு பத்திரிகாசிரியர்களைச் சிநேகம் பண்ணிக் கொண்டால், அவர்களுடைய ஆதரவால் பத்து ரூபாய் தன் சம்பளத்துக்கு மேலாகச் சம்பாதிக்கலாம் என்று எண்ணலானான். இவ்வித எண்ணங்கள் தீனதயாளுவுக்கு எப்போதும் மேலிட்டிருந்தன. அவன் எப்போதும் பலவிதப் பிரயத்தனங்கள் செய்துகொண்டே இருப்பான்.

மத்தியதர வர்க்கத்தினரின், அதுவும் குறிப்பாகக் கீழ் மத்தியதர வர்க்கத்தினரின், 'கௌரவமாய் வாழ்நாட்களைக் கழிக்கலாம்' என்ற மனப்பாங்கையும், எப்போதும், 'பலவிதப் பிரயத்தனங்கள் செய்துகொண்டேயிருக்கும்' முயற்சியையும் தீனதயாளுவின் சிந்தனை சித்திரமாக்கியுள்ளது. இதுபற்றி க.நா. சுப்ரமண்யம் குறிப்பிடுவது பொருத்தமானதே. "ஆங்கிலக் கல்வி கற்று உத்தியோகத்திலமர்ந்து உத்தியோக ஏணியில் ஏறுவதே சுவர்க்கம் என்று நம்மிடையே ஒரு தலைமுறையினருக்கு இருந்த சித்தாந்தத்தின் அடிப்படைகளை"[15] *தீனதயாளு* விளக்குகிறது.

இத்தகைய மனப்பான்மையுள்ள மக்கள் ஓரளவுக்கு ஸ்திரமான வாழ்க்கையை அடையும் காலம் வந்ததும்,

மாற்றமெதுவும் நிகழாததுபோன்ற பிரமையொன்று தோன்றுகிறது. நாட்டில் வேறு எத்தனை மாற்றங்கள் நிகழ்ந்தபோதும் மத்தியதர வர்க்கத்தினரின் வாழ்க்கை ‘சுமாராக’ ஓடும் வாய்ப்பிருந்தது. பெரிய சமுதாய மாற்றக் காலத்தில் யாவற்றையும் உள்ளடக்கக் கூடிய பெரிய இலக்கிய உருவமான, ‘நெடுங்கதை’ அத்தியாவசியமாயிருந்தது. சமுதாய மாற்றம் எதுவும் இன்றிக் காணப்பட்ட காலத்தில் சின்னஞ் சிறிய சம்பவங்களும், மனச் சலனங்களுமே பெரியனவாகத் தோற்றமளித்தன. அந்தச் சூழமைவிலேயே சிறுகதை தோன்றுகிறது.

இதற்கு ஏதுவாக அமைந்தது இக்காலகட்டத்தில் எழுத்துலகிற் பிரவேசித்தவர்களின் இயல்பு. எமது ஆரம்ப நாவலாசிரியர்கள் தம்மைக் கலைஞர் என்றும், பிறரினின்றும் சிறிது வேறுபட்டவர் என்றும் கருதினாரல்லர். ‘ஊருக்கு நல்லது சொல்லும்’ ஆசிரியராகவும், சமுதாய முன்னேற்றம் விரும்பிய சீர்திருத்தவாதிகளாகவுமே தம்மைக் கருதிக் கொண்டனர். நவயுகத்தை நாவாரக் கூவியழைத்த நவசித்தனான பாரதிகூட,

> எனக்கு முன்னே சித்தர் பலர் இருந்தாரப்பா!
> யானும் வந்தேன் ஒரு சித்தன் இந்த நாட்டில்

என்றுதான் கூறிக்கொண்டான். சிறுகதை இலக்கியத்தைத் தமிழில் எழுதிய முதன் முயற்சியாளரில் ஒருவரான வ.வே.சு. ஐயரும், தன்னை ஒரு ‘கலைஞனாக’க் கருதிக் கொள்ளவில்லை. கலைக்குப் பெருநோக்கம் இருத்தல் வேண்டும் என்ற போதகாசிரியராகவே கருதிக் கொண்டார்.

> தமிழ்நாட்டு மன்னர்களையும், வீரர்களையும் பாரத நாட்டின் மற்றப் பாகங்களில் தோன்றிய வீரர்களையும் கதைத் தலைவர்களாக வைத்து, ஸ்காட், துமாஸ் முதலிய மேனாட்டுக் கதாசிரியர் எழுதிய கதைகள் போன்ற கதைகளையும் நமது குடும்ப வியவகாரங்களை விஷயமாகக் கொண்ட கதைகளையும் நமது கற்றோர் எழுத முன்வர வேண்டும். கதைகளும் . . . பெருநோக்கம் கொண்டவையாயிருத்தல் வேண்டும்.

இவ்வாறு, “மறுமலர்ச்சி” என்ற கட்டுரையில் *(1918)* எழுதினார் ஐயர். மாதவையா, ஐயரைப்போன்று இலக்கியம் “பேருணர்ச்சி உண்டாக்க வேண்டும்” என்று கருதியவரல்லர். ஆனால் ஏறத்தாழச் சமகாலத்தவரான இருவர் மனத்திலும் ஆழப்பதிந்திருந்த, “சமூக சீர்திருத்தக் கொள்கைகள்.” அவர்களின் சிறுகதைகளிற் புலப்படும். அவர்கள் தம்மைச் சமூகத்தினின்றும் விலக்கிக் கொண்டவர்க ளல்லர். மாறாகச் சமூகத்துடன் தம்மை

முற்று முழுதாக இணைத்துக் கொண்டவர்கள். தமது எழுத்தைப் புனிதமான ஒரு பணியாகவே கருதினர்; தனித்தன்மை வாய்ந்த கலைஞர் *(artist)* என்று தம்மை எண்ணிக் கொள்ளவில்லை. "கதைகள் கவிதை நிரம்பியவாய், ரஸபாவோபேதமாய் இருக்க வேண்டும்" என்று கூறினார் ஐயர். ஆனால் அதைப் படைப்பவன் விசித்திரப் பிறவி என்று எள்ளளவேனும் எண்ணினாரல்லர். ஆங்கிலக் கலை இலக்கிய உலகிலே *Artist* என்ற பதத்திற்கு உள்ள 'கவின் கலைஞர், ஓவியர், கலைஞர், கற்பனை உளத்தர், சுவைஞர்' என்னும் பொருளைத் தவிர, அலாதியானவன், தனிப் பிறவி, கிறுக்கன் என்பனபோன்ற தொனிப் பொருளும் உண்டு. ஒரு காலத்தில் அங்குத் தோன்றிய தூய கலைவாதத்தின் விளைவுகளில் இதுவும் ஒன்று. தமிழில் சிறுகதை எழுத்தாளருடன் இத்தகைய ஒரு கருத்து வந்து புகுந்தது என்று சொல்லத் தோன்றுகிறது. இதைப் பல சான்றுகளால் அறிய முடிகிறது. நவீன தமிழ் எழுத்தாளரை பழைய எழுத்தாளரினின்றும் வேறுபடுத்திகாட்ட முனைந்த புரசு பாலகிருஷ்ணன் வசன இலக்கியம் தோன்றுவதற்குமுன் "வெறும் இலக்கிய நோக்கமோ, சுத்த கலை நோக்கமோ (*'Art for art's sake'* என்னும் கொள்கை) கிடையாது" என்று கூறியுள்ளார்.[16] இந்தச் சுத்தக் கலை நோக்கமே தமிழ்ச் சிறுகதையாசிரியரைப் பெருமளவிற்கு வழி நடத்தியுள்ளது என்று கூறலாம். அதற்கு முன் ஒரு விஷயத்தைக் கூற வேண்டும். மரபு மரபாக வரும் காவிய வடிவங்கள் யாவற்றுள்ளும் தனிநிலைச் செய்யுள் அல்லது தன்னுணர்ச்சிப் பாட்டு *(lyric)* ஒன்றுதான் பொருண்மை குறைந்தது. தொடக்கத்தில் யாழ் முதலிய இசைக்கருவிகளுடன் பாடப்பெற்ற இசை நயமிக்க உணர்ச்சிப் பாடல், பிற்காலத்திலே இசைக் கருவியின் துணைவேண்டாது பாடப்பட்டது. அதன் உயர்நிலை, ஒரு சிறு உணர்ச்சி; பாடல் அச்சிறு உணர்ச்சியின் குவிமையமாக அமைந்து கிடக்கும். எமது சிறுகதையாசிரியர்கள் தன்னுணர்ச்சிப் பாடலின் பயனைத் தமது படைப்புக்களிற் காண விழைந்தனர். பொருளிலும் உணர்ச்சி நிலையே பெரிதும் வேண்டப்பட்டது.

> பொதுவாக என்னுடைய கதைகள் உலகத்துக்கு உபதேசம் பண்ண உய்விக்க ஏற்பாடு செய்யும் ஸ்தாபனம் அல்ல; பிற்கால நல்வாழ்வுக்குச் சௌகரியம் பண்ணி வைக்கும் இன்ஷ்யூரன்ஸ் ஏற்பாடும் அல்ல.

இவ்வாறு *காஞ்சனை* கதைத் தொகுதியின் முன்னுரையில் எழுதியிருக்கிறார் புதுமைப்பித்தன். தான் கதை எழுதுவதற்குக் காரணமாக, இருந்ததை எடுத்துக் கூறியுள்ள க.நா.சு. *'The artistic impulse, the necessity for expression'* என்ற ஆங்கிலத்

தொடரைக் காட்டியுள்ளார். மேற்கூறியவர்களுக்குப் பிற்பட்ட காலத்தே, வேறுபட்ட சூழ்நிலையிற் சிறுகதைகள் எழுதிய அகிலனும், "ஒவ்வொரு சிறந்த சிறுகதையும் ஒரு கவிதைத் துணுக்கு *(lyric)*" என்று கூறியுள்ளார். புதுமைப் பித்தனைப் பாராட்டிய ரா.ஸ்ரீ. தேசிகன், "இவருடைய சிறுகதைகளை ரஸம் ததும்புகிற பாடல்கள் என்றே சொல்லிவிடலாம்" என்றும், தெ.பொ. மீனாட்சி சுந்தரனார், "புதுமைப்பித்தனின் சிறுகதைகள் கவிதையுடன் போட்டியிடுகின்றன" என்றும் கூறினர். புதுமைப்பித்தனுக்குக் கூறப்பட்டுள்ளது, பிற கதாசிரியருக்கும் பொருந்தும். சிறுகதையாசிரியர் தம்மைக் 'கலைஞர்' என்று கருதிக் கொள்வதற்கு இதுவே ஆதாரமாக விருந்தது.

எமது ஆரம்ப கால நாவலாசிரியரைப் பற்றிக் குறிப்பிட்ட போது, அவர்கள் பழைய தமிழ்ப் புலமையும், நவீன கல்வியறிவும் ஒருங்கு வாய்க்கப் பெற்ற 'இரு உலக'த் தொடர்புள்ளவரா யிருந்தனர் எனக் கூறினேன். ஆனால், 1930க்குப் பின்னர் சிறுகதையெழுதப் புகுந்தவரிற் பெரும்பாலானோர் நவீன ஆங்கிலக் கல்வி முறைப் பயிற்சி பெற்றவர்கள். பல்கலைக் கழகப் பாடத் திட்டங்களை யொட்டி வடமொழி, மருத்துவம் போன்றவற்றைப் படித்தனராயினும், முறையான தமிழ்ப் பாண்டித்தியம் இருந்தது எனக் கூறுதல் இயலாது. எனவே தாம் கற்ற ஆங்கில நூலறிவை கொண்டும், இலக்கிய முன்மாதிரிகளைக் கொண்டுந்தான் அவர்கள் இலக்கியம் படைக்க வேண்டியிருந்தது. புதுமைப்பித்தன் உட்பட அக்காலத்தில் எழுதத் தொடங்கிய சிறுகதை ஆசிரியர் ஒருவராவது யாப்பிலக்கண அமைதியுடன் கவிதை பாடுஞ் சக்தி பெற்றிருக்கவில்லை. சிலருக்குப் பிறப்பின் காரணமாக வடமொழிப் பரிச்சயம் இருந்தது; ஆனால் பெரும்பாலானோருக்குப் பாரதிக்கு முந்திய தமிழிலக்கிய அறிவே பூஜ்யம். இந்நிலையில் தமது "உடல் பொருள் ஆவி" ஆகியவற்றைச் சிறுகதை என்ற இலக்கிய வடிவத்தைப் பரிசீலனை செய்வதிலும், தமதாக்குவதிலுஞ் செலவிட்டனர். இவர்களிற் சிலர் வசன கவிதைத் துறையில் எடுத்த முயற்சியையும் மேற்கூறிய பின்னணியில் வைத்தே விளக்கங் கூறுதல் வேண்டும். இரண்டையும் உந்தியது ஒரே சக்திதான்.[16a]

எமது சிறுகதையாசிரியர்கள் செயற்பட்ட சூழ்நிலையை முதலில் நோக்குவோம். நாவல்களின் தோற்றத்திற்கு அடிப்படை யாக இருந்த தனிமனிதக் கொள்கை இவர்கள் காலத்தில் மேலும் பரவலாயிற்று. மத்தியதர வர்க்கத்தினரைவிட, வர்க்கங்களுக்கு இடைப்பட்ட அல்லது வர்க்க உணர்வற்ற மாந்தர் நாவலில் இடம்பெறவில்லை. நாவலில் சிறப்பிடம் பெற்ற மத்தியதர வர்க்கத்தினர் ஏற்கெனவே கூறியது போல

ஓரளவுக்கு உறுதிப்பாடான வாழ்க்கை முறையை அனுபவித்துக் கொண்டிருந்தனர். அவர்களுடைய வாழ்க்கையைச் சில தொடர்கதைகள் பிரதிபலித்தன. ஏற்ற இறக்கமற்ற அவர்தம் வாழ்க்கை நாவலுக்கேயன்றிச் சிறுகதைக்கு ஏற்ற கருவாக இருக்கவில்லை. அது மட்டுமன்றி, நாவலைப் போலச் சிறுகதையில் பாத்திர வளர்ச்சி, பாத்திர விளக்கம் ஆகியவற்றிற்கு இடமில்லை யாதலின், பாத்திரங்கள் என்று கூற முடியாத தனிப்பட்ட உதிரியான மாந்தரைச் சிறுகதை தவிர்க்க முடியதபடி தனது பொருளாகக் கொண்டது. பாத்திரங்கள், பெரும்பாலும் சமூகப் பிரிவுகளின் அடிப்படையில், வகை மாதிரிக்குரிய மாந்தரின் சித்திரங்கள். அவை பல நாவலில் உலவுவன. சிறுகதையில் பாத்திரமன்றிப் பாத்திரத்தின் உணர்வே முக்கியம். ஆகவே வகை மாதிரிக்குரிய *(types)* பாத்திரங்களன்றி, உதிரியான சின்னஞ் சிறிய மனிதரின் உணர்ச்சி பேதங்கள் சிறுகதைகளிற் சிறப்பிடம் பெற்றன.

ஐரோப்பிய மொழிகளிலுள்ள சிறுகதைகளை நன்காராய்ந்த ஐரிஷ்காரரான பிராங்க் ஓ'கொனர் சிறுகதை பற்றிக் கூறியிருக்கும் சில விஷயங்கள் இவ்விடத்திற் பொருத்தமாகக் காணப் படுகின்றன.[17]

சிறுகதையிலே 'கதாநாயகன்' என்று ஒரு பாத்திரம் கிடையவே கிடையாது. அதற்குப் பதிலாக வறுமைத்துயரில் முற்றிலும் ஆழ்ந்த மக்கள் கூட்டம் *(submerged population)* சிறுகதையில் இடம் பெறுகிறது. தலைமுறைக்குத் தலைமுறை, நாட்டுக்கு நாடு, எழுத்தாளனுக்கு எழுத்தாளன் இம்மக்கள் கூட்டம் வேறுபடுகிறது. கொகொல்கண்ட அரசாங்க உத்தியோகத்தர்; துர்கனீவ் கண்ட அடிமைகள்; மோப்பஸான் கண்ட விபசாரிகள்; செக்காவ் கண்ட ஆசிரியர்கள்; ஷெர்வூட் அன்டெர்ஸன் கண்ட நாட்டுப்புறவாசிகள்; இவர்களெல்லாம் தாம் ஆழ்ந்துள்ள துன்பக்கேணியிலிருந்து கரையேறக் கனவு காண்கின்றனர். கரையேறத் துணை செய்யக்கூடிய புணையெதுவும் சமுதாயத்திலே காணப்படுவதாக இவர்களுக்குத் தோன்றுவது இல்லை. குறியும் நெறியுமற்ற சமுதாய வாழ்வில் மேலும் மேலும் அமிழ்ந்து போகின்றனர், அல்லது இறக்கின்றனர். பொருளதாரப் பிரச்சினைகள் மட்டும் இவர்களை அமுக்குவதாகக் கொள்ள வேண்டியதில்லை. தார்மீக மதிப்பீடுகள் அற்ற நிலையும் துயர் சூழ்ந்ததொன்றே. உதாரணமாக அமெரிக்க எழுத்தாளர் ஜே.எப். பவர்ஸ் என்பவர் காணும் நிலையிழந்த மதகுருமார் மேற்கூறிய பிரிவில் அடங்குவர். சமுதாயத்தின் எல்லையில் நடமாடும் உருவங்களே பெரும்பாலும் சிறுகதைகளில் உணர்ச்சிக் குறியீடு களாக விளங்குகின்றன. இவ்வாறு கூறுகிறார் ஓ'கொனர்.

உலகத்துச் சிறுகதைகளை ஆதர்ஷமாகக் கொண்டு எழுதப்பட்ட எமது சிறந்த சிறுகதைகள் இப்பொதுப் பண்பிற்கு விலக்கானவையல்ல. ஓருதாரணம் காட்டலாம். ஜேம்ஸ் ஜோய்ஸ் எழுதிய சிறந்த சிறுகதைகளில் ஒன்றான 'எவெலீன்' *(Eveline)* இளம் பெண்ணொருத்தியின் மனக்கோலத்தை விவரிப்பது.[18] தந்தைக்கும் சகோதரருக்கும் 'உழைத்து'ப்போடும் எவெலீன் 'பின்தங்கிய டப்ளின் வாழ்க்கையினின்றும் விடுபட்டு' பிராங்க் *(Frank)* என்பவனுடன் கப்பலேறித் தென்னமெரிக்கா போய்விடலாம் என்று எண்ணுகிறாள். ஆனால் கடைசி நேரத்தில் மனதை மாற்றிக் கொள்கிறாள். உணர்ச்சி வெளிப்பாடு எதுவுமின்றி உணர்ச்சியின் அடிமையாகிய அப்பெண்ணைச் சித்திரித்துள்ளார் ஜோய்ஸ். (இக்கதை தமிழில் மொழிபெயர்க்கப்பட்டுள்ளது.) வெவ்வேறு வகையில் இக்கதையை நினைவூட்டும் *கலியாணி, மனிதயந்திரம், சுப்பையா பிள்ளையின் காதல்கள்* முதலியன திட்டவட்டமான பாத்திரங்களைப் பிரதிபலிப்பன அல்ல. மனிதயந்திரம் என்ற கதையில், ஸ்ரீ மீனாட்சிசுந்தரம் பிள்ளை ஒரு ஸ்டோர் குமாஸ்தா. புதுமைப்பித்தனின் வருணனையைப் பார்ப்போம்:

> மழையானாலும், பனியானாலும் ஈர வேஷ்டியைச் சற்று உயர்த்திய கைகளால் பின்புறம் பறக்க விட்டுக் கொண்டு, உலர்ந்தும் உலராத நெற்றியில் சுப்பிரமணிய சுவாமி கோவில் விபூதி, குங்குமம், சந்தனம் விகசிக்க அவர் செல்லும் காட்சியைச் சென்ற நாற்பத்தைந்து வருஷங்களாகக் கண்டவர்களுக்கு, அவர் பக்தியைப் பற்றி அவ்வளவாகக் கவலை ஏற்படாவிட்டாலும், நன்றாக முடுக்கி விடப்பட்ட பழுதுபடாத யந்திரம் ஒன்று நினைவிற்கு வரும்.
>
> ஆறு மணியாகி விட்டால், நேற்றுத் துவைத்து உலர்த்திய வேஷ்டியும் துண்டுமாக, ஈரத்தலையைச் சிக்கெடுத்த வண்ணம் ஸ்டோர் கடையை நோக்கி நடப்பார். மறுபடியும் அவர் இரவு பத்து அல்லது பன்னிரண்டு மணிக்குக் கடையைப் பூட்டிக் கொண்டு திரும்புவதைப் பார்க்கலாம்.

விதவைகள், கடைச் சிப்பந்திகள், எழுத்தாளர் முதலியோருடைய வாழ்விற் சில 'கணங்களை'ச் சிறுகதையிலே தேக்கியுள்ளார் புதுமைப்பித்தன். "சுமை தாங்கிகளை" அவர் நையாண்டியாகச் சித்திரித்துள்ளார். கு.ப.ரா.வின் *விடியுமா?*, ரா.ஸ்ரீ. தேசிகனின் *மழையிருட்டு*, நாரண. துரைக்கண்ணனின் *சந்தேகம்*, புரசு. பாலகிருஷ்ணனின் *பொன்வளையல்* முதலிய கதைகள் பெண்களின் மனத் தவிப்பைக் கருவாகக் கொண்டவை

வ.வே.சு. ஐயரின் *குளத்தங்கரை அரசமரம்* பேதை ருக்மணியின் சோகத்தைத் தானே கூறுகிறது. குழந்தைகள், அனாதைகள், விதவைகள், தாய்மார், இவர்கள் போன்றோரின் மனச் சலனங்களே எமது சிறுகதைகளில் திரும்பத் திரும்ப இடம்பெற்றுள்ளன.

இங்குக் கவனிக்க வேண்டியது யாதெனில், தனிமனிதப் பண்பும் கவிதா உணர்வுமே மற்ற நாட்டுச் சிறுகதைகளிற் போல இங்கும் வற்புறுத்தப்பட்டுள்ளன; அழுத்தம் பெற்றுள்ளன. "அமுக்கப்பட்ட மனிதனின் அல்லது மக்களின் குரலே, சிறுகதை" என்று கூறப்பட்டுள்ளதற்கேற்பவே எமது சிறந்த சிறுகதைகளும் உருவாக்கப்பட்டுள்ளன. புதுமைப்பித்தனின் வழி இதனை அற்புமாகச் சித்திரிக்கிறது.

> "அலமி, நெஞ்சில் என்னடி!" என்று கத்திக்கொண்டு நெருங்கினார்.
>
> "நெஞ்சின் பாரம் போவதற்குச் சின்ன வாசல்!" என்றாள் ஈனஸ்வரத்தில். குரல் தாழ்ந்திருந்தாலும் அதில் கலக்கமில்லை. வலியினால் ஏற்படும் துன்பத்தின் தொனி இல்லை.
>
> "இரத்தத்தை நிறுத்துகிறேன்!" என்று நெஞ்சில் கையை வைக்கப்போனார் தகப்பன்.
>
> "மூச்சுவிடும் வழியை அடைக்க வேண்டாம்" என்று கையைத் தள்ளிவிட்டாள் அலமி.
>
> "பைத்தியமா? இரத்தம் வருகிறதடி" என்று கதறினார்.
>
> "இந்த இரத்தத்தை அந்தப் பிரம்மாவின் மூஞ்சியில் பூசிடுங்கோ! வழியை யடைக்காதீர்கள்" என்றாள்.
>
> தலை கீழே விழுந்துவிட்டது!

இத் தனிமனிதப் பெண்ணின் இறுதி நிமிடங்கள் எது விதத்திலும் ஒரு நாவலாக முடியாது. அவள் குரல் அமுக்கப்பட்ட தனிமைக்குரல். அது சிறிய பாடலொன்றின் நாதமாக இருக்க வேண்டியது. சிறுகதையின் உள்ளியல்பே தனிமனிதனின் சோககீதத்தை இசைப்பதுதான். ஆனால் அதனைப் பிரக்ஞை பூர்வமாக தனிமனிதவாதக் கோட்பாட்டு நம்பிக்கையுடன் இசைக்கும்பொழுது, மனிதத் தனிமை, மனிதனையும் விடுத்து வெறும் கருத்து வடிவமாகி விடுகிறது. இதற்கு எடுத்துக்காட்டாக லா.ச. ராமாமிர்தத்தையும், மௌனியையும் குறிப்பிடுவது வழக்கம். ஆனால் இவர்களின் மூத்த முதல்வரான புதுமைப்பித்தனும் அதிகம் வேறுபட்டவரல்லர். திரு. தி.க. சிவசங்கரன் கூறியுள்ளது போல, 'இவர்கள் எல்லாரிலும் புதுமைப்பித்தன் மிகப் பிடிவாத

மான தனிநபர்வாதி; தீவிரவாதி என்பதில் ஐயமில்லை. 'கலை கலைக்காகவே' என்னும் கொள்கைக்காகப் புதுமைப்பித்தன் வீரதீரமாய் போராடினார் என்றால், அது தவறாகாது"[19] புதுமைப்பித்தனுக்குக் கூறியது மணிக்கொடி எழுத்தாளர் பெரும்பாலானோருக்குப் பொருந்தும். தனிமனித சோகத்தைப் பிழியப்பிழிய சோகரஸம் மட்டுமே மிஞ்சுகிறது. சோக மனிதனும், சமுதாயமும் மறைந்து போகின்றன. மனிதன் இல்லாத இடத்திலே மனக்குமைவு பிரம்ம ராக்ஷஸாக உருவெடுக்கிறது. நம்பிக்கை, கனிவு, ஒளி ஆகியன முற்றாக மறைந்து எதிர்மறை மதிப்புக்கள் இடம்பெறுகின்றன. "என் கதைகளின் பொதுத்தன்மை நம்பிக்கை வரட்சி" என்று புதுமைப்பித்தன் தன் கதைகளைப் பற்றிய கட்டுரையிற் குறிப்பிட்டுள்ளார்.[20]

இப்போக்கே மௌனியில் உச்சநிலையடைகிறது என்று சொல்லலாம். பொதுவாக ஒரு சம்பவத்தைவிட அச்சம்பவத்தில் மனித மனம் படும்பாட்டை, அல்லது அதனால் ஏற்படும் உணர்வு அலையைக் குறிப்பதுதான் சிறுகதை என்பர். அதன் முழு அர்த்தத்தையும் மௌனியின் கதைகளிற் காணலாம். அந்த வகையில், மௌனி குறிப்பிடத்தக்கவர். புற உலகையே தமது எழுத்தில் 'இல்லாமல்' செய்ய முனைபவர் அவர். ஒவ்வொரு கதையும் ஒவ்வொரு தரிசனம் அல்லது மானசக் காட்சி எனலாம். அதற்குத் துணைசெய்வது போல மௌனியின் பாத்திரங்கள் அசாதாரணமானவை; மௌனியின் ஆர்வலர் ஒருவர் கூறுவது மனங்கொளத்தக்கது. "மௌனி தமது கதைகளில் பெரும்பாலும் நிகழ்ச்சிகளினாலன்றி கவித்துவத்தினாலேயே பாத்திரங்களிடையே உறவு போன்றவற்றைக் கொண்டு வருகிறார். 'பிரக்ஞை வெளியில்' கதையிலே கதாநாயகன் காரில் மோதுண்டு வீழ்வதுபோன்ற புறநிகழ்ச்சிகள் வரும்போது அவை மங்கலாக்கப்பட்டு பின்னொதுக்கப்படுகின்றன"[21] 'புறநிகழ்ச்சிகளை' அதாவது கால தேச வர்த்தமானங்களைக் கதையிலிருந்து ஒழித்துவிடுவதற்காக அவர் சில கதைகளிலே பாத்திரத்திற்குப் பெயரே சூட்டவில்லை.[22] இத்தியாதி வில்லங்கங்கள் போதாதென்று லா.ச.ரா. தனது அரைவேக்காட்டு நனவோட்ட நடையில் சிறுகதைகள் எழுத முற்பட்டபோது சிறுகதை எத்தகைய மக்கள் தொடர்பும் இல்லாது மூடுமந்திர இலக்கியமாயிற்று. சிறுகதை வளர்ச்சியின் சிகரம் எனச் சிலராற் கொண்டாடப்படும் மேற்கூறிய ஆசிரியர்கள் அதன் அர்த்தத்தைக் குறித்து நிற்கின்றனர் என்பது உண்மையே. இன்னுஞ் சொல்லுவதானால் இவர்களிலே சிறுகதையின் *negation*-ஐ அதாவது தேய்வை – இன்மையைக் காணலாம். இங்கே சிறுகதைக்குக் கூறப்பட்டவை பெரும்பாலான, இக்குழுவினர் எழுதும் வசனகவிதை, புதுக்கவிதை முதலியவற்றிற்கும் பொருந்தும்.

சிறுகதையின் சீரழிவைப் பற்றிக் கூறி முடிக்குமுன் அதற்கான காரணங்களைச் சுருக்கமாகத் தொகுத்துரைத்தல் நன்று. முற்கூறிய அதீத தனிமனித வாதம், சுத்தக்கலை நோக்கு, புறஉலகு மறுப்பு ஆகியவற்றுடன் அளவுக்கு மீறிய அந்நியச் செல்வாக்கும் முக்கிய ஏதுவாகும். மணிக்கொடிக் குழுவினர் தொடக்கத்திலிருந்தே இக்குறைபாடுடையரா யிருந்தனர். ஆயினும் இலட்சிய வெறியுடன் யாவரும் எழுதிக் கொண்டிருந்த காலத்தில் இக்குறைபாடு அதிகம் தோற்றவில்லை. அதுமட்டுமன்றி மாறுபட்ட கருத்துடையவர்களும் சிறுகதை யார்வத்தினால் வேற்றுமைகளை மறந்து ஒற்றுமைப்பட்டனர். இதுபற்றித் தனக்கேயுரிய கேலியுங் கிண்டலும் நிறைந்த விதத்திற் பின்வருமாறு புதுமைப்பித்தன் குறிப்பிட்டுள்ளார்:

> மணிக்கொடிப் பத்திரிகையைப் பற்றிக் குறிப்பிட வேண்டுமென்றால், கொள்ளுமட்டும் ஜனங்களை ஏற்றிச் செல்லும் ஐக்கிய ஜனநாயக நாடுகளின் ஏகோபித்த அணி வகுப்பினர்களைக் கூட்டிக்கொண்டு செல்லும் வாடகை பஸ் போன்றது என்று சொல்லலாம்.[23]

மணிக்கொடி முத்திரை குத்தியவர்களில், பி.எஸ். ராமையா, புதுமைப்பித்தன், ந. சிதம்பர சுப்ரமணியன், சிட்டி முதலியோர் ஆங்கில இலக்கியத்தைத் தமதாக்கித் தமிழ் மணங்கமழும் நடையில் எழுதும் திறனை ஆரம்பத்திலிருந்தே பெற்றிருந்தனர். க.நா.சு., சி.சு. செல்லப்பா, மௌனி முதலியோர் ஆங்கிலத்தைத் தமிழுடன் இரண்டறக் கலக்கும் வித்தை கைவராதவாயிருந்தனர். ந. பிச்சமூர்த்தி, கு.ப.ரா. முதலிய சிலர் உரைநடை சுமாராக எழுதிய போதும் கவிதையில் ‘விழுந்தெழும்பி’னர் என்றே தெரிகிறது. மேற்கூறியவருள் இன்று உயிருடன் இருப்போர் பழந்தமிழ் நூல்களையும் (க.நா.சு.) தத்துவ நூல்களையும் (ந. சிதம்பர சுப்ரமணியன்) இதிகாசங்களையும் (பி.எஸ். ராமையா) படித்துப் பயன்பெற்றுள்ளனர். ஆனால், மௌனி, லா.ச.ரா, சி.சு. செல்லப்பா முதலியோர் வழங்கும் தமிழ் வசனநடை எழுத முயலாதவராகவே இருந்து வருகின்றனர். ஒரு குறுகிய சுயபுராணக் குழுவிற்குள் எமது சிறுகதை இலக்கியம் சென்று தேய்ந்திருந்ததற்கும், பொதுமக்களின் தொடர்பை இழந்ததற்கும் இவையே காரணம்.

இலக்கியத் தரமுடைய சிறுகதைகள் எழுத முனைந் தோருடைய வரலாறு இவ்வாறிருக்க, இதே காலப் பகுதியில் முக்கியமான நிகழ்வொன்று நடந்தேறியது. தமிழ்நாட்டைப் பொறுத்தளவில் (ஓளரவு இது ஈழத்திற்கும் பொருந்தும்)[23a] 1930ஆம் ஆண்டளவிலிருந்தே வெகுஜன விற்பனைப் பரப்புள்ள இதழ்கள்

வெளிவரலாயின. *மணிக்கொடி* இத்தகைய சூழ்நிலையிலே, அரசியல் விமர்சனத்திற்காகத் தொடங்கப்பெற்று இலக்கியத் துறையை வந்தடைந்த வெளியீடு என்பதை மறக்கலாகாது. 'கலை கலைக்காக' என்னுங் கருத்தை நேரடியாகவோ, சுற்றி வளைத்தோ ஏற்றுக்கொண்டவர்களின் கைக்கு வந்ததும் அது இயற்கை யெய்தியது. *ஆண்மை* சிறுகதைத் தொகுதிக்கு எழுதிய காரசாரமான முன்னுரையில், புதுமைப்பித்தன் *மணிக்கொடி* மறைந்ததற்குக் காரண புருஷரான சில வில்லன்களைக் குறிப்பிடுகிறார். அவர்கள் இழைத்திருக்கக் கூடிய தீங்கைவிட, மணிக்கொடி எழுத்தாளர் கொண்டிருந்த 'கனவுலக' நம்பிக்கைகள் உடன்பிறந்தே கொல்லும் வியாதியாக அதன் உயிருக்கு உலை வைத்தன என்பதே உண்மைக்கு இயைந்தது.

"மனசுக்குப் பிடித்த ஒரு சேவையைச் செய்வதன் மூலம் திருப்தியோடாவது இருக்கலாம்" என்று வரட்டு ஆத்ம சமாதானத்துடன்தான், மணிக்கொடி பத்திரிகையின் நிறுவக ஆசிரியர் கே. சீனிவாசன் பத்திரிகையை விட்டுப் போன பின்னர், எழுத்தாளர் அதனை நடத்தத் துணிந்தனர். அப் பகீரதப் பிரயத்தனம் பற்றிப் புதுமைப்பித்தன் கூறியுள்ளவை[24] ரசமாக இருப்பினும், உற்சாகந் தருவனவாக இல்லை. மணிக்கொடிக்குப் பின்னர், *கிராம ஊழியன், சூறாவளி (1939), கலாமோகினி, தேனீ, சிந்தனை* முதலிய இலட்சியப் பத்திரிகைகள் தோன்றி மறைந்தன. புதுமைப்பித்தனின் 'சோதனை' கருவிலேயே சிதைந்தது.

ஆனால் இதே காலப் பகுதியிலேதான் தமிழ்நாட்டில், பத்திரிகைகள், வார இதழ்கள் ஆகியன செழித்து வளர்ந்தன. உண்மையில் பல்லாயிரக்கணக்கில் விற்கும் *mass circulation magazines* (*விகடன், பிரசண்டவிகடன், கல்கி* முதலியன) இக் காலப்பகுதியிலே புதியதொரு சூழ்நிலையைத் தோற்றுவித்தன. இவை சிறுகதைகளை வெளியிடத் தொடங்கின. ஒருவகையிற் பார்த்தால், தமிழ்ச் சிறுகதையின் சராசரி வளர்ச்சியிற் காணப்படும் மாற்றங்களைப் பிரதிபலிக்கும் பாரமானியாக *(barometer) கலைமகள்* மாத இதழைக் கொள்ளலாம். 'கதைமகள்' என்று கூறத்தக்க வகையில் இன்று மாறிவிட்ட அவ்விதழ் துவக்கத்திற் பேராசிரியர் கே.ஏ. நீலகண்ட சாஸ்திரி, உ.வே. சாமிநாதையர், மகாவித்துவான் ராகவையங்கார், எஸ். வையாபுரிப் பிள்ளை, கோபிநாதராயர் போன்றோரின் ஆராய்ச்சிக் கட்டுரைகளையும், சில மொழிபெயர்ப்புக்களையும், சற்றுப் பின்னர் புதுமைப்பித்தன், கு.ப.ரா., ந. பிச்சமூர்த்தி, அழகிரிசாமி போன்றோரின் 'இலக்கிய'க் கதைகளையும் தாங்கி வெளிவந்தது. காலப் போக்கிற் பிற இதழ்களைப் போல வெகுஜன ரசனைக்கேற்ற சிறுகதைகளையே அதிகமதிகமாக

வெளியிடலாயிற்று. இம்மாற்றத்தைத் தனிப்பட்டவர் களின் குறைபாடாகக் கொள்ள வேண்டியதில்லை. பொதுவாக எமது இலக்கியத் துறையைக் கைப்பற்றியுள்ள வாணிக நோக்கின் விளைவாகக் கொள்ளலாம். முதலாளித்துவப் பொருளாதார அமைப்பில் இது தவிர்க்க முடியாததொன்று. நிலமானிய சமுதாய அமைப்பிலே கலை கைப்பணியில் ஈடுபட்டுள்ளவர்கள் ஒவ்வொரு பொருளையும் தனித் தனியாகச் சிரத்தையோடு படைப்பதுபோல, எமது சிறுகதை முதல்வரும் நுண்ணிய வேலைப்பாடமைந்த, செதுக்கியெடுத்த சிற்பங்கள் போன்ற கதைகளைப் படைத்தனர். பழைய பொருளுற்பத்தி முறையைப் பின்தள்ளிவிட்டுக் கைத்தொழில் நவீன முறையில் வளர்ந்தபோதில் ஒரே வகையான பொருளை இலட்சக் கணக்கிலே உற்பத்தி செய்யும் நிலைமை தோன்றியதல்லவா? பத்திரிகைகளின் பலவிதமான வாசகர்களின் தேவைக்காக வெவ்வேறு அச்சில் வார்க்கப்பட்ட சிறுகதைகள் பல நூற்றுக்கணக்கில் “உற்பத்தி” செய்யப்பட்டன.

இச்சந்தர்ப்பத்தில் ஒன்றைத் தெளிவாக்க விரும்புகிறேன். வெகுஜன இலக்கியம், சிறுபான்மையினர் இலக்கியம் என்னும் பாகுபாட்டைத் தரத்தின் அடிப்படையில் நான் வகுக்கவில்லை. பல்லாயிரக் கணக்கானோர் விரும்பிப் படிக்கும் ஓர் இலக்கியம் நிச்சயமாகத் தரம் குறைந்தேயிருக்கும் என்றோ, அதற்கு எதிர்மாறாகச் சிலர் வியந்துபோற்றும் படைப்பு அமர சிருஷ்டியாகவிருக்கும் என்றோ சித்தாந்தம் வகுப்பது ஆபத்தான காரியம். எனக்கும் க.நா. சுப்ரமண்யம் போன்ற விமர்சகருக்கும் வேறுபாடு அதிலேதான். முப்பதினாயிரம்பேர் படிக்கும் நூலினும் முப்பது பேர் போற்றும் நூலே சிறந்தது என்பது க.நா.சு. கொள்கை. நடைமுறையில் அவ்வாறு கருதுவதற்குப் போதிய காரணங்கள் காணப்பட்டாலும், அச்சித்தாந்தம் அடிப்படையிலே தவறுடையது. இலக்கியம் என்பது ஒரு சமுதாயச் சாதனம்; அதன் அடிப்படையே மக்கள் தொடர்புதான். பழைய இதிகாசங்களும் புராணங்களும் “தேசிய இலக்கியமாக”[25] அமையக் காரணம் அதுவே. பாரதியின் வரலாற்று முக்கியத்துவமும் அதுதான். விரக்தியின் காரணமாகவும், நம்பிக்கையிழப்பின் காரணமாகவும் வெகுஜனங்களை வெறுப்பதில் அர்த்தமில்லை. அவர்களது ரசனையையும், எழுத்தாளனது கலையையும், கலைச் சாதனங்களையும் – யாவற்றையுமே வாணிகப் பொருட்களாக்கி விட்ட சமுதாய அமைப்பும் அதனைக் கட்டியாள்பவர்களுமே வெறுக்கத்தக்கவர்கள். தரத்தை மட்டும் நோக்கித் தன்னுள் அடங்குவது ஒருவகையான மனத் தெம்பையும் பாதுகாப்பையும் தருவதுபோலத் தோற்றினும், காப்காவின் ‘வளை’ *The Burrow* என்ற சிறுகதையில் வரும் நபரை போல மேலும் மேலும்

மோசமான அவதிக்குள்ளாவதிலேயே ஒருவரை அமிழ்த்திவிடும். ஆகவே எத்தனை பேர் படிக்கின்றனர் என்பதிலும், எத்தகைய நூலைப் படிக்க வாய்ப்பிருக்கிறது என்பதே பயனுள்ள கேள்வி. மந்திரத்தால் மாங்காய் விழாது. நல்ல இலக்கியம் நாவாரக் கூவினால் மட்டும் வந்துவிடாது. அது வரும் வழியை என்ன அடைத்துக் கொண்டிருக்கிறது என்று பார்த்து அதனை அகற்றவும் முயலல் வேண்டும். சிறுகதை மட்டுமன்றிச் சமயமே சந்தைப் பொருளாகிவிட்டது. அது முதலாளித்துவ பொருளாதார யுகதர்மம். அக் கலி தர்மத்தை அழித்துக் கிருதயுகத்தை நிறுவினாலன்றித் தரமான கலை இலக்கியம் பெரும்பான்மை மக்களுக்குரியதாகாது.

தமிழ்நாட்டில் வெகுஜனப் பத்திரிகைகளின் வளர்ச்சியின் உடனிகழ்ச்சியாகச் சிறுகதை பெருவழக்கடைந்தது. புத்தகமாக வெளிவந்த நாவலிலக்கியம் அதற்கு முன்னரே வெகுஜன இலக்கியமாயிற்று. பிற நாடுகளில் "பிரயாணிகளுக்காக, 'ரயில்வே ஸ்டேஷன்'களிலே வைக்கப்படும் புத்தக சாலைகளில், நாவல்களே பெரும்பாலும் வைக்கப்பட்டு விலையாகின்றன" என்று ஏக்கத்துடன் எழுதினார் மாதவையா. அவர் எதிர்பார்த்ததற்கு முற்றிலும் மாறான நாவல்கள் அவர் வாழ்நாளிற் (பிற்பகுதியில்) பெருவாரியாகத் தெருவெல்லாம் தமிழ் முழக்கஞ் செய்தன. வ.வே.சு. ஐயர் இதனை இனங்கண்டு கொண்டார்.

> நாவல்கள் எழுதி வெளிப்படுத்தினால், **புஸ்தகங்களைச் சீக்கிரம் விலைப் படுத்தலாகும் என்ற சங்கதி தெளிவாக ஏற்பட்டதும்**, பெரிய நோக்கங்களற்ற பலர் ஆங்கிலத்தில் அற்பமான நூல்கள் என்று கருதித் தள்ளிவிடப்பட்ட ரெய்னால்ட்ஸின் ஆபாசமான கதைகளைப் பின்பற்றி நூற்றுக்கணக்கான கதைகளை எழுதி வெளிப்படுத்தத் துவக்கிவிட்டார்கள். நாட்டில் புதிய இயக்கமானது வாசிப்போரின் தொகையை அதிகரித்துவிட்டது. ஆனால் தகுதியுடையோர் அவர்களுடைய ஆசையைப் பூர்த்தி செய்யத் தகுந்த கதைகளைப் போதுமான அளவுக்கு இயற்றித் தராது போகவே இந்தக் கழிபட்ட சரக்குகள் கடைக்கேறிப் படிப்போர் கையில் புகுந்து தகுதியற்றவும் தீயனவுமான எண்ணங்களையும் உணர்ச்சிகளையும் உண்டாக்கி நமது குழந்தைகளின் அறிவையும் மனதையும் கெடுத்து வருகின்றன. இந்தப் புஸ்தகங்கள் செய்யும் தீங்கைவிடக் கொள்ளை நோயும், முடக்கு ஜுரமும் எத்தனையோ மடங்கு நல்லவை. இருப்பினும் நமது

> சிறுவரும் சிறுமியரும் விஷம் புகட்டும் இத்தகைய புஸ்தகங்களை அளவுக்கு மிஞ்சிப் படிக்கிறார்கள். ஆகையால் புதிய கதைகள் படிக்க வேண்டும் என்கிற எண்ணங்களை உண்டாக்கியிருக்கும் இந்த இயக்கத்தைச் சரியான பாதையில் திருப்ப வேண்டியது கற்றோரின் பிரதான கடமையாகும்.[26]

செயல்வீரரான ஐயர் தன்னாலானவற்றைச் செய்தார். ஆயினும் ஐயர் போராடிய அதே விடுதலைக்காகப் போராடிய இந்திய பூர்ஷுவாக்கள்தான், "புதிய கதைகள் படிக்க வேண்டும் என்கிற எண்ணங்களை உண்டாக்கிய இயக்கத்தை" லாப நோக்குடன் வாணிக மயமாக்கினர். ஐயர் இலட்சியமாகக் கூறிய "பாரத நாட்டு வீரர்களின் வரலாறு" கல்கி கையில் "அதிகபட்சமான பேர்களை எட்டக் கூடிய வகையில்[27] அமைந்த பத்திரிகைத் தொடர்கதை"களாயின. கல்கியின் 'வெகுஜன' இலக்கியப் பணியின் ஒரு பகுதியாகவே, அவரது அரசியல் எழுத்துக்களும் அமைந்தன.

> தமிழ்நாட்டின் தேசீய ஜனநாயக இயக்கத்தில் அவரது அறிவு சான்ற அரசியல் விமர்சனங்கள் வகித்த பாகம் முக்கியமானது.[28]

இவ்வாறு பாராட்டுகிறார் தேசியவாதியான திரு. இராமகிருஷ்ணன். 'தேசிய ஜனநாயக இயக்க'மென்பதினும், தேசிய பூர்ஷுவாக்களின் வளர்ச்சி என்பது சாலப் பொருந்துவதாகும். இன்று கல்கியைப் பின்னோக்கி நிதானமாகப் பார்க்கும்போது, அவர் வெற்றிகண்ட பத்திரிகைக்காரர் என்றே கூறத் தோன்றுகிறது. அவ்வெற்றி, தொடர்கதை எழுதும் ஆற்றலையும் தேசிய பூர்ஷுவாக்களின் தத்துவத்தையும் கண்ணோட்டத்தையும் 'பழகு தமிழில்' கூறும் ஆற்றலையும் உள்ளடக்கியதுதான். இளமைத் துடிப்புடன் 'இங்கிதம்' குறைந்த முறையிலே ரகுநாதன் கல்கிபற்றிக் குறிப்பிட்டது சாராம்சத்திற் சரியானதே:

> எப்படி ஆரணி குப்புசாமி முதலியாரும் ஜே.ஆர். ரங்கராஜுவும் தமிழில் பாமர ரஞ்சகமான நாவல்களை எழுதித் தமிழ் வாசகர்களை உண்டாக்கினார்களோ, அதுபோலவே, கல்கியும் அவர்கள் செய்த திருப்பணியையே கொஞ்சம் நாசூக்காய், புதிய மோஸ்தரில், அவர்களைவிடச் சிறந்த தமிழில் செய்தார் என்றே சொல்லலாம். கல்கியின் 'ஆனந்த விகடன்' சேவை, தமிழ்நாட்டில் எத்தனையோ ஸ்திரீ புருஷா வாசர்களை சிந்தனைக்கு அதிக வேலை கொடுக்காத சர்வ ஜனரஞ்சகமான வாசகர் கூட்டத்தை உண்டாக்கி விட்டது.[29]

'சிந்தனைக்கு அதிக வேலை கொடுக்காத' கதைகள் பத்திரிகைகளால் வேண்டப்படுவன. அவற்றையே அச்சில் வார்த்த *formula stories* வாய்ப்பாடுக் கதைகள் என்கிறோம். *மணிக்கொடி* எழுத்தாளர் என்னதான் இதயம் நொந்தபோதும் பொருளாதார யந்திரம் மேற்கூறிய வாணிகத்துக்குரிய கதைகளை ஆயிரக்கணக்கில் உற்பத்தி செய்யத் தொடங்கியது. காதல் இக்கதைகளின் 'அமுதசுரபி'யாகத் திகழ்ந்தது. க.நா. சுப்ரமண்யம் நுணுக்கமாகக் கூறியுள்ளதுபோல, "இன்றைய இலக்கியத்தில் ஒரு மரபாகக் காதல் தோன்றியிருக்கிறது." புதுமைப்பித்தன் இதனைப் பல தடவை சுட்டிக் காட்டினார்: ஆனால் மாற்று மருந்து அவரிடமும் இருக்கவில்லை. மனக்கசப்புடன் நையாண்டி செய்தார்; அவ்வளவுதான். உணர்ச்சி அங்கதப் பாட்டாக வெளிக் கிளம்பியது.

> சொல்லுக்குச் சோர்வேது
> சோகக்கதை என்றால்
> சோடிரெண்டு ரூபா!
> காதல் கதை என்றால்
> கைநிறையத் தரவேணும்!
> பேரம் குறையாது
> பேச்சுக்கு மாறில்லை
> காசைவையும் கீழே – பின்
> கனவுதமை, வாங்கும் . . .[30]

பிறிதொரு சந்தர்ப்பத்தில், "காதல் கதையாம், காதல் கதை! முத்துச் சுடர்போலே நிலா முன்னே வரணும்னு பாரதி பாடிவச்சான் பாருங்க. அது இந்தக் கதாசிரியர்களுக்குத்தான். நம்ம கதாசிரியர்களுக்கு நிலாவும் தென்றலும் இல்லாவிட்டால் கதையே வராது; கிடையாது" என்று சொற்பொழிவு ஒன்றிற் குறிப்பிட்டார்.[31]

ஆனால் புதுமைப்பித்தன் போன்றோரின் சொற்களுக்குப் பத்திரிகையுகத் தேவைகளைத் தடுத்து நிறுத்துஞ் சக்தி யேது? எனவேதான் பத்திரிகைகளின் செல்லப்பிள்ளையான ஒரு கதாசிரியர் புதுமைப்பித்தனுக்குப் பதிலிறுப்பதுபோலப் பின்வருமாறு கூறினார்:

> வேறு சில எழுத்தாளர்கள் ஆரம்ப சூரத்தனத்திற்குப் பிறகு, தாங்கள் எதிர்பார்த்த அளவுக்கு ஆதரவு வாசகர்களிடம் கிடைக்காததாலோ, தங்களுடைய வாழ்வுக்கு வேறு வசதிகள் கிடைத்துவிட்டதாலோ, புதுப்புதுக் கற்பனைகள் வரட்சியாலோ, சிறுகதைத் துறையிலிருந்து ஒதுங்கிப் போனார்கள். 'முன்னாள் எழுத்தாளர்கள்' என்ற பழம் பெருமை பாடுவதுடன் நிறுத்திக் கொண்டு, புதிதாகச் சிறுகதைத் துறைக்கு

> வந்த இளைஞர்களைப் பழிப்பதுடன் இவர்களுடைய திருப்பணி நின்றுவிட்டது . . . **காதற் கதைகளை எழுதுவது தவறென்று நாங்கள் அன்றைக்கும் நினைக்கவில்லை; இன்றைக்கும் நினைக்கவில்லை, இனியும் நினைக்கப் போவதில்லை.**

திரு. அகிலனின் தன்னிறைவுணர்வுள்ள இக்கூற்றைப் படிக்கும் பொழுது பத்திரிகைக் கதைகள் இலக்கியமாகக் கருதப்படுவது தெரிகிறது. இந்நிலையிலேயே ஓரளவாவது இலக்கிய வேட்கையும், நேர்மையும், சமூக நோக்குமுள்ள சிற்சில எழுத்தாளர்கள் சிறுகதையைக் கைவிட்டு நாவலைக் கைப்பிடித்தனர். அவர்களுக்கும் ஒரு பற்றுக்கோடு அவசியந்தானே.

எமது சிறுகதையின் வீழ்ச்சியை மேற்கூறிய இரு கோணங் களிலிருந்து ஆராய்தல் வேண்டும்: சுத்த இலக்கிய நோக்கினால் உந்தப்பட்டவர்கள் தமது சிறுகதைகளைப் பரிபாஷையைக் கருவியாகக் கொண்டு, புதிர்களாகச் சமைத்தனர்; அதற்கு மறுகோடியில், காதற்கதைதான் எழுதுவோம் என்று அடம் பிடிக்கும் பத்திரிகை எழுத்தாளர் ‘பட்டாளத்துக்குப் பிட்டவித்தது’ போலச் சுவைபற்றி அக்கறையின்றி எழுதினர். இரு பிரிவினரும் இன்றும் தொடர்ந்து இயங்குகின்றனர் என்பதில் ஐயமில்லை. ஆனால் ஆசைபற்றிச் சிறுகதை அறையலுற்ற காலம் மலையேறி விட்டது; கட்டளைக்குக் கதையெழுதும் நிலையே ஆட்சி செலுத்துகிறது. சிறுகதைத் தவஞ்செய்த திருமூலர்கள்கூட இன்று நாவல் எழுதுவதாகத் தெரிகிறது.

> நாவல்கள் எழுதுவதில் தமிழ் எழுத்தாளர்கள் இப்போது தீவிரமாக ஈடுபட்டிருக்கிறார்கள். பிரபலமான பத்திரிகைகளில் ஒரே சமயத்தில் மூன்று தமிழ் நாவல்கள் கூடத் தொடர்கதைகளாக வெளிவருகின்றன . . . நாவல் எழுதுகிறவர்களுக்கு இன்று நல்ல வரவேற்பும், சாதகமான சூழ்நிலையும் இருக்கின்றன. இந்தச் சூழ்நிலையில் தமிழ் நாவல்கள் ஏராளமாக வெளிவந்து கொண்டிருப்பதில் ஆச்சரியம் ஒன்றுமில்லை.[32]

இவ்வாறு கூறுகிறார் திரு. கு. அழகிரிசாமி. பெரும்பாலும் சிறுகதைகளே எழுதிப் புகழ்பெற்ற இவர் அண்மையில் நாவல் ஒன்று *(டாக்டர் அனுராதா)* எழுதியுள்ளார். புகழ்பெற்ற சிறுகதையாசிரிய ரெல்லாம், தற்சமயம் நாவலை நாடுவதற்குக் காரணம் இருத்தல் வேண்டும்.

சிறுகதையின் வீழ்ச்சிக்குக் காரணிகளாயிருப்பவை நாவலின் வளர்ச்சிக்குச் சாதகமாக இருக்கின்றன என்று பொதுப்படையாகக்

கூறலாம். ஆயின் ஒரு சிறு குறிப்பு இங்கு மனங்கொளத் தக்கது. பல்வேறு காரணங்களால் தற்சமயம் தமிழ் நூல்கள் வாங்கிப் படிப்போர் தொகை சிறிது அதிகரித்துள்ளது. சிறுகதைகள் நூலாக வருவது என்றுமே குறைவாகத்தான் இருந்துள்ளது. சிறுகதையின் 'பொற்காலத்தி'லும் சிறுகதைத் தொகுதிகளை வாங்கிப் படித்த தனி வாசகர்கள் குறைவு. நூல் நிலையங்களே வாங்கியுதவின. ஆனால் அன்றும் இன்றும் நாவல்களை வாங்குவோர் தொகை கணிசமானதாக இருந்து வந்துள்ளது. இச்செய்தியின் பின்னணியில் நாவலின் வளர்ச்சியைச் சுருக்கமாக ஆராய்வோம். சிறுகதையானது வாழ்க்கையை விமர்சனஞ் செய்யவும், அதற்குக் கலைவடிவங் கொடுக்கவும் ஏற்ற சாதனமன்று என்னுமுணர்வு பல எழுத்தாளருக்கு ஏற்பட்டிருக்கிறது. 'வாழ்க்கையின் சாளரம்' என்று வரைவிலக்கணங் கூறப்பட்ட சிறுகதை, சிதறலாக வாழ்க்கையை காணவும் காட்டவும் உகந்ததொரு கலைவடிவமாக இருந்தது. ஆயினும் கடந்த பத்துப் பதினைந்து வருடங்களுக்கு மேலாக எமது நாடுகளிலே ஏற்பட்ட மாற்றங்கள், இயக்கங்கள், கருத்தோட்டங்கள், வாழ்க்கை முறை மாற்றங்கள் முதலியவற்றையெல்லாம் முழுமையாகவும் காரண காரியத் தொடர்ச்சியுடனும் தெளிவாக்குவதற்குச் சிறுகதை வலிவும் வளமும் வாய்ந்த சாதனம் எனக் கூறமுடியாது. இது இலக்கிய வடிவத்தின் இயல்பைப் பற்றியது. சிறுகதைக்கு இயல்பான இப் பலவீனத்தை வெளிக்காட்டியது எமது வாழ்க்கையி லேற்பட்டு வரும் மாற்றமாகும்.

அந்நியன் ஆண்ட காலத்தில் ஏழை – பணக்காரன் என்ற பாகுபாடு ஒன்றைத் தவிர அதுவும் மிகத் தெளிவற்ற பொதுப்பட்ட முறையிலேதான் – எமது மத்தியதர வர்க்கத்திலிருந்து வந்த எழுத்தாளர் சமூகத்தின் இயக்கத்தையும், இயக்க விதிகளையும் கூர்ந்து கவனித்தனர் எனக் கூற முடியாது. கல்கி போன்ற சிலர் தேசிய அரசியலில் பங்கு கொண்டனர்; எனினும், கூட்டு மொத்தமாகப் பார்க்குமிடத்து எமது எழுத்தாளர், 'கலை இலக்கியம்' என்ற குறுகிய, தாமாகச் சிருஷ்டித்துக்கொண்ட உலகில் வாழ்ந்தனர் என்றே தெரிகிறது. ஆயினும் நாடு விடுதலையடைந்ததைத் தொடர்ந்தும், அதற்கு முன்னர் நடந்த இரண்டாவது உலகப்போரைத் தொடர்ந்தும், புற உலக நிகழ்ச்சிகள் எல்லோரையும் வெவ்வேறு அளவிலும் வகையிலும் பாதித்தன. அடிப்படையான அரசியற் புரட்சி ஏற்படாது போனாலுங்கூட, அரசியல் உணர்வு பெறுவோரின் பரப்பு விரிவடைந்தது. சாதாரண சம்பவங்கள்கூட ஏதோ ஒரு விதத்தில் அரசியல் தொடர்புடையனவாகத் தோன்றின. தவிர்க்க முடியாதபடி எமது எழுத்தாளரின் மனஉலகம் அகல நோக்குப் பெற்றது. பெண்ணின் மனநிலைகளைப் பன்னிப்பன்னி

எத்தனையோ சிறுகதைகள் எழுதப்பட்டுள்ளன. ஆனால் உழைக்கும், மத்தியதர வர்க்கப் பெண்ணின் வாழ்க்கையைச் சிறுகதையிற் சித்திரித்தல் இயலுமோ? இதனையே சுருதிபேதம் என்ற நாவலிற் காட்டினார் அநுத்தமா. இப்படி எத்தனையோ உதாரணங்கள் காட்டிக்கொண்டு போகலாம்.

சிறுகதை துன்பத்துயருள் மூழ்கிய தனிமனிதரின் சோககீதம் என்று பார்த்தோம். ஆன்டன் செக்காவாக இருந்தாலென்ன, அழகிரிசாமியாக இருந்தலென்ன. அதிகம் கவனிக்கப்படாத, அலாதியான 'விலாசமற்ற' மாந்தரையே சிறுகதை உணர்வெல்லையில் கோடிட்டுக் காட்டுகிறது. அவர்கள் சமுதாயத்திற் பல்வேறு நிலைகளிலிருப்பவர்கள். ஆனால் நாவலில் வரும் பாத்திரங்கள் குறிப்பிட்ட காலத்தில், குறிப்பிட்ட கணத்திற் குறிப்பிட்ட முகவரியுடன் வாழ்பவர்கள். சிறுகதையில் வரும் மனிதனைப் பொறுத்த மட்டில் அவனது ஒரு கண உணர்வே, கதையின் உயிர்நாடியாக அமைவதால் புதுமைப்பித்தன் ஒரு கதையில் பின்வருமாறு கூற முடிந்தது:

> கள்ளிப்பட்டியானால் என்ன? நாகரீக. விலாச
> மிகுந்தோங்கும் கைலாசபுரம் ஆனால் என்ன?
> கங்கையின் வெள்ளம் போலக் காலம் என்ற ஜீவநதி
> இடைவிடாமல் ஓடிக்கொண்டிருக்கிறது.[33]

ஆழ்மனத்தில் உள்ள சங்கதிகள் பிரக்ஞை வெளியில் மிதக்கும் மயக்க நிலையை யடிப்படையாகக் கொண்டு ஸ்தூலப் பொருட்களை விட்டுவிட்டு, சூக்கும நிலையை எட்டிப் பார்ப்பதற்கு இது எடுத்துக்காட்டு. ஆனால் இவ்வுத்தியையே வைத்து நாவல் எழுதிய ஜோய்ஸ் தவிர்க்க முடியாதபடி விபசார விடுதி, மதுக்கடை முதலிய சடப்பொருள்களையாவது கொண்டுவர வேண்டியிருந்தது. ஓ'கோனர் ரத்தினச் சுருக்கமாகக் கூறுவதுபோல, சமுதாயம் என்ற நிறுவனம் இயங்கிக் கொண்டிருக் கிறது என்ற தற்கோள் *(assumption)* இன்றி நாவல் எழுதுவதே இயலாத காரியம்.[34] சமுதாய நிறுவனம் மக்களின் கூட்டுத் தொகுதியாகும். இவ்வமைப்பிலே சிலர் சமுதாயத்துடன் இயைந்தும் இணங்கியும், சிலர் எதிர்த்தும் முரணியும் இயங்கு வதைச் சித்திரிப்பதே நாவலின் இயல்பும் பணியுமாகக் காணப் படுகிறது. இது சமுதாயக் காட்சியில் இன்றியமையாதது. சுருங்கக் கூறின், சமுதாயம் என்ற நிறுவனத்தின் சுவடேயின்றிச் சிறுகதைகள் எத்தனையோ உள்ளன. ஆனால் அத்தகையதொரு நாவலைக் கற்பனை செய்து பார்க்கவும் முடியவில்லை. மிகச் சமீபகாலத்திற் பிரெஞ்சு மொழியில் 'நாகரிக'மானதாகக் கருதப்படும். *Anti-novel* 'நாவல் மறுப்பு' வடிவத்திற்கூடக் குறைந்தபட்சம் கதையம்சமும் சமுதாயச் சாயலும் காணப்படவே செய்கின்றன.

நாவலாசிரியரின் அனுபவத்திற்கும், இலக்கிய நேர்மைக்கும், அறிவிற்கும் ஏற்பச் சித்திரிக்கப்படும் சமுதாயம் வேறுபடக்கூடும். 'காலங்கடந்த' சமுதாயங்கள் தீட்டப்படலாம். பம்பாய்க்குப் பதிலாகக் கொழும்பு என்றோ கோலாலம்பூர் என்றோ போட்டாலும் கதையிலோ, பாத்திர வார்ப்பிலோ மாற்றமெதுவும் ஏற்படாத "சந்திரலேகா" வகைச் சமுதாயம் சித்திரிக்கப்படலாம். ஆனால் சமுதாயம் என்ற களம் இன்றி நாவல் ஒரு அடி அசையாது. நாவல் காட்டும் சமுதாயம் தெளிவாயும் காலம், களம் ஆகியவற்றிற்குக் கட்டுப்பட்டதாயும் இருந்தாலன்றி "நடமாடும் பாத்திரங்களின் தனித்தன்மைகளைப் படம் பிடித்துக் காட்டுதல்"[35] இயலாது. ஆனால் அவ்வாறு திட்டவட்டமாகப் படம்பிடித்துக் காட்டுவதே சிறந்த நாவலின் இலக்கணமும் இலட்சியமுமாம். ஒரு நாவலிலே சமுதாயச் சூழமைவு – காலம், களம், மக்கள் வாழ்க்கைத்தரம் முதலியன செறிவாகவும் முறைபிறழாதும் இருப்பதைப் பொறுத்தே அந்நாவலிற் பொருள் சிறக்கும்; கலையுண்மையும் துலங்கும். உதாரணமாக, ஆர். ஷண்முகசுந்தரத்தின் *நாகம்மாள்* என்ற நாவலை எடுத்துக்கொள்வோம். இக்கட்டுரையில் நான் விவரிக்கும் நாவல் மறுமலர்ச்சிக் காலத்துக்கு முன், சிறுகதைகள் தனியரசு செய்த காலத்தையடுத்துத் தோன்றியது இது. (ஆசிரியர் ஷண்முகசுந்தரம் 1941இல் இதனை எழுதிய போதில் மற்றைய *மணிக்கொடி* எழுத்தாளரான பி.எஸ். ராமையா, புதுமைப்பித்தன், கு.ப.ரா., சிட்டி, சிதம்பர சுப்ரமண்யன், சி.சு. செல்லப்பா, ந. பிச்சமூர்த்தி, மௌனி, எம்.வி. வெங்கட்ராம், லா.ச. ராமாமிர்தம், பெ.கோ. சுந்தரராஜன் முதலியவர்கள் எவரேனும் நாவல்கள் எழுதவில்லை. ஏறத்தாழ இதே காலப்பகுதியில் மன்னார்குடி கி. ராமச்சந்திரன் ஒரு நாவல் எழுதியிருக்கிறார். ஆனால் சிறுகதையாசிரியராகவன்றி நாவலாசிரியராகவே எழுத்து வாழ்க்கையைத் தொடங்கிய க.நா.சு. *பசி* என்ற நாவலை ஷண்முகத்திற்கு முன்னதாகவே வெளியிட்டிருந்தார்.) கொங்கு நாட்டுக் கிராமங்களில் ஒன்றான சிவியார் பாளையம், நாவலின் களம். கால் நூற்றாண்டிற்கு முன்பு கதை நிகழ்கிறது. நாகரிகம் பரவாத சிற்றூர் அது. நிலத்தையும், அதன் மீதுள்ள ஆசையையும், அது தோற்றுவிக்கும் மனஉணர்ச்சிகளையும், கிராமப்புற வாழ்க்கை பற்றிக் கொண்டிருக்கும் மதிப்புக்களையும் ஆதார சுருதியாகக் கொண்டு நடக்கும் இந்நாவல், கூட்டுக் குடும்பத்தில் பாகப்பிரிவினை என்கிற 'புதிய' எண்ணம் கிளப்பிவிடும் புயலைச் சித்திரிக்கிறது. மண் வளமும், வாடையும் கொங்குச் சீமைத் தமிழின் மூலமாக எம்மைப் பாத்திரங்களோடு ஒட்டி உறவாட வைக்கிறது. சிறுகதை கொடிகட்டிப் பறந்த சகாப்தத்தில் எழுதப்பட்ட குறுநாவல் இதுவாகையால்

சிறுகதைக்குரிய உணர்ச்சிச் சுழிப்புக்கள் பலவிடங்களில் தென்படுகின்றன. அது வேறு விஷயம். ஆனால் சமுதாய வரம்பை உடைக்க முயலும் நாகம்மாள் களம், காலம், வாழ்க்கை நிலை ஆகியவற்றிற்குக் கட்டுப்பட்டவளே. இச்சந்தர்ப்பத்திற் சங்கரராம் எழுதிய *மண்ணாசை,* கா.சி. வேங்கட ரமணியின் *முருகன் ஓர் உழவன்* முதலிய நாவல்களையும் நினைவுகூரலாம். காந்தீய இயக்கத்தின் ஓர் அம்சமாக "மீண்டும் கிராமத்திற்குப் போய்விடுமோம்" என்ற குரல் எழுந்தது.[36] *Back to the Village* என்ற அக்கொள்கையின் பின்னணியிலே வேங்கட ரமணி, சங்கரராம், ஷண்முகசுந்தரம் முதலியோர் நாவல்களை ஆராய்தல் தகும். அது இங்கு அதிகாரப்படாததொன்று. ஆனால் எமது ஆரம்பகால நாவல்களும், இடையிலே தப்பிப் பிறந்த "கிராமிய நாவல்களும்" சமுதாயத்தை அடிப்படையாகக் கொண்டே எழுதப்பட்டன என்பது கவனிக்கற்பாலது. ஒரு வகையான பழமை நாட்டம் *(nostalgia)* மேற் குறிப்பிட்ட நாவல்களிற் காணப்படினும், சமுதாய இயக்கமே அவற்றை மறைமுகமாக வழிநடத்துகின்றன என்பதே முக்கியமானது.

கடந்த பத்துப் பதினைந்து வருட காலத்தில் எமது சமுதாயத்தில் மாற்றங்கள் துரிதமாக நடைபெறுகின்றன. பாராளுமன்றத் தேர்தலிலிருந்து பஸ் போக்குவரத்து வரை யாவும் அரசியல் தோய்ந்த சமூகப் பிரச்சினைகளே. முன்னர் ஒருவேளை சிலர் உண்மையிலேயே அரசியலில் அக்கறையின்றி இருந்திருத்தல் கூடும். ஆயின் பிரச்சினைகள் பெருகப் பெருகச் சமூகம் நன்கு புலப்படக்கூடிய வர்க்கங்களாகப் பிளவுபடுகின்றது. 'சுத்தக் கலை நோக்குள்ள' நாவலாசிரியர் க.நா.சு. அமெரிக்க உதவியுடன் உலகிற் பல பகுதிகளில் நடத்தப்பெறும் "கலாச்சார சுதந்திர காங்கிரஸ்" - *Congress for Cultural Freedom* - என்னும் நிறுவனத்தின் இந்திய முக்கியஸ்தரில் ஒருவர், முற்போக்குச் சிந்தனை களையும் இலக்கியத்தையும் அனைத்துலக அடிப்படையிலே எதிர்த்துப் "போராடும்" இந்நிறுவனத்தைச் சிக்கெனப் பிடித்த அந்தக் கணத்திலேயே க.நா.சு. அரசியலில் திடமாகப் பக்கம் சார்ந்து விட்டார். இலக்கியம் சம்பந்தமாகச் சில்லறை விஷயங்களில் இவருடன் வேறுபடும் மணிக்கொடிக் குழுவினரான செல்லப்பா, ந. சிதம்பர சுப்ரமண்யன் முதலியோர் அரசியலில் கருத்தொற்றுமை உடையவர்களே. இன்னுஞ் சொல்லுவதானால், க.நா.சு. போன்றோர், "இலக்கியத்திற் செம்மையும் தரமுமே முக்கிய இலட்சியங்கள்" என்று அடித்துக் கூறுவதே ஒருவகையான அரசியல்தான். மாறுஞ் சமுதாயத்தில் வேகமாகப் பலம் பெற்றுவரும் முற்போக்குச் சக்திகளை எதிர்ப்பதற்கும் கீழே அடக்கி அமுக்கி வைத்திருப்பதற்கும் 'இலக்கியத் தரம்' என்ற குண்டாந்தடி பிரயோகிக்கப்படுகிறது. இதுபோன்ற விஷயம்

எமது சமுதாயத்தில் வர்க்க முரண்பாடு கூர்மையடைவதையே நிரூபிக்கின்றது.

இன்றைய நிலையில் எமது நாவலாசிரியர்கள் முக்கியமான முடிவொன்றை நிச்சயிக்க வேண்டியவராயுள்ளனர். நாவல் எழுதினால் சமுதாயத்தை நுணுகி நோக்க வேண்டும். ஆனால் அந்நோக்கு, சமுதாயத்தை வெறுமனே வருணிப்பதாக இருந்தால் காரண காரியத் தொடர்புடன் விஷயங்களை விளங்கப்படுத்த முடியாது. ஏதோ ஒருவிதத்திற் சமுதாயத்தின் எதிர்காலத்தைப் பற்றிச் சிந்தித்தாலன்றிக் காரண காரியங்கள் புலனாகா. இந்த நெருக்கடியான நிலையிலேயே இன்று எமது நாவலாசிரியர்கள் இருக்கின்றனர். ஒன்று மட்டும் தெளிவாகிக்கொண்டு வருகிறது; காதல் – சோகம் ஆகியனவற்றைத் திரித்துத் திரித்துக் கதை பண்ணும் மரபு உடும்புப் பிடியுடன் எமது எழுத்தாளர் பலரை விடாது பற்றிக் கொண்டிருப்பினும், தவிர்க்க முடியாதபடி சமுதாய நோக்கும் உணர்வும் அவர்களுடைய நாவல்களில் இடம் பெறத்தான் செய்கின்றன. வரதராசனாரின் *கரித்துண்டு* முதல், மணிவண்ணனின் *குறிஞ்சிமலர்* வரை கடந்த சில ஆண்டுகளாகப் பலவகையான நாவல்கள் வாசகர் மத்தியில் பிரபல்யத்துடன் விளங்குகின்றன. மேற்கூறிய இரு நாவல்களும் நேரடியாக அரசியல் 'ஈடுபாடு' காட்டாத எழுத்தாளர் இருவரால் எழுதப்பட்டன என்று கூறலாம். ஆனால் இலட்சிய பூர்வமான வடிவத்திலேனும் சமூகச் சீர்திருத்தம், தேர்தல் விவகாரம் ஆகியன இடம்பெறுகின்றன. வரதராசனாரின் நாவல்களில், மங்கலாகச் சமுதாயப் பாகுபாடு (வர்க்க அடிப்படையிலன்று) தெரிகிறது; ஏழை பணக்காரர் என்ற பேதமும் இதனடியாகத் தோன்றும் தீவிரவாத *(radical)* எண்ணங்களும் சிற்சில பாத்திரங்கள் வாயிலாகச் சித்திரிக்கப்படுகின்றன. ஆனால் வரதராசனாரின் நாவல்களிலே பாத்திரங்கள் எலும்பும் தசையும் கொண்டு ஆக்கப்படுவன அல்ல. மனித சிந்தனையின் பிரதிநிதிளாகவே உள்ளனர். அதன் காரணமாகக் *கரித்துண்டு, கயமை* முதலிய நாவல்களிலே வள்ளுவம் ஈடிணையற்ற தத்துவ நூலாகக் காட்டப்பட்டு, அதன் ஒளியில் அமைதி நிலைநாட்டப்படுகிறது. *குறிஞ்சி மலர்* நாவலிலும் இத்தகையதொரு போக்கையே காண்கிறோம். தமிழோடு தமிழாய்க் கலந்துவிட்டதாகக் கூறப்படும் கல்வி, ஞானம், வீரம், பக்தி, வாய்மை முதலாய பண்புகளைப் பாத்திரங்களாக உருவகித்துள்ளார் ஆசிரியர். இன்றைய உலகின் பிரச்சினைகளைத் தீர்ப்பதற்குப் பழந்தமிழிலக்கியங்களின் துணையை நாடும் இவர்கள், இளங்கோவையும், வள்ளுவரையும், இராமலிங்க சுவாமிகளையும், பிறரையும் வழிகாட்டிகளாகக் கொண்டு சாந்தி மார்க்கம் கண்டாலும் பிரச்சினைகள் என்ன என்பதைக் காட்டுகின்றனர். கருத்துக்களையே பாத்திரங்களாகப்

படைத்துள்ள இந்நாவலாசிரியர்கள் செயலுலகில் நின்றும் வெகுதூரம் வந்து விட்டவர்கள். எனவே நற்சிந்தனையே போதும் என்ற கருத்து முதல்வாத நிலையிலிருந்து உலகை நோக்குகின்றனர்.

எனவே, இலட்சியமான சிந்தனைகள், செயலுக்குப் பதிலாக அமைந்து, ஆசிரியருக்கும், படிக்கும் பலருக்கும் அமைதி தருகின்றன. ஒரு வகையில் மு.வ. இவ்விலக்கிய நெறியை பெர்னாட்ஷாவிடமிருந்து பெற்றுக்கொண்டார் எனக் கருதுவதிலே தவறிருக்காது. ஷா *(George Bernard Shaw, 1856 - 1950)* சிந்தனையால் உலகைச் சீர்திருத்தலாம் என்று நம்பியவர். மத்தியதர வர்க்கத்தினரால் முற்போக்குவாதி எனப் போற்றப் பட்ட ஷா, தூய சிந்தனையிலேயே மனிதன் சுதந்திரமாக இருக்கிறான் என்று எண்ணியவர். இவ்வெண்ணத்தின் சிகரமாக அமைந்தது அவரெழுதிய *மீண்டும் மெதூஸெலாவிற்கு (Back to Methuselah, 1921)* என்ற நாடகம், புராதனச் சுவர்க்கமாகிய மெதூஸெலாவில் வாழ்வோர் சிந்தனையிலேயே காலத்தைக் கழிக்கின்றனர்; தொழில் செய்வோரை, அதாவது ஆக்கப் பணியில் ஈடுபட்டிருப் பவரை, இழிந்தவராகக் கருதி எள்ளுகின்றனர். விஞ்ஞானி களையும் சேர்த்தே தாழ்ந்தோராகக் கருதுகின்றனர். கோட் வெல் கூறுவதுபோல,[37] "இது எமக்கு நன்கு பழக்கமானதுதான்; முரண்பட்டுக் காணப்படும் புற உலக யதார்த்தத்தைத் தூய சிந்தனையினால் வெற்றிக்கொள்ள முயலும் முயற்சியே இது! சித்தாந்தத்தை மட்டும் நம்பும் மனிதர் இழைக்கும் தவறு இதுதான்." தனியொரு மனிதன் எவ்வாறு இயற்கையுடன் போராடி அதன் இரகசியங்களைக் கண்டறிந்து விஞ்ஞானத்தை விருத்தி செய்தல் இயலாதோ அவ்வாறு சமூகப் பிரச்சினைகளுக்குத் "தனித்திருந்து வாழும் தவமணிகளால்" நிவாரணமும் தீர்வும் காட்ட முடியாது.[38] ஷாவின் வாழ்க்கையையுஞ் சிந்தனைகளையும் தமிழர்க்கு அறிமுகப்படுத்தியுள்ள மு.வ. பிளேட்டோவிற்குப் பதிலாக வள்ளுவரையும் சங்கச் சான்றோரையும் கருத்திற் கொண்டுள்ளார். ஆனால் உத்தி ஷாவினுடையதுதான். உலகை உய்விக்கவல்ல தூய சிந்தனைகளை எழுதியும், பேசியும், விவாதித்தும், பரப்புவதன் மூலம் புதியதோர் உலகைச் சிருஷ்டிக்கலாம் என்று எண்ணும் மு.வ., ஷாவின் அடிச்சுவட்டிலேயே செல்கின்றார் என்பது உறுதி. *அகல் விளக்கு* நாவலை அறிமுகஞ் செய்யும் கா.அ.ச. ரகுநாயகன், ஆசிரியரின் சிந்தனைகளையே திரும்பத் திரும்ப 'விதந்து' பாராட்டுகிறார். "உயர்ந்த வாழ்க்கைக் குறிக்கோள் ... உள்ளத்தில் உருவாகும் ... இக்கேள்வியை ஒவ்வொரு ஆணும், பெண்ணும் எண்ணி எண்ணி, விடை காண முடியுமானால், எளிதில் முன்னேற்றம் எய்தலாம் . . . கருத்துக்கள் கதையின் கருப்பொருளாக அமைகின்றன ... பந்தாட்டக்காரன் சொல்லும்

சொற்கள் நமக்கு அறன் வலியுறுத்தலாக எண்ணிக் கொள்ள வேண்டும் . . . இத்தகைய கதை நூல்கள் கருத்துலகத்தில் ஈர்த்து, வாழ்க்கையின் அடிப்படையில் உள்ள சிக்கல்களை எண்ணச் செய்துவருகின்றன." இதற்கு மேலும் விளக்கம் தேவையில்லை. கருத்து, எண்ணம் ஆகிய இரு சொற்களுமே மீண்டும் மீண்டும் வருகின்றன. சமுதாயத்தை எதிர்நோக்க முனைந்து, யதார்த்தத்தைத் தாங்கவியலாது உண்மையான வாழ்க்கைப் போராட்டத்தைக் கருத்துலகப் போராட்டமாக மாற்றி அமைதிகாணும் இவர்கள் பெரும்பான்மையினர் எனலாம். ஆனால் சமுதாயத்தை இயக்கவியலின் அடிப்படையில் நோக்குவோரும் இக்காலப் பகுதியில் நாவல்கள் எழுதியுள்ளனர். 1953இல் ரகுநாதனின் *பஞ்சும் பசியும்* வெளிவந்ததுடன் இந்நாவல் பிறந்தது எனலாம். மிகச் சமீபத்தில் டி. செல்வராஜ் எழுதிய *மலரும் சருகும்* (ஆகஸ்டு, 1967) வெளிவந்துள்ளது. இவற்றிற்கு இடைப்பட்ட காலத்தில் ஈழத்தில் சில நாவல்கள் எழுதப்பட்டன. இளங்கீரனின் *நீதியே நீ கேள்*, நந்தியின் *மலைக்கொழுந்து*, கணேசலிங்கனின் *நீண்ட பயணம், சடங்கு* ஆகியன வெவ்வேறு வகையில் சமுதாயத்தைத் தனி மனிதரின் வாழ்க்கை மூலமாகவும், வர்க்கங்களின் அமைப்பு மூலமாகவும் அவற்றின் முரண்பாட்டின் மூலமாகவும் விளங்கிக்கொள்ள முயலும் படைப்புக்கள். இவை விரிவாக ஆராயப்படுதல் அவசியம். இந்நாவல்களின் இயல்பைச் செல்வராஜ் தனது நாவலுக்கு எழுதிய முன்னுரையிற் பின்வருமாறு பிரதிநிதித்துவப் படுத்துகிறார்:

> . . . நாடு சுதந்திரம் எய்தியதற்குப் பிறகு தமிழ் மக்களின் அகவாழ்விலும், புறவாழ்விலும், சலனங் களும், மாற்றங்களும் ஏற்பட்டுள்ளன. நமது கிராம வாழ்க்கையும் இந்த நியதிக்கு அப்பாற்பட்ட தாக இருக்க முடியாது. இத்தகைய இயக்கவியல் காரணமாகப் பழைய பண்பாடும், சம்பிரதாயங்களும் சிதலமடைகின்றன. மாற்ற வித்தியாசங்கள் தோன்றுகின்றன. இதனால் நெருக்கடிகளும், சிக்கல்களும் எழுகின்றன. இத்தகைய நெருக்கடிகளின் நடுவிலே, இந்த விவஸ்தை கெட்ட இழி நிலைகளை எல்லாம் அழித்தொழிக்கின்ற புதியதோர் சக்தி துளிர்க்கின்றது. இன்று அச்சக்தி மறைக்கப்படலாம்; தற்காலிகமாக அழுத்தவும் படலாம். ஆனால் அந்த விஸ்வரூப சக்தியை அழித்து விட முடியாது.

ரகுநாதன் காட்டிய கைத்தறி நெசவாளர், இளங்கீரன் காட்டிய கடைச் சிப்பந்திகள், கணேசலிங்கன் காட்டிய பறையர் பள்ளர்,

நந்தி காட்டிய தோட்டத் தொழிலாளர், செல்வராஜ் காட்டிய விவசாயிகள் முதலியோர் 'புதியதோர் சக்தி'யின் முன்னோடிகளே. நந்தி காட்டும் தேயிலைத் தோட்டத் தொழிலாளர் வர்க்கபேத மற்றவராகக் காணப்படுகின்றனர். கருத்து முதல்வாதமே ஆசிரியரின் நோக்காகவும் தெரிகிறது. ஆயினும் இத்தகைய பாத்திரங்கள் எமது 'பழைய' நாவல்களில் இடம் பெறாதன.

இத்தகைய 'மாற்ற வித்தியாசங்கள்' புதிது புதிதாகத் தோன்றும் சூழ்நிலையிலேயே நாவல் சிறுகதையினுஞ் சிறந்த சாதனமாகக் கொள்ளப்படுகிறது. மேனாட்டு விமர்சனர் சிலர், "நாவல் முழு மனிதனையும் காட்டும் இலக்கிய வடிவம்" என்று கூறுவர். ஒவ்வொரு நாவலில் மனிதனது முழு வாழ்வும் சித்திரிக்கப் படுவதில்லை. ஆனால் அதைச் சித்திரிப்பதற்கான வாய்ப்புள்ள சாதனம் நாவல். இதனாலேயே கடந்த சில ஆண்டுகளாக, எமது இலக்கிய கர்த்தாக்களிற் குறிப்பிடத்தக்க வர்கள், நாவல், குறுநாவல் என்று எழுதி வருகின்றனர். சிறுகதை அளிக்காத, அளிக்க மாட்டாத திருப்தியையும் நிறைவையும் நாவல் தரும் என்று இவர்கள் நம்புகின்றனர். அந்நம்பிக்கை நியாய மானதே.

சிறுகதையாசிரியராகவே எழுத்துலகிற் பிரவேசித்தவர்களில் ந. சிதம்பர சுப்ரமண்யன் *(இதய நாதம், நாகமணி)* செல்லப்பா *(வாடி வாசல், ஜீவனாம்சம்)*, லா.ச.ரா *(புத்ர)*, ஜானகிராமன் *(மோகமுள்)*, கு. அழகிரிசாமி *(டாக்டர் அனுராதா)*, சுந்தர ராமசாமி *(ஒரு புளிய மரத்தின் கதை)*, ஜெயகாந்தன் *(வாழ்க்கை அழைக்கிறது, பாரிஸுக்குப் போ)*, எம்.எஸ். கல்யாண சுந்தரம் *(இருபது வருஷங்கள்)*, எம்.வி. வெங்கட்ராம் *(அரும்பு)*, கணேசலிங்கன், நந்தி, அகஸ்தியர், பெனடிக்ற் பாலன் *(குட்டி, சொந்தக்காரன்?)* முதலியோரெல்லாம் குறைந்தது ஒரு நாவலோ அன்றிக் குறுநாவலோ எழுதியுள்ளனர். இத்தொடர்பில் ஒரு விஷயத்தை குறிப்பிட விரும்புகிறேன். இன்றும் எம்மிடையே தொடர்கதைகளே பெருவழக்காயுள்ளன. மு.வ., கு. ராஜவேலு, எஸ்.எஸ். கல்யாணசுந்தரம், மகரிஷி, கணேசலிங்கன் முதலிய வெகுசிலரைத் தவிரப் "புகழ் பெற்ற" எழுத்தாளர் யாவரும் தொடர்கதை எழுத்தாளரே. தொடர்கதைகளும் நாவல்கள்தான். ஆயினும் தொடர்கதைகளுக்கு விதிக்கப்படும் மறைமுகமான அல்லது நேரடியான நிபந்தனைகளும் கட்டுப்பாடுகளும் அக்கதைகள் நாவலிலக்கியமாக அமைவதற்குப் பாதகமாகவே உள்ளன. ஜானகிராமன், ஜெயகாந்தன் முதலியோரது படைப்புக் களில் இப்பலவீனத்தைக் கண்டு தெளியலாம். அண்மையில் ஈழத்தில் வெளிவந்த *மனக்கண்* என்னும் தொடர் கதையும்[38] இதற்குச் சிறந்த சான்று. ஆயினும் இன்று, தென்னகத்தினும்,

ஈழத்திலேயே நாவலிலக்கியத்தில் ஆழமான அக்கறையும் முன்னேற்றமும் காணப்படுகிறது என்பது என் கருத்து.

சுருங்கக் கூறுவதாயின், இன்றைய நிலையில், பூர்ணத்துவம் அளிக்கவல்ல வசன இலக்கிய வடிவத்தினை எமது இலக்கிய கர்த்தாக்கள் தேடிக்கொண்டிருக்கின்றனர். அந்த வடிவம் நாவல். பிற மொழிகளிலும் இத்தகையதொரு படிமுறை வளர்ச்சியை நாம் காணலாம். அந்த வகையில், நாமும் உலக இலக்கியப் போக்கையொட்டியே இயங்குகின்றோம்! விரைவில் நாவலே எமது தலையாய வசன இலக்கியமாக அமைந்துவிடும் என்று கூறுவதற்குச் சோதிடமும் ஆரூடமும் தெரிந்திருக்க வேண்டியதில்லை. நாவல்கள் எழுதுவதில் மாத்திரமன்றி அதுபற்றிய ஆய்வாய்ராய்ச்சியிலும், எழுத்தாளர் ஆர்வமுடையராயுள்ளனர். இதன் விளைவு பல்கலைக் கழகங்களிலும் எதிரொலிக்கிறது. சில காலத்திற்கு முன் மலேஷியப் பல்கலைக் கழகத்திலே தமிழ் நாவல்கள் பற்றிய சிற்றாய்வு ஒன்று நிகழ்ந்ததாகத் தெரிகிறது. தற்சமயம் கலாநிதிப் பட்டத்திற்காகச் (பிஎச்.டி.) சென்னைப் பல்கலைக் கழகத்தில் ஆராய்ச்சி செய்யும் திரு. இரா. தண்டாயுதம் தமிழ் நாவல்களையே ஆராய்ந்து வருகிறார். இந்நூலும் பல்கலைக் கழகக்காரர் ஒருவரின் முயற்சியே. ஈழத்திலே, நாவல்களின் வரலாற்றை வரைந்த சில்லையூர் செல்வராசன், நாவல்களைப் பகுத்து விமர்சனஞ் செய்யும் எம்.எம். மஹ்ரூவ் ஆகியோரும், தமிழ் நாவல்களின் வரலாறு பற்றி எழுதியுள்ள கி.வா. ஜகந்நாதனும் குறிப்பிடத் தக்கவர்கள். *எழுத்து* பத்திரிகை வாயிலாக வரும் நாவல் சம்பந்தமான விஷயங்களும் (ரா.ஸ்ரீ. தேசிகன் எழுதிய நாவல் பற்றிய கட்டுரை. *கமலாம்பாள் சரித்திரம், பத்மாவதி சரித்திரம்* பற்றிய விமர்சனங்கள்) பயனுள்ளவையே. ஆனால் பாரபட்சமற்ற, நேர்மையான விமர்சனங்கள் அதிகமதிமாகத் தேவைப்படுகின்றன. சித்தாந்தமும் செயலும் ஒன்றற்கொன்று ஒத்தாசையாகச் சென்றால், சிறுகதையிலக்கியத்திற் சாதித்தைவிடப் பன்மடங்கு நாவலிற் செய்து முடிக்கலாம். அந்தக் காலகட்டத்தின் வாயிலில் இன்று நிற்கிறோம்.

சான்றாதாரம்

1. இச்செய்தியை எனக்குக் காட்டியுதவிய நண்பர் அ.ந. கந்தசாமிக்கு நன்றி உரியதாகும்.
2. உதாரணமாக ரா. சீனிவாசன், *'தமிழ் இலக்கிய வரலாற்றுக் கட்டுரைகள்'*, "ஜெயகாந்தனின் கதைகள் உலகத்துச் சிறுகதைகளோடு போட்டியிட வல்லன," பக். 142.

3. சில மாதங்களுக்கு முன் *தீபம்* மாசிகையில் சிறுகதை பற்றிய பட்டிமன்றம் ஒன்று நடந்தது. சிறுகதையின் கணக்கெடுப்பாகவும் மரண ஆய்வாகவுமே *(postmortem)* அது அமைந்தது குறிப்பிடத்தக்கது.

4. தில்லைநாதன், சி., *வள்ளுவன் முதல் பாரதிதாசன் வரை,* 1967, பக். 102.

4a. மதுரைத் தமிழ்ச் சங்கம், *பொன்விழா மலர்* 1956, பக். 109.

5. கைலாசபதி, க., *இரு மகாகவிகள்* 1962, பக். 17.

6. இந்நூலிலுள்ள முதலிரு கட்டுரைகளைப் பார்க்கவும்.

7. *மனோன்மணீயம்,* அங். 1, களம் 1, 95.

8. சிவத்தம்பி, கா., *தமிழில் சிறுகதையின் தோற்றமும் வளர்ச்சியும்,* சென்னை, 1967, பக். 11–2.

9. ஷை, பக். 12.

10. Kettle, A., *An Introduction to the English Novel,* p. 41.

11. *Scrutiny,* Vol. 2, no. 4, p. 376.

11a. இம்மூவரும் இலங்கையர் என்பது குறிப்பிடத்தக்கது.

12. சிவத்தம்பி, ஷை, பக். 12.

13. *தமிழ் மொழியின் வரலாறு,* 8ஆம் பதிப்பு, 1953, பக். 120.

14. *Social Background of Indian Nationalism,* p. 323.

15. *முதல் ஐந்து தமிழ் நாவல்கள்,* பக். 95.

16. *தமிழும் ஆங்கிலமும்,* பக். 15.

16a. தமிழில் 'வசன கவிதை' என்ற பிரிவைத் தொடக்கி வைத்தவர்கள் *மணிக்கொடி* குழுவினர்தான். இன்றுவரை அதன் பிரசாரகர்களாக இருப்பதும் அவர்களிற் சிலரே. பிரச்சினைக்குரிய இவ்விலக்கிய முயற்சி பற்றி இங்குக் குறிப்பிடுதல் தேவை கருதித்தான். கு.ப.ரா., ந. பிச்சமூர்த்தி போன்றோரிலும் இயல்பான தமிழறிவும் மரபுணர்ச்சியும் கைவரப்பெற்ற புதுமைப்பித்தன் பயன்தரவல்ல பரிசீலனைகளைச் செய்தார். அவருக்குப் பின் வந்த திருச்சிற்றம்பலக் கவிராயர், தூரன் முதலியோரும் தமிழிலக்கியப் புலமை காரணமாகப் புதுக்கவிதையைத் தமிழாகப் பாடினர். ஆனால் ரகுநாதன் கூறியுள்ளது போல, "தமிழில் 'வசன கவிதை' எழுதிய எழுத்தாளர்களுக்கு ஆங்கிலத்தில் எவ்வளவு பரிச்சயமும், பயிற்சியும் இருந்ததோ, அந்த அளவுக்குத் தமிழ் உலகம் பண்டு தொட்டுப் படைத்து வந்த இலக்கியங்களிலோ, இலக்கணங்களிலோ கிடையாது." மணிக்கொடி எழுத்தாளர்

சிறுகதையில் வெற்றியீட்டியதற்கும் 'வசன கவிதை'யிற் தோல்வி கண்டதற்கும் அடிப்படைக் காரணம் இதுவே. 'வசன கவிதை'யை முன்னின்று எழுதியவர்கள் வசனத்திலும் பிரமாதமாக ஒன்றையுஞ் சாதித்து விடவில்லை. புதுமைப் பித்தன் சிறந்த சிறுகதையாசிரியராக மட்டுமன்றித் தரமான வசனகர்த்தாவாக விளங்கியமைக்கும் இதுவே காரணமாகும். 'வசன கவிதை' பற்றிய எனது கருத்தை அண்மையில் (*தீபம்,* செப். 1967) கூறியுள்ளேன். ரகுநாதன் கருத்துக்களை, அவர் பதிப்பித்த *புதுமைப்பித்தன் கவிதைகள்* முன்னுரையிலும், அண்மையில் (*தீபம்,* மார்ச் 1967) பேட்டியொன்றிலும் காண லாம். 'வசன கவிதை' ஆர்வலரின் கருத்துக்கும் தலையாய விளக்கத்துக்கும் எடுத்துக்காட்டாக சி.சு. செல்லப்பாவின் *புதுக் குரல்கள்* முன்னுரையையும், சி. கனகசபாபதி எழுதிய கட்டுரைகளையும் (*எழுத்து,* ஜனவரி, 1963) பார்க்கலாம். நாவலிலக்கியம் முதலிய பயன் தரும் துறையில் உழைக்காது 'புதுக்கவிதை' என்ற பெயரில் வசன கவிதைக்காரர் இன்று குட்டை குழப்புவது வருந்தக்கூடிய காட்சியாகும்.

17. O'Connor, F., *The Lonely Voice,* London, 1963, pp. 14-40.
18. Joyce, James, Dubliners.
19. 'வீரவணக்கம் வேண்டாம்', *சரஸ்வதி,* ஜூலை, 1957.
20. *கதையின் கதை,* 1957, பக். 45.
21. *மௌனி கதைகள்,* சென்னை, 1967 (முன்னுரை).
22. இத்தகைய பண்புகள் சில ஜெர்மானிய எழுத்தாளரான காப்காவிடமும் (Franz Kafka 1883-1924) காணப்படுவதால் சி.சு. செல்லப்பா போன்றோர் அவசரப்பட்டு மௌனியை காப்காவிற்கு ஒப்பிட்டுள்ளனர். தனிமனித வாழ்க்கையின் வியர்த்தத்தைத் தத்துவமாகவே ஆக்கினார் காப்கா; உண்மை. ஆனால் The Trial, The Castle நெடுங்கதைகளும், The Burrow 'வளை' போன்ற சிறுகதையும் குறிப்புப் பொருளாக நின்று மறைமுகமாகவேனும் முக்கியமான பொருண்மை சுட்டுவன. ஆஸ்திரியனான காப்கா, ஹப்ஸ்பர்க் அரசவமிச ஆட்சியின் எதேச்சாதிகாரத்தையும் கெடுபிடிகளையும் உருவகங்களாக்கினான். அவற்றை (Symbolic novels) உருவக நாவல்கள் என்பர். மௌனிக்கு இது பொருந்தாது.
23. *கபாடபுரம்* (முன்னுரை).

23a. இதுபற்றி, புதுமை இலக்கியம், மகாநாட்டு மலரில் (1962) "சிறுகதை" என்ற தலைப்பிலுள்ள எனது கட்டுரையைப் பார்க்க.

24. ரகுநாதன், *புதுமைப்பித்தன் வரலாறு*, பக். 43.

25. உதாரணமாக அ.ச. ஞானசம்பந்தனின் தேசீய இலக்கியம் என்னும் நூலைப் பார்க்கலாம். சென்னை, 1966.

26. 'மறுமலர்ச்சி' என்ற கட்டுரை, ஐயர் எழுதிய விமர்சனக் கட்டுரைகளில் குறிப்பிடத்தக்கது. 1918இல் வெளிவந்தது. *சரஸ்வதியில்* (அக்டோபர், 1958) மறுபிரசுரமாகியுள்ளது.

27. செல்லப்பா, சி.சு., *எழுத்து*, டிஸம். 1959.,

28. இராமகிருஷ்ணன். எஸ்., *தமிழ் இலக்கிய வரலாறு*, சென்னை, 1962, பக். 83.

29. *இலக்கிய விமர்சனம்.*

30. *புதுமைப்பித்தன் கவிதைகள்,* 1954, பக். 39.

31. *புதுமைப்பித்தன் வரலாறு* பக். 156.

32. அழகிரிசாமி, கு., *தமிழ் நாவல்கள்* (கட்டுரைத் தொகுப்பு), பக். 108–9.

33. *கயிற்றரவு.*

34. ஓ'கொனர், ஷ, பக். 17.

35. அழகிரிசாமி, ஷ, பக். 117.

36. இது சம்பந்தமாக ராகுல் சாங்கிருத்தியாயன் எழுதிய *பொது உடைமைதான் என்ன?* 4ஆம் பதிப்பு, 1958, பக். 22–30 பார்க்கவும்.

37. Caudwell, C., *Studies in a Dying Culture,* London, 1947, p, 2-5.

37a. கைலாசபதி, க., "கலையும் விலையும்" *வசந்தம்,* பொங்கல் மலர், 1967.

38. இதனை எழுதியவர் அ.ந. கந்தசாமி.

6

இயற்பண்பும் யதார்த்தவாதமும்

(இரு ஈழத்து நாவல்கள்)

பத்தொன்பதாம் நூற்றாண்டிலே இலங்கையில் ஏற்பட்ட சமய மறுமலர்ச்சியின் ஓர் அம்சமான சைவ மறுமலர்ச்சியின் விளைவாகவும், அச்சமய மறுமலர்ச்சிக்கு ஏதுவாகவிருந்த சமூக பொருளாதாரக் காரணிகளின் விளைபொருளாகவும் வலிமை வாய்ந்த அறிவியக்கமொன்று முகிழ்த்தது. அது பல துறைகளிற் பயனளித்தது. நாவலிலக்கியம் அப் பெறு பேறுகளில் ஒன்று. வேதநாயகம் பிள்ளையின் *பிரதாப முதலியார் சரித்திரம்* வெளிந்த பன்னிரு வருடங்களில், அதாவது 1891இல் ஈழத்தின் முதலாவது தமிழ் நாவலான *ஊசோன் பாலந்தை கதை* வெளிவந்தது. *Orson and Valentine* என்ற மேனாட்டுப் புனைகதை யொன்றைத் தழுவி யெழுந்ததாகத் தோன்றும் இந்நாவல் ராஜமையரின் *கமலாம்பாள் சரித்திரம்* வெளிவருமுன் எழுதப் பட்டது. இதனை இயற்றிய திருகோணமலை இன்னாசித்தம்பியிலிருந்து அண்மையில் (ஜனவரி, 1968) வெளிவந்துள்ள *செவ்வானம்* நாவலாசிரியர் செ. கணேசலிங்கன் வரை ஏறத்தாழ எட்டுத் தசாப்தங்களாக ஈழத்தில் நாவலாசிரியர்கள் வசன இலக்கியம் படைத்து வந்துள்ளனர். இதன் வரலாறு விரிவாக ஆராயப்பட வேண்டியதொன்று.

சில வருடங்களுக்கு முன்னர் "ஈழத்தில் நாவல் வளர்ச்சி" என்னும் தலைப்பில் திரு. சில்லையூர்

செல்வராசன் எழுதிய கட்டுரையே இன்றுவரை இது சம்பந்தமான ஆதாரக் கட்டுரையாக அமைந்திருக்கிறது.[1] பொதுவாகப் பார்க்குமிடத்துத் தமிழ்நாட்டில் நாவலிலக்கியத்தின் ஏற்ற இறங்களையொட்டியே ஈழத்துத் தமிழ் நாவலும் வளர்ந்தது. ஏறத்தாழ நாடு விடுதலையடையும் காலம்வரை இந்நிலை நீடித்தது. சிற்சில வேறுபாடுகள் காணப்படுவது இயல்பே. உதாரணமாக ஈழத்து நாவல்கள் மிகச் சமீபகாலம் வரை துப்பறியும் கதைகளை மிகக் குறைந்த அளவுக்கே தம்முள்ளடக்கி வந்துள்ளன. ஆனால் நாடு சுதந்திரமடைந்த காலம்வரை இரு நாட்டு நாவல்களுக்கும் ஒற்றுமை அதிகம். 1950ஆம் வருடத்திற்குப் பின்னர் சுதந்திரமடைந்த ஒரு நாட்டிற்குரிய பிரத்தியேகப் பிரச்சினைகள் மெல்ல மெல்லத் தலைதூக்கின. தேசியம், ஜனநாயகம் முதலிய கோட்பாடுகள் தொழிற்படத் தொடங்கின. 1956ஆம் ஆண்டுக்குப் பின்னர் சோஷலிஸ இயக்கமும் வேகம் பெற்றது. இம்மாற்றப் போக்கு இந்தியாவிலும் நிகழ்ந்ததாயினும், தமிழிலக்கியத்தைப் பொறுத்தளவில் ஈழத்தில் இது நாவல், சிறுகதை, கவிதை முதலாந் துறைகளிற் பிரதிபலித்த அளவிற்குத் தமிழகத்தில் இடம்பெறவில்லை என்பது என் கருத்து. இதற்குரிய காரணங்களை விரிவாக ஆராய இது ஏற்ற சந்தர்ப்பமன்று. மிகச் சுருக்கமான முறையில் திரு. கா. சிவத்தம்பி இவற்றைச் சுட்டிக் காட்டியுள்ளார்.[2] ஆனால் ஒன்று மட்டும் கூறலாம். இக்காலப் பகுதியிலிருந்து ஈழத்து நாவல்களிலே யதார்த்தப் பண்பு மேலோங்கக் காணலாம். இது பொதுவான ஓர் இலக்கிய வளர்ச்சியின் பகுதியாக இருப்பினும், நாவலிலே சிறப்பாகப் புலப்படுகின்றது. யதார்த்தம் நாவலுக்கே சிறப்பான பண்பு. எமது பண்டையத் தத்துவவாதிகள் தருக்கத்திலே ஈடுபடும்பொழுது பொருட்குப் பொருட்குணம் வியாப்பியம் என்று கூறுவர். அதுபோல நாவலின் பண்பாயுள்ள யதார்த்தம் அதற்குப் பற்றுக்கோடாக அமைய வேண்டியது எமது சைவ சித்தாந்திகளின் பரிபாஷையிற் கூறுவதானால், யதார்த்தம் நாவல் பற்றித் தாதான்மியமாய் விளக்கமுறுவதொரு பண்பாம்.

ஆயினும், யதார்த்தத்தின் உண்மையான தன்மையை இடைக்கால நாவலாசிரியர்கள் மறந்திருந்தனர். அதற்கான காரணங்கள் முந்திய அத்தியாயங்களில் ஆங்காங்குக் கூறப்பட்டன. இவ்விலக்கியக் கோட்பாட்டிற்கும், பண்பிற்கும் எடுத்துக்காட்டாக, ஈழத்திலே எழுதப்பட்ட இரு நாவல்கள் விளங்குகின்றன. இவற்றைத் தவிர, தமிழ்நாட்டிலும், ஈழத்திலும் வேறு சில நாவல்களும் உண்டு. உதாரணமாக ரகுநாதனின் *பஞ்சும் பசியும்* செல்வராஜின் *மலரும் சருகும்* முதலியன குறிப்பிடத் தக்கன. ஈழத்து நாவலாசிரியர் இருவரது நூல்களுக்கு

முன்னுரை எழுதும் சந்தர்ப்பம் கிடைத்தபோது, அவற்றைப் பற்றி மனத்திலெழுந்த எண்ணங்களை விரிவாகவே எழுதினேன். முக்கியமான பண்பொன்றுக்கு அவை விளக்கத் தருவனவாதலாற் பொருத்தம் கருதி அவற்றை இந்நூலிற் சேர்த்துள்ளேன்.

நீதியே நீ கேள்[3]

"பத்மினி சாகக் கூடாது" – 1959ஆம் ஆண்டு ஒரு நாள் எனக்குக் கிடைத்த தந்தியொன்றின் வாசகம் இது. "தினகரன்" ஆசிரியராக அப்பொழுது நான் பணியாற்றிக் கொண்டிருந்தேன். நாளிதழிலே *நீதியே நீ கேள்* என்னும் தொடர்கதை வெளிவந்து கொண்டிருந்தது. பத்மினி என்னும் பாத்திரம் மோட்டார் காரினால் மோதப்பட்டு உயிருடன் போராடிக் கொண்டிருக்கும் கட்டத்திலே அன்றைய கதை முடிந்திருந்தது. அந்நிலையிலேயே பிற்பகல் அவசரத் தந்தியில் மேற்கண்ட வாசகம் வந்து சேர்ந்தது. தொடர்கதை வெளிவந்து கொண்டிருந்த சமயம் தினமும் பல கடிதங்கள் அலுவலகத்திற்கு வந்துகொண்டிருந்தன. எனினும், ஒரு வாசகனது உணர்ச்சி வேகம் தந்தி வழியாக வந்ததைப் பற்றி ஒருகணம் சிந்தித்துக் கொண்டிருந்தேன். அப்பொழுது சென்ற நூற்றாண்டிலே வாழ்ந்த பிரபல ஆங்கில நாவலாசிரியரான சார்ள்ஸ் டிக்கன்ஸ் எழுதிய தொடர்கதைகளின் நினைவு என் மனத்தில் எழுந்தது. தொடர்கதைகளுக்கென்றே மாதப் பத்திரிகைகள் நடத்தியவர் டிக்கன்ஸ். *பழைய நூதனப் பொருட் கடை (The Old Curiosity Shop)* என்ற தொடர்கதை மாத சஞ்சிகையொன்றில் வெளிவந்து கொண்டிருந்த சமயம், அச் சஞ்சிகை அமெரிக்காவில் பல்லாயிரம் பிரதிகள் விலை போயின. இங்கிலாந்திலிருந்து கப்பல் நியூயார்க் துறைமுகத்தை அடையும்பொழுது இறங்கு துறையிலே வாசகர் கூட்டம் குழுமியிருக்குமாம். கப்பல் கூப்பிடு தொலையில் வரும்போதே "சின்னநெல் செத்து விட்டானா?" என்பது போன்ற கேள்விகளை வாசகர் கப்பலில் உள்ளவர்களை நோக்கிக் கூவிக் கேட்பார்களாம். அந்நாவலில் வரும் பாத்திரங்களின் சுக துக்கங்களில் அவ்வளவு அக்கறையும் ஆவலும் இருந்தது வாசகருக்கு. டிக்கன்ஸைப் பற்றிய இந்தச் செய்தியே தந்தியைப் படித்த என் நினைவிற் பளிச்சிட்டது.

தொடர்கதை எழுத்தாளர் பலருக்குப் பரந்த வாசகர் கூட்டம் இருக்கின்றது என்பதனை யாவரும் அறிவர். எனினும், பல எழுத்தாளர் வாசகரை மகிழ்வித்து அவர்களுக்கு இன்ப மட்டும் – கதை வெறி மட்டும் – அளிக்கும் வகையிலே தமது கதையை வளர்த்துச் செல்வர். அடுத்து என்ன நடக்குமோ என்று எண்ணும் வாசகனை ஆவலில் ஆழ்த்தும் உத்தியை

மட்டும் அவர்கள் வெகு சிரத்தையுடன் கையாள்வர். தொடர் கதைகளுக்குப் பொதுவான ஆவலைத் தூண்டும் *(suspense)* பண்பு இது என்பதும் இலக்கிய மாணவர் அறிந்ததொன்றே, ஆனால், வாசகரை மகிழ்விக்கும் அதே வேளையில் அவர்களுக்குப் பிடித்தாலென்ன, பிடிக்காவிட்டாலென்ன, உண்மை நிலைக்குப் புறம்போகாமல் வாழ்க்கை நிகழ்ச்சிகளைத் தனது கதையில் அமைப்பவனே சிறந்த எழுத்தாளனாவான். வாசகர் கண் தூங்கத் தாலாட்டுவதும், கதை சொல்வதும் எழுத்தாளனது முதற் கடமையன்று. கதை சுவையற்றிருந்தாற் தூங்கிவிடும் வாசகரைப் பற்றி நான் இங்குக் கருதவில்லை. வாசகனுடைய உணர்ச்சிகளுக்கு இதமும் போதையும் அளித்து அவனது அன்பைப் பெறும் தொடர்கதைகளும் உள்ளன என்பதைச் சுட்டிக் காட்டவே இதனைக் கூறுகிறேன். பத்மினி என்னும் கதாபாத்திரமும் தனது "காதல்" கைகூடிவரக் கல்யாணஞ் செய்து சுகமாக வாழ்வதாக அமைந்த கதைப் போக்கைப் பெரும்பாலான வாசகர் விரும்பினர் என்றே அவர்களின் கடிதங்களை நாடி பிடித்தபொழுது தெரிந்தது. ஆனால் அவளைச் சாக வைத்தார் ஆசிரியர் இளங்கீரன். சில சிறுகதை ஆசிரியர் முயன்று சேர்க்கும் எதிர்பாராத முடிவைக் காட்ட வேண்டும் என்பதற்காக அவ்வாறு செய்தார் என்றும் கூற முடியாது.

அப்படியானால் எதற்காக?

தமது சொந்த நலனுக்காகக் கொலையையுஞ் செய்துவிடக் கூடிய சில பாத்திரங்களுக்கருகே பத்மினியை வாழவைத்த ஆசிரியருக்குப் பத்மினிக்கு மங்கள கீதம் பாடுதல் சாத்தியமில்லாமற் போயிற்று என்றே கூற வேண்டும். வாழ்க்கை உண்மையின் ஒளியிலே பாத்திரங்களைக் கண்ட ஆசிரியர் அவற்றைத் தன்னிச்சைப்படியோ வாசகரின் விருப்பு வெறுப்பின்படியோ பொம்மைகளாக ஆடவைக்க விரும்பவில்லை.

ஆசிரியர் இளங்கீரனின் முக்கியமான இலக்கியச் சிறப்புக்களில் இதுவும் ஒன்று என்று நான் நினைக்கிறேன். உண்மைக்குப் புறம்போகாமல் நின்று எழுதும் ஓர் எழுத்தாளனே உண்மையின் முத்திரை பொதிந்த பாத்திரங்களையும் படைக்க முடியும். எல்லா நாவல்களிலும் (உருவகக் கதைகளைத் தவிர) மனிதர்தான் பாத்திரங்களாக இடம் பெறுகின்றனர். அப்படியானால் உண்மையான பாத்திரங்கள் எவை என்று நாம் எவ்வாறு பிரித்தெடுப்பது? தனிமனிதருடைய மனோ நிலைகள், சுக துக்கங்கள், ஏற்ற இறக்கங்கள் முதலியனவற்றைக் கண்டு அவற்றை நிரல்படுத்தி ஓர் ஒழுங்கிற் கூற முனையும் பொழுதே கதை பிறந்து விடுகிறது. சாதாரணமாகக் கதை

நிகழ்ச்சிக்கு முதலிடமளித்து எழுதப்படும் கதைகளில் இப் பண்பினையே நாம் காண்கிறோம். எழுத்தாளனது மன உலகத் திலேயே பாத்திரங்கள் தோன்றி மறைகின்றன. அதன் காரணமாகத் தனித்தனி மனித மனவேறுபாடுகள், விகாரங்கள், பேதலிப்புகள் முதலியவற்றிற்கேற்பப் பாத்திரங்கள் விசித்திரமான உருவகங்களையும் வேடங்களையும் தாங்கித் தம்மைப் படைத்த எழுத்தாளனது மன உலகத்திலிருந்து வாசகரின் அக உலகங்களுக்கு இடம் பெயர்கின்றன. எழுதும் ஆசிரியருக்கு அவை உண்மைபோலத் தோன்றலாம்; மக்களே போலக் கயவரிருப்பது போல. ஆனால் உண்மை எது என்று எவர் நிர்ண யிப்பது? எப்படி நிச்சயிப்பது?

ஒரு நாவலிலே இடம்பெறும் பாத்திரங்களின் உணர்ச்சி களையும் உணர்ச்சி மோதல்களையும், அவற்றால் ஏற்படும் நிகழ்ச்சிகளையும் அந்நிகழ்ச்சிகளுக் கிடையேயுள்ள ஒழுங்கு முறையையும் கூறும்பொழுது உண்மை போலத் தோன்றும் அவ்வாழ்க்கைச் சித்திரத்திலே சுவையிருக்கலாம்; படிப்பவரிடத்தே பல மெய்ப்பாடுகள் தோன்றலாம்; சில சிந்தனைகள்கூடத் தோன்றலாம்; ஆனால், அவை நாவலிலே வரும் பாத்திரங்களைப் படைத்த ஆசிரியனுடைய அகக் காட்சியாகவே இருப்பன. பாத்திரங்கள் வாயிலாக மனிதனையோ, மனித சமுதாயத்தையோ நன்கு உணர்ந்து கொண்டவராக மாட்டோம். அப்படியாயின் எவ்வாறு உண்மை நிலையை அறிந்து கொள்வது?

நாவலில் வரும் ஒவ்வொரு பாத்திரமும் சமூகத்திலே ஒவ்வொரு நிலையிலே உழைப்பின் அடிப்படையிலே உள்ள பிரிவிலே – வர்க்கத்திலே இடம் பெற்றுள்ளது. அதன் காரண மாகச் சமூகத்திற் சில உறவு நிலைகள் அவ்வப் பாத்திரத்திற்கு ஏற்படுகின்றன. அந்த நிலையிலேதான் அந்தப் பாத்திரத்தின் வாழ்க்கை இயங்குகிறது; வளர்கிறது. அந்த வளர்ச்சியிலேயே அப்பாத்திரத்தின் சிந்தனைகளும், உணர்ச்சிகளும் தோன்று கின்றன. பல்வேறு மனிதரிடையேயுள்ள சமூக உறவுகளினூடாக ஓர் பாத்திரம் இயங்குவதைக் கவனிக்கும் பொழுதுதான் அது ஏன் அவ்வாறு இயங்கிறது, அல்லது இயங்க வேண்டும் என்னும் பேருண்மை நமக்குப் புலப்படுகின்றது. சுருங்கக்கூறின் பாத்திரங்களின் உணர்ச்சிகளையோ உணர்ச்சி மோதல்களையோ சிந்தனைகளையோ ஓவியமாக அப்படியே தீட்டி விடுவதல்ல நாவல். அவ்வுணர்ச்சிகளும், சிந்தனைகளும் எந்தச் சந்தர்ப்பத்திலே எப்படித் தோன்றுகின்றன; அவற்றைத் தோற்றுவிக்கும் வாழ்க்கை நிலை யாது? அந்த வாழ்க்கை நிலைக்கும் குறிப்பிட்ட பாத்திரத்தின் குண வளர்ச்சிக்கும் என்ன சம்பந்தம்? அக் குணங்களினால் அவன் வாழ்க்கை எவ்வாறு பாதிக்கப்படுகின்றது

என்பனவற்றையெல்லாம் அடக்கியமைத்துக் கோடிட்டுக் காட்டும்பொழுதுதான் உண்மையான முழு மனிதனை நாம் உணர முடிகின்றது.

சமூகத்திலேயுள்ள பொருளாதார உறவு முறைகளின் அடிப்படையிலும் சமூக உறவுமுறைகளின் அடிப்படையிலும் தமது பாத்திரங்களை அவர் இனங்கண்டு கொள்வதால் நாம் மேலே காட்டிய உண்மைத் தன்மை அவர் பாத்திரங்களுக்குண்டு. அதாவது ஒவ்வொரு பாத்திரத்திற்கும் தவிர்க்க முடியாதபடி இருக்கவேண்டிய, இருக்கக்கூடிய பண்புகள் அமைந்து விடுகின்றன. அவ்வாறு அமைவதே வாழ்க்கையோடு மிக நெருங்கிய நிலைமையைக் காட்டுகின்றது. தமக்கு மிக மிக நெருங்கிய பாத்திரங் களை வாசகர் கண்டு உறவு கொண்டாடுகின்றனர்: ஆசிரியரின் கற்பனையால் குணக்கலப்பும் திரிபும் பெறாத சுத்த சுயம்புவான – முழுமையுடைய பாத்திரங்கள் அவர் நாவலில் இடம் பெறுவதே வாசகர் நெஞ்சத்தைத் தொடும் இரகசியமாகும்.

உதாரணமாக இந் நாவலிலே வரும் அன்சாரி என்னும் பாத்திரத்தை எடுத்துக் கொள்வோம். யாழ்ப்பாணத்திலே பிறந்து வளர்ந்த அம் முஸ்லீம் இளைஞன் கடையொன்றிலே சிப்பந்தியாக வேலை பார்க்கின்றான். முதலாளிகளின் மனக் கோணல்களுக்கேற்ப வேலை பெற்றும், வேலை யிழந்தும் அல்லலுறும் சில்லறைச் சிப்பந்திகள் கூட்டத்தைச் சேர்ந்தவன்; உழைக்கும் வர்க்கத்தைச் சேர்ந்தவன்; சிப்பந்திகளின் ஒற்றுமைப்பட்ட போராட்டத்தினாலே நல்வாழ்வும் நீதியும் பெறலாம் என்று உணர்ந்து உழைப்பவன்; கூட்டு முயற்சியினால் வெற்றி கிடைக்கும் என்ற உறுதிப்பாட்டினால் அவனிடம் தன்னம்பிக்கையிருக்கிறது; சகோதரத்துவ நேசம் காணப்படு கின்றது; பிறர் துன்பத்தைத் தன் துன்பமாக உணரும் கனிவு இருக்கின்றது; மக்கள் உணர்வையும் கருத்தையும் பாதித்து வளர்க்கும் கலை இலக்கியத் துறையிலே நியாயமான அளவு ஈடுபாடும் கண்ணோட்டமும் காணப்படுகின்றன. இவை யாவற்றையும் ஆசிரியர் நமக்குச் சொல்லித் தரவில்லை; அல்லது அவன் மீது ஏற்றி இலட்சியப் பாத்திரமாக அவனை ஆக்க வில்லை. தன்னைச் சுற்றியுள்ள சமூகத்திலே பொருளாதார உறவு முறைகளுக்கிடையில் போராடிக் கொண்டு வாழும் மனிதனாக இயங்கும் அவனிடத்தே இப்பண்புகள் மெல்ல மெல்ல வளர்கின்றன; அவ்வாறு வளர்வதை நாவலின் வளர்ச்சி யுடனேயே நாமும் காண்கிறோம். நாவல் வளர அவனும் வளர்கின்றான்; பாத்திரம் உண்மை நிலையையும் முழுமைத் தன்மையையும் பெறுவதை நாம் தெளிவாகக் கண்டு கொள்ளலாம். அன்சாரி பொதுவாகத் தமிழிலக்கிய உலகிற்கும் சிறப்பாக

ஈழத்தமிழ் நாவலுலகிற்கும் புதிய பாத்திரம் என்றே கூற வேண்டும். அன்சாரியைப் போல் எண்ணற்ற உன்னதமான மனிதர்கள் நம் மத்தியில் வாழ்கின்றனர். ஆனால், சமூகத்தை இயங்கியல் நோக்கிலே பார்த்து ஒவ்வொரு மனிதனையும் அவனுக்குரிய இடத்தில் வைத்துக் காணாதவர்கள் இத்தகைய சாதாரண சிப்பந்தியிடம் முழுமையையும் வளர்ச்சியையும் காணமாட்டார்கள். அன்சாரியைப் போன்றவர் மற்றொரு சிப்பந்தி வல்லிபுரம். தொழிலாளிகளை உறிஞ்சிச் சாறு பிழிந்தெடுத்து விட்டுத் தூர வீசியெறியும் பொருளாதார அமைப்பிலே அடைக்கலம் புகுந்து தப்பிவிட எண்ணினார். அம்முறையிலே வாழ்ந்து பழகினார்; குடும்பம் வளர்ந்தது. வறுமையின் பிணியும் உடன் வளர்ந்தன. தொழிலிழந்தார்; உறுதியிழந்தார்; மனமுடைந்தார்; நடைப்பிணமானார்; ஆங்காங்கு உயிர் வாழும் ஆசை உந்தத்தான் செய்தது. முயன்றார்; முடியவில்லை. இவ்வாறு ஒரே வர்க்கத்தைச் சார்ந்த பாத்திரங்களுக்கும் வேறுபாடு காட்டுகின்றார் ஆசிரியர். மனிதனை முழுமனிதனாகக் காட்டுவது நாவல் என்பர். சமூக உறவுகள் தன்னைப் பாதிக்கும் சமயத்தில் அவற்றிற்கிடையே போராடிப் பெறும் உணர்வினாலும் ஒரு மனிதன் பாதிக்கப்படுகிறான். அந்த நுண்ணிய உண்மையை வல்லிபுரம் – அன்சாரி ஆகிய இரு பாத்திரங்களின் மூலம் சிறந்த முறையிலே காட்டுகின்றார் இளங்கீரன்.

கணேஷ் என்னும் பாத்திரத்தையும் ஒருதாரணமாகக் காட்டலாம். பல்கலைக் கழகத்திற் படிக்கும் பட்டதாரி மாணவன்; அவன் செல்வக் குடும்பத்திலே பிறந்து வளர்ந்தவன்; வறுமையைக் கண்டவன்; ஆனால், உணராதவன்; ஆத்மாவின் பசியான இலட்சிய வேட்கை இளைஞனான அவனுக்குத் தோன்று கின்றது; முற்போக்குவாதியான பேராசிரியர் வைத்திலிங்கத் திடம் படிக்கும்பொழுது அவரின் அறிவுரைகளினாலும் அன்புரைகளினாலும் கவரப்படுகின்றான்; வறிய பெண்ணாகிய பத்மினியைக் காதலிக்கிறான்; உறுதியற்ற உள்ளத்தனா யிருக்கின்றான்: இலக்கியம் நாடகம் முதலியவற்றில் ஈடுபடுகிறான்; தனது குடும்பச் சக்திகளினால் பாதிக்கப்பட்டுப் பலமுறை மனமுடைகின்றான்; இறுதியில் வாழ்க்கையில் ஏற்பட்ட போராட்டத்தில் உண்மையை நேர் நின்று உணருகிறான். பல்கலைக் கழகத்திற் படிக்காதவர் ஆசிரியர் இளங்கீரன். எனினும் கணேசின் பல்கலைக்கழக வாழ்க்கையை அற்புதமாகப் படம் பிடித்துள்ளார் என்றே தோன்றுகிறது. எனது பல்கலைக்கழக வாழ்க்கை அனுபவத்தை உரை கல்லாகக் கொண்டு பின்னோக்கிப் பார்க்கும் பொழுது கணேசின் சிந்தனைகளையும், உணர்வுகளையும் ஐயங்களையும் ஊசலாட்டங்களையும் நன்கு விளங்கிக் கொள்ள

முடிகிறது. இந்த யதார்த்த உணர்வு ஆசிரியருக்கு எவ்வாறு ஏற்பட்டது என்று நான் பலதடவைகள் வியப்புற்றதுண்டு ஒரு பல்கலைக்கழக மாணவன் இவ்வாறுதான் இருப்பான் என்று இலட்சியப்படுத்தியோ அல்லது ஏளனமாகவோ தனது கற்பனையைத் தட்டிவிடாமல், குறிப்பிட்ட அம்மாணவன் பிறந்த குடும்பம், அக்குடும்பத்தை யடக்கிய வர்க்கம், அவனது வீட்டிலே காணப்படும் சக்திகள், ஆசாபாசங்கள், அவனது பல்கலைக்கழகம் உள்ள சூழ்நிலை, அவனது கல்வி நிலை படிக்கும் பாடங்கள், அவனுடன் பழகும் ஆசிரியர்கள், நண்பர்கள், அவனுக்கேற்படும் அனுபவங்கள், மனப்போராட்டங்கள், அவனைச் சுற்றி நிகழும் சமூக அரசியல் நிகழ்ச்சிகள் ஆகியவற்றையும் இனங்கண்டு அவற்றிற்கிடையே அவன் இயங்கி வளர்வதைக் காட்ட முனையும் போது அம்மாணவனின் முழுத்தன்மை தோன்றுமல்லவா? அதனையே வெற்றிகரமாகச் செய்துள்ளார் இளங்கீரன்.

பழைய காவியங்களும் இதிகாசங்களும் ஒவ்வொரு காலத்துச் சமுதாயத்திற்குப் பொதுவான ஒழுக்க நெறிகளையும் நியதிகளையும் நீதிகளையும் வகுத்துத் தனிமனிதனுக்கும் அவற்றிற்குமிடையே அமைதி கண்ட இக்காலத்திலே சிறுகதைகள் வாழக்கையின் ஒரு துறையையே காட்டுவன; கவிதையோ உணர்வின் அடிப்படையில் ஒருணர்ச்சியை அழுத்திக் காட்டும்; நாடகம் ஒரு கால எல்லைக்குள் உள்ள பாத்திர மோதலைக் காட்டிக் குணநலன்களைத் தெளிவுறுத்தும்; ஆனால் நாவல்தான் சமுதாயத்திற்கும் தனிமனிதனுக்கு மிடையேயுள்ள நெருங்கிய அடிப்படையான உறவுகளை ஆராய்ந்து பாத்திரங்களின் வர்க்க வேர்களைக் கண்டறிந்து உயிர்த்துடிப்புள்ள வளர்ச்சி நிறைந்த மனிதரைக் காட்டும். சுருங்கக் கூறின் நாவலானது பழைய காவியம், நாட்டுப் பாடல், இதிகாசம், புராணம் ஆகியவற்றை யெல்லாம் தன்னகத்தே கொண்ட புதிய இலக்கிய வடிவமாகும். இதன் காரணமாகவே, இன்றைய நாவல் அரசியற் சார்புள்ளதாகவும் இருத்தல் தவிர்க்க முடியாததா யுள்ளது. முழு மனிதனையும் காட்ட முனையும் நாவல் இலக்கியம் எப்படி அரசியலை மட்டும் புறக்கணிக்க முடியும்? இளங்கீரன் நாவல்கள் பல அரசியல் தழுவியவையாகவே எழுந்தன.

அரசியல் நாவல் என்றால் என்ன?

அரசியல் என்னும் சொல்லைக் கேட்டவுடனேயே அஞ்சிப் பதைபதைத்து அது இலக்கியத்திற்குப் புறம்பானது என எவரும் அஞ்ச வேண்டியதில்லையென்றே நான் நினைக்கின்றேன். அரசியல் என்று கூறும்போது நாம் பொதுவாகக் கருதுவது என்ன? சில அரசியற் கருத்துக்களையே நாம் கருதுகிறோமல்லவா? மனித

உணர்ச்சியையும் ஒழுக்கத்தையும் பிண்டப்பிரமாணமாகச் செறிவுடன் காட்டும் நாவலானது, அரசியற் கருத்துக்களையும் காட்டுவது தவிர்க்க முடியாததாகின்றது. உணர்ச்சியும் அனுபவமும் மனிதனது இதயத்திற்கு நெருங்கியவை; அரசியற் கருத்துகளோ யாவருக்கும் பொதுவானவை; வாழ்க்கையுடன் நெருங்கிய தொடர்புடையனவல்ல என்று சிலர் கருதக் கூடும். ஆனால், அத்தகைய கருத்துச் சரியானதா என்று ஒரு சிறிது சிந்தித்துப் பார்த்தல் தகும். நமது காலத்திலே அரசியற் கருத்துக் களும் சித்தாந்தங்களும் எத்தனையோ மனித உள்ளங்களிலே ஆழ்ந்த உணர்ச்சியைக் கிளறிவிட வல்லனவா யுள்ளன; எத்தனையோ மக்களின் குணங்களை நிச்சயிப்பனவா யிருக்கின்றன. எனவே, நேர்மையோடு சமுதாயத்தைப் பற்றிச் சிந்திக்கும் எந்த ஓர் எழுத்தாளனும் அரசியற் சித்தாந்தங்களைப் புறக்கணிக்க முடியாது. ஆனால், அரசியற் கருத்துக்களை நாவலிலே கையாள்வது சுலபமான காரியமன்று. கருத்துக்களை ஒரு நாவலாசிரியன் "தனது" கருத்துக்களாகக் கூற முற்பட்டாற்றான் கலைப்பண்பு சீரழிகிறது. ஆனால் அதே கருத்துக்கள் பாத்திரங்களின் புற உலகத்திலே தோன்றி அக உலகத்திலே ஒன்றிவிடும்பொழுது அவற்றைப் பிரித்தெடுப்பது கடினம். பாத்திரங்களின் உணர்ச்சியோடு அவை இரண்டறக் கலந்துவிடின் அதுவே சிறந்த பண்பாகிறது. கருத்துக்களைக் கருத்துக்களாகக் காணாமல் பாத்திரங்களின் வாழ்க்கை நிலையிலே தோன்றும் வாழ்க்கை தத்துவமாகக் கண்டால் நாவலாசிரியன் வெற்றியடைகின்றான். இன்றைய நாவலாசிரியனை எதிர் நோக்கும் முக்கியமான வில்லங்கங்களில் ஒன்று இந்தச் சிக்கலே. கருத்துக்கள் எங்கிருந்தோ வந்து புகுந்து பாத்திரங்களைப் பற்றிக்கொள்வதாக இருப்பின் அவை சிறப்பாக அமையா. அன்றி அவை தாமாகவே பாத்திரத்திற்கும் சமுதாய உறவுகளுக்கு மிடையேயுள்ள தொடர்பிலே – மோதலிலே – முரண்பாட்டிலே – இயல்பாகத் தோன்றுவனவாக இருப்பின் அவை மிக்கவலிமையுள்ளனவாக விளங்கும். சுருங்கக் கூறின் அரசியல் நாவலிலே சித்தாந்தங்கள் ஊனும் உயிரும் பெற்று உயிர்த்துடிப்புள்ள மனித பாத்திரங்களாக மாறிவிடுகின்றன. இந்தத் துறையிலேயே அமைந்துள்ளது இளங்கீரனின் சில நாவல்கள். அவர் இத்துறையில் பூரண வெற்றி பெற்றுள்ளார் எனக் கூறல் முடியாது. ஆயினும் காலத்தின் அறைகூவலை ஏற்றுத் தன்னாலான வன்மையைக் காட்டியுள்ளார் என்பதில் ஐயமில்லை.

அரசியற் சார்புள்ள நாவலைப் பற்றிச் சுருக்கமாகவும் தெளிவாகவும் விளங்கிக் கொள்வதற்கு இந்நூலுலே வரும் அன்சாரி என்னும் பாத்திரத்தை நாம் உதாரணமாகக் கொள்ளலாம்.

இந்தக் காலத்திலே "சமூக நாவல்" என்றொரு தொடரையும் இலக்கிய விமரிசகர் அடிக்கடி உபயோகிப்பர். தற்காலத்திலே எழுதப்படும் தமிழ் நாவல்கள் யாவுமே சமூக நாவல்கள் என்ற பெயராலேயே வழங்கப்படுகின்றன. எனினும், உண்மையான சமூக நாவல்கள் நமது காலத்திலே தோன்ற முடியுமா என்ற ஐயம் எனக்குண்டு. சமுதாய நாவல் எழுதுபவர்கள் சமுதாயம் நிலையாகவும் உறுதியாகவும் இருப்பதாகக் கருதிக்கொண்டே அச் சமுதாயத்திலே காணப்படும் மக்களின் ஒழுக்கத்தை நுணுக்கமாக அலசிக்காட்ட முனைகின்றனர். சமுதாய உறுதிப்பாடின்றிச் சமுதாய நாவல் எழுதுதல் முடியாது. ஆனால், அத்தகைய நிலைபேறுடைமை சமுதாயங்களுக்குக் கிடைப்பது அரிது; ஒரு சில காலங்களிலே சமுதாயம் அமைதியாகச் சலனமற்றிருப்பது போலத் தோற்றும். இங்கிலாந்திலே அவ்வாறு தோன்றிய ஒரு காலப்பகுதியிலே வாழந்த புகழ்பெற்ற நாவலாசிரியை ஜேன் ஒஸ்தின் அற்புதமான சமூக நாவல்களை எழுதினார். ஆனால் சமுதாயங்கள் பெரும்பாலும் ஈடாடிக் கொண்டேயிருப்பன. இந்நிலையில் சமுதாயத்தில் அக அமைப்பைவிட முழுச் சமுதாயத்தின் எதிர்காலம் என்ன என்னும் கேள்வியே பலருடைய மனதிலே உதிக்கும். நடைமுறை வழக்கத்திலுள்ள சமுதாய ஒழுக்கத்தைவிட்டுப் பொதுவாகச் சமுதாயத்தின் நலம் பற்றி ஒருவர் சிந்திக்கும் பொழுதும் அச்சிந்தனை அவரின் உணர்விற் கலந்து பலமுனைப்பட்ட உணர்ச்சிகளை எழுப்பிவிடும் பொழுதும் அவர்கள் அறிந்தோ அறியாமலோ ஏதாவதொரு அரசியற் சித்தாந்தத்திலோ, கோட்பாட்டிலோ நம்பிக்கை கொண்டு அதனுடன் ஐக்கியமாகிவிடுகின்றனர். சமுதாயத்திலே முரண்பட்டுப் போராடிக் கொண்டிருக்கும் பிரிவுகளில் ஒன்றைச் சார்ந்து தமது ஆதரவை அதற்கு அளிக்கின்றனர். சதா இயங்கிப் பொருதிக் கொண்டிருக்கும் சமுதாய அமைப்பிலே நடுநிலைமை வகிப்பதென்பது மரணத்திற்குச் சமானம். எனவேதான் தமது அரசியற் சித்தாந்தத்திற்கியைய ஏதாவது ஒரு வர்க்கத்தைச் சேர்ந்த தமது ஆதரவை அதற்கு நல்குகின்றனர். அன்சாரி என்னும் பாத்திரத்தின் வாயிலாக நாம் இம்மகத்தான உண்மையை உணரலாம். உழைப்பாளிகளின் வர்க்கத்தைச் சார்ந்த அவன் பூரண பிரக்ஞையோடு பாட்டாளிகளின் சார்பில் போராடிக் கொண்டிருக்கின்றான். இதுதான் அரசியல் நாவலின் அடிப்படை அமிசமாகும்.

அன்சாரி, டாக்டர் பிரேமதாஸா, தவமணி ஆகியோரின் சமூக உறவுகளின் மூலம் இளங்கீரனின் நமது நாட்டின் தேசியப் பிரச்சினையையும் தொட்டுச் செல்கிறார். சிங்களவர், தமிழர், இசுலாமியர் போன்ற பல சமுகத்தவர் வாழும் இந்நாட்டிலே

இத்தகைய பாத்திரங்களைச் சிருட்டிப்பதன் மூலம் தனது தேசியக் கண்ணோட்டத்தையும் நன்கு தெளிவாக்குகின்றார். இனமொழி வேறுபாடுகளைக் கடந்து வர்க்க ஒருமை யுணர்ச்சிகள் எவ்வாறு தொழிற்படுகின்றன என்பதை மகாதேவா என்னும் பாத்திர வாயிலாகத் துலக்கமாகக் காட்டியுள்ளார்.

இவ்விடத்திலே ஆசிரியருடைய தேசியக் கண்ணோட்டத்தைப் பற்றி இரண்டொரு வார்த்தைகள் கூறுதல் பொருத்தமாக இருக்கும். சமூகங்களுக்கிடையிலும் இனங்களுக்கிடையிலும் ஏற்படுவதாகக் கூறப்படும் ஒற்றுமையானது, உண்மையில் வர்க்க அடிப்படையிலேயே உருவாக முடியும் என்ற கருத்து வற்புறுத்தப்பட்டுள்ளது. இவ்வுண்மையை மறந்து, வெவ்வேறு சமூகங்களையும் இனங்களையுஞ் சார்ந்தவர்களுக்கிடையில் காதலையும்,திருமணத்தையும் உண்டாக்குவதால் பிரச்சினைகளைத் தீர்த்துவைக்கின்றனர் பல எழுத்தாளர்கள். ஜமீன்தார் மகன் அபலை அஞ்சுகத்தைக் காதலித்து மணமுடிப்பதும், சிங்கள அக்கௌன்டன்ட் தமிழ் டைபிஸ்ற்றை மணமுடிப்பதும், சமூகப் பிரச்சினையையும், இனப் பிரச்சினையையும் தீர்த்து வைப்ப தாகக் கருத முடியாது. அது வகை மாதிரிக்குப் பொருத்தமான ஏற்பாடுமல்ல. காதல் பேதமறியாதது என்று கூறிக்கொண்டு, பணக்காரப் பெண் டாக்ஸி டிரைவரைக் காதலிப்பதாகவும், சிங்களக் கோடீஸ்வரர் தமிழ் தோட்டப் பெண்ணை விரும்பு வதாகவும் நாவல்களிற் “கற்பனை” செய்வது சினிமாக் காட்சி களுக்கு ஏற்றதாக இருக்கலாம். ஆனால் யதார்த்த நாவலுக்கு முரணானதாகும்.

கதை நிகழிடங்களில் ஒன்றான யாழ்ப்பாண நகரத்திலே முஸ்லிம்களும் தமிழரும் அருகருகே வாழும் ஒரு சூழ்நிலையிலே தமது பாத்திரங்களை உருவாக்கியுள்ள ஆசிரியர் வேறெந்த இலக்கிய கர்த்தாவும் காட்டாத பிரச்சினையைத் தெளிவாகக் கையாண்டுள்ளார். பத்திரிகைகளிலே தொடர்கதையாக வெளி வந்தது இந் நாவல். தொடர்கதையாக வெளிவந்த காரணத்தால் தொடர்கதைக்குரிய சில இயல்பான பண்புகளை அது பெற்றுள்ளது. தொடர்கதைக்கு அவசியமான பண்புகள் யாவும் நாவலுக்குகந்தவை எனக் கூறுவது கடினம். சில சந்தர்ப்பங் களில் தொடர்கதைக்கு அவசியமான பண்புகள் நாவலுக்குப் பாதகமாகவும் அமையலாம்.[4]

ஆனால் ஈழத்தைப் பொறுத்தவரையில் தொடர்கதை ஒன்றுதான் தலையாய மக்கள் இலக்கியமாக இருந்துவந்திருக் கின்றது. நாவல் இலக்கியமானது அச்சியந்திரம் ஈன்றெடுத்த அருந்தவக் குழந்தை என்று மேனாட்டு விமரிசகர் குறிப்பிடுவர்.

தொடர்கதைகள் பத்திரிகைகள் வளர்க்கும் பயிராகும். பொதுவாகவே பத்திரிகைகளும், சிறப்பாகப் புத்தகங்களும் குறைவான இந்நாட்டிலே கடந்த பத்து வருடங்களுக்கு மேலாகப் பொதுசனங்களுக்குத் தேவையான "இலக்கிய" வேட்கையைத் தீர்த்துவந்தவை தொடர்கதைகள். மூன்றாந்தர ஆங்கிலத் துப்பறியும் நவீனங்களின் கலவைத் தழுவல்களிலிருந்து, ஈழநாட்டுச் சரித்திர நெடுங்கதைகள் வரை பல நாவல்கள் அண்மையில் பல்கிப் பெருகியுள்ளன. ஆனால், தேசிய வாழ்வின் அடிப்படையில் யதார்த்த நிலைக்குப் புறம்போகாமல் மக்கள் இலக்கியம் படைத்த நாவலாசிரியர் வெகுசிலரே. அவருட் தலையானவர் இளங்கீரன் என்பதைக் கூறியேயாகவேண்டும். ஈழத்து நாவலிலக்கிய வரலாற்றிலே இளங்கீரனுக்குத் தனியிடமுண்டு. தேசியத்தின் தேவைகளை அடியொட்டி இன்று நமது தாயகத்திலே, தேசிய இலக்கியம் சனநாயகப் பண்பு பொருந்திய இலக்கியம், யதார்த்த இலக்கியம் முதலியன அவசியம் என்னும் குரல்கள் ஒலிக்கின்றன. காலத்தின் குரல்கள் அவை. அவ்வோசைகளுக்குக் குரல் வடிவம் கொடுத்தவருள் ஒருவர் இளங்கீரன். பத்து வருடங்களுக்கு மேலாக அமைதியாக இருந்து தேசியப்பண்பு பொருத்தப்பெற்ற யதார்த்த இலக்கியங்களைப் படைத்து வந்திருக்கும் அவரை எவ்வளவு பாராட்டினாலும் தகும்.

செல்வானம்[5]

இலக்கியத்தின் உட்பிரிவுகளில் யாவற்றுள்ளும் இன்று மக்கள் பெரிதும் விரும்புவது நாவல் என்ற நெடுங்கதையாம். நாவலைப்பற்றி விமரிசகர் எவ்வளவுதான் அரிய கோட்பாடுகளை வகுத்துக் கூறினும், இறுதியில் அதன் வெற்றிக்கும் பொதுமக்களால் விரும்பப்படும் நிலைக்கும் அடிப்படை கதையம்சமே. அதுவும் நன்கமைந்த நாவலொன்றிற்குப் புறத் தூண்டுதலெதுவும் தேவையில்லை. இத்தகைய எண்ணங்களுடன் நாவலைப் படிக்க தொடங்கினேன்.

கடந்த பத்தாண்டுக்கால இலங்கை வரலாறு நாவலின் பொருள். நல்லதொரு வரலாற்று நாவலைப் படிக்கிறோம் என்னுமுணர்வு அடிக்கடி எனக்கேற்பட்டது. நிகழ்கால நிகழ்ச்சி களை ஆதாரமாகக் கொண்ட நாவலொன்றை **வரலாற்று நாவல்** என்றழைப்பது பலருக்கு விசித்திரமாகத் தோன்றக் கூடும். அந்தளவிற்கு எம்மிடையே வரலாற்று நாவலைப்பற்றி அரைகுறையான அல்லது ஒரு சார்புடைய கருத்தே மிகு செல்வாக்குடையதாய் விளங்குகிறது. பழங்காலத்து உடையணி தாங்கிய விசித்திர மாந்தரே வரலாற்று நாவலுக்குரியவர் என்ற தவறான எண்ணம் எமது இலக்கிய உலகிற் பரவியுள்ளது. இது

வரலாற்றைப் பற்றிய ஒரு குறிப்பிட்ட கண்ணோட்டத்தின் விளைவாகும். சில நூற்றாண்டுகளுக்கு முன்னதாகவேனும் கதை நிகழ்ந்தாலன்றி அது வரலாறு சார்ந்ததாகாது என்றும், மன்னர் அமைச்சர் முதலியோரே வரலாற்று நிகழ்ச்சிகளுக்குரியவர் என்றும் பொதுவாக நம்பப்படுகிறது. சுருங்கக் கூறின் வீரதீர புருஷரே வரலாற்று நாயகராகவும் மதிக்கப்படுகின்றனர். வரலாறு சார்ந்த இப்பொதுக் கருத்திற்கு இலக்கியத் துறையில் வழக்காறுடைமை தந்தவர் கல்கி எனலாம். வரலாற்று நாவல் என்றதும் பல்லவர் காலத்துக் கதைகளும் சோழர் காலத்துக் கதைகளுமே பெரும்பாலோருக்கு நினைவிலெழுவன. இம் மனப்போக்கு வரலாறு பற்றிய முழுமையான கருத்தோட்டம் வளர்வதற்கு தடையாகவுள்ளது. வரலாறு என்பது 'சென்ற காலத்தின் சிறப்பு' என்ற குறுகிய, தவறான, கருத்துப் பாங்கு செல்வாக்குப் பெற்றுள்ளது. இதன் விளைவாக வரலாற்று நாவல் எனப் பெயர் தாங்கி வெளிவரும் அநேக படைப்புக்களிலே சென்ற காலங்களைக் குறிக்கவல்ல விந்தையான சில மனிதரும் பொருட்களுமே அவாவைத் தூண்டும் வகையில் அமைவதைக் காணலாம். இது வரலாற்றின் போலிமாதிரிப் படிவத்தையே எமக்குக் காட்டுகிறது. பழங்காலத்தைப் பற்றி ஒருவர் எவ்வளவு ஆர்வத்துடன் எழுதினாலும் நிகழ்காலத்தைப் பற்றிய ஆய்வும் தெளிவும் அவருக்கில்லாது விடின், வரலாற்றைச் செம்மையாகச் சித்திரித்தல் இயலாது. அதாவது சென்ற காலம், நிகழ்காலம், எதிர்காலம் ஆகியவற்றிடையேயுள்ள தொடர்ச்சியை நன்குணர்ந்தாலன்றி வரலாற்றைப் பயனுள்ள முறையில் தெளிந்துகொள்வது முடியாத காரியம். சென்ற கால வரலாறானது இன்றைய வரலாற்றின் பூர்வாங்கம் என்றும், காரண காரியத் தொடர்புடன் காலங்கள் பிணைக்கப் பட்டுள்ளன என்றும் உணர்பவருக்கு வரலாறு கேவலம் வீரதீர புருஷரின் விவகாரமாகவன்றிச் சமுதாய இயக்கத்தின் கூட்டு மொத்தமாகவிருக்கும். ஒரு குறிபிட்ட காலப்பகுதியின் முழுமையான சமுதாயச் சூழமைவிற்கேற்பவே பாத்திரங்களின் குணவியல்பு அமையும். பாத்திரங்களின் குணவியல்புகள் முறைபிறழாது அமைவதற்குக் குறிப்பிட்ட அக்காலப் பகுதியின் சமுதாயச் சக்திகளும் அவற்றின் பரஸ்பர உறவும் கூர்மையாக ஆய்ந்தறியப்படல் அவசியமாகும். வரலாற்று நாவல் என்ற சொற்றொடரில் இது உட்கிடை. ஆனால் அதனைப் பிரக்ஞையோடு கையாண்டு உண்மையைக் கலையழகுடன் கண்டு காட்டுபவனே சிறந்த வரலாற்று நாவலாசிரியன். இவ்வாறு நோக்கும்பொழுது, மிகப் பழங்காலத்து விந்தைப் பொருட்களும் வியப்பான நிகழ்ச்சிகளுமே வரலாற்று நாவலுக்குரியன என்ற எண்ணம் மறைந்து, எந்தக் காலப் பகுதியாயினும் அதனை

அதற்கு முன்னும் பின்னுமுள்ள காலப் பகுதியோடு இணைத்துத் தொடர்புகளை விளக்கும் நிகழ்ச்சிகளே முதன்மையானவை என்ற கருத்துத் தோன்றுவதைக் காணலாம். வரலாறு என்பது தொடர்ந்து நடந்துகொண்டிருப்பது. இதனாலேயே சமகாலச் சம்பவங்களின் தொகுதியை **சமகால வரலாறு** *contemporary history* என்பர். பண்டைக் காலத்திலிருந்தவரைவிடத் தற்கால ஆய்வாளருக்குப் பண்டைக் காலம் பற்றி அதிகம் விளக்கமிருப்பதற்குக் காரணம் வரலாற்றியலின் முன்னேற்றமாகும். அறிவியலின் முன்னேற்றத்தை யொட்டி வரலாற்றியலும் சமுதாயங்களின் வளர்ச்சி, தேய்வு, தேக்கம், மாற்றம் ஆகியவற்றைச் சிற்சில நியதிகளுக்கமைய விளக்குகிறது. ஆற்றல் மிக்க இலக்கிய கர்த்தாக்கள் ஏதோவொரு வகையில் காலத் தத்துவத்தை உணர்ந்தே செயற்பட்டிருக்கின்றனர். மத்திய காலத் தமிழகத்தில் வாழ்ந்த சேக்கிழார் ஆழ்ந்த வரலாற்றுணர்வு பெற்றிருந்தார்; தனக்குச் சில நூற்றாண்டுகளுக்கு முன்னர் வாழ்ந்து போன அரனடியாரின் சரிதங்களைத் தொகுத்துத் 'தொண்டர் புராணம்' பாடும்பொழுது சரித்திர உணர்வையும் நோக்கையும் வெளிப்படுத்துகிறார். பெரும் மன்னனும் நிலக்கிழாரும் தலைமை தாங்கிய சமுதாய அமைப்பின் சரித்திர இயல்பிற்கியையத் தலைவன் தாள் தலைப்பட்ட மக்களைப் பாடினார் அவர். பல்லவர் காலத்தில் நடந்தேறிய பக்தியியக்கம் சமயத்துறையில் மட்டுமன்றி அரசியற்றுறையிலும் பூரணத்துவம் பெறுகிறது சேக்கிழார் காலத்தில். அக் காரண காரியச் சங்கிலித் தொடர்பைக் கூர்ந்து கவனித்து வரலாற்றுணர்வுடன் நூல் செய்தார் சேக்கிழார். தலைமையாளர் புகழ் பரவ வந்த அவர் வரலாற்றுணர்வு கைவரப் பெற்றமையாலேயே, "ஆவுரித்துத் தின்றுழலும் புலையரையும்" கொல், குத்து, வெட்டு என்று பேசும் வேடரையும் பிறரையும் உயிர்த்துடிப்புள்ள பாத்திரங்களாக்கினார். சேக்கிழாரின் சார்பு 'உடையார்' பக்கமிருந்தது. ஆனால் தேச முழுவதையுஞ் சமுதாய உணர்வுடன் சித்திரித்ததால் அன்றைய நிலையில் அவரது காப்பியம் "தேசிய இலக்கியம்" என்னும் பெருமைக்குரியதாயிற்று. பறையர் சேரியைச் சேக்கிழார் தீட்டுந் திறனில் ஆயிரத்திலோர் பகுதியைக்கூடக் 'கல்கி' போன்ற வரலாற்று நாவலாசிரியரிடத்துக் காண முடியுமோ? காரணம் சிந்திக்கற்பாலது.

சேக்கிழாரிடத்துக் காணப்படும் வரலாற்றுணர்வு போன்றதே பாரதி பாடல்களிற் காணப்படும் காலத் தத்துவம். அவன் பாடினான்:

அன்ன யாவும் அறிந்திலர் பாரதத்
    தாங்கி லம்பயில் பள்ளியுட் போகுநர்
முன்னர் நாடு திகழ்ந்த பெருமையும்

மூண்டி ருக்குமிந் நாளின் இகழ்ச்சியும்
பின்னர் நாடுறு பெற்றியுந் தேர்கிலார்
பேடிக் கல்வி பயின்றுழல் பித்தர்கள் . . .

கவிஞனது உணர்வு நாட்டையுஞ் சமுதாயத்தையுந் தழுவுவதைக் காணலாம். இச்சமுதாய உணர்வே பாரதியை அவன் காலத்துப் புலவரினின்றும் வேறுபடுத்தியது. தனது காலத்துச் சமுதாயச் சக்திகளையும் வரலாற்றுப் போக்கையும் தெளிந்துகொள்ளாத ஒருவன், முற்கால வரலாற்றைச் சரிவர அறிந்துள்ளான் என்று எவ்வாறு கூற முடியும்? இதன் தொடர்முடிபாக, முற்காலத்தை ஒரு சார்பாக நோக்குபவன் நிகழ்காலத்தை நேராகப் பார்க்கிறான் என்று துணிதல் முடியுமா? உதாரணமாகச் சோழர் காலச் சமுதாயம் ஆண்டான் – அடிமை என்ற அடிப்படையில் இரு பெரும் வர்க்கங்களாய்ப் பிளவுண்டு கிடந்ததென்னும் உண்மையை மறந்தோ மறைத்தோ, செல்வம் செழித்த அக்காலத்தில், "எல்லாரும் எல்லாப் பெருஞ் செல்வமும் எய்தி" இருந்தனர் என்று கூறுபவன் தனது கண்முன் சமுதாயம் வர்க்கங்களினடிப்படையிற் பிரிந்திருப்பதைக் காணமாட்டான். நிகழ்காலக் கருத்துச் சாய்வுகளை முற்கால வரலாற்றின் மீது சுமத்துவதும், பழங்கால அமைதிகளை நிகழ்கால வரலாற்றுடன் தொடர்புபடுத்துவதும் பொதுவாக வரலாற்றறிஞர் பலரிடத்துக் காணப்படும் குறைபாடு. இதனையே மார்க்ஸ் 'வரலாற்றுக் குருட்டுத் தன்மை' என்றனர். மனித வரலாறு முழுவதையும் இயக்கவியல் என்ற ஒரு பெரும் நியதிக்குட்படுத்தி அதன் ஆய்வை விஞ்ஞான பூர்வமாக்கியவர் அவர். பழங்கால ரோமப் பேரரசின் அமைப்பை ஆராய்ந்த அதே ஆய்வு முறைகளைக் கையாண்டே பத்தொன்பதாம் நூற்றாண்டின் நடுப்பகுதியில் ஃபிரான்ஸ் தேசத்தில் நிகழ்ந்த உக்கிரமான வர்க்கப் போராட்டங்களை நுணுக்கமாக ஆராய்ந்தார். அதே முறையிலேயே அக்காலப் பகுதியில் இந்தியாவில் வெடித்த ஆங்கில எதிர்ப்பையும், அதனையொட்டி ஆங்கில ஏகாதிபத்தியத்தின் தன்மையையும் ஆராய்ந்தார். இத்தகைய சிறப்பான ஆய்வுகளால் தான் வகுத்த பொது நியதிகளினது நேர்மைத் தகவினைப் பரிசோதித்தார். இதன் விளைவாக முக்காலங்களை வேறாக்கும் இறுக்கம் தளர்ந்து வரலாற்றாய்வில் நெகிழ்ச்சி ஏற்பட்டது. மார்க்ஸின் சித்தாந்தத்தை ஏற்காதவரும், அவரின் சமூகவியற் கோட்பாடுகளினால் பாதிக்கப்பட்டுள்ளனர். இந்தப் பின்னணியிலேயே வரலாற்று நாவலை நாம் அணுகுதல் வேண்டும். ஒவ்வொரு காலப் பகுதியிலும் நிகழும் வரலாற்றுப் போராட்டங்கள் – அவை அரசியல், சமயம், தத்துவம், கலை, இலக்கியம் முதலாய கருத்துலகைச் சார்ந்திருப்பினும் – சமூக வர்க்கங்களுக் கிடையிலான முரண்பாட்டாலும்,

போராட்டத்தாலுமே இயக்கப்படுகின்றன என்ற உண்மையை உணர்பவனுக்கு முக்காலப் பாகுபாடு பெயரளவிலேயே பயன்படுகின்றது. நிகழ்காலத்தை ஆராய்தல் பயனற்றது என்றொரு எண்ணம் பல கல்விமான்களைப் பற்றியிருப்பதைக் காணலாம். 'காலம் நிச்சயிக்கும்' என அவர்கள் கூறுவர். சமகால நிகழ்ச்சிகள் சம்பந்தமான செய்திகளும் நுணுக்க விவரங்களும் சில சமயங்களில் அரசாங்க "இரகசியம்" என்று மறைக்கப் படுவதாலும், ஆய்வாளரின் உணர்ச்சி நிலை பாதிக்கப்படு வதனாலும் பூரணமான மதிப்பீடு செய்வதிற் சில தடங்கல்கள் ஏற்படலாம். ஆனால் அதற்காக மதிப்பீடு செய்ய முடியாது என்றோ, செய்வதிற் பயனில்லை யென்றோ கருதுவது பொருந்தாது. உண்மையில் நிகழ்கால ஆய்வு பயனற்றது என்ற பிரசாரத்திற்கு அடிப்படையாகவுள்ளது, அத்தகைய ஆய்வு செயலிற்கு ஆதாரமாக அமைந்துவிடும் என்ற அச்சமேயாகும். ஆய்வு இல்லாதுபோயின் தயக்கமும் மயக்கமும் நிலவும். அவை இதுகாறும் உள்ள நிலைமையை நீடிக்கச் செய்வதற்கு உகந்தவை. பல எழுத்தாளர் தமது சுற்றாடலைக் கண்ணெடுத்தும் பாராதவராய்ச் சென்ற காலம் என்ற மாயமானைப் பின் தொடர்ந்து செல்பவராயுள்ளனர். ஆனால் வரலாற்றின் இயக்க நியதியைச் சிறிதளவு அறிந்தவன்கூடச் சமகாலத்தையும் வரலாற்றுணர்வுடன் நுணுக்கமாகப் பார்க்கலாம். ஏங்கெல்ஸ் இதனை நிகழ்கால வாழும் வரலாறு, *living history of the day* என்று நயம்படக் கூறினார்.

'சமூக நாவல்' என்று நாம் மேலெழுந்த வாரியாகக் கூறும் நாவல் வகையானது உண்மையில் சமகால வரலாற்று நாவலாகத்தான் இருத்தல் வேண்டும். ஏனெனில் வரலாறு என்பது சமூக ஆய்வை ஆதாரமாகக் கொண்டது. ஒரு குறிப்பிட்ட காலத்துச் சமூக நிலைமையின் பிரத்தியேகமான பண்புகளுக் கமையப் பாத்திரங்களைக் கண்டறிந்து படைப்பவனே 'சமூக நாவல்' ஆக்குகிறான். அதாவது சமகால வரலாற்றின் தன்மைகள் சிலவற்றிற்கு இலக்கிய வடிவங் கொடுக்கிறான். இலக்கிய கர்த்தாவிற்கும் வரலாற்றாசிரியனுக்கும் நெருங்கிய தொடர்பும் பொதுப் பண்புகளும் உள்ளன. பல மனிதரின் சரிதங்களை உள்ளடக்கி அவற்றின் பொதுப் பண்புகளைப் பிழிந்தெடுத்து, அவை அவ்வாறு அமைந்து காணப்படுவதற்கான சமூகச் சூழமைவை ஒழுங்குபடுத்திக் காட்டுகிறான் வரலாற்றாசிரியன். இவ்வரலாற்றுப் போக்கும் இயக்கமும் சிக்கல் நிறைந்த உள் முரண்பாடுகளுடன் தனி மனிதர் வாழ்க்கையிலே துலங்குவதைச் சித்திரிக்கிறான் இலக்கிய ஆசிரியன். இவ்விடத்திலே காவியத்திற்கும் அல்லது காவிய

அச்சில் வார்க்கப்படும் 'வசன காவியத்திற்கும்' நாவலுக்குமுள்ள வேறுபாடு மனங்கொளதக்கது. காவிய மரபிலே பாத்திரங்களின் வாழ்க்கையைப் படிப்படியாகத் தொடர்ந்து செல்கிறோம். வரலாற்று நாவலிலோ பாத்திரங்களைத் தனிச் சிறப்பு வாய்ந்த சில கணங்களில் மாத்திரம் காண்கிறோம். நாவலில் இடம்பெறும் நிகழ்ச்சிகள் காலத்தின் போக்கையும் கோலத்தையும் செறிவாகக் காட்டுவன. சிறப்புமிக்க வரலாற்று நாவல்களிலே குறிப்பிட்ட கால வரலாற்று அரங்கில் பிரதிநிதிகளாக விளங்க வல்லரே கதாநாயகராக விளங்குவர்; விளங்குதல் வேண்டும். மற்றையோர் தேவைக்கேற்ற அளவிற் பின்னணி மாந்தராகவே இயைந்து செல்லல் வேண்டும்.

மேற்கூறிய பீடிகையுடன் கணேசலிங்கனின் நாவலை நோக்குவோம். 1956ஆம் ஆண்டு திரு. எஸ்.டபிள்யூ.ஆர்.டி. பண்டாரநாயக்கா தலைமையில் மக்கள் ஐக்கிய முன்னணி தேர்தலிற் பெரு வெற்றியீட்டி ஆட்சிபீடத்தி லமர்ந்தது. புதியதொரு சகாப்தத்தின் தொடக்கத்தை அது குறிப்பதாகச் சிலர் கருதுவர். அம்மாற்றத்தைப் 'புரட்சி' என்றுகூடச் சிலர் கூறுவர். 1956இல் ஏற்பட்ட மாற்றம் எவ்வாறழைக்கப்படல் வேண்டுமென்பது இங்கு ஆய்விற்குரியதன்று. ஆனால், அது முக்கியமானது என்பதில் ஐயமில்லை. இலங்கை வரலாற்றரங்கிலே 'தேசிய முதலாளி' என்ற நபர் அரசியலாதிக்கம் பெற்றதை அம்மாற்றம் குறிக்கின்றது. அதற்கு முந்திய தசாப்தத்தில் நாடு அரசியல் சுதந்திரம் பெற்றது. ஆனால், பாரதூரமான மாற்றம் எதுவும் ஏற்படவில்லை. பயன்தராத படாடோபமான விவசாயத் திட்டங்கள் சில துவங்கப்பட்டதைத் தவிர்த்து கைத்தொழில் துறையில் முயற்சிகள் மேற்கொள்ளப்படவில்லை. சுதந்திர மாயையின் புது மோகத்திலும், குடியேற்றமுறை அரசியலின் பாதிப்பிலும் மூழ்கியிருந்த தேசம் மெல்ல மெல்ல விழித்துக் கொண்டது. கைத்தொழில் வளர்ச்சிக்கும் வர்த்தக விருத்திக்கும் இருந்த வாய்ப்புகள் பயன்படுத்தப்படலாயின. அந்நிலையில் வெளிநாட்டுப் பொருளாதாரத்தின் பிடிப்பும் தாக்கமும் தமக்குப் பாதகமாகவிருப்பதை அரும்பிக் கொண்டிருந்த உள்ளூர் முதலாளிகள் அவதானித்தனர். இந்நாட்டிலும், உலகெங்கினும் வெவ்வேறு அளவிலும் வடிவிலும் ஏகாதிபத்திய எதிர்ப்பு மக்கள் நெஞ்சில் பொங்கிக் கொண்டிருந்ததையும் அவர்கள் கண்டனர். நாடு சுதந்திரம் பெற்ற காலத்தில் வெள்ளையரிடமிருந்து ஆட்சிப் பொறுப்பைக் கையேற்ற அந்நிய மோகங்கொண்ட 'பரம்பரை'த் தலைவர்பால் மக்களுக்கு வெறுப்பு மிகுந்து காணப்பட்டது. இத்தகைய நிலையிலே உள்ளூர்ப் பணக்காரரில் ஒரு பகுதியினர் கைத்தொழில் வர்த்தகத் துறையில் முன்னேற்றம், அதாவது

இலாபம் காணும் வாய்ப்பைக் கண்டு அதனை நடைமுறை சாத்தியமாக்க முனைந்தனர். புதுப் பணக்காரர் முன்வர வேண்டுமாயின் பழைய (பரம்பரைப்) பணக்காரர் அரசியல் ஆதிக்கத்தினின்றும் அகற்றப்படுதல் அத்தியாவசியமாயிற்று. தேர்தல் மூலம் இதனைச் சாதிப்பதற்கு மக்களை அணிதிரட்டினர், தேசிய முதலாளிகளும் அவரின் பிரதிநிதிகளும். இம்மக்கள் அணிக்குத் தலைமை தாங்கினார் திரு. பண்டாரநாயக்கா. அதற்கான பல சிறப்புத் தகுதிகள் அவரிடங் காணப்பட்டன.

தேசிய முதலாளித்துவ வர்க்கம் தன்னைத்தானே இனங்கண்டு வரலாற்றரங்கிற் பிரவேசிக்கும் பொழுது தனது தனித்துவத்தைத் தேசிய உணர்விலும் சிந்தனையிலும் வெளிகாட்டிக் கொள்கிறது. உலக வரலாற்றிலே இதனைப் பல சந்தர்ப்பங்களிற் காணலாம். இந்நியதிக்குச் சான்றாக அமைந்து கிடக்கின்றன, தேசிய முதலாளித்துவ வர்க்கத்தின் எழுச்சியின் போது தோன்றும் இன, மொழி, மத, கலாசார இயக்கங்கள் தேசிய முதலாளித்துவத்தின் உடனிகழ்ச்சியான இத்தேசிய உணர்வு, பொதுப்படையாகச் சமுதாயத்திற் கீழ்மட்டத்தி லுள்ளோரையும் “மேல்” மட்டத்திலுள்ளோரையும் ஒன்றாகச் சேர்த்திணைக்க உதவுகிறது. அதே சமயத்தில் புதிய வர்க்க எழுச்சிக்கும் அதன் உலகியல் விஷயங்களுக்கும் **தேசியம்** இலட்சியவாத முலாம் பூசுகிறது. 1956ஆம் ஆண்டைத் தொடர்ந்து குறிப்பாகச் சிங்கள மக்கள் மத்தியிலும் கலை இலக்கியத் துறையிற் காணப்படும் மறுமலர்ச்சியை இங்கு நினைவு கூரலாம். இன்று, சிங்கள மத்தியதர வர்க்கத்தினரிடையே நாடகம், திரைப்படம் முதலிய துறைகளில் ஊக்கமும் ஆக்கமும் காணப்படுகிறதெனின் அதன் சிறப்பான வரலாறு இக்காலப் பகுதியைச் சார்ந்தது என்பதையும் நாம் மறந்து விடலாகாது. முதலாளித்துவத்தைப் பொறுத்தளவில் ‘தேசியம்’ இரண்டாந்தரமான, உடன் இணைவான விளைவுப் பொருளேயன்றி முதன்மைப் பொருள் அன்று. தேசிய வெளிப்பாடானது உள்ளியல்பாகாது. புறச் சின்னங்களைச் சார்ந்ததாக அமைந்துவிடுகிறது. தனிமனிதரின் ஒழுகலாற்றைக் கூர்ந்து நோக்கின் எத்தனையோ விசித்திரங்களையும், முரண்பாடு களையும், கேலிக்கூத்துக்களையும், தன்னேய்ப்புக்களையுங் காணலாம். இலக்கிய ஆசிரியனுக்கு இவை குறிப்பிடத்தக்க காட்சிகளாகின்றன. திரு. பண்டார நாயக்காவும் அவர் போன்ற பலரும், கிறித்தவ மதத்திலிருந்து விலகிப் பௌத்த சமயத்தைத் தழுவிக்கொண்டதும் மேனாட்டு உடையை விடுத்துத் தேசிய உடையாம் வேட்டி சால்வை அணியத் தொடங்கியதும், கூடியளவு தாய்மொழியிலே உரை நிகழ்த்த முனைந்ததும் அவை போன்ற பிறவும் சின்னங்களுக்குரிய

அபரிமிதமான செல்வாக்கைக் காட்டுகின்றன. இந்தியாவிலே விடுதலை இயக்கம் காந்தியின் தலைமையில் நடந்தபோது, கதர் உடுத்துக்கொண்டு கைத்தொழிலபிவிருத்தியில் ஈடுபட்ட தேசிய முதலாளிகள் கணக்கற்றோர். அங்கும் கதர் ஒரு சின்னமாகவே அமைந்துவிடுவதைக் காண்கிறோம். உற்பத்தி அட்டவணையையும், விற்பனை விளக்கக் குறிவரைவினையும் எண்ணி வாழும் முதலாளித்துவத்திற்கு இத்தகைய சின்னங்கள் 'ஆன்மீகத் தோற்றத்தைக் கொடுக்கின்றன.' இலக்கிய ஆசிரியனது பார்வையில் இவை முதலாளித்துவ வர்க்கத்தின் பாசாங்கையும் முரண்பாட்டையும் வலியுறுத்திக் காட்டுவனவாய் உள்ளன.

தேசிய முதலாளித்துவம் வரலாற்று அரங்கிற் பிரவேசிக்கும் பொழுது தனிமையில் இருப்பதில்லை. தனது போட்டியாளருக் கெதிராகப் பரந்துபட்ட மக்கள் கூட்டத்தை முன்னிறுத்தியே தனது வெற்றியை ஈட்டுகிறது. எதிரிக்கு எதிரி நண்பன் என்ற அனுபவ உரையின் அடிப்படையில், "கீழ்" மட்டத்திலுள்ள பெரும்பகுதி மக்களையும், இடை நடுவே அகப்பட்டுத் தவிக்கும் பலரையும் வரையறுக்கப்படாத, பொதுப்படையான நோக்கங்களைக் கொண்டு ஒன்று திரட்டித் தனது 'ஆபத்துதவி'களாகக் கொள்கிறது. இவர்களில் விவசாயிகளும் தொழிலாளிகளும் குறிப்பிடத்தக்கவர். திரு. பண்டாரநாயக்காவின் கைச்சரக்கான தீவிர தேசியவாதமும், மனிதாபிமானமு மட்டுமன்றி, ஏறத்தாழ மூன்று தசாப்தங்களுக்கு மேலாக இடதுசாரிகள் வளர்த்து வந்த ஏகாதிபத்திய எதிர்ப்பு மரபும், சமுதாயமாற்ற வேட்கையும் மக்கள் முன்னணிக்கு வலுவூட்டின என்பது வற்புறுத்த வேண்டியதொன்று. இவற்றையெல்லாம் உற்றுநோக்கும் போது, தேசிய முதலாளித்துவம் முனைப்புடன் வரலாற்றரங்கில் திடீர்ப் பிரவேசஞ் செய்த அக்கணத்திலே, தொழிலாளி வர்க்கமும் அரங்கிற்றோன்றி விடுவது புலனாகும். இங்குதான் இக்காலப் பகுதிக்குரிய மிக முக்கியமான, சுவையான போட்டி தொடங்குகிறது. தேசிய முதலாளித்துவ வர்க்கத்தின் எழுச்சிக்கும் பக்கபலத்திற்கும் தொழிலாளி வர்க்கம் இன்றியமையாதது. தொடக்கத்தில் இரு பகுதியினருக்குமுள்ள சில பொதுவான அபிலாஷைகள் ஒற்றுமைக்கு வலுவளிக்கின்றன. இதன் விளைவாகச் சிற்சில சனநாயக உரிமைகள், "கீழ்மட்டத்திலுள்ள மக்களுக்கு வழங்கப்படுகின்றன. கருத்துலகிலேயே கூடிய சலுகைகள் வழங்கப்பட்டன; மொழி, சமயம், கலாசாரம் ஆகியன இவற்றுளடங்கும். ஆயினும் இரு தரப்பினருக்குமிடையே பரஸ்பரம் ஐயங்கள் அதிகரிக்கின்றன. தனக்கு உதவியாக, "கையாளாக"க் கொண்ட வர்க்கம் தனக்கு நேரெதிராகப் போகும் சக்தி பெற்றிருப்பதைத் தேசிய முதலாளித்துவ வர்க்கம் விரைவிலே

கண்டுகொள்கிறது; நிரந்தர அமைதியற்ற ஓர் உறவு நிலவுகிறது. முதலாளித்துவ வர்க்கத்திற்கும் பாட்டாளி வர்க்கத்திற்குமுள்ள உறவு பற்றி மார்க்ஸ் ஒரு சந்தர்ப்பத்திற் கூறியது இவ்விடத்திற் பொருத்தமாகத் தோன்றுகிறது.

> வெகு ஜனங்கள் மாறுதல் விரும்பாது இருக்கும் பொழுது அவர்களின் மூடத்தனத்தைக் கண்டு முதலாளித்துவ வர்க்கம் கவலை கொள்கிறது; அவர்கள் புரட்சிகர உணர்வு பெறுங் காலத்தில் அவர்களது நுண்ணறிவுத் திறனைக் கண்டு பேரச்சங் கொள்கிறது.

தொழிலாளி வர்க்கம் தனது நலன்களின் அடிப்படையில் கோரிக்கைகளை முன்வைத்து அணி திரளத் தொடங்கியதும் தேசிய முதலாளித்துவ வர்க்கம் தான் காட்டிய அற்ப சொற்பமான சனநாயக மனோபாவத்தைக் கைவிட்டது. அந்நிய எதிர்ப்பு என்ற சாதகமான சூழ்நிலையில் வேகமாக முன்னேற்றங்கண்ட தேசிய முதலாளிகள், காலப்போக்கில் தமது 'தேசிய'ப் பண்பினும் முதலாளித்துவப் பண்பே மேலோங்க விழைந்தனர். இதன் விளைவாக மக்கள் முன்னணி தொடங்கப் பெற்ற காலத்தில் அரைகுறையாகவேனும் உச்சரிக்கப் பெற்ற சோஷலிசக் கொள்கைகள் மெல்ல மெல்லக் கை நழுவவிடப்பட்டன. தொடக்கத்திற் காணப்பட்ட ஏகாதிபத்திய எதிர்ப்பும் மழுங்கவிடப்பட்டது. தொழிலாளர் அணியிலிருந்த சில பிரிவுகள் தேசிய முதலாளித்துவ வர்க்கத்தைத் தவறாக விளங்கிக் கொண்டு தமது தனித்துவத்தைக் கைவிட்டதும் இப்போக்குகள் துரிதமடைய ஏதுவாயிருந்தது. ஒரு கால எல்லையில் தேசிய முதலாளிகள் பலருக்குத் தொழிலாளர் அணியானது கொடுங்கனவாக அமையத் தொடங்கியது. மக்கள் முன்னணி பெயரளவில் முற்போக்கான கொள்கைகள் சிலவற்றைக் குறிப்பிட்டாலும், காலப்போக்கிலே, உருமாற்றம் பெற்றுக் 'கூட்டரசாங்கம்' ஆட்சி புரிந்த குறுகிய காலத்தில் தேசிய முதலாளித்துவ வர்க்கத்தின் அப்பட்டமான அதிகாரமே நிலவியது. ஒரு சந்தர்ப்பத்தில் மார்க்ஸ் சொன்னார்:

> மூலதனத்தின் எசமானர்கள் பொருளாதாரக் குத்தகையை நிலைநிறுத்தவும், அதனைப் பேணிப் பாதுகாக்கவும் அரசியல் அதிகாரத்தைப் பயன்படுத்திக்கொள்வர். தொழிலாளி வர்க்கத்தின் விமோசனத்திற்காக அவர்கள் பாடுபடமாட்டார்கள் என்பது மட்டுமன்றி, உண்மையில் அவர்கள் அதற்குக் குறுக்கே நிற்பார்கள்.

இத்தகைய தேசிய முதலாளிகள் அரசியல் வடிவத்திற் காணப்பட்ட சிற்சில முற்போக்கான நடவடிக்கைகளை வெறுத்தனர்; அதே நேரத்தில் முன்னர் தாம் தள்ளி வீழ்த்திய 'பழைய' பணக்காரருக்கும் தமக்கும் பொதுவான அம்சங்கள் பல உள்ளன என்றுங் கருதினர். இந்நிலை தோன்றியதும், திருமதி. பண்டாரநாயக்காவின் ஆட்சி தொடர்ந்து நீடிப்பது இயலாத காரியமாகிறது. முதலாளித்துவ வர்க்கம் தனது நலனைக் காப்பாற்றிக் கொள்ளத் தேசியத்தை மட்டுமன்றி அதைவிடப் புனிதமானவற்றைக்கூடக் கைவிட்டேகத் தயங்காது.

ஆயினும் தேசிய முதலாளித்துவம் ஊன்றிய விதைகள் எளிதில் மறைவன அல்ல. தொடக்கத்தில் மக்கள் முன்னணி உருவாகியபொழுது, சிறப்பாகத் திரு. பண்டாரநாயக்காவின் தலைமையில், அவ்வியக்கம் எல்லோருக்கும் எல்லாவற்றையும் அளிக்கவல்ல கற்பகதருவாகக் கருதப்பட்டது. லூயி பொனப்பாட் என்ற பிரெஞ்சு சர்வாதிகாரியின் இராணுவப் புரட்சியை விளக்கும் பொழுது மார்க்ஸ் சொன்னார், "பொனப்பாட் என்பது ஒரு (கவர்ச்சியான) பெயராக மட்டுமன்றி ஒரு கொள்கைத் திட்டமாகவும் காணப்பட்டது" என்று பலதரப்பட்ட, பொதுமக்களையும் உள்ளடக்கி, உடனிழுத்துச் செல்லும் இயக்கமொன்றின் கொள்கைத் திட்டம் எப்பொழுதுமே தெளிவற்று, 'வேண்டுவார்க்கு வேண்டியது காட்டும்' வர்ண ஜாலமாக இருக்கும். *அப்பே ஆண்டுவ* என்ற கோஷமானது. சாதாரண மக்களின் அபிலாஷைகள் யாவும் மக்கள் முன்னணியைப் பற்றியிருந்தமையைக் காட்டும் இவ்வபிலாஷைகள் முதலாளித்துவ வர்க்கத்திற்குப் பெரும் பாரமாக அமையுபோது முரண்பாடு கூர்மையடைகின்றது. அதே சமயத்தில் தேசிய முதலாளித்துவம் தனது பிறப்பின் சூழ்நிலை காரணமாகத் தொழிலாளி வர்க்கத்தை முற்றாக உதறித் தள்ளவும் முடியாத வில்லங்கத்தில் அகப்பட்டுக் கொள்கிறது. இதனால் அவ்வர்க்கத்தின் செயல்களில் உறுதிப்பாடின்மையும் ஊசலாட்டமும் தடுமாற்றமும் பெருமளவிற்குக் காணப்படுகின்றன. தனிமனிதரொருவரிடத்து இப்பலவீனத்தைக் காணவேண்டுமாயின், திரு. பண்டாரநாயக்கா சிறந்த உதாரண புருஷராவர். அந்நிய ஏகாதிபத்திய எதிர்ப்பைத் தருக்கரீதியான முடிவிற் கொண்டுசெல்வதிலும், தேசிய சிறுபான்மையினரின் சிக்கல்களைத் தீர்த்து வைப்பதிலும், இத்தடுமாற்றத்தைத் தெள்ளத் தெளியக் கண்டுகொள்ளலாம். தேசிய முதலாளித்துவ வர்க்கப் பாத்திரத்தைப் படைக்கும் நாவலாசிரியன் ஒருவனுக்கு இத்தடுமாறும் உள்ளத்தவர் சிறந்த மாதிரி மனிதராகவிருப்பர். தேசிய முதலாளித்துவ

வர்க்கத்தினரின் ஊசலாட்டம், அவர்களுக்கு ஒரு சோக நாடகத் தன்மையையும் இயல்பானதாக்கிவிடுகிறது. இதற்கும் திரு. பண்டாரநாயக்கா சிறந்த எடுத்துக்காட்டு. திரு. பண்டாரநாயக்காவைப் பொறுத்தளவில், அவர் ஐயத்துக்கிடமின்றித் தேசிய முதலாளித்துவ வர்க்கத்தினருக்குத் தலைவராக விளங்குகின்றார். எனினும், அரசாங்கம் என்ற நிறுவனத்தின் தலையாய இயக்குநராகவும் இருந்த காரணத்தால் சில சந்தர்ப்பங்களில் வர்க்கங்களுக்கு அப்பாற்பட்டவராகக் காட்சியளிக்கவும் விருப்பினார்; முயன்றார். ஊருக்கு நல்லது செய்யும் உத்தமராக வாழவிரும்பியு மிருக்கலாம். பண்டைக் காலத்து மன்னரைப் பற்றி இலட்சியவடிவிற் கூறப்படுவது போன்று, காட்சிக்கெளியவனாகவும் வாழ விரும்பினார். ஆனால் எல்லோருரையுந் திருப்திப்படுத்தாத நிலையிலே தனது சோக முடிவை எய்தினார். சில சமயங்களில் தேசிய முதலாளித்துவ அமைப்பிற்குக்கூடக் குந்தகம் விளைவிக்கக்கூடிய நடவடிக்கைகளில் இறங்கினார். காலக்கிரமத்தில் தொழிலாளி வர்க்கத்திற்கும் முதலாளித்துவ வர்க்கத்திற்குமுள்ள முரண்பாட்டைக் கூர்மையாக்குவதைத் தவிர்த்து வேறெதுவும் அவராற் செய்ய முடியவில்லை. திரு. பண்டார நாயக்கா மனத்திற் சில விருப்பங்களைக் கொண்டிருந்தாலும், இறுதியில் அவர் பேச்சுக்கள் இனித்த அளவிற்குச் செயல்கள் பயன்தரவில்லை. என்னதான் முயன்றும் அவரது வர்க்கச் சார்பைத் தாண்டிச் செல்ல இயலாதிருந்தமையே காரணமாகும். இவ்விடத்தில் மார்க்ஸ் கூறிய வார்த்தைகள் சில பொருத்தமாயுள்ளன. மார்க்ஸ் ஒரு சந்தர்ப்பத்தில் எழுதினார்:

> மனிதரது தனி வாழ்வில் ஒருவர் தன்னைப் பற்றி எண்ணுவதற்கும், கூறுவதற்கும், அவரின் உண்மையான வாழ்க்கை முறைக்கும் செயல் களுக்கும் நாம் வேறுபாடு காண்பதுபோல, அரசியற் கட்சிகளின் பாவனைகளுக்கும் இன் சொற்றொடர்களுக்கும் அவற்றின் உண்மையான நிறுவனவியக்கத்திற்கும் அக்கறைகளுக்கும் உள்ள வேறுபாட்டையும், அவற்றின் தற்புனைவிற்கும் உண்மை நிலைமைக்குமுள்ள வேறுபாட்டையும் மிகவும் கூர்மையாக வேறுபடுத்தி உணருதல் வேண்டும்.

மேலே கூறிய அரசியற் பொருளாதார சமூகப் பின்னணி யிலேயே கணேசலிங்கனது நாவல் விரிகின்றது. "இப்பின்னணி யினை வரலாற்று நூல்களிலன்றி நாவலிலிருந்து நான் பெற முடிந்தமை ஒன்றே நூலின் வளத்திற்குப் போதிய சான்றாகும்."

ஆசிரியரது முந்திய நாவல்களைப் படித்தபோது அவற்றிற் பாத்திரங்களின் வாழ்க்கையோடு அரசியல் போதியளவு இணைந்து முழுமையாகாது, விட்டிசைத்து நிற்கக் கண்டேன். இந்நாவல் அக்குறைபாடின்றி அரசியல் விஷயத்தைக் கலையுண்மை யாக்கியுள்ளது. வரலாற்று உணர்வே யதார்த்தத்தின் வெற்றிக்கு அடிப்படையாக அமைந்துள்ளது. மேற்கூறிய பத்தாண்டுக்கால வரலாறு நாவலிற் கூறப்படவில்லை. நாவலாசிரியர், அதன் இறுதிப் பகுதியை விதந்தாய்கிறார். காலத்தின் உயிர்த்துடிப்பு உச்ச நிலையையடையும் அந்தக் கணத்தைப் பொருளாகக் கொள்வதினால், பாத்திரங்களைக் "குறிப்பிடத்தக்க கணங்களிற்" காட்டுகிறார். இவ்வுத்தி, நாவலுக்குக் கூர்மையையும், நாடகப் பண்பையும், செறிவையும் அளிக்கிறது. தேசிய முதலாளித்துவ வர்க்கப் பிரதிநிதியை ஊசலாட்டத்தின்போது காண்கிறோம். தொழிலாளர் வர்க்கப் பிரதிநிதியைத் தனது தனித்துவப் பாதையின் தன்மையையும் இன்றியமையாமையையும் உணரும் நிலையிற் காண்கிறோம். இவர்களும் இவர்களைச் சார்ந்தோரும் முற்று முழுமையான அரசியல் மாந்தர். ஆனால் இவர்களுக்கிடையே பல்வேறு பக்குவ நிலைகளிலும், உணர்ச்சி நிலைகளிலு முள்ளவர்கள் காணப்படுகின்றனர். இவர்களும் தமக்குத் தெரியாமற் காலத்தின் பிரதான இயக்கத்தினாற் பாதிக்கப்படுவதைக் காட்டுவதே நாவலின் சிறப்பியல்புகளில் ஒன்று. ஒரு சிறு உதாரணம் கூறுவேன்.

கதாநாயகன் நாகரத்தினத்தின் மனைவி அரசியல் அக்கறையற்ற சுகவாழ்வு விரும்பும் சாதாரண உயர் குடும்பப் பெண். பிறர் கண்ணிற் படத்தக்க பாவனைப் பொருட்களை வாங்குவதிலும் அவைபற்றி உரையாடுவதிலும் பெரு விருப்புடையவள். விதவிதமான பாவனைப் பொருட்களின் இறக்குமதி கட்டுப்படுத்தப்பட்ட நிலையில் அவற்றை எவ்விலை கொடுத்தேனும் எந்நாட்டிலிருந்தேனும் பெற விரும்புகிறாள். இப்போக்கு அவளை விதேசப் பிரேமியாக்குகிறது. ஆக்கவும், அவள் உள்ளத்தில் அரசியல் தொனிக்கிறது. வர்க்க ஆய்வுப் பரிபாஷையிற் கூறுவதாயின் இந்திராவின் மனப்போக்கு குட்டி முதலாளித்துவ வர்க்கத்தினரின் கருத்தோட்டத்தைச் சித்திரிக்கிறது. அன்றாட வாழ்க்கையிற் தோன்றும் சிறுசிறு சம்பவங்களினூடாக இம்மனோபாவம் வெளிப்படுகையில், பாத்திரம் சிக்கல் நிறைந்ததாகவும் பலமுகப்பட்டதாயும் காட்சியளிக்கிறது. இது நாவலாசிரியரின் பாத்திர வார்ப்புத் திறமைக்கு உதாரணம். அதைப் போலவே நாகரத்தினம் – இந்திரா ஆகிய இருவரது தாம்பத்திய உறவுகூட இறுதியில் உடைமை உறவுகளில் தங்கியுள்ளது என்ற உண்மை, வாழ்க்கை

அநுபவத்தின் அடிப்படையிலே புலப்படுத்தப்படுவதும், பாத்திரங்களின் வர்க்க இயல்பிற்கு இயைந்தே காணப்படுகிறது. பொருள், உடைமை பற்றிய சிந்தனைகள் அவர்களின் உணர்வை (*consciousness*) வெகுவாக ஊடுருவியுள்ளன என்பதும் நுண்ணிய முறையிற் காட்டப்பட்டுள்ளது. டானியல் டிஃபோ (*Daniel Defoe, 1659-1731*) படைத்த உலகப் புகழ்பெற்ற பாத்திரமாகிய ரொபின்ஸன் குருஸோ, பொருளாதார மனிதனுக்கு – *Homo Economicus* தலையாய எடுத்துக்காட்டு என்று பொருளியல் வரலாற்றாசிரியர் பலர் கூறியுள்ளனர். டிஃபோவின் பாத்திரங்கள் யாவுமே அவரது கூற்றுப்படி "உலகின் மிகப் பொதுவான பெயர் கொண்ட பொருளாகிய" பணத்தைத் தேடிச் செல்வன. இந்நாவலின் கதாநாயகனான நாகரத்தினத்தையும் அவரது வர்க்க சகாக்களான எட்மன், அப்புசாமி ஆகியோரையும் காணும்போதெல்லாம் எனக்கு மேற்கூறிய 'பொருளாதார மனிதன்' என்ற சொற்றொடர் நினைவுக்கு வந்தது. ஆசிரியர் பொருளியலைப் பற்றிக் கருத்து வடிவில் எதுவுங் கூறவில்லை. அதனைப் பற்றிய சர்ச்சையும் நாவலில் இடம் பெறவில்லை. (க.நா. சுப்ரமண்யத்தின் சில நாவல்களில் அத்தகைய விசாரம் காணப்படுகிறது.) பாத்திரங்களின் ஒவ்வொரு சிறிய செயலுக்கும் வங்கிக் கணக்குக்கும் தொடர்பிருக்கிறது என்றோ, தொடர்பு காட்ட முடியுமென்றோ நான் கூறவில்லை, ஆனால் சமகால வரலாற்று நாவலிலே பொருளாதாரப் பிரச்சினைகள் (சில சமயங்களில் இசை அரசியல் வடிவத்திற் காணப்படுகின்றன) முற்றாகத் தவிர்க்கப்படலாம் என்றும் எனக்குத் தோன்றவில்லை. வரலாற்று நாவலாசிரியன் தனது காலத்துத் தத்துவப் பிரச்சினைகளுக்கும் பொருளாதாரப் பிரச்சினைகளுக்கும் உள்ள பிரிக்க முடியாத பிணைப்பை மனங்கொண்டபின், பல்வேறு வகைகளில் மறைமுகமாகவேனும், இப்பிணைப்பின் திரிபுகளைக் காட்டுகிறான். ஜோர்ஜ் லுகாக்ஸ் (*Georg Lukacs, 1885*) கூறுவதுபோல, "உயிர்வாழும் மக்களின் புலனீடான பிரச்சினைகளைப் பொருளாதாரப் பிரச்சினைகளிற் காணும் ஓர் எழுத்தாளனே" மேற்கூறிய பிணைப்பைத் திறந்து காட்டல் இயலும். கணேசலிங்கனது நாவலில் இது குறிப்பிடத்தக்களவு இடம் பெற்றிருக்கிறது. இதுவே நான் கண்ட புதுப் பண்பாகும்.

தேசிய முதலாளித்துவ வர்க்கத்தின் பிரதிநிதி யொருவனைக் கதாநாயகனாகக் கொண்டுள்ள இந்நாவல், அதே காரணத்தால் மற்றுமொரு சிறப்புக்குரியதாகிறது. ஒரு நாட்டின் வரலாற்றரங்கிலே முதலாளித்துவ வர்க்கமும் அதன் எதிரிடையான தொழிலாளி வர்க்கமும் தோன்றிய அந்தக் கணத்திலேயே சமுதாயம் அடுக்கு களாக அல்லது படுகைகளாகப் பேதப்படுகின்றது. இந்நிலையில்

எழுத்தாளருக்கு மூன்று பாதைகள் முன் விரிக்கின்றன: “மேல்”தட்டு வாழ்க்கையைப் பொருளாகக் கொண்டு இலக்கியம் படைத்தல்; “கீழ்”தட்டு உலகைச் சித்திரித்தல்; இவ்விரண்டையுமே சேர்த்துத் தொடர்புபடுத்தி எழுதுதல். முதலாம் பிரிவைச் சேர்ந்த பெரும்பாலான எழுத்தாளர் “மேல்”தட்டு இயற்கையானது என்று கொண்டு, அதன் பளபளப்பையும் மினுமினுப்பையும் இயன்றளவு மெய்ம்மையுடன் தீட்ட முயல்வர். அவ்வாழ்க்கை முறை “விமரிசனம்” செய்யப்படும் பொழுதும் அதன் இயல்பான அழகிற்கும் நன்மைக்கும் ஏற்காதனவாகக் கருதப்படும் அமிசங்களே ஆங்காங்குக் குறிப்பிடப்படுவன. அவ்வாழ்க்கை முறை நிலைபேறுடையது என்ற நம்பிக்கையே எழுத்தாளருக்கிருக்கிறது. இலங்கைத் தமிழ் எழுத்தாளரைப் பொறுத்தவரை, கடந்த தசாப்தத்திற்கு முன், உண்மையான – வர்க்க அடிப்படையிலமைந்த – முதலாளிகள் அருகிக் காணப்பட்டமையால், உயர் மத்தியதர வகுப்பினரின் வாழ்க்கையே “மேல்” தட்டு விவகாரமாகக் கருதப்பட்டு வந்துள்ளது. முதலாளித்துவத்தின் வளர்ச்சி இந்தியாவில் சற்று முன்னதாகவே ஏற்பட்டமையால், அதன் சித்திரங்களை நாவல்களிற் காணலாம். ஆனால் தனி மனிதரின் மகிழ்ச்சி, சோகம் முதலியன பெரிய இடத்து வாழ்க்கையிற் காட்டப்பட்டனவேயன்றி, வாழ்க்கைப் பிரச்சினைக்கும் கருத்துணர்வுக்குமுள்ள பிணைப்பு ஆராயப்படவில்லை. கூட்டு மொத்தமாகப் பார்க்குமிடத்து “மேல்”தட்டு வாழ்க்கையைச் சித்திரிக்கும் நாவல்கள் (உண்மையில் அவை தொடர் கதைகள்) துன்பமும் விரக்தியும் நிறைந்த உலகிலிருந்து எம்மை இன்பமான மானசீக வாழ்க்கை நிலைக்கு எடுத்துச் செல்வனவே.

இதன் மறுகோடியாக அமைந்துள்ள “கீழ்” தட்டு வாழ்க்கையைச் சித்திரிப்பதாக மார்தட்டும் பல கதைகள். ‘முற்போக்கு’, ‘யதார்த்தம்’ முதலிய அடைகளைத் தமக்குத் தாமே சூட்டிக்கொள்ளும் இப்படைப்புக்கள், சமுதாயத்தின் மிகத் தாழந்த (வர்க்க அடிப்படையிலன்று) சில உதிரியான மக்களை (உதாரணமாக, விபசாரிகள், பிச்சைக்காரர், மிகுநோயாளர்) பாத்திரமாகக் கொண்டு அவர் தம் இன்னலையும் இடுக்கணையும் படம் பிடித்துக் காட்டுவன. தி.மு.க. எழுத்தாளர் பலரும், புதுமைப்பித்தன், விந்தன் போன்ற புகழ்பெற்ற எழுத்தாளர் சிலரும், வெவ்வேறு வகையிலும், அளவிலும் இப்பிரிவைச் சார்வர். சென்னை மவுண்ட்ரோட்டில், யாருமற்ற தன்னந்தனியாய் பட்டணத்து ‘மகாமசான’த்தில் துலுக்கப் பிச்சைக்காரன் சாவதைப் புதுமைப்பித்தன் சித்திரித்துள்ளாரே, அதுபோன்ற நுணுக்க விவரங்கள் படம் பார்ப்பது போன்ற தத்ரூபமாக விருப்பினும் யதார்த்த இலக்கியத்தின் பாற்படா. உள்ளதை

உள்ளவாறே காட்ட முயலும் இவ்வுத்தி அல்லது நோக்கு *naturalism* எனப்படும் இயற்பண்பு வாதமாகும். "மேல்"தட்டு வாழ்க்கையை வருணிக்கும் 'சொகுசு' எழுத்திற்கு நேரெதிராக இருப்பினும், சுற்றுமுற்றுமுள்ள சின்னஞ்சிறு விஷயங்களில் அமிழ்ந்துவிடும் தன்மையினால் கலைப்படைப்பிற்கு வேண்டிய குறைந்தபட்சப் புறநோக்குச் செயற்படாது போகிறது. இவ்வெழுத்தாளர் பலரது நெஞ்சில் சமூகத்தின் தாழ்நிலையிலுள்ள மக்கள் படும்பாடு தர்மா வேசத்தைத் தோற்றுவிக்கிறது என்பது உண்மை. ஆயினும் இது தெளிவு காணாத வெறுப்பு மனோநிலையில் தோன்றுவதாகும். அது மட்டுமன்று, "கீழ்" உலகமும், "மேல்" உலகமும் இயற்கை நியதி என்று ஏற்றுக்கொள்ளும் மனப்போக்கும் இதனால் தொடர்ந்து நிலவுகிறது. இதனால் கலை முழுமையடைய முடியாது. இயற்பண்பு வாதம் பலவழிகளில் தன்னை வெளிப்படுத்திக் கொள்கிறது. ஆனால் இவ்வழிகள் எவற்றிலும் வரலாற்றுணர்வு தென்படுவதில்லை.

மூன்றாவது பிரிவே கலையுண்மையும் கலைவடிவமும் சிறந்து பொழிவுறுத்தற்கேற்றது. சமுதாயத்திலே வர்க்கங்களின் அடிப்படையிலும் சமூக வேறுபாடுகளி னடிப்படையிலும் பிளவு இருப்பதை எழுத்தாளன் பொது நியதியாக ஏற்றுக் கொள்கிறான். ஆனால் எதிரெதிர் வர்க்கங்கள் ஒன்றுக்கொன்று முரணானவையாகவிருப்பினும் மனிதரது வாழ்க்கையில் இவையிரண்டின் தொழிற்பாடும் பங்கு கொள்கின்றன. இயக்கவியல் நியதிக்கிணங்க எதிர்ச் சக்திகளாக இவை காணப் படினும், ஒன்றையொன்று சதா ஊடுருவிப் பாதிக்கின்றன. வர்க்க பேதமுள்ள சமுதாயத்தில் இது தவிர்க்க முடியாதது. முரண்பட்டு நிற்கும் வர்க்கங்கள் ஓயாது போராடிக் கொண்டிருக் கின்றன. போராட்டத்தின் வேகமும் உக்கிரமும் காலத்திற்குக் காலம் வேறுபடுந் தன்மையன. ஆனால் போராட்டம் நடந்து கொண்டேயிருக்கிறது. இலக்கிய கர்த்தா ஒருவன் தனது அநுபவத்திற்கும் உணர்விற்குமேற்ப இரண்டில் ஒரு வர்க்கத்தைக் கூடியளவு நுணுக்கமாகச் சித்திரிக்கலாம். ஆனால் மற்றதை முற்றாக ஒதுக்கினாற் சமுதாயப் பார்வை ஒருசார்புடையதாகி விடும். உதாரணமாக, தொழிலாளி வர்க்கத்தின் முனைப்பான பகுதியினர், தமது விமோசனத்தையும் நலனையும் தாமே தமது பலங்கொண்டு பெறல் வேண்டும் என்று ஒரு காலகட்டத்தில் உணர்ந்தனர்; இவ்வெண்ணம் தெளிவாகுவதற்குத் தேசிய முதலாளித்துவ வர்க்கத்தின் பலவீனமும், ஊசலாட்டமும் ஒரு காரணமாயமைந்தது. மனித வாழ்க்கையில் இந்நிலையைச் சித்திரிக்கும்பொழுது இருதரப்பிலிருந்தும் பாத்திரங்கள் அவசியமன்றோ. சரித்திர நாவல் ஆற்றல் கொண்டதாய்

அமைய வேண்டுமாயின், விதந்துகாட்ட எடுத்துக்கொண்ட வர்க்கத்திற்கு எதிராகவுள்ள வர்க்கத்தைச் சேர்ந்த பாத்திரங்களும் இன்றியமையாதன. இந்நாவலில் நாகரத்தினத்தின் எதிர்ப் பாத்திரமாகப் பொன்னையா காணப்படுகின்றான். தொழிற் சங்கவாதி அவன். கதாநாயகன் நாகரத்தினம் என்ற முறையில் பொன்னையா, பிரதம பாத்திரத்தின் தோற்றத்தை எடுப்பாகக் காட்டக்கூடிய துணைப் பாத்திரமே. ஆயினும், பொன்னையா இன்றேல் நாகரத்தினம் இல்லை எனலாம். பொன்னையா போன்ற வர்க்க பேதமும் உறுதிப்பாடுங் கொண்ட மனிதனை எதிர்நோக்குஞ் சந்தர்ப்பங்களிலேயே நாகரத்தினத்தின் வர்க்க இயல்பும் குண விசேஷங்களும் துலாம்பரமாகின்றன. அதே சமயத்தில் நாகரத்தினம் – பொன்னையா மோதலை இலகுபடுத்தித் தனிமனித மனப் போராட்டமாகவும் ஆசிரியர் ஆக்கிவிடவில்லை. பொன்னையாபால் நாகரத்தினத்திற்கு வெறுப்பும் கோபமுமட்டுமன்றிச் சில சமயங்களில் உள்ளூர மதிப்பும் மரியாதையும் அச்சமும் ஏற்படுகிறது. பொன்னையாவும் தனது எதிரியை நிதானத்துடனேயே கணிக்கின்றான். இருவருக்கும் நடுவில் அகப்படும் மாலினி அவரின் மோதலை அன்றாட வாழ்கையுடன் தொடர்புப்படுத்தப் பெரிதும் உதவுகிறாள்.

இவ்வாறு ஒரு பக்கத்தை மாத்திரம் அகநிலைப்பட்டுச் சித்திரிக்காது, இரு தரப்பையும் நோக்கி அவற்றின் பரஸ்பர தாக்கத்தின் மத்தியில் நிகழ்ச்சிகளை வகுத்துச் செல்வதே வரலாற்று நாவலின் இலட்சணம். குறிப்பிட்ட ஒரு நிகழ்ச்சி ஏன், எவ்வாறு நடைபெறுகிறது என்ற கேள்விக்கு விடையளிக்க ஒருசார்பு "அறிவு" மட்டும் எழுத்தாளனுக்குப் போதாது. அதுமட்டுமன்று, தொழிலாளர் வர்க்கத்தைச் சேர்ந்தவர்களுக்கும் இப்பரந்த பார்வை இன்றியமையாதது. தாம் தொழில் செய்யுமிடத்திலே, சக தொழிலாளருடன் உழைக்கும் உழைப்பாளிகள் இயல்பாகவே எளிதில் ஒன்றுபடும் வாய்ப்பையும் தன்மையையும் பெற்றுள்ளனர். அந்த வகையில் இதுகாறும் வரலாறு கண்ட சுரண்டப்பட்ட மக்கள் கூட்டம் யாவற்றுள்ளும் வர்க்க உணர்வு அதிகமாகப் பெற்றவர்கள் நவீன தொழிலாளரே.

இந்நாவல் திருமதி. பண்டாரநாயக்கா அரசாங்கத்தின் இறுதியாண்டில் (1963–64) நடைபெறுவதால் அரசியல் பிரச்சினை களையே அதிகமாகப் பிரதிபலிக்கிறது. ஏனெனில் இக்காலப் பகுதியில் வர்க்கப் போராட்டமானது, உக்கிரமான அரசியற் போராட்ட வடிவத்திலே நடந்தேறியது. உள்ளாந்தரத்தில் மூலதனமும் இலாபமும் கணக்கிடும் நாகரத்தினம் போன்ற வர்கள் தமது பேச்சில் அரசியற் பரிபாஷையையே கையாள்

கின்றனர். வரலாற்று நாவலிலே "குறிப்பிடத்தக்க மாந்தர் குறிப்பிடத்தக்க சந்தர்ப்பங்களில் தமது குணவிசேஷந் தோன்ற எமக்குக் காட்சி தருகின்றனர்" என்று கூறினேன். இந்நாவலின் பிரதான பாத்திரமான நாகரத்தினமும் அவரது சகாக்களும் திருமதி பண்டார நாயக்காவின் அரசாங்கம் பத்திரிகைகளைக் கட்டுப்படுத்தித் "தேசிய"மயமாக்க முனைந்த "குறிப்பிட்டத்தக்க சந்தர்ப்பத்தில்" தமது வர்க்கச் சார்பும் அதனின்று தோன்றும் குணவியல்புகளும் துல்லியமாகத் தெரியும் வகையில் நடமாடுகின்றனர். அதைப்போலவே தொழிலாளர் வர்க்கமும் அம்முயற்சியின் அரசியல் முக்கியத்துவத்தை உணரக் காண்கிறோம். நாகரத்தினம் போன்றோர் வாழ்வில் அது ஒரு திருப்புமையாக அமைகிறது. மனத்தில் மண்டிக்கிடந்த ஐயங்கள் வெளிக்காட்டுகின்றன. உடைமை, ஒழுங்கு, அமைதி, சனநாயகம் முதலியவற்றைக் காப்பாற்றுவதன் அவசியம்பற்றி முதலாளி வர்க்கம் உரத்துக் கூவுகிறது. ஆயினும் இத்தகைய சொற்றொடர்களுக்குப் பொருள் வர்க்கத்திற்கு வர்க்கம் சமூகப் பிரிவிற்குச் சமூகப் பிரிவு வேறுபடுகிறது. பழைய காவியமரபிலே கருத்துக்களுக்குப் பொதுவான உடன்பாடு உண்டு. நாவலிலே அவ்வாறில்லை. 'பொது உண்மை' *Public truth*, என்ற ஒன்றைத் துணியமாட்டாத முரண்பாட்டு நிலையிலேயே அதாவது காலகட்டத்திலேயே, நாவலிலக்கியம் பிறக்கிறது. ஒருவர் தனது உண்மையான ஒழுக்கத்தை மறைத்தும், அதற்கு நேரேதிராயும் பாசாங்காக அறிவார்ந்த விளக்கம் கொடுப்பதே 'பொது உண்மை'யாகும். உளவியலும் உறுதிப்படுத்துஞ் செய்தி இது. உதாரணமாக ஒருவரைப் பெரிய மனிதன் என்று 'பொது உண்மை' கூறுகிறது. ஆனால் க.நா. சுப்ரமண்யம் *பெரிய மனிதன்* என்ற குறுநாவலிற் கூறுவதுபோல அப்பெரிய மனிதர், "இரண்டு கொலையாவது பண்ணியிருக்கிறார்; இரண்டு கற்பழித்தல் விவகாரங்களிலாவது ஈடுபட்டிருக்கிறார்; இரண்டு பொய் சாக்ஷிகளாவது தயார் செய்திருக்கிறார்; இரண்டு களவாணி விஷயங்களில் கலந்திருக்கிறார் அல்லது குறைந்த பக்ஷம் இரண்டு லஞ்ச ஊழல்களிலாவது ஈடுபட்டிருக்கிறார்." பெரிய மனிதர் நடமாடும் சமுதாயப் படியிலுள்ளவருக்கு அதுவே 'யுகதர்மம்.' எனவே அவர்களுக்குப் பிரச்சினையில் கீழ்ப்படியிலுள்ள பலர் "நல்லதுக்குக் காலமில்லை" என்று மனமுடைந்து 'பொது உண்மை'யின் பொய்மையை யறிந்தும் செயலற்றிருப்பர். ஆக, ஒன்று தெளிவாகிவிடுகிறது. 'பொது உண்மை' என்று ஒன்று இல்லை. வர்க்கங்களுக்கேற்ப உண்மையும் தத்துவ விளக்கமும் ஏன், பல சந்தர்ப்பங்களில் விஞ்ஞானமும்கூட அமைகின்றன. உதாரணமாக மேற்கு நாட்டு வர்த்தகரும், கைத்தொழிலதிபரும்,

மூலதனக்காரரும் ஒளிவு மறைவற்ற ஆயுத பலத்தினால் நாடு பிடித்துப் பல கோடிக்கணக்கான மக்களை அடிமைப்படுத்திய காலத்தில் 'பரிணாம வளர்ச்சி' என்ற டார்வினது விஞ்ஞானக் கோட்பாட்டைத் 'தகுதியுடையோருக்கே தரணியில் இடமுண்டு' என்ற வாழ்க்கைத் தத்துவமாக மாற்றினர். அங்கே விஞ்ஞானம் வர்க்கச் சாயல் பெறுவதைக் காண்கிறோம். அரசியல் பொருளாதாரம் சார்ந்த கோஷங்கள் பல அத்தகையனவே. ஒரு சர்ந்தர்ப்பத்திலே ஜனநாயகம் பேசிய சீர்திருத்தவாதிகளை நோக்கி லெனின் கூறினார்:

'சுதந்திரம்' என்பது மகோன்னதமான பதந்தான். ஆனால் கைத்தொழில் வளர்ச்சிக்குச் சுதந்திரம் என்ற கொடியின்கீழ் ஈவிரக்கமற்றுக் கொள்ளையடிக்கும் போர்கள் நடந்துள்ளன; உழைப்புச் சுதந்திரம் என்ற பதாகையின்கீழ் தொழிலாளர் கொள்ளையடிக்கப்பட்டுள்ளனர். புதிய பிரயோகமான 'விமர்சன சுதந்திரம்' என்பது அதற்கியல்பான பொய்ம்மையை உள்ளடக்கியுள்ளது."

ஆனால், சுதந்திரம், நீதி, அமைதி முதலிய கோட்பாடுகள் ஒவ்வொன்றும் 'பொது உண்மைகள்' என்று கருதப்படுவன. பெரும்பாலும் அதிகார வர்க்கத்தினது விளக்கமே 'பொது உண்மை' என்று சமுதாயத்திற் பரப்பப்படுகிறது. ஒவ்வொரு பிரச்சினையையும் வர்க்கங்கள் நோக்கும் முறையும் பெறும் முடிவுகளும் மாறுபட்டவை. சகல வர்க்கங்களினதும் வாழ்வியலை நுணுகிக் கவனிக்கும் ஓர் எழுத்தாளனே இம்மாறுபட்ட நோக்குகளையும் செயற்பாடுகளையும் முழுமையாக உணர்ந்து, தனது பாத்திரங்களுக்கு ஏற்ற மனோபாவங்களை வகுக்கலாம். இந்நாவலில் 'பத்திரிகைச் சுதந்திரம்' என்ற பொருள் பற்றிப் பாத்திரங்கள் கூறுவன, வர்க்க உண்மைக்கும் 'பொது உண்மை'க்குமுள்ள முரண்பாட்டையும் பொருந்தாமையையும் சிறப்பாகக் காட்டுகின்றன. திருமதி பண்டார நாயக்காவின் கூட்டரசாங்கம் பெரும் பத்திரிகைகளைக் கட்டுப்படுத்த முயன்ற பொழுது அம்முயற்சியை நாகரத்தினம் போன்றோர் நோக்கிய விதமும் பொன்னையா போன்றோர் கணித்த விதமும் மாறுபட்டவை. பத்திரிகைக் கட்டுப்பாட்டுச் சட்ட நகலை நாடாளுமன்றத்திலே கூட்டரசாங்கம் சமர்ப்பித்ததைத் தொடர்ந்தே அதன் வீழ்ச்சியும் ஏற்பட்டது. அந்த வகையில் அம்மசோதா வரலாற்று முக்கியத்துவம் பெற்றது மட்டுமின்றி, அரசியற் சமூகச் சக்திகள் அக் காலகட்டத்தில் எவ்வாறு வரிசைப்பட்டு நின்றன என்பதையும் ஐயத்திற்கிடமின்றிக் காட்ட வல்லதாயுள்ளது. அதாவது அன்றைய அரசியலின் குவிமைய

முனையாக அது அமைந்தது. பாத்திரங்களைக் "குறிப்பிட்ட கணங்களிற்" காட்டும் நாவலாசிரியர் இம்மசோதாவிற்கும் அது குறிக்கும் பிரச்சினைக்கும் உரிய இடத்தை நாவலில் ஒதுக்கியுள்ளார். நாவலின் முக்கிய பாத்தரங்களி லொன்றான மாலினி பத்திரிகை நிறுவனம் ஒன்றிற் பணிபுரிபவள். நாகரத்தினம், பொன்னையா ஆகிய இருவருடனும் நெருங்கிப் பழகும் அவள் அப்பிரச்சினையின் சகல அம்சங்களும் தெளிவு பெறுவதற்குப் பெரிதும் உதவுகிறாள். தனது தொழிற்றுறையில் ஏற்படும் சில வில்லங்கங்களினால் கூட்டரசாங்கத்தை வெறுக்கத் தொடங்கும் நாகரத்தினம், பத்திரிகைச் சுதந்திரம், சனநாயகம் முதலிய "உயர்" கோட்பாடுகளை உச்சரித்துக்கொண்டு மேலும் மேலும் இலாபகரமான தொழில் முறைகளைத் தேடுவதைக் காணலாம். "பொது உண்மை" என்ற கருத்துப் படிவத்தின் அறமோசமான போலித் தன்மையைப் பாத்திரங்களின் ஒழுகலாற்றிலிருந்து உணர்த்துவது நாவலாசிரியரது கலைத்திறனுக்குச் சான்றாக விளங்குகிறது.

இவ்வாறு புற உலக நிகழ்ச்சிகளைத் தெரிந்தெடுத்து விவரித்து அவற்றினூடாகப் பாத்திரங்களின் உணர்வுப் படிவங்களைப் புலப்படுத்துவது யதார்த்த இலக்கிய நெறியாகும். மேலே கூறிய இயற்பண்பு வாதத்திலும் இது மாறுபட்டது. யதார்த்தத்தைப் பற்றியும் இயற்பண்பு வாதத்தையும் ஒன்றாகக் கொள்ளும் மயக்க நிலை எமது இலக்கிய உலகிற் பரவலாகக் காணப்படுகிறது.

யதார்த்தம் என்பது உண்மையைத் தேடிக் காணும் நெறி. உள்ளவை உள்ளவாறே படம் பிடித்துவிடின் உண்மை துலங்கும் என்பதில்லை. இயற்கையில் முக்கியமானதும் முக்கியமற்றதும், பயனுள்ளதும் பயனற்றதும், செத்ததும் உயிருள்ளதும் கலந்து விரவிக் கிடக்கின்றன. இவற்றை நுணுக்கமாக வருணித்து விடுவதால் ஒரு பொருளின் உள்ளியல்பு அல்லது சிறப்பியல்பு தெளிவாகாது. தள்ள வேண்டியதைத் தள்ளிக் கொள்ள வேண்டியதைக் கொள்ள வேண்டும். மேலோட்டமான நுணுக்க விவரங்களையும் ஊடுருவி உள்ளியல்பினைக் கண்டறிதல் வேண்டும். இது யதார்த்த இலக்கிய நெறியாகும். இவ்வாறு பார்க்குமிடத்து, யதார்த்தம் என்பது எடுத்துக்கொண்ட பொருளில் மட்டும் தங்கியிருக்கவில்லை. பொருளைக் கையாளும் உணர்விலே தங்கியுள்ளது. தாழ்ந்த நிலையில் சொல்லொணாத் துன்பத்தில் ஆழ்ந்து கிடக்கும் ஒரு மனிதனையோ, சிலரையோ தத்ரூபமாக அதாவது இயற்பண்பு குன்றாத வகைகளில் வருணிப்பது யதார்த்தமன்று. அத்துன்பத்தின் காரணமும், அக்காரணிக்குரிய வரலாற்றுச் சூழமைவும், துன்பத்தாற்

பாதிக்கப்பட்டுள்ள மனிதரின் உணர்வுக் கோலங்களுமே பிரச்சினையின் உள்ளியல்பைத் தெளிவுறுத்துவன. யதார்த்த நெறி இதனையே செய்கிறது. வரலாற்றுக்கும் இந்நெறிக்குமுள்ள பிணைப்பு இதனாற் பெறப்படுகிறதல்லவா? இயற்பண்பு வாதம் வரலாற்றுணர்வு சாராதமையாலேயே எதிர்காலத்தைக் கருத்திற் கொள்ளாது போகிறது. போகவும், முன்னேற்றம், வளர்ச்சி, விமோசனம் முதலியவற்றிற்கு அர்த்தமும் அவசியமும் அற்றுவிடுகிறது. புதுமைப்பித்தன் போன்றோருக்குத் "துன்பம், நம்பிக்கை வரட்சி, முடிவற்ற சோகம்" ஆகியனவே வாழ்க்கையின் நியதியாகத் தோன்றுகின்றன. உலகம் இருந்தது போலவே என்றுமிருக்கும் என்ற துன்ப இயற்கைக் கோட்பாட்டிற்கு இவர்கள் இரையாகிறார்கள். இயற்பண்புவாத இலக்கிய நெறியின் பிரதான குறைபாடு இதுதான். லூகாக்ஸ் கூறுவது போல, "இயற்பண்பு நெறியானது கட்டாய விளைவாக வெகுசன இயக்கங்களையும் பொதுமக்கள் சார்ந்த மனப்பான்மையையும் மழுக்குகிறது. இயக்கத்திற்கு இன்றியமையாத வரலாற்று நோக்கையும், கருத்துப் பயனளிக்கும் வகையிற் செயற்படுவதற்கு இன்றியமையாத உணர்வையும் அது இழக்கச் செய்கிறது. இதன் விளைவாகச் சுற்றாடலைப் பற்றிய நுணுகிய புலக்காட்சியும் வருணனையும் கேவலம் மனக்கண் தோற்றமாகவும் கருத்துப் பொருளாகவும் நிலையிழந்து விடுகின்றன."

இலக்கிய உலகில் யதார்த்த நெறி உதயமாகிய காலந்தொட்டு அது இயற்பண்பு நெறியினின்றும் வேறுபட்டே இருந்துள்ளது. ஆயினும் அவை இரண்டும் ஒன்றெனக் கொண்டு மயங்குவார் பலர். இரு நெறிகளுக்குஞ் சில மிகப் பொதுவான பண்புகள் தொடக்கத்திற் காணப்பட்டன என்பது உண்மையே. உயர்குடி மாந்தரையும் தேவரையும் பொருளாகக் கொண்டு பெரும்பாலும் இயற்கை முறைக்குள் அடங்காத வகையிற் படைக்கப்பெற்ற காப்பிய இலக்கிய மரபிற்கு எதிராகச் சாதாரண மாந்தரைப் பொருளாகக் கொண்டு இயற்கை நியதிகளுக்கு அடங்கும் வகையில் நிகழ்வுகளை விவரிக்கும் இலக்கியங்கள் தோன்றின. மேற்கு நாடுகளிலே முதலாளித்துவ வர்க்கத்தின் பிறப்பைத் தொடர்ந்தும், இயற்கையாய்வான விஞ்ஞானத்தின் துரித வளர்ச்சியைத் தொடர்ந்தும் இவ்விலக்கியங்கள் தோன்றின. இக்காலப் பகுதியில் யதார்த்த நெறியும், இயற்பண்பு வாதமும் அதிகம் வேறுபாடின்றியே காணப்பட்டன. ஆயினும் தொடக்கத்திலிருந்தே இயற்பண்பு வாதம் தனது பெயருக்கியைய 'இயற்கை' என்ற பொருளைப் பிரதானமாகக் கருதி வந்துள்ளது; பிரபஞ்ச இயற்கை, மனித இயற்கை அல்லது இயல்பு ஆகிய இரண்டும் இதன் பாற்படும். இதன் தருக்க முறையிலான

முடிவாக இயற்பண்புநெறி இலக்கியங்களில் பாத்திரங்களின் சுற்றலாடலைப்பற்றிய அதி நுணுக்கமான வருணனைகளும் பாத்திரங்களின் குணவியல்புகளும் அதாவது உணர்ச்சிகளும் சிறப்பிடம் பெற்றன. மனிதனது குணவியல்புகள் தலைமுறையாகத் தொடர்ந்து வருவன என்று நம்பிய பல எழுத்தாளர் மனித இயற்கையில் அதனையும் அடங்கினர். மேற்குலகில் இயற்பண்பு நெறிக்குத் தத்துவ மதிப்பும் இலக்கிய விளக்கமும் கூறியவருள் பிரெஞ்சு நாவலாசிரியர் எமிலி ஜோலாவிற்குத் தனியிடமுண்டு. ஜோலா *(Emile Zola, 1840 - 1902)* எழுதிய *பரீட்சார்த்த நாவல் The Experimental Novel (1880)* இந்நெறிக்கு விளக்கமா யமைந்தது. நவீன விஞ்ஞானத்தின் புதுமையாற் கவரப்பட்ட ஜோலா போன்றோர் நாவல் எழுதுவதும் விஞ்ஞான ஆய்வு போன்றதே என வாதிட்டனர். இயற்கையிலுள்ள ஒரு பொருளை அதற்குரிய சூழ்நிலையில் வைத்துப் பற்றற்ற முறையில் விஞ்ஞானி ஆராய்வது போலவே, இலக்கிய கர்த்தாவும் மனிதனை அவனது சுற்றாடலில் நிறுத்திப் பற்றற்ற வகையில் அவனது உடற்பண்புகள், உளப்பண்புகள், சமூகப்பண்புகள் முதலியவற்றை விவரித்தல் வேண்டும் எனக் கூறினர். இவ்வுத்தி யதார்த்த நெறியிலும் யதார்த்தமானது என்று உரிமை பாராட்டினர்; அதாவது நுணுக்க விவரங்கள் நிறைந்தது என்றனர். இங்குதான் இயற்பண்பு நெறியின் குறைபாட்டையும் அக்குறைபாட்டின் அடிப்படைக் காரணத்தையும் தெளிந்து கொள்ளலாம். சுற்றாடலும் பரம்பரையுமே *heredity* மனிதரது வாழ்க்கையை இயக்கி வழி நடத்துகின்றன என்ற முடிவிற்கு இது எழுத்தாளரை இழுத்துச் சென்றுவிடுகிறது. தத்துவத் துறையினர் இதனை நியதிவாதம் என்பர். இதிலென்ன வேடிக்கையென்றால், வெளிப்படையாக இயற்பண்புவாதிகள் தெய்வீக அருநிகழ்வுகளையும் இயற்கை கடந்த நிலையையும் மறுத்துரைப்பர். உதாரணமாக ஸ்வீடிஸ் நாடகாசிரியர், ஸ்டிரின்பர்க், *(August Strindberg, 1849-1912)* இயற்பண்பு நெறிக்கு வரைவிலக்கணங் கூறுகையில் அது இறைவனை விலக்கியது என்பர். ஆயினும் சுற்றாடலும் வழிவழி வரும் பரம்பரைக் குணங்களும் மனிதனைக் கட்டுப்படுத்தி அவன் வாழ்க்கையை நிர்ணயிக்கின்றன என்று கருதுவதன் தவிர்க்க முடியாத விளைவாகச் சுதந்திர ஊக்குச் சக்தி அல்லது துணிபாற்றல் என்பது பொருளற்றுப் போகிறது. போகவும், யந்திரீய மயமான சடப்பொருள் வாதமும் விதி வாதமும் உடன் தோன்றுகின்றன. இவை நிலை மாறாக் கொள்கையின் உருத் திரிபுகளேயாம். "சுற்றாடலின் பாரத்தாலும் உணர்ச்சிகளின் அமுக்கத்தாலும் மாறாத் துன்பத்தில் அமிழ்ந்து கிடக்கிறான் மனிதன்; அவனுக்கு விமோசனமேயில்லை" என்ற துன்ப இயற்கைக் கோட்பாடு முன்னேற்றத்திற்குத் தடையானது.

அது மனிதனில் நம்பிக்கையிழந்து விடுகிறது. ஒரு கதையிலே புதுமைப்பித்தன் எழுதுகிறார்:

> "மனிதன் தெய்வ சிருஷ்டியின் சிகரம் என்பது சாஸ்திரக்காரரும் விஞ்ஞானிகளும் ஏகோபித்துப் பாடும் முடிவு.
>
> நான் கவனித்தவரை அந்த மாதிரிக் கேவலமான சிருஷ்டியைப் படைத்த பிறகு, கடவுளுக்கு உணர்ச்சி ஏதாவது இருந்தால் வெட்கத்தினால் தூக்குப் போட்டுக் கொண்டிருக்க வேண்டும் என்றுதான் கூறுவேன் . . .
>
> என்ன மனிதன் சீ!"

இயற்பண்பு வாதத்தின் குரல் இதுதான். புதுமைப்பித்தன், விந்தன், தமிழ்ஒளி போன்ற திறமைமிக்க எழுத்தாளர் தமது சுற்றாடலைத் தத்ரூபமாக வருணித்தும், சமூகப் பாசாங்குகளைச் சாடியும், மனித யந்திரங்களை ஏக்கத்துடன் நோக்கியும் இலக்கியம் படைத்தனர் என்பதுண்மையே. சம்பிரதாய விக்கிரகங்களை உடைத்தெறிந்தனர்; ஆனால் அவற்றிற்குப் பதில் என்ன வைக்கலாம் என்று அவர்களுக்குத் தெரியவில்லை. இயற்பண்பு நெறியின் நலிவை நோக்கும் பொழுதே யதார்த்த நெறியின் சிறப்பும் இன்றியமையாமையும் துலக்கமாகின்றன. மார்கரட் ஹாக்கெனஸ் என்ற எழுத்தாளருக்கு 1888இல் ஏங்கெல்ஸ் எழுதிய கடிதமொன்றில் யதார்த்த நெறியைச் சுருங்கச் சொல்லி விளக்க வைத்தார். *"Realism, to my mind implies, besides truth of detail, the truthful reproduction of typical characters under typical circumstances."* யதார்த்த நெறி என்பது நுணுக்க விவரங்களின் உண்மையுடைமை தவிர, வகை மாதிரிக்குப் பொருத்தமான பாத்திரங்களை வகை மாதிரிக்குப் பொருத்தமான நிலைமைகளுக்கு இணங்க மெய்ம்மை குன்றாத வகையிற் சித்திரித்தலாகும் என்பது அவரது மணிமொழி; இரத்தினச் சுருக்கமான இவ்வரைவிலக்கணம் மார்க்ஸீய சிந்தனைகளை உள்ளடக்கியது என்பது குறிப்பிடத்தக்கது. 'வகை மாதிரிக்குப் பொருத்தமான' பாத்திரங்களும் நிலைமைகளும் என்ற ஏங்கெல்ஸ் 'கண்டதையும் கடியதையும்' கருதினாரல்லர். உதாரணமாக 'வகை மாதிரிக்குத் பொருத்தமான' விபசாரி ஒருத்தியை (சிலருக்கு ஜோலாவின் *நாநா* நினைவிற்கு வரலாம்) சூழ்நிலைமைக்கிணங்க மெய்ம்மையையுடன் சித்திரிக்கும் முறையை அவரது வரைவிலக்கணம் விலக்கிவிடுகிறது. சமுதாய இயக்க விதிகளையும் எதிர்காலச் சமுதாய வளர்ச்சியையும் நன்கு விளங்கிக்கொண்டு அவ்வுணர்வுடன் குறிப்பிடத்தக்க

பாத்திரங்களை மெய்ம்மையுடன் சித்திரிப்பவனே யதார்த்தவாதி. சமுதாயத்தின் இயக்கத்தையும் வளர்ச்சி முறையையும் விளக்கவல்ல 'வகை மாதிரிக்குப் பொருத்தமான' பாத்திரங்களை அவன் முழு உணர்வுடன் திட்டப்படி தேர்ந்தெடுக்கிறான். பொதுப்படையாகக் கூறுமிடத்து இயற்பண்பு நெறியும் யதார்த்த வாதமும் முதலாளித்துவ சமுதாயத்திற் பிறப்பனவே. முன்னது "வாழ்க்கை முட்களில் விழுந்து இரத்தம் கக்கும் சோக உள்ளங்களின்" துன்ப இயற்கைக் கோட்பாடு. பின்னது சமுதாய முரண்பாடுகளும் அவற்றிற்குக் காரணமான பௌதீக நிலைமைகளுமே வாழ்க்கையின் தன்மைக்குக் காரணமெனக் கண்டு, "துன்பமே இயற்கையென்னுஞ் சொல்லை" மாற்ற முயலும் உள்ளங்களின் நம்பிக்கைக் குரல். இவ்வடிப்படைக் காரணத்தாலேயே, றேமண் வில்லியம்ஸ் கூறுவதுபோன்று, "யதார்த்த வாதம், முற்போக்கு இயக்கங்களினதும், புரட்சிகர இயக்கங்களினதும் கொள்கைக் குரலாக நிலை கொண்டுளது."

இத்தகைய சிறப்புமிக்க யதார்த்த இலக்கிய நெறி தமிழ் நாவலுலகிற் பெருவழக்குப் பெற்றுள்ளதெனக் கூற முடியாது. உணர்ச்சி முனைப்புடைய புனைவியற் பாணியிலமைந்த *(romantic)* நெடுங்கதைகளும், இயற்பண்பு பொருந்திய தொடர்கதைகளுமே நாவல் என்ற பெயரில் வெளிவந்து கொண்டிருக்கின்றன. மாதவையாவின் *பத்மாவதி சரித்திரம்* இந்நூற்றாண்டின் முற்பகுதியிலே யதார்த்தப் போக்கின் தொடக்கத்தைக் குறித்து நிற்கிறது. அன்று தொட்டு அம்மரபு உயிர் வாழ்ந்து வருகிறதாயினும் மேற்கூறிய இரு நெறிகளே செல்வாக்குடையனவாய் இருக்கின்றன. கல்கி ஓர் எழுத்தாளருக்குச் சொன்னராம் "இன்னும் ஐம்பது ஆண்டுகளுக்காவது தமிழ் நாட்டிற் காதல் கதைகள் எழுதிக் கொண்டிருக்கலாம்" என்று. இது கட்டுக்கூற்றாக இருப்பினும், நிலைமையைத் தொகுத்துக் கூறுகிறதென்பதில் ஐயமில்லை.

தமிழ் கூறு நல்லுலகத்திற்குப் பொதுவான இப்போக்கிற்கு விதிவிலக்காக அமைந்துள்ளது, ஈழத்துத் தமிழ் இலக்கிய வளர்ச்சி. "இன்றைய ஈழத்துத் தமிழ்க் கதைகளில் காணப்படும் நவீன போக்குகளைப் பின்வருமாறு பகுத்துக் கூறலாம்: ஒன்று, அவை கனவுலகக் கதைகளாயில்லாமல் யதார்த்தக் கதைகளாய் அமைந்திருத்தல். இரண்டு, நமது தேசத்தின் சொந்த மண் வாசனையைக் காட்டும் தேசிய இலக்கியங்களாய் உருப்பெற்றிருத்தல். மூன்று, ஏதாவது ஒரு பிரச்சினையை எடுத்து அப்பிரச்சினைக்குத் தீர்வு காண முயலுதல்." தமிழ்ப் புனைகதைகள் பற்றிய கருத்தரங்கு ஒன்றில் அ.ந. கந்தசாமி மேற்கண்டாவாறு கூறியுள்ளார். இம்மூன்று பண்புகளையும் உள்ளடக்கிய இரு இலக்கிய இயக்கங்கள் கடந்த பத்தாண்டுக் காலத்திற்கு மேலாக

ஈழத்தில் செயற்பட்டு வந்துள்ளன; முற்போக்கு இலக்கியம், தேசிய இலக்கியம் ஆகிய இவ்வியக்கங்களின் கோட்பாட்டுக் குரல்கள்.

தொடக்கத்தில் நான் குறிப்பிட்டிருப்பது போல, இப்பத்தாண்டுக் காலப் பகுதியிலேயே தேசிய முதலாளித்துவ வர்க்கத்தின் துரித வளர்ச்சியை நாம் காண்கிறோம். இவ்விரு நிகழ்வுகளும் தற்செயலானவையல்ல; ஒன்றுக்கொன்று தொடர்பானவை. பிறக்கும் நிலையிலுள்ள அல்லது முழு வளர்ச்சி எய்தாத முதலாளித்துவம் தன் உடன் பிறப்பாகத் தேசிய உணர்வைக் கொள்கிறது. தேசிய முதலாளித்துவத்தின் இப்பண்பை மேலே சுட்டிக்காட்டினேன். அதைப் போலவே சிற்சில சனநாயக நடவடிக்கைகளையும் ஆரம்ப கால முதலாளித்துவம் மேற்கொள்கிறது என்றும் கண்டோம். பரந்த மக்கட் கூட்டத்திற்குப் பொதுவான இவ்வுணர்வுகளை ஆதாரமாகக் கொண்டு யதார்த்த இலக்கிய நெறியிற் செல்ல முயல்வதே முற்போக்கு இலக்கிய இயக்கத்தின் நோக்கமாகும். இதனாலேதான், தனிப்பட்ட சிலர் முற்போக்கு இலக்கிய நோக்குடையவராய் முன்னர் இருந்திருப்பினும், தேசிய இலக்கிய கோஷமும், முற்போக்கு இலக்கியக் குரலும் ஓங்கி ஒலித்தது இக்காலப் பகுதியிலாகும். இன்னொரு வகையாகச் சொன்னால் கடந்த பத்தாண்டுக் காலத்தில் ஈழத்திலக்கியம், தன் நிலையுணர்ந்ததாயிற்று. தன் நிலையுணர்வானது வரலாற்று நோக்கின் பாற்பட்டது. இதுவே சமகால வரலாற்று நிகழ்வுகளை இலக்கியப் பொருளாகக் கொள்ளும் முனைப்பைக் கொடுக்கிறது. இம்முனைப்பினால் உந்தப்பட்ட நாவலாசிரியரில் இளங்கீரன், கணேசலிங்கன், நந்தி ஆகிய மூவரும் குறிப்பிடத்தக்கவர்கள். இவருள் வயதால் மூத்த இளங்கீரன் வழிவகுத்தவருமாவர். அவரது *நீதியே நீ கேள்* யதார்த்த நாவலுக்கு நல்ல எடுத்துக்காட்டு. அந்த வகையில் தென்னகத்தில் ரகுநாதனுடைய *பஞ்சும் பசியும்* ஒன்றுதான் விதந்து கூறத்தக்கது. 'மாதிரி வகைக்குப் பொருத்தமான' பாத்திர சிருஷ்டி இளங்கீரனது நாவலில் சிறப்புடன் காணப்படுவது. இந்திரா பார்த்தசாரதியின் *குருதிப் புனல்* சமகால வரலாற்று நிகழ்வுகளைப் பொருளாக கொண்ட நாவலாகும். அவரது மற்றைய நாவல்கள் சிலவற்றைப் போல இதுவும் வாத பிரதிவாதங்களுக்கு இடமளிப்ப தொன்றாயினும் இந்நாவலிலே ஓரளவு பின்னணி உண்டு என்பதை மறுப்பதற்கில்லை. இத்தொடர்பில் கு. சின்னப்ப பாரதியின் *தாகம்* என்னும் நாவலும் சிறப்பாகக் குறிப்பிடத்தக்கதாகும்.

தொழிலாளர் வர்க்கத்தின் நீண்ட பயணம் எதிர்கால வரலாற்றுடன் சங்கமமாகவிருப்பது. அச்சரித்திர முக்கியத்துவம்

வாய்ந்த பெருமாற்றத்தை யதார்த்தமாகச் சித்திரிக்க நூற்றுக்கணக்கான நாவலாசிரியர் தேவைப்படுவர். அவர்கள் படிக்கும் நாவல்களில் நிச்சயமாகச் *செவ்வானம்* ஒன்றாகவிருக்கும்.

சான்றாதாரம்

1. *புதுமை இலக்கியம்,* மகாநாட்டு மலர், கொழும்பு, *1962;* செல்வராசன், சில்லையூர், *ஈழத்தில் தமிழ் நாவல் வளர்ச்சி,* சென்னை. *1967.*
2. *தமிழில் சிறுகதையின் தோற்றமும் வளர்ச்சியும்,* பக். *143–52.* க. கைலாசபதி, "ஈழத்தில் சிறுகதை வளர்ச்சி", *இளங்கதிர்,* பேராதனைப் பல்கலைக் கழகத் தமிழ் சங்க இதழ், *1962.*
3. இளங்கீரன், *நீதியே நீ கேள்,* சென்னை, *1962.*
4. இப்பொருள்பற்றி இரா. தண்டாயுதம் எழுதியுள்ள "தொடர்கதை இலக்கியமா" *(தமிழ் நேசன், 16–4–1966)* என்ற கட்டுரை குறிப்பிடத்தக்கது.
5. செ. கணேசலிங்கன், *செவ்வானம்,* சென்னை, *1967.*

7

தமிழ் நாவலின் அண்மைக்காலப் போக்குகள்

காலத்துக்குக் காலம் இலக்கிய உலகிலே சர்ச்சைக்குரிய படைப்புக்கள் வெளிவருவது சகஜமே.[1] எனினும் 1966ஆம் வருடம் ஜெயகாந்தனின் *அக்கினிப் பிரவேசம்* என்னும் சிறுகதை வெளிவந்தபோது தமிழிலக்கிய அரங்கில் நிகழ்ந்த வாதப்பிரதிவாதங்களும் அவற்றின் வேகமும் தீவிரமும் தற்காலத் தமிழ் இலக்கியத்தில் தனித்தன்மையுடன் விளங்கின. (அதிர்ச்சி மதிப்புக்காகவே சிலவற்றை ஜெயகாந்தன் எழுதுவதுண்டு என்ற கருத்தும் சில விமர்சகர்களால் தெரிவிக்கப்பட்டுள்ளது.) அக்கதை வெளிவந்த காலத்தில் அதுபற்றிக் காரசாரமான அபிப்பிராயங்கள் வெளியிடப்பட்டது மட்டுமன்றி, அக்கதையையே வெவ்வேறு முடிவுகளுடன் பலர் எழுதினார்கள். குறிப்பாகப் பெண்கள் மத்தியில் அக்கதை பலத்த பரபரப்பை உண்டாக்கியது. இவற்றுக்கெல்லாம் பதில் கூறுமுகமாக அக்கதை இடம்பெற்ற *சுயதரிசனம்* (1967) சிறுகதைத் தொகுதி முன்னுரையில் ஜெயகாந்தன் தனக்கேயுரிய வாதநடையில் பலபட எழுதியுள்ளார். அதே காலப் பகுதியில் சஞ்சிகை ஒன்றில் *(தீபம்)* "இலக்கிய ஒழுக்கம்" என்னும் கட்டுரையில் அவர் பின்வருமாறு எழுதினார்:

> எனவே, இவர்கள் ஒழுக்கங்கள் என்பதற்கும் தர்மங்கள் என்பதற்கும் என்ன அர்த்தம் கொண்டிருக்கிறார்கள் என்பதை நாம் அறிந்து கொள்ள வேண்டியிருக்கிறது. அதற்குமேல் இவர்கள் சொல்லுகின்ற அந்த ஒழுக்கங்களும்

> தர்மங்களும் இலக்கியத்தில் மட்டுமே வலியுறுத்தப்பட வேண்டியவைகளா, வாழ்க்கைக்கும் அவற்றுக்கும் சம்பந்தமில்லையா? அப்படிச் சம்பந்தமிருப்பின் அந்தத் தர்மங்களும் ஒழுக்கங்களும் சோதனைக்குட் படும் பொழுதும் வாழ்க்கையின் விபரீத முறுக்கு களில் சிக்கி முரண்டு படும் பொழுதும் இலக்கியங்கள் அவற்றைப் பிரதி பலிக்க வேண்டியது அவசிய மல்லவா – என்ற கேள்விகளுக்கெல்லாம் இடமேற் படுகிறது.

அக்கினிப் பிரவேசம் ஒரு சிறுகதையா யிருப்பினும் தமிழ் நாவலிலக்கியத்தில் கடந்த பத்தாண்டுக் காலத்திலே ஏற்பட்டுள்ள சில போக்குகளை விவரிப்பதற்கு வசதியான ஒரு காலக் கோட்டை அது வெளிவந்த வருடம் குறிக்கிறது என்று கருது கிறேன். (இன்னுமொன்று: *அக்கினிப் பிரவேசம்* கதையே ஜெயகாந்தனது *சில நேரங்களில் சில மனிதர்கள்* என்னும் நாவலுக்கு அடிப்படையாக அமைந்தது என்பதையும்,[2] அதற்கும் பின்னர் அதன் தொடர்ச்சியாக *கங்கா எங்கே போகிறாள்?* தொடர் நாவல் அமைந்தது என்பதையும் நாம் நினைவுருத்திக் கொள்ளுதல் பொருத்தமாகும்.) ஜெயகாந்தன் கூறுகிறார்: "*அக்கினிப் பிரவேசக்* கதையின் முடிவை மறுத்தும் மாற்றியும் பலபேர் கதை எழுதினார்கள். நானும் மாற்றியெழுதிப் பார்த்தேன். அதன் விளைவே இது."

ஈழத்தில் செ. கணேசலிங்கன் எழுதிய *நீண்ட பயணம் (1965), சடங்கு (1966), செவ்வானம் (1967)* முதலிய நாவல்களும் ஏறத்தாழ இக்காலப் பகுதியிலேயே வெளிவரலாயின. இவையும் நாவலிலக்கியத்தின் அண்மைக் காலப் போக்குகள் சிலவற்றைப் பிரதிபலிப்பனவாய் உள்ளன. எனவே, ஆய்வு வசதிக்காகவும் அர்த்தமுள்ள காலப் பாகுபாட்டிற்காகவும் 1966ஆம் வருடத்தை எல்லையாகக் கொண்டு கடந்த பத்தாண்டுக் கால நாவல்களிற் காணப்படும் சில முக்கியமான போக்குகளை இக்கட்டுரையில் ஆராய முற்படுகிறேன்.

நாவலிலக்கியத்தின் வரலாற்றை ஆராயும் மாணவர்கள் அதன் தோற்றத்திற்கும் தனிமனிதக் கொள்கைக்குமுள்ள நெருங்கிய தொடர்பைச் சுட்டிக் காட்டியிருக்கின்றனர். இந்நூலின் மூன்றாம் அத்தியாயத்திலே தனிமனிதக் கொள்கைப்பற்றி விரிவாக விவரித்துள்ளேன். *பத்மாவதி சரித்திரம், தீனதயாளு* முதலிய ஆரம்பகால நாவல்களிலேயே தனிமனிதவாதம் இடம்பெறத் தொடங்கிவிட்டது. எனினும் கடந்த பத்து பதினைந்து வருடங் களுக்குள் எழுதப்பட்ட நாவல்களிலேயே இக்கொள்கை துல்லியமாக உருவம் பெற்றுள்ளது. முந்திய நாவல்களிலே

தனிமனிதக் கொள்கை தலைகாட்டியது என்றே கூற வேண்டும். அண்மைக்காலத்தில் ஜானகிராமன், இந்திரா பார்த்தசாரதி, அம்பை, ஆதவன், ஜெயகாந்தன் முதலியோரது நாவல்களில் வரும் அதீத தனிமனிதப் பாத்திரங்களுடன் ஒப்பிடும் பொழுது, மாதவையா, நடேச சாஸ்திரி, க.நா.சு. முதலியோர் படைத்த 'ஆங்கிலம் கற்றறிந்த' பாத்திரங்களின் தனிமனிதவாதம் தவழும் நிலையில் இருந்த காலத்தைப் பிரதிபலிப்பனவாகவே உள்ளன. அதுமட்டுமன்று. ராஜம் ஐயரிலிருந்து லக்ஷ்மி வரை பெரும்பாலான நாவலாசிரியர்கள் பெரிய கூட்டுக் குடும்பங்களிற் சிக்கித் தவிக்கும் மாந்தரையே அநுதாபத்துடன் தீட்டினர் எனலாம்.[3] அண்மைக்கால நாவல்கள் பலவற்றிலே பிரதான பாத்திரங்கள் உணர்வுபூர்வமாகத் தமது தனிமையையும் தனித்தன்மையையும் வெளிப்படுத்துவது மட்டுமன்றி அவற்றின் அடிப்படையிலேயே உலகத்தை நோக்குவதையும் அளவிடுவதையும் நாம் காணலாம்.

புதிய சமுதாயத்தை விவரிக்கவும் விளக்கவும் எழுந்த இலக்கிய வடிவமே நாவல் என்று கூறுவது மரபு. பழைய நிலமானிய அமைப்பிலிருந்து விடுபட விரும்புபவர்களாயினும், ஆங்கிலக் கல்வி, உத்தியோக வாய்ப்பு, நகர வாழ்க்கை முதலியவற்றால் உந்தப் பெற்ற மத்தியதர வர்க்க மாந்தராயும் அமைந்த பாத்திரங்களையே பெரும்பாலான நாவல்கள் சித்திரித்தன. அப்பாத்திரங்களை வார்த்த முறையில் குறைகள் இருந்திருக்கலாம்; அப்பாத்திரங்கள் மீண்டும் மீண்டும் வந்திருக்கலாம். ஆனால் அவை சமுதாயச் சுற்றுச் சார்புக்குள் இயங்கும் பாத்திரங்களாக இருந்தன. எனினும் அண்மைக்காலத்தில் வெளிவந்துள்ள பல நாவல்களில் வரும் பாத்திரங்கள் முற்றிலும் தனிப்பட்டனவாய்க் காணப்படுகின்றன. அவை சமுதாயத்தில் இருந்து விலகிய – தமது குறுகிய உலகத்தில் வாழ்கின்ற – விசேஷ பாத்திரங்களாக இருக்கின்றன. இந்திரா பார்த்தசாரதியின் *திரைகளுக்கு அப்பால்* (1974) நாவலில் வரும் பூமா, தி. ஜானகிராமனின் *மரப்பசு* (1975) நாவலில் வரும் அம்மிணி, அகிலனின் *எங்கே போகிறோம்* (1973) நாவலில் வரும் புவனா, ஜெயகாந்தனின் *சில நேரங்களில் சில மனிதர்கள்* (1970) நாவலில் வரும் கங்கா முதலிய பெண் பாத்திரங்களை எடுத்துக் கொண்டாலே இவ்வுண்மை புலப்படும். பாலியல் சுதந்திர மென்ற கோட்பாட்டின் பேரிலும் புதிய ஒழுக்க நெறிகளை வகுத்துக் கொள்ள வேண்டும் என்ற வாதத்தின் பேரிலும் எத்தகைய கட்டுப்பாடுமற்ற பால் உறவுகளை இப்பாத்திரங்கள் மேற்கொள்கின்றன. எஸ். தோத்தாத்திரி கங்கா பற்றிக் கூறுவது இவ்விடத்தில் பொருத்தமாயுள்ளது.[4] "இப்படித்தான் வாழ வேண்டும் என்ற நியதியை மீறி எப்படியும் வாழலாம் என்பதை அவள் காட்டுகிறாள்." இந்திரா பார்த்தசாரதியின் *திரைகளுக்கு அப்பால்* நாவலில் பூமாவிற்கும் அவளுடைய கணவனிற்கும்

சண்டை உண்டானபோது பூமா அவன் வாயடைக்கும் வகையில் ஒரு வசனம் கூறுகிறாள்; "ஐ டோன் கெயர் . . ." (எனக்கு அதைப் பற்றிக் கவலையேயில்லை). பூமா இதனைக் கணவனுக்கு ஆங்கிலத்தில் கூறுவதும் கவனத்திற்குரியதாகும். தனிமனிதக் கொள்கையின் பிழம்புருவமாய்க் காட்சிதரும் பாத்திரங்கள் ஆங்கிலம், ஹிந்தி முதலிய பாஷைகளில் தமது உரையாடல்களையும், 'தத்துவ' விசாரங்களையும் நடத்துவதே அவர்கள் எத்தகைய சமூக – கலாச்சாரச் சூழலில் வாழ்கின்றனர் என்பதை தெளிவாக்குகிறது. இவ்வாறு பாத்திரங்கள் ஒன்றுக்கு மேற்பட்ட மொழிகளில் உரையாடிக் கொள்வதையும் சிந்திப்பதையும் மொழி மாறாட்டம் - *code switching* என்பர். ஜெயகாந்தன் எழுதிய *சில நேரங்களில் சில மனிதர்கள்* என்ற நாவலில் கையாண்ட இருமொழி (தமிழ், ஆங்கிலம்) மாறாட்ட நடையை ஆராய்கின்ற கட்டுரை ஒன்றில் கருத்துரைகளாக பேராசிரியர் முத்துச் சண்முகன் பின்வருமாறு கூறியுள்ளார்.[5]

> இந்தியாவில் உயர்மட்ட வகுப்பினருக்கு மட்டுமே டெலிபோன் வைத்துக் கொள்ள இயலும். இவர்களுடைய கல்வியாலும் உடன் பழகும் அதே நிலையில் உள்ள மக்களாலும் இவர்களிடையே இத்தகைய மொழிமாறாட்ட நடை மிகுதியாகக் காணப் படுகிறது. இதுவும் ஒரு காரணமாக இருக்கலாம் . . . அறுபதுகளின் பிற்பகுதியில் அவர் நடுத்தர, உயர்தர மக்களைப்பற்றி எழுத ஆரம்பித்தார். அது முதல் மொழி மாறாட்ட நடையைக் கையாளத் தலைப்பட்டார்.

ஜெயகாந்தனது *பாரிசுக்குப் போ* (1966) நாவலில் வரும் சாரங்கன் பல காலம் மேல்நாட்டில் வாழ்ந்து விட்டுத் தமிழ்நாடு வருகிறான்; அந்நாவலில் வரும் சேஷய்யா என்ற பாத்திரம் கூறுவதுபோல அவன் "சுத்தமா வெள்ளைக்காரனாயிட்டான் . . . நம்மோட ஒட்டணும்னு அவன் முயற்சி பண்ற மாதிரிகூடத் தெரியலியே . . ." இத்தகைய பாத்திரங்களின் பெயர்களை அடுக்கிக் கொண்டே போகலாம்.[6] இவற்றின் பிரதான பண்பே ஊன்றிக் கவனிக்க வேண்டியது.

சமூகவியலாளரின் பரிபாஷையில் கூறுவதானால் இந்திரா பார்த்தசாரதி, ஜெயகாந்தன் முதலியோர் படைத்துள்ள தனிமனிதப் பாத்திரங்கள் தன்னிலைக் குழப்பத்தையும் மனமுறிவையும் வெளிப்படுத்துவனவா யுள்ளன. மனமுறிவு ஏற்படும் பாத்திரங்கள் தங்கள் சூழ்நிலையிலிருந்து அந்நிய மயப்பட்டு நிற்கின்றன. அண்மைக் காலத் தமிழ் எழுத்துக்களில் இத்தகைய குணவியல்புகள் சித்திரிக்கப்படுவதைப் பிறநாட்டு

இலக்கிய ஆய்வாளரொருவரே தொட்டுக் காட்டியுள்ளமை குறிப்பிடத்தக்கது: "தற்காலத் தமிழ் இலக்கியம் – விண்வெளி யிலிருந்து சில கருத்துக்கள்" என்னும் கட்டுரையில் *(தீபம்)* அமெரிக்க ஆய்வாளர் ஆல்பர்ட் பி. ஃபிராங்கிளின், தமிழக எழுத்தாளர் ந. முத்துசாமியைப் பற்றிக் குறிப்பிடுகையில் *இழப்பு* என்னும் சிறுகதையில் "தற்காலத் தமிழ்ச் சமூகத்தில் ஒரு இளைஞனின் தன்னிலைக் குழப்பத்தையும் மனமுறிவையும் (அந்நியமயப்பட்டு நிற்றல்) தூய தமிழில், உருக்கமான கலாரீதியான சிக்கனத்துடன் சித்திரித்திருந்தார்," என்று எழுதியிருந்தார்.[7] வசிட்டர் வாயாலேயே ரிஷிப் பட்டம்!

அண்மைக்கால நாவல்களில் முனைப்பாக இடம் பெறும் பிரச்சினைகளில் ஒன்று மனிதரின் ஒழுக்கப் பண்பு ஆகும். தனிமனிதக் கொள்கை முக்கியம் பெறத் தொடங்கிய கணத்திலே ஒழுக்கவியலும் பிரச்சினைக்குரியதாகு மென்பது கூறாமலே பெறப்படும். ஏனெனில் தனிமனிதவாதம் மாந்தர் கூட்டாக நடந்து கொள்வதைவிட, தனிப்பட்டவர்களின் நோக்கையும் போக்கையும் செயல்களையுமே பெரிதும் சிறப்பித்துப் பாராட்டு கிறது. மாமூலான நியதிகளுக்கும் நடைமுறைகளுக்கும் பணிந்து போகாமல், தனது சுயத்துவத்துடன் தனது சுபாவத்திற்கு அமைய நடந்து கொள்வதே தனிமனிதனது உண்மை இயல்பு என்று தனிமனிதவாதம் கூறும். ஒட்டிப் போகாமல் வெட்டிப் போகின்றவனே மேதை என்பது அவ்வாதத்தின் விழுப்பொருள். முற்பட்ட நாவல்களில் ஒழுக்கவியலென்பது பொதுவாக மாந்தரின் குடும்ப, சமுதாய உறவுகள் சம்பந்தமான ஐயங்கள், மனப்போராட்டங்கள் முதலியவற்றைக் குறித்தது. நமது பழைய மரபிலே 'தர்மம்' என்னும் சொல் குறித்த பரந்து விரிந்த பொருளில் ஒழுக்கவியல் அல்லது ஒழுகலாறு முற்பட்ட நாவல்களில் இடம்பெற்றது. ஆனால் அண்மைக்கால நாவல்களில் பாலுறவு மட்டும் ஒழுக்கப் பிரச்சினையாக விதந்துரைக்கப் படுகின்றது; விவாதிக்கப்படுகின்றது. முற்பட்ட நாவல்களிலே ஒரு பிரதான பாத்திரம் வரம்புமீறி பொருள் சம்பாதிப்பதும், அதற்காக ஏனையோரை வருத்துவதும், உற்றார் உறவினரை உதாசீனஞ் செய்வதும் வழிவழி வரும் சம்பிரதாயங்களையும் நம்பிக்கைகளையும் அலட்சியம் செய்வதும், இவை போன்ற ஏனையவும் ஒழுக்கப் பிரச்சினைகளாக எடுத்தாளப்பட்டன. அதாவது குடும்பம், சமூகம், பண்பாடு, சடங்கு – சம்பிரதாயம் என்னும் சூழமைவுக்குள் குறிப்பிட்ட சில பாத்திரங்களின் ஒழுக்கப் பிரச்சினைகள் அலசப்பட்டன. க.நா. சுப்ரமண்யத்தின் *பெரிய மனிதன் (1959), ஆட்கொல்லி (1957)* முதலிய நாவல்களிலும் அநுத்தமா, ஆர். சூடாமணி போன்ற எழுத்தாளர்களின் சில படைப்புக்களிலும் இப்போக்கை இனங்கண்டு கொள்ள

லாம். ஆயினும் சூடாமணியின் பிற்பட்ட நாவல்களில் தனிமனிதவாதத்தின் செல்வாக்கைக் காணலாம். உதாரணமாக அவருடைய 'நடத்தை' எனனும் சிறுகதையில்[8] வரும் உஷா தன் தாயாரிடம் பின்வருமாறு கூறுகிறாள்:

> நான் சமூகத்தை ஒட்டாம நடத்துகிற போது அதன் காரணமாய் என்ன ஆனாலும் தனியாய் நின்று எதிர்கொள்ற தைரியத்தோடு செய்யறேன் ... சம்பிரதாயமாயும் வாழலாம், அல்லது அதுக்கு மாறுபட்டும் வாழலாம். ஆனா ரெண்டில் எதைத் தேர்ந்தெடுக்கறோமோ அந்த வழியில்தான் கடைசி வரையில் போகணும்.

முன்னைய நாவல்களில் ஒழுகலாற்றுப் பிரச்சினை சமூகச் சுற்றுச்சார்பின் தொடர்பில் ஆராயப்பட்டது. ஆனால் ஜெயகாந்தன், இந்திரா பார்த்தசாரதி முதலியோர் நாவல்களில் சமூகம் திரைக்கு அப்பாலேயே போய்விடுகிறது. பொருள் தேடல், சமூக உறவு முதலியன பிரச்சினைக்குரியன அல்ல. ஏனெனில் எப்படியோ செல்வத்தின் மடியில் புரள்பவர்கள் இப்புதிய பாத்திரங்கள். *ஒரு நடிகை நாடகம் பார்க்கிறாள்* என்னும் நாவலில் நடிகை பணப்பிரச்சினையை அறியாதவள். போதிய செல்வத்தின் மத்தியில் கலையுணர்வு பற்றித் தத்துவம் பேசுகிறாள்.[9] க.நா.சு.வின் *பொய்த்தேவு (1946)*, *பெரியமனிதன்* ஆகிய நாவல்களில் வரும் சோமு, நாத் ஆகிய பாத்திரங்கள் பணஞ்சேர்ப்பதிலேயே காலத்தைக் கழிக்கின்றன. அம்முயற்சியின் பாதையில் வரும் குடும்ப, சமூகப் பிரச்சினைகளே நாவலை நடத்திச் செல்கின்றன. 'காலம் என்பது பணம்' என்ற தாரக மந்திரத்தை உச்சரித்து வாழ்பவர் *பெரியமனிதன்* நாத். ஆனால் அண்மைக்கால நாவல்களில் வரும் பிரதான பாத்திரங்களிற் பெரும்பாலானவை பணத்தைப் பற்றிச் சிந்திக்க வேண்டிய அவசியமே அற்றவை. *சில நேரங்களில் சில மனிதர்கள்* நாவலில் வரும் பிரபு கங்காவுடன் பேசிக்கொண்டு இருக்கையில் ஆறாவது கிளாஸ் மதுவைக் குடித்துக்கொண்டே, தான் அங்கத்தவனாய் இருக்கும் 'கிளப்' பற்றியும் அங்கே பொழுது போக்கிற்காகச் சூதாடுவது பற்றியும் விவரிக்கிறார்:

> அங்கே வர்றவனுக்கெல்லாம் பணத்தைப் பத்தி ஒண்ணும் கவலை கிடையாது. பணம் சம்பாதிக் கிறதுக்கா விளையாடறோம். சும்மா அது ஒரு 'கம்பெனி'க்குத்தான். எங்க கிளப் இருக்குதே, இட் இஸ் நாட் ஈஸி டு கெட் இன். அதிலே மெம்பராவறது அப்படி ஒண்ணும் லேசு இல்லை. எல்லாம் மில்லியணர்ஸ்தான்.

கோடீஸ்வரர்களும், லட்சாதிபதிகளும் (அவர்களுள்ளும் தொழில் அபிவிருத்தியோடு நேரடித் தொடர்பற்று அவமே பொழுதைப் போக்கும் பிரகிருதிகள்) கதாபாத்திரங்களாக இடம்பெறும் பொழுது மன அவசங்களும், விபரீத எண்ணங்களும் நாவல்களில் வியாபகமாதல் எதிர்பார்க்கக்கூடியதே.

பாலுறவைப் பொருளாகக் கொள்ளும் நாவல்களைப் பற்றிக் குறிப்பிடும்பொழுது தி. ஜானகிராமனின் *அம்மா வந்தாள், மோக முள்* (1966), *செம்பருத்தி* முதலிய நாவல்களில் சித்திரிக்கப்படும் திருமணத்துக்குப் புறம்பான பாலுறவு (*extra marital relationships*) குறிப்பிடப்பட வேண்டியதாகும். பொதுவாகக் குடும்பங்களுக்குள் நிகழும் உறவு விகற்பங்களாகவே ஜானகிராமன் இவற்றைக் காட்டுகிறார். அதனைக் கையாளும் விதத்திலும் அதற்குக் கொடுக்கும் அழுத்தத்திலுமே ஜானகிராமன், மேலே குறிப்பிட்ட நாவலாசிரியர்களிலிருந்து வேறுபடுகிறார். தேவகோட்டை வா. மூர்த்தி *செம்பருத்தி* நாவல் பற்றிய ஒரு பாராட்டுரையில் குறிப்பிட்டிருப்பதுபோல, (*தீபம்,* 1973) "படுக்கையறைக் காட்சிகளிற் கூட நளினத்தையும் டெகோரத்தையும் (மரபமைதியை) பாதுகாக்கிற ஜானகிராமன்", பிறருக்கு அதிர்ச்சியைக் கொடுத்தல் வேண்டும் என்பதையும் நோக்கமாகக் கொண்டு எழுதுகிற ஜெயகாந்தன், இந்திரா பார்த்தசாரதி, அம்பை, சுஜாதா முதலியோரிலிருந்து தொனியில் வேறுபடுபவரே. அந்த வகையில் ஜானகிராமனிடத்து ஒரு வகையான "இந்தியத்துவம்" இருக்கிறதெனலாம்.[10] ஆயினும் இதனை அளவிற்கு மீறி வற்புறுத்த நான் விரும்பவில்லை.

அதீத தனிமனிதப் போக்கு, பாலுறவு அக்கறை ஆகியவற்றை நாவலில் முதன்மைப் படுத்துவோர் தவிர்க்க இயலாதவாறு உளவியலுக்கு முக்கியத்துவம் அளிக்க வேண்டிய நிலைக்கு ஆளாகின்றனர். எஸ். தோத்தாத்ரி *ஜெயகாந்தன் – ஒரு விமரிசனம்* என்னும் நூலில், அந்நாவலாசிரியர் மனப் பிறழ்ச்சியும் விகாரங்களும் உடைய அசாதாரணமான மாந்தரைப் பிரதான பாத்திரங்களாக்கியுள்ளமையை விவரித்திருக்கிறார்.[11] குழந்தைப் பிராயத்தில் ஏற்படும் மனப் பதிவுகள், ஓர் ஆணுக்குத் தாய் மீது ஏற்படும் பால் விருப்பு (ஈடிபஸ் சிக்கல்), ஆண்மையிழந்தமையால் ஏற்படும் மனப்பிறழ்ச்சி, தாழ்வுச் சிக்கல் முதலிய கருத்தோட்டங்கள் பிராய்டு காலமுதல் உளவியலாளரால் விரித்துரைக்கப்பட்டு வருவன. இவற்றை வாழ்விலே கண்டு காட்டுவதையே அண்மைக்கால எழுத்தாளர்கள் சிலர் எழுத்தின் இலட்சியமாகக் கொண்டுள்ளனர்.[12] அதுமட்டுமன்று. விமர்சகர்கள் சிலர் ஏலவே சுட்டிக்காட்டியிருப்பது போல ஜெயகாந்தனின் கங்கா, வெங்கு மாமா, ஜானகி, ஆடலரசன்,

ராஜாராமன் முதலியோர் இலக்கண சுத்தமான பிராய்டிஸப் பாத்திரங்கள். இது விமர்சகர்களும் வாசகர்களும் கண்டறிய வேண்டிய விஷயமல்ல. இந்நாவல்களில் வரும் பாத்திரங்களே தமது மனச்சிக்கல்களைப் பற்றிச் சில வேளைகளில் பேசிக் கொள்கின்றன; எண்ணிக் கொள்கின்றன. உதாரணமாக, இந்திரா பார்த்தசாரதியின் *திரைகளுக்கு அப்பால்* நாவலில் பூமாவை விட அவளது கணவன் அந்தஸ்தில் குறைந்தவன் என்பதனால் அவனுக்கு ஏற்பட்ட தாழ்வு மனப்பான்மை பிரஸ்தாபிக்கப்படுகிறது. (இந்திரா பார்த்தசாரதியின் *மழை* என்னும் நாடகத்தில் பாத்திரங்கள் உளவியல் பரிபாஷையிலேயே பேசிக் கொள்கின்றனர்.) ஜெயகாந்தனது *ரிஷி மூலம்* (1969) நாவலில் கதாநாயகன் ராஜாராமன் தன்னைப் புற நிலையில் வைத்து நோக்கும் தோரணையில் கூறுகிறான்: "ஸைகோ அனாலிஸிஸ் பண்ணிப் பார்த்தா இந்த ராஜாராமன் ஒரு அப்நார்மல்; ஒரு கேஸ்." ஜெயகாந்தனின் *ஆடும் நாற்காலிகள் ஆடுகின்றன* (1969) என்னும் நாவலில் விவரிக்கப்படும் குடும்பத்தில் ஏறத்தாழ அனைவருமே மனச்சிக்கல்கள் உள்ளவர்கள். தமது மனஉலகங்களில் வாழ்பவராகவே காணப்படுகின்றனர். உளவியல் பற்றி ஜெயகாந்தனே கூறியிருப்பவை கவனத்திற்குரியன.

> *பிராய்டிசத்தை அடிப்படையாகக் கொண்டு கதை எழுதுவது வெட்கப்பட்வேண்டிய காரியம் அல்ல. பிராய்டும் கூடத் தன்னுடைய சில ஆராய்ச்சி முடிவுகளுக்கு அனுசரணையான சான்றுகளை இலக்கிய ஆசிரியரின் நூல்களிலிருந்தே எடுத்துக் காட்டுவான். மனோதத்துவமும் இலக்கியமும் அதிகத் தொடர்புடையன. ஏன்? எனது கலைகளையும்கூட மனோதத்துவம் பயில்கிற சில மாணவர்களும் அதனைப் பயிற்றுவிக்கிற சில ஆசிரியர்களும் வந்து தங்கள் பணிக்கு அவை உதவியாக இருக்கின்றன என்று என்னிடம் பாராட்டியது உண்டு.*[13]

முற்றிலும் அகவயப்பட்ட மனவெளி மாந்தர்கள் இடம்பெறும் மேற்கூறிய போக்கிற்கு அருகருகே பெருமளவுக்குப் புறநிலைப்பட்ட பொருளான அரசியல் அண்மைக் கால நாவல்களில் குறிப்பிடத்தக்க விதத்தில் இடம் பெற்று வருகிறது. அரசியல் என்று பொதுப்படையாக ஒன்று இல்லை என்பது உண்மையே. அவரவர் வர்க்கச் சார்பு, வாழ்க்கை நிலை, இவற்றைப் பொறுத்தே அரசியற் சார்பு அமைகிறது. இன்றைய யுகத்தில் முதலாளி வர்க்க அரசியல், பாட்டாளி மக்கள் அரசியல் என இரண்டே இருத்தல் முடியும். இவ்விரண்டும் முரண்பட்டு இயங்குவதும் எழுத்தாளர்கள் இவற்றில் இரண்டில்

ஒன்றைச் சார்ந்து நிற்பதுமே நாம் காணக்கூடியதாகும். நாவல்களும் இந்நிலையை வெவ்வேறு அளவிலும் வகையிலும் பிரதிபலிப்பனவாய் உள்ளன. ஆனால் நான் இங்குக் கூற முற்படுவது யாதெனில், கடந்த பத்து ஆண்டுகளுக்குள்ளேயே நாவல் இலக்கியத்தில் அரசியல் 'அங்கீகரிக்கப்பட்ட' பொருளாக வந்தமைந்துள்ளது. முற்பட்ட நாவல்களில் அரசியல் விலக்கி வைக்கப்பட்டது என்றே கூறுதல் வேண்டும். கல்கி போன்ற நாவலாசிரியர் ஆங்காங்கே தேசிய அரசியற் பின்னணியில் கதையை நடத்திச் சென்றிருக்கின்றனர்.[14] ஆனால் அரசியற் தத்துவங்களும், அவற்றால் செயலூக்கம் பெறும் பெரும் பாத்திரங்களும் அண்மைக் காலத்திலேயே அதிகமதிகமாக நாவல்களில் உருவாக்கம் பெறுகின்றன. இப்போக்கு மேலோங்கி வரும் சூழ்நிலையில் முன்னரெல்லாம் காதற் கதைகள் எழுதி வந்த அகிலன் போன்ற ஜனரஞ்சக எழுத்தாளரும் 'அரசியல் நாவல்' எழுதும் முயற்சியை மேற்கொள்வதைக் காணலாம். *எங்கே போகிறோம்* நாவல் காந்தீயத்தை அவர் வழிவந்த ஆட்சியாளரும் கட்சியினரும் கைவிட்டமையைக் காட்டுவதாக அமைந்தது. காதற் கதைகள் எழுதிய கைப்பழக்கத்தால் புவனா என்ற உயர்ரக விலைமாதைக் கதைக்குத் தலைவியாக்கி நாவலை எப்படியெல்லாமோ நடத்திச் செல்கிறார் ஆசிரியர். அரசியலை நாவலாக்க கூடிய ஞானமும் அனுபவமும் ஆளுமையும் இன்மையால் நாவலாசிரியரது இறந்தகால ஏக்கம், அவர் பெரிதும் மதித்துப் போற்றும் காந்தீயத்தைப் பற்றியதாய் இருப்பினும், நாவல் சராசரிப் பத்திரிகைத் தொடர்கதையாக அமைந்துவிட்டது. இத்தகைய தனிப்பட்ட தோல்விகளை ஆராயவும் எடுத்துக்காட்டவும் இது ஏற்ற சந்தர்ப்பமன்று.

அகிலன் *எங்கே போகிறோம்* நாவலில் கையாளும் பொதுக்கருத்தையே – காந்தீயம் மறைந்து மதிப்பிழந்து நிற்கும் அவலத்தையே – ராஜம் கிருஷ்ணன் *வேருக்கு நீர்* (1972) நாவலில் பிரதான பொருளாக எடுத்துக் கொண்டிருக்கிறார்.[15] இந்நாவலிலும் பாத்திரங்கள் தமிழ்நாட்டுக்கு வெளியே பிற மாநிலங்களுக்குப் போய் வருகின்றன. இதிலும் காந்தீய இலட்சியத்திற்காக வாழ முயலும் பாத்திரம் (யமுனா), கம்யூனிஸ்ட் (சுதீர்), நடைமுறைத் தேவைகளுக்கு ஏற்பக் கொள்கைகளை மாற்றியமைத்துக் கொள்ளும் துரை முதலிய பல பாத்திரங்கள் வருகின்றன. ஆயினும் 'பாத்திர வார்ப்பினாலும் நடைச் சிறப்பாலும், இயல்பான சந்தர்ப்ப சூழ்நிலைகளை அமைத்துக் கொள்வதாலும் அகிலனது ஆக்கத்தைவிட *வேருக்கு நீர்* பன்மடங்கு சிறந்த – சக்திமிக்க – நாவலாக விளங்குகிறது. இரண்டையும் நுணுகி ஒப்பியல் நோக்கில் ஆராய்வது சுவையும் பயனும் தரும் செயலாக

இருக்கும். இத்தொடர்பில் ஜெயகாந்தனின் *ஜய ஜய சங்கர* (1976) நாவல் நினைவுகூரத் தக்கது. அரசியலை ஆன்மீகப் படுத்தும் முயற்சியாகவும், காந்திய ஆச்சிரம வாழ்க்கை முறைக்கும் புறவுலக நடைமுறைகளுக்கும் உள்ள பாரதூரமான வேறுபாட்டை அழுத்திக் காட்டுவதாகவும் இந்நாவல் அமைந்துள்ளது. நா. பார்த்தசாரதியின் *ஆத்மாவின் ராகங்கள்,* ர.சு. நல்லபெருமாளின் *போராட்டங்கள்,* ராஜம் கிருஷ்ணனின் *ரோஜா இதழ்கள்* (1973), இந்திரா பார்த்தசாரதியின் *குருதிப்புனல்* (1975), முதலியன அடிப்படையில் காந்தீயத்தின் நோக்கிலும், புரட்சிகர சக்திகளுக்கு எதிரான நிலைப்பாட்டுடனும் எழுதப்பட்டவை. காந்தீயத்தையும் இடதுசாரிக் கோட்பாடுகளையும் எதிரெதிராக நிறுத்திச் சிலர் "தத்துவ" போராட்டத்தைச் சித்திரிப்பது போலவே, கிறிஸ்தவத்தையும் மார்க்சியத்தையும் முரண்படும் சித்தாந்தங்களாகக் காட்டும் ஒரு போக்கு அண்மையில் காணப்படுகிறது.[16] ஐசக் அருமைராஜன் எழுதிய *கீறல்கள்* (1975) இத்தொடர்பில் விதந்துரைக்கத் தக்கது. ஆசிரியர் பிரக்ஞை பூர்வமாகக் கிறிஸ்தவத்தின் பக்கம் சார்ந்து நிற்பினும், அவரையும் மீறி போராட்ட ரீதியான மார்க்சீயம் தவிர்க்க இயலாதது என்ற எண்ணமே நாவலின் இறுதியில் தொனிக்கிறது. பிராந்திய நாவல் என்ற பிரிவிற்குள் இதனைச் சிலர் அமைத்துக் கொள்வராயினும், அண்மைக் காலத்தில் வந்த குறிப்பிடத்தக்க படைப்புக்களில் இது ஒன்று எனலாம். "நாளைய சமுதாயப் புரட்சியில் கிறிஸ்தவன் ஈடுபடாமல் ஒதுங்கிவிட முடியாது. அதற்கு முதலில் என்னை அர்ப்பணிக்கிறேன்" என்று கூறும் புரட்சிகர இளைஞன் செல்லப்பாவும், கடுமையான சட்டத்தின் மூலமே கொடியவர்களை மாற்ற முடியும் என்று நம்பும் வேதமணி வாத்தியாரும், கிறிஸ்துவில் அசைக்க முடியாத நம்பிக்கையுடைய சாமுவேல் நாட்டையரும், பிறரும் கதை வளர்ச்சிக்கு மாத்திரமன்றி, கருத்து மோதலுக்கும் ஏதுவாயுள்ளனர்.

ஈழத்தில் செ. கணேசலிங்கன், பெனடிக்ற் பாலன், அகஸ்தியர், சி. சுதந்திரராஜா, கே. டானியல், இளங்கீரன் முதலியோர் இக்காலப்பகுதியில் எழுதிய நாவல்கள் ஒடுக்கப்பட்ட மக்களின் பல்வேறு எழுச்சிகளையும் இயக்கங்களையும் பொருளாகவும் பின்னணியாகவும் கொண்டவை. இந்நாவல்களுக்குள் அரசியல் வேகம், தெளிவு. கலைநயம் என்பவற்றில் வேறுபாடுகள் உண்டு. எனினும் அரசியலை முதன்மைப்படுத்திய அளவில் இவை ஒப்புமையுடையன. இந்நாவல்களின் உள்ளடக்கத்தையும் ஆசிரியர்களின் அணுகுமுறையையும், கண்ணோட்டத்தையும் பலப்படுத்துவதாயுள்ளது. *பஞ்சமர்* நாவலில் டானியலின் முன்னுரையில் வரும் ஒரு பகுதி:

> இந்த நாவலுக்கான மூலக்கருவை வலிந்து தேட வேண்டிய நிர்ப்பந்தம் எனக்கேற்படவில்லை. இதில் நடமாடும் பாத்திரங்களும் நான் சிருட்டித்தவையல்ல. இதில் வரும் சம்பவங்களும் கற்பனா லோகத்திலிருந்து கொண்டுவரப்பட்டவையல்ல. எல்லாம் யதார்த்த உலகில், அன்றாட வாழ்வில் எளிய மக்கள் எனக் கூறப்படும் பஞ்சப்பட்ட மக்கள் தம்மீது சுமத்தப்பட்டுள்ள நுகத்தடியைக் கழற்றி யெறிந்து, தம்மீது திணிக்கப்பெற்றுள்ள கோணல் வாழ்வை நிமிர்த்த எடுத்த முயற்சிகள், நடவடிக்கைகள், போராட்டங்களிலிருந்து பெற்ற அனுபவங்களே! இந்த அனுபவங்களைப் புடமிட்டு, மெருகிட்டுத் தருவதில் கலையம்சத்தைப் பயன்படுத்தியுள்ளேனே தவிர, வலிந்து எதையும் சிருட்டிக்கவில்லை.[17]

தமிழ்நாட்டிலே இவற்றின் சரிநேர் படைப்புக்களாக டி. செல்வராஜ் எழுதிய *மலரும் சருகும்* (1967), *தேனீர்* (1973), கு. சின்னப்ப பாரதியின் *தாகம்* (1975), பொன்னீலனின் *கரிசல்* (1976) என்பன விதந்துரைக்கத்தக்கன.[18] அரசியல் அரங்கில் சாதிப் பாகுபாடு எவ்வாறெல்லாம் பிரச்சினையாயுள்ளது என்பதனை ஈழத்திலும் தமிழ் நாட்டிலும் அரசியல் நாவல்கள் எழுதுவோர் அலசியிருப்பது குறிப்பிடத்தக்கது. பலரது பாராட்டைப் பெற்ற *மலரும் சருகும்* நாவலுக்கு அதனாசிரியர் எழுதிய முன்னுரையில் பின்வருமாறு கூறியுள்ளார்:

> இந்திய நாடு சுதந்திரம் எய்தியதற்குப் பிறகு தமிழ் மக்களின் அகவாழ்விலும் புற வாழ்விலும் சலனங் களும், மாற்றங்களும் ஏற்பட்டுள்ளன. நமது கிராம வாழ்க்கையும் இந்த நியதிக்கு அப்பாற்பட்ட தாக இருக்க முடியாது. இத்தகைய இயக்கவியல் காரணமாகப் பழைய பண்பாடும், சம்பிரதாயங் களும் சிதிலமடைகின்றன. மாற்ற வித்தியாசங்கள் தோன்றுகின்றன. இதனால் நெருக்கடிகளும், சிக்கல் களும் எழுகின்றன. இத்தகைய நெருக்கடிகளின் நடுவிலே இந்த விவஸ்தை கெட்ட இழிநிலைகளை எல்லாம் அழித்தொழிக்கின்ற புதியதோர் சக்தி துளிர்க்கின்றது. இன்று அச்சக்தி மறைக்கப்படலாம், தற்காலிகமாக அமுத்தவும் படலாம். ஆனால் அந்த விஸ்வரூப சக்தியை அழித்துவிட முடியாது. அதுவே தான் முடிவில் வாகை சூடும் இந்த யதார்த்தத்தைச் சித்திரிக்கும் ஒரு முயற்சியே இந்த நாவல்.

மேலே விவரித்த போக்குகளை ஒட்டுமொத்தமாகக் கவனிக்கு மிடத்து ஒருண்மை புலனாகும். தனிமனிதவாதம், தார்மீகப் பிரச்சினை, பாலுறவுப் பிரச்சினை, உளவியல் அக்கறை முதலியன நகர வாழ்க்கையிலேயே, உயர்மட்டத்து மாந்தர் வாழ்க்கையில் பூதாகாரமாய்த் தெரிகின்றன. முற்பட்ட நாவலாசிரியர்கள், லக்ஷ்மி, ஷண்முக சுந்தரம், கா.சி. வெங்கடரமணி, சங்கரராம், சி.சு. செல்லப்பா, க.நா. சுப்ரமண்யம் போன்றோர் கிராமங்களையும் சிறுபட்டினங்களையும் களமாகக் கொண்டே நாவல்கள் எழுதினர். அண்மையில் பிரபல்யம் பெற்றுள்ளவர்களில் ஜெயகாந்தன், இந்திரா பார்த்தசாரதி, நா. பார்த்தசாரதி, அகிலன், அசோகமித்திரன், ஆதவன், கல்பனா ஆகியோர் சென்னை நகரத்தை மட்டுமன்றி பம்பாய், புதுடில்லி, கல்கத்தா முதலிய பெருநகரங்களையும் கடல் கடந்த நகரங்களையும் நாவல் களுக்குக் களமாய் கொள்வர். இதன் பயனாகப் பெருநகரங்களிற் பெருவாழ்வு நடத்தும் மாந்தர் – மோட்டார் வாகனங்களிலும் ஆகாய விமானங்களிலும் அநாயாசமாய்ப் பிரயாணஞ் செய்வோர் – பாத்திரங்களாக இடம்பெறுகின்றனர். (ஆரம்ப காலத்தில் ஜெயகாந்தன் நகரங்களில் வாழும் உதிரித் தொழிலாளரைத் தனது சிறுகதைகளில் பாத்திரங்களாக வார்த்தார். விந்தன் அவ்வாறு எழுதிய மற்றொருவர்.)

விடுதலைக்குப் பின் மெல்ல மெல்ல இந்தியப் பெருநகரங்களில் பரிணமித்த தொழிலதிபர்கள், அரசியல் தலைவர்கள், அரசாங்க உயர் அதிகாரிகள், இவர்களைச் சார்ந்து வாழும் வக்கீல்கள், டாக்டர்கள், பத்திரிகையாளர்கள், உயர்ரக விபசாரிகள் அல்லது பொழுதுபோக்கிற்குரிய பெண்கள் முதலியோரே நகர நாகரீகத்தைச் சித்திரிக்கும் முற்கூறிய நாவல்களில் முனைப்பான இடத்தைப் பெற்று வருகின்றனர். ஒரு விதத்தில் இந்நாவல்களை எழுதும் ஆசிரியர்கள் நடமாடும் சமூகத்தளத்தையும் இது பிரதிபலிக்கிறது எனலாம். நகர வாழ்க்கையின் வெவ்வேறு அம்சங்கள் தற்கால நாவலாசிரியர்களால் சித்திரிக்கப்படுகின்றன. எடுத்துக்காட்டாக இந்தியாவில் முக்கிய உற்பத்தித் தொழில் களில் ஒன்றாக உள்ள சினிமா சிலபல நாவல்களுக்குப் பொருளா யிருக்கின்றது. அசோகமித்திரனின் *கரைந்த நிழல்கள்* சினிமாத் தொழிலில் சம்பந்தப்பட்டோரை மையமாகக் கொண்டு எழுதப்பட்ட குறிப்பிடத்தக்க நாவல். அண்மையில் *கலைமகள்* சஞ்சிகையில் நா. பார்த்தசாரதி எழுதிய தொடர்கதை *நீல நயனங்கள்*. சினிமாத்துறையில் கலை நோக்கிற்கும் வர்த்தக நோக்கிற்குமுள்ள முரண்பாட்டை ஒருவகையான இலட்சியப் போக்கில் இத்தொடர் நாவல் சித்திரிக்கிறது. தமிழ்நாட்டு சினிமாத் துறையின் சீரழிவை எடுத்துக் காட்டுவதாயுள்ளது. ஜெயகாந்தன் எழுதிய *சினிமாவுக்குப் போன சித்தாளு* (1972) உண்மையான

நபர்கள் சிலரை மனங்கொண்டு எழுதப்பட்ட இக்கதை கம்சலை என்ற பெண் பாத்திரத்தின் மூலம் "இன்று நிகழும் கலாசாரச் சிதைவை" பிரதிபலிக்கிறது. இவற்றைவிடச் சில தொடர்கதைகளும் குறுநாவல்களும் சினிமாத் தொழிலைப் பொருளாகக் கொண்டு எழுதப்பட்டுள்ளன. இவற்றைக் குறிப்பிட வேண்டிய தேவை இங்கு இல்லை. மஹரிஷி போன்ற சில எழுத்தாளர் சினிமாவுக்கு எழுதுவதும் மனங்கொள்ளத்தக்கதே. 'நியூவேவ்' எழுத்தாளர்களின் தொடர்கதைகளும் திரைப்படங்களாகியுள்ளன.

வரலாற்று அடிப்படையில் நோக்கும் பொழுது கடந்த சில தஸாப்தங்களாகப் பொதுவாக இந்தியாவிலும் குறிப்பாகத் தமிழ்நாட்டிலும் உருவாகி வந்துள்ள முதலாளித்துவ வளர்ச்சியின் சிற்சில அம்சங்களை, அவை கூர்மையடைந்து வரும் கடந்த பத்துப் பதினைந்து வருடச் சூழ்நிலையில், நாவலாசிரியர்கள் அறிந்தும் அறியாமலும் பிரதிபலிக்கின்றனர் என்பது பொருத்தமாகும். இப்பொது வரலாற்றுப் போக்கு இரு வகையான நாவல்களில் எதிரொலிக்கிறது. ஒன்று: தனிமனித முயற்சியாலும் அரசாங்க நடவடிக்கைகளினாலும் கிராமங்களும் நாட்டுப்புறமும் நவீன கைத்தொழில் வளர்ச்சிக்கு உட்பட்டு வருகின்றன. அமைதியாக இருந்த கிராமங்களும், வயல் வெளிகளும், குளங்களும், அடியோடு மாறிப்போய் விடுகின்றன. இதனடியாகத் தோன்றும் மாற்றங்கள் மாந்தர் வாழ்க்கையில் உண்டாகும் ஏற்ற இறக்கங்கள், சலனங்கள் என்பன நாவலுக்குகந்த பொருளாகக் கருதப்படுகின்றன. ரஷ்ய இலக்கியத்திலே செகாவின் *செரித்தோட்டம்* என்ற நாடகத்தைப் பற்றிக் குறிப்பிடும் பொழுது, நாடகத்தின் இறுதியில் செரித்தோட்டம் அழிக்கப்படுதல் முதலாளித்துவ – யந்திர மயமாகும் – சமுதாயத்தின் வருகையைக் கூடார்த்தமாக உணர்த்துகிறது என்பர். உலக இலக்கியங்களில் இத்தகைய பல படைப்புகள் உண்டு. அண்மைக் காலத்தில் வெளிவந்த சில நாவல்களை உதாரண விளக்கத்துக்காக இங்குக் கூறலாம். சா. கந்தசாமியின் *சாயாவனம்* (1969), சுந்தர ராமசாமியின் *ஒரு புளியமரத்தின் கதை* (1966), க. சுப்பிரமணியத்தின் *வேரும் விழுதும்* (1970), க. அருள்சுப்பிரமணியத்தின் *அவர்களுக்கு வயது வந்துவிட்டது* (1973) முதலியவற்றில் இயற்கையும் மனிதரும் மாற்றமடைதல் சித்திரிக்கப்படுகின்றது. காட்டாக, *வேரும் விழுதும்* நாவல், அணைக்கட்டு ஒன்று கட்டப்படுவதால், குழுமணி என்னும் கிராமம் நீரில் மூழ்கிப் போவதையும் அந்தச் சூழலில் மனிதரின் மனஓட்டங்களையும் உணர்ச்சிகளையும் விவரிக்கிறது.

மற்றொன்று; இத்தகைய மாற்றங்கள் நிகழ்கையில் கால உணர்வு பலருக்கு ஏற்படுகிறது. விஷயங்கள் மரபுவழி

நடைபெறாமல், புதிய சம்பவங்களும் வாழ்க்கை முறைகளும் சமுதாயத்திற் பரவலாகக் காணப்படுகையில் கால ஓட்டமும் காலமாற்றமும் துலக்கமாய்த் தோன்ற ஆரம்பிக்கின்றன. சமீபத்து நாவல்கள் சிலவற்றில் கால உணர்வு வெவ்வேறு வகைகளிற் புலப்படுகிறது. நீல. பத்மநாபன் எழுதிய *தலைமுறைகள்* (1968), *பள்ளிகொண்டபுரம்* (1970), இந்திரா பார்த்தசாரதியின் *காலவெள்ளம்,* ஹெப்ஸிபா ஜேசுதாசனின் *புத்தம் வீடு* (1964) முதலியன காலவெள்ளத்தில் சிற்சில குடும்பங்கள் சிதைவுறுவதைச் சித்திரிப்பதன் மூலமும், சரித்திர ஓட்டத்தின் ஒரு பகுதியை இலக்கியத்தில் தேக்க முற்படுகின்றன. *தலைமுறைகள்* நாவலின் முன்னுரையில் நீல. பத்மநாபன் பின்வருமாறு கூறியுள்ளார்:

> எனக்குப் பழக்கமான ஒரு சமூகத்தின் நாடித் துடிப்புக்கள், பூர்வீக வரலாற்று விளக்கங்கள், ஆசார அனுஷ்டானங்கள், சடங்கு சம்பிரதாயங்கள், விழாக்கள், விளையாட்டுகள், வாழையடி வாழையாய் வந்தடைந்த கதைகள், பாடல்கள், பழமொழிகள், பிராந்திய கொச்சை வார்த்தைகள், பேச்சு வழக்குகள், தொனி விசேஷங்கள், வாக்கிய அமைப்புக்கள் – இத்தியாதி இத்தியாதியவைகளை யெல்லாம் கூடிய மட்டும் சிந்தாமல் சிதறாமல் காலபூர்வமாய் வெளிப்பிரகடனம் பண்ண இங்கே கதை வித்தானது பக்க பலமாய்ப் பயன்பட்டிருக்கின்றது.

பொதுவாக, மானிடவியல் ஆய்வாளர்களின் கவனத்திற்குள் வரக்கூடிய பொருள்களை ஆசிரியர் அடுக்கிக்கொண்டு போகிறார். எனினும், இவை விதந்துரைக்கப் படுவதற்குரிய காரணமே, இவற்றில் மாற்றங்கள் நிகழ்ந்து வருவதே ஆகும்.[19] "காலம் என்பது கறங்கு போல் சுழன்று மேலது கீழாய்க் கீழது மேலாய்" மாற்றுகையில் வாழ்க்கையின் சகல அம்சங்களிலும் இடைவிடாத ஏற்ற இறக்கங்களைக் காணக் கூடியதாயுள்ளது. இதை அறிவுபூர்வமாகவும், சில சமயங்களில் உள்ளுணர்வுடனும் சில ஆசிரியர்கள் வெளிப்படுத்துகின்றனர். நேரடியாகவும் மறைமுகமாகவும் கால உணர்வு இத்தகைய நாவல்களில் கூறப்படுகிறது. உதாரணமாகப் *புத்தம் வீடு* நாவலில் பின்வரும் பகுதியைப் பார்க்கலாம்:

> காசில்லாத காரணத்தால் ஒரு பெண்ணின் கலியாணம் நின்று விட்டால், அதே காரணத்தால் காலச் சக்கரமும் நின்று விடவா போகிறது? உலகம் பனைவிளைக் கிராமத்தைச் சுற்றிலும் மாறிக் கொண்டுதான் வந்தது. தினத்தாள்களில் சுதந்திரப்

> போர் முழக்கம் ஓய்ந்துவிட்டது. அதன் இடத்தை 'திருவிதாங்கூர் தமிழ்நாடு காங்கிரஸ் போராட்டம்' எடுத்திருக்கிறது. மின்சாரக் கம்பிகள் பனைவளையில் கூட ஆகாயத்தை ஊடுருவிச் செல்லுகின்றன. பனைவிளைக் கிராமத்தில் இப்போது சில புதுப் பணக்காரர்கள் வந்திருக்கிறார்கள். புளி வியாபாரம், கரும்புக் கட்டி வியாபாரம், கட்டிடம் கண்ட்ராக்ட் என்று பல வழிகளில் பணம் வந்து சேருகிறது.[20]

கால உணர்வுடன் எழுதப்பட்டுள்ள முற்கூறிய நாவல்களில் சமுதாய உணர்வும் குறிப்பிடத்தக்க வகையில் இடம் பெறுதல் தருக்கத்திற்கு இயைபுடையதே. இந்திரா பார்த்தசாரதியின் *கால வெள்ளம்*, நீல பத்மநாபனின் *பள்ளிகொண்டபுரம்* இத்தொடர்பில் சிலாகித்துக் கூறப்படத்தக்கன. சரித்திர உணர் வினால் உந்தப் பெற்று நாவல்கள் எழுதியுள்ள வேறிருவரையும் இவ்விடத்திற் குறிப்பிடுதல் தகும். இந்திய சுதந்திரப் போராட்டம் இரண்டாவது உலகப்போர் முதலிய நிகழ்ச்சிகளில் பங்கு பற்றும் பாத்திரத்தை மையமாக வைத்து எம்.எஸ். கல்யாணசுந்தரம் எழுதிய **இருபது வருஷங்கள்** (1965) பல வழிகளில் நினைத்துக் கொள்ள வேண்டிய ஒரு படைப்பாகும். தென்னிந்தியருக்கும், இலங்கை வாழ் தமிழ் மக்களுக்கும் மலேசியா, சிங்கப்பூர், இந்தோனீசியா முதலிய தென்கிழக்காசிய நாடுகளுடன் நிரம்பிய தொடர்புண்டு. எனினும் இத்தொடர்பை ஆதாரமாகக் கொண்டு நாவல்கள் எழுதப்பட்டதில்லை. கல்யாணசுந்தரத்தின் நாவல் உண்மைச் சம்பவங்களைக் கருவாகக் கொண்டிருத்தலால் போற்றத்தக்க யதார்த்தத்துடன் விளங்குகிறது. அயல்நாடுகளின் தொடர்பை ஆதாரமாய்க் கொண்டு இரண்டாவது உலக யுத்தத்தின் பகைப்புலத்தில் சுவையான இரு நாவல்களை எழுதியிருக்கிறார் ப. சிங்காரம். *கடலுக்கு அப்பால்* (1963) *புயலிலே ஒரு தோணி* (1972) ஆகியன தமிழுக்குப் புதிய அநுபவங்களை அறிமுகப் படுத்தியுள்ளன. ஈழத்தில் செ. கணேசலிங்கனின் *நீண்டபயணம்* வரலாற்றுணர்வுடன் எழுதப்பட்டதெனலாம்.[21]

அண்மைக்காலப் போக்குகளில் ஒன்று, உத்திகளுக்கு அளிக்கப்பட்டுள்ள முக்கியத்துவமாகும். பொருள் மாற்றம், உருவம், உத்தி ஆகியவற்றில் மாற்றங்களைத் தோற்றுவித்தல் இயல்பே. மேலே நாம் விவரித்த மாற்றங்கள் களம், வர்க்கம், காலம், சமூகத்தளம் என்பவற்றில் காணக்கூடிய மாற்றங்கள் – சம்பந்தப்பட்ட நாவலாசிரியர்களின் மொழி நடை, உத்தி முதலியவற்றிலும் புதுப் பண்புகளை உண்டாக்கியுள்ளன. முற்பட்ட சில சிறுகதைகளிலும், குறுநாவல்களிலும், புதுமைப்பித்தன், மௌனி, லா.ச. ராமாமிர்தம்,

ரகுநாதன், க.நா. சுப்ரமண்யம் போன்றோர் ‘நனவோடை’ அல்லது ‘மனநினைவு ஓட்டம்’ என்னும் நடை உத்தியைக் கையாண்டிருத்தல் பலருக்குந் தெரிந்திருக்ககூடியதே எனினும் அவை பரீட்சார்த்த முயற்சிகளாகவே அமைந்தன. அண்மைக்கால நாவலாசிரியர்களான, ஜெயகாந்தன், இந்திரா பார்த்தசாரதி, ராஜம் கிருஷ்ணன், நீல. பத்மநாபன் முதலியோர் ‘மனநினைவு ஓட்ட’த்தை வெகு சாதாரணமாகவே பயன்படுத்துகின்றனர். இந்நாவல்களில் வரும் பாத்திரங்கள் பல புத்தி ஜீவிகளாகவும் இருப்பதால் பேச்சிலும் நினைப்பிலும் தத்துவ – உளவியல் – விசாரங்களில் ஈடுபட வாய்ப்பாக உள்ளது.

இத்தகைய பாத்திரங்கள், நறுக்கென்று வெட்டினாற்போல, புத்திசாதுரியமான தொனியில் உரையாடிக் கொள்வதும் நாவல்களிற் காணக்கூடியது. இதில் தி. ஜானகிராமனும், இந்திரா பார்த்தசாரதியும் தனித்திறமையுடன் விளங்குகின்றனர். பொதுவாகவே க.நா. சுப்ரமண்யம், ராஜம் கிருஷ்ணன், ஆர். சூடாமணி, நீல பத்மநாபன், ஜானகிராமன், ஜெயகாந்தன் முதலியோர் வார்த்தைப் பிரயோகத்தில் அதிக கவனஞ் செலுத்துவது கண்கூடு. ஜனரஞ்சக – ஆரவார – எழுத்தாளருக்கும் சீரிய – கருத்தார்ந்த – எழுத்தாளருக்குமுள்ள பிரதான வேறுபாடு களில் ஒன்று மொழியைக் கையாளும் முறையிலே யாகும். அகிலன் அநேக இடங்களில் சோடை போவதும் இவ்விஷயத் திலேயே யாகும்.

மறுபுறம் கே. டானியல், அகஸ்தியர், கு. சின்னப்பா பாரதி, டி. செல்வராஜ் முதலிய சமூகவியல் எழுத்தாளரும் இக்காலப்பகுதியில் மொழி நடைக்கு உரிய இடத்தை அளித்தல் விமர்சகர்களின் கவனத்தை ஈர்த்துள்ளது. செ. யோகநாதனின் *ஒளி நமக்கு வேண்டும் (1973)*, டானியலின் *போராளிகள் காத்திருக்கிறார்கள் (1975)*, சி. சுதந்திர ராஜாவின் *மழைக்குறி (1975)*, பொருளுக்கேற்ற நடைச் சிறப்புடன் அமைந்திருப்பது கவனித்தற்குரியது.

மேலே சுருக்கமாக நான் விவரித்த போக்குகளிற் சில நாவலிலக்கியத்துக்கு மாத்திரமன்றி, சிறுகதை, கவிதை, நாடகம் முதலிய ஏனைய வடிவங்களுக்கும் வெவ்வெறு அளவிற் பொருந்துவனவே. உதாரணமாகப் பிராய்டிஸம் புதுக்கவிதை களில் ஆதிக்கம் செலுத்தியுள்ளது. இன்றய சஞ்சிகைகள் சிலவற்றில் – *ஆனந்த விகடன், தினமணி கதிர்* ஆகியவற்றிலும் சினிமாத்துறையிலும், ‘நியூவேவ்’ என்ற பெயரில் மேற்கூறிய போக்குகள் ஆங்காங்குத் தலைகாட்டுவதைக் காணக்கூடியதாய்

இருக்கிறது. எனினும் அப்பட்டமான வணிக நோக்கில் இயங்கும் இவற்றில் இப்போக்குகள்கூட கலப்படம் செய்த முறையிலும், முனைப்புக் குறைந்த நிலையிலுமே இடம் பெறுகின்றன.

தொகுத்து நோக்கும் பொழுது, சிற்சில புதிய போக்குகளை ஐயத்துக்கிடமின்றிப் பிரதிபலிக்கும் தமிழ் நாவலிலக்கிய உலகம் இரு துருவங்களாகப் பிளவுண்டு கிடக்கிறது. அதீத தனிமனித நாவல்கள் ஒருபுறம்; எழுந்துவரும் சமுதாய சக்திகளைக் கூட்டாக எடுத்துக் காட்டும் நாவல்கள் மறுபுறம். இவை ஒன்றற்கொன்று முரண்படுவனவே. ஆயினும் நாவலிலக்கியம் தனிமனிதரையும் சமூக இயக்கங்களையும் இணைக்க வல்லது. தனிமனிதனையும் சமுதாயத்தையும் முரண்பாட்டுச் சக்திகளாக காணும் பூர்ஷ்வா சிந்தனை முறையே இந்த அவலநிலைக்குக் காரணம். சமுதாய மாற்றத்திலும் சோஷலிஸ அமைப்பிலுமே மனிதன் மீண்டும் தன்னைப் பூரணமாக அறிந்து முழுமையடைய முடியும் என்ற உண்மை உணரப்படும் பொழுதே இரு துருவங்களாகக் காணப்படும் நிலைமை இல்லாமற்போகும். அப்பொழுதே நாவல் இலக்கியம் முழுமை எய்தும்.

சான்றாதாரம்

1. உதாரணமாக, புதுமைப்பித்தன் *மணிக்கொடி* சஞ்சிகையில் ‘பொன்னகரம்’, ‘கவந்தனும் காமனும்’, ‘ஆண்சிங்கம்’ முதலிய கதைகளை எழுதியபோது, “இலக்கிய உலகில் ஒரு விவாதப் பிரச்சினையாகிவிட்டார்; சிலர் புதுமைப்பித்தனது சிருஷ்டிகளைக் கண்டு மிரண்டு நடுங்கினார்கள்.” ரகுநாதன், புதுமைப்பித்தன், சென்னை, 1951, பக். 34. ரகுநாதன், விந்தன், எஸ். பொன்னுத்துரை, டானியல் முதலிய எழுத்தாளர்கள் ஆண் – பெண் உறவை எழுதி பிரச்சினைக்கு ஆளாகியவர்களே.

2. முதலில் இந்நாவல் வார இதழொன்றிலே *காலங்கள் மாறும்* என்ற தலைப்பில் தொடர் கதையாக வெளிவந்தது. “குடும்பப் பெண்களும் அரைகுறையாக ஆங்கிலம் கற்றவர்களும் இந்த வார இதழை மிகுதியாகப் படிக்கின்றனர்” முத்துச் சண்முகன், *தமிழ் இலக்கியக் கோட்பாடுகள்*, மதுரை, 1976, பக். 18.

3. குடும்பத்திற்குள் இருந்து கொண்டு வெளியேறத் தெரியாமலும், சில சமயங்களில் மனந்துணிந்தும் இயங்கும் பாத்திரங்களில் சூழ்நிலை சார்ந்த பௌதீகத் தன்மை இருந்தது. தனித்து நிற்கும் பிந்திய பாத்திரங்கள் அவற்றைப் படைக்கும் ஆசிரியர்களின் மனவெளியில் மிதப்பவர்களே.

4. *ஜெயகாந்தன் — ஒரு விமர்சனம்,* சிவகங்கை, 1976. பக். 58.

5. தமிழ் இலக்கியக் கோட்பாடுகள், பக். 20.

6. தோத்தாத்ரி, மு.கு. நூல், பக். 49.

7. ஃபிராங்கிளின் எழுதிய மற்றொரு கட்டுரையும் இவ்விடத்தில் நோக்கத்தக்கது: *"The Tamil Language in The Modern World" Journal of Tamil Studies, Sept. 1972, pp. 9-22.*

8. *சதங்கை,* நவம்பர், 1975, பக். 11–16.
கலைமகள் இதழ்களில் எழுத ஆரம்பித்த சூடாமணி, இத்தகைய கதைகளை எழுதுவது சுவையான ஆராய்ச்சிக்கு இடந்தருவது. தனிப்பட்ட எழுத்தாளருக்கும் சஞ்சிகைகளின் தேவைகளுக்கும் உள்ள தொடர்பை இங்கு மனங்கொள்ளுதல் பொருந்தும்.

9. திரைப்படமாகவும் உருவம் பெற்ற இந்த நாவல் பாத்திர வார்ப்பில் சிறந்து விளங்குகிறது. ரங்கா அவளுடைய பூச்செடி வளர்க்கும் ஆசையை ஓரிடத்தில் கேலி செய்கிறான். (பக். 136). நாடகக் கம்பெனி நடத்தும் கல்யாணி மிகுந்த பணக்காரி என்பது பல சந்தர்ப்பங்களில் உணர்த்தப்படுகிறது. இதுபற்றிப் பார்க்கவும்: தமிழவன், " ஜெயகாந்தனின் பிற்கால நாவல்கள்" *ஆய்வுத்தொகை,* நாகர்கோவில், 1974, பக். 165.

10. ஜானகிராமனுடைய கதாபாத்திரங்களில் ஆய்வறிவாளர்கள் குறைவே. அதனாலோ என்னவோ, அதீத – அநாவசியமான – தத்துவ சர்ச்சைகளும், உளவியல் நுணுக்க விளக்கங்களும் அவரது நாவல்களை அமுக்கி விடுவதில்லை. கலாசார முரண்பாடுகளில் சிக்கும் பாத்திரங்களைப் படைப்பதிலேயே ஜானகிராமனின் வெற்றி அமைந்துள்ளது. வார்த்தை ஜாலங்களில் மயங்கி விடாமல் சொற்சிக்கனத்தை அவர் பேணுவதும் கை கொடுத்து உதவுகிறது எனலாம். பார்க்கவும் *தமிழ் நாவல் 50 பார்வை,* பூம்புகார், 1978. பக். 119.

11. தோத்தாத்ரி, மு.கு. நூல், பக். 30

12. ரகுநாதன், என்.கே., "ஆக்க இலக்கியமும் பாலியலும்", *ஆக்க இலக்கியமும் அறிவியலும்,* யாழ்ப்பாணம், 1977, பக். 182 பாலியலிலிருந்து ஆபாசத்தை வேறுபடுத்திக்காட்டி, இன்றைய "பிரபல" எழுத்தாளர்களின் ஆபாசப் போக்கை முற்போக்கு நிலைப்பாட்டிலிருந்து நிதானமாக விமர்சிக்கும் கட்டுரை.

13. *ரிஷி மூலம்,* மதுரை, 1975. பக். 6–7.

14. தேசியவாதியாயும் காந்தீய அரசியலில் நிரம்பிய ஈடுபாடும் அநுபவமும் உடையவராயும் இருந்த கல்கி (ரா. கிருஷ்ணமூர்த்திகூட) நாவல்களில் அரசியலைக் கையாள வில்லை. பலராலும் அளவிற்கு மீறி புகழப்பெற்றுள்ள *அலைஓசை* நாவலில்கூட, அரசியல் கதையில் இரண்டறக் கலக்காமல், நாடகங்களில் பயன்படுத்தும் பின் திரை போலவே உள்ளது. கல்கியைவிட அவரது ஆசானான ராஜாஜி அரசியலை இலக்கியப் பொருளாக்கினார் எனலாம். அடிப்படையில் கல்கி ஒரு “பரபரப்பு நாவல்” எழுத்தாளரே. கதை சொல்வதே அவரின் முதன்மையான நோக்கம். கல்கி வழி வரும் அகிலனிடத்திலும் அடிப்படையான இக்குறைபாடு உண்டு. காந்தீய அரசியல் ஈடுபாடும், சார்பும் கலைத் திறமைக்கு ஈடாக அமைய இயலாது.

15. மானிடவியல் செய்திகளைப் பின்னணியாகக் கொண்டு நாவல்கள் எழுத ஆரம்பித்த ராஜம் கிருஷ்ணன் (*குறிஞ்சித் தேன்*, 1959), கடந்த இரு தஸாப்தங்களுக்குள் அடைந்துள்ள பரிணாம வளர்ச்சி சிறப்பாகக் குறிப்பிட வேண்டிய தொன்றாகும். அவரது தனிப்பட்ட – சொந்த – நம்பிக்கைகள் எவ்வாறிருப்பினும், நாவல்களில் எடுத்துக்கொண்ட களத்தையும் கதாமாந்தரையும் நேர்மையுடனும், இயற்பண்பு குன்றாமலும் இயக்கப்பூர்வமாக எடுத்துக்காட்டும் பண்பு அவரிடம் நாளுக்கு நாள் வளர்ந்து வந்துள்ளது. காந்தீயத்தில் ஏற்பட்ட உள்ளார்ந்த அவநம்பிக்கையும், இனி வரப்போகும் மாற்றங்களை உணரக்கூடிய மனோநிலையும் அவரது சமீப காலத்து நாவல்களுக்கு அசாதாரணமான ஆற்றலையும் அழகையும் அளித்திருக்கின்றன. இன்று தமிழில் எழுதும் முதல்தர எழுத்தாளரில் அவருக்கு முக்கிய இடமுண்டு.

16. இப்போக்கு தமிழிலக்கிய உலகிற்கு வழக்கம் போலவே காந்தாழ்த்தி வந்து சேர்ந்தது. ஐரோப்பாவிலும், குறிப்பாக லத்தீன் அமெரிக்காவிலும் “மார்க்சீய” பாதிரிகள் பல்லாண்டுகளுக்கு முன்னரே தோன்றிவிட்டனர். தமிழில் இப்பொழுது இது வளர்ந்து வருகிறது.

17. டானியல், கே., *பஞ்சமர்*, யாழ்ப்பாணம், 1972. இந்நூல் பற்றிய ஒரு கண்ணோட்டத்திற்குப் பார்க்கவும்: கைலாசபதி, க., “பஞ்சப்பட்ட மக்களின் வாழ்க்கையைச் சித்திரிக்கும் பேரோவியம்”, *தினகரன்* (2–10 1972) கொழும்பு, இலங்கை.

18. சுந்தரராஜன், பெ.கோ., “கொள்கைப்புரட்சி (1961 – 1977)” *நூற்றாண்டு தமிழ் நாவல் தரும் செய்தி*, சென்னை, 1979, பக். 152—178.

19. கால உணர்வு என்பது முக்காலம் சம்பந்தப்பட்டது. *தலைமுறைகள்* நாவலில் நிகழ்காலமும் இறந்தகாலமுமே சிறப்பாகச் சித்திரிக்கப்படுகின்றன. எதிர்காலம் குறிப்பாலேயே – சூசகமாகவே – உணர்த்தப்படுகிறது. இறந்த காலத்தை பத்மநாபன் இயக்குவது பற்றி மீரா கூறியிருப்பது ரஸமாயிருக்கிறது; "ஒவ்வொரு அத்தியாயத்திலும் ஓரடி முன்னோக்கிச் செல்லும் கதையை ஒன்பதடி பின்னோக்கிச் செல்லவும் வைக்கிறார். கரைக்கு வரும் அலைகள் நடுக்கடலுக்குத் திரும்புவது போல், ஒரு கலையழகோடு இந்த உத்தியைப் பயன்படுத்தியிருக்கிறார்." *தமிழ்நாவல் 50 பார்வை* பக். 130.

20. ஹெப்ஸிபோ ஜேசுதாசன், *புத்தம் வீடு,* சென்னை, 1964, பக். 92.

21. கணேசலிங்கனும் வேறு இலங்கை எழுத்தாளரும் முற்போக்கு அணிக்கு ஆக்கமும் ஊக்கமும் அளிப்பது போல் போர்க்குணமிக்க நாவல்களை எழுதியமை இப்பொழுது பொதுவாக ஒப்புக்கொள்ளப்பட்டு வருகிறது: "*செவ்வானம்* வெளிவந்த பின்னால், தமிழகத்தில் நாவல் வரலாற்றில் ஒரு பெரும் மாறுதல் ஏற்பட்டது. டி. செல்வராஜ், கு. சின்னப்ப பாரதி, இந்திரா பார்த்தசாரதி, ஐசக் அருமைராஜன், பொன்னீலன் போன்றோர் இந்த நாவல் வெளிவந்த பின்னால் வர்க்க அமைப்புக்களின் பின்னணியில் நாவல்களைப் படைக்கத் தொடங்கினர்." அக்கினிப்புத்திரன், *தமிழ் நாவல் 50 பார்வை* பக். 125–6; பார்க்கவும்: நா. காமராசன், *நாவல் பழம் – ரா.சீ.யின் நாவல்கள் விமர்சனம்,* சென்னை, 1978, பக். 17–19.

(இக்கட்டுரை, மூல வடிவத்தில், 1977ஆம் வருடம் யாழ்ப்பாணப் பல்கலைக்கழக வளாகத்தில் நடைபெற்ற 'தமிழ் நாவல் நூற்றாண்டு விழா ஆய்வரங்கு' அமர்வுகளில் இடம் பெற்றது. இப்பொழுது நூலிலே ஓர் அத்தியாயமாகச் சேர்ப்பதன் பொருட்டுச் செய்த மிகச் சில மாற்றங்களைத் தவிர, ஆய்வரங்கில் படிக்கப் பெற்றவாறே இருக்கிறது. பெப்ரவரி 19ஆம், 20ஆம் திகதிகளில் நடந்தேறிய இக்கருத்தரங்கு தமிழ்த் துறையினால் நடத்தப்பட்டது.)

ஆசிரியர் பெயர் அகராதி

நூற்பெயர் அகராதி

பொருள் அகராதி

www.ingramcontent.com/pod-product-compliance
Lightning Source LLC
LaVergne TN
LVHW101416051026
849519LV00005BC/1776